புதுமைப்பித்தனின் சிறுகதைகள்.

புதுமைப்பித்தன்.

Made with ❤ on the Notion Press Platform
www.notionpress.com

புதுமைப்பித்தனின்

சிறுகதைகள்.

(Pudhumaipithan's

Short Stories.)

புதுமைப்பித்தன்.

Pudhumaipithan.

தொகுப்பு

சுபமெனு

250px-Puthumaipithan_-
_புதுமைப்பித்தன்.webp (2).png

Pudhumaipithan

Born

C. Viruthachalam

25 April 1906

Thiruppadirippuliyur, Madras Presidency, British India

Died

5 May 1948 (aged 42)

Thiruvananthapuram, Madras Province, India

Occupation

Author, scriptwriter

Language

Tamil

Nationality

Indian

Education

B.A

Alma mater

Hindu College, Tirunelveli

Period

1934—46

Genre

Short story, horror, social satire

Subject

Social Satire, Politics

Literary

Manikodi

பொருளடக்கம்.

புதுமைப்பித்தன்

வாழ்க்கைக் குறிப்பு

புதுமைப்பித்தன் கடலூர் மாவட்டத்தில் உள்ள திருப்பாதிரிப்புலியூரில் பிறந்தார். தொடக்கக் கல்வியைச் செஞ்சி, திண்டிவனம், கள்ளக்குறிச்சி ஆகிய இடங்களில் பயின்றார். தாசில்தாராகப் பணி புரிந்த அவர் தந்தை ஓய்வு பெற்றமையால், 1918-இல் அவரது சொந்த ஊரான திருநெல்வேலிக்குத் திரும்பினார். அங்குள்ள ஆர்ச் யோவான் ஸ்தாபனப் பள்ளியில் பள்ளிப் படிப்பை முடித்தார். பின்பு நெல்லை இந்துக் கல்லூரியில் இளங்கலைப் (பி. ஏ) பட்டம்பெற்றார். 1932 சூலையில் திருவனந்தபுரத்தைச் சேர்ந்த கமலாவை மணந்தார்

இவரது முதல் படைப்பான குலோப்ஜான் காதல் காந்தி இதழில் 1933-இல் வெளிவந்தது. 1934-இலிருந்து மணிக்கொடியில் இவரது படைப்புகள் பிரசுரமாகத் துவங்கின. மணிக்கொடியில் வெளிவந்த இவரின் முதல் சிறுகதை ஆத்தங்கரைப் பிள்ளையார். இந்தக் காலகட்டத்தில் அவர் சென்னைக்குக் குடிபெயர்ந்தார். இவர் வாழ்ந்த இடங்களான திருநெல்வேலியையும் சென்னையையும் மையமாகக் கொண்டே இவரது படைப்புகள் அமைந்தன. இவரது சிறுகதைகள் கலைமகள், ஜோதி, சுதந்திரச் சங்கு, ஊழியன், தமிழ்மணி, தினமணியின் ஆண்டு மலர், நந்தன் ஆகிய பத்திரிக்கைகளிலும் பிரசுரமாயின. 1940ல் புதுமைப்பித்தனின் கதைகள் என்ற அவரது சிறுகதைத் தொகுப்பு வெளியானது. சென்னையிலிருந்த காலத்தில் இவர் ஊழியன், தினமணி, மற்றும்

தினசரியிலும் பணிபுரிந்தார்.

இவர் திரைப்படத் துறையிலும் ஆர்வம் செலுத்தினார். ஜெமினி நிறுவனத்தின் அவ்வை மற்றும் காமவல்லி படங்களில் பணிபுரிந்தார். பின்பு திரைப்படத் தயாரிப்பு நிறுவனமான "பர்வதகுமாரி புரொடக்ஷன்ஸ்" -ஐத் துவங்கி வசந்தவல்லி என்ற படத்தைத் தயாரிக்க முயன்று தோல்வியுற்றார். எம். கே. தியாகராஜ பாகவதரின் ராஜமுக்தி திரைப்படத்திற்கு வசனம் எழுதுவதற்காகப் புனேவில் சில மாதங்கள் வாழ்ந்தார். அங்கு அவர் கடுமையான காச நோய்க்கு ஆளாகி சூன் 30, 1948-இல் காலமானார்.

படைப்புகளும் சிந்தனைகளும்

புதுமைப்பித்தன் எழுத்துப்பணியில் முழுவீச்சில் ஈடுபட்டது 15 ஆண்டுகளுக்கும் குறைவான காலம் தான். அக்குறுகிய கால அளவிலேயே அவர் நூற்றுக்கும் மேற்பட்ட சிறுகதைகள், கிட்டத்தட்ட அதே எண்ணிக்கையுள்ள கட்டுரைகள், 15 கவிதைகள், சில நாடகங்கள், புத்தக விமரிசனங்கள் என எழுதிக் குவித்தார். அவரது எழுத்துக்கள் அவரைப் புரட்சி எழுத்தாளராக அடையாளம் காட்டின. அவர் கையாண்ட விஷயங்களும் கதாபாத்திரங்களும் தமிழ்ப் புனைவு உலகுக்குப் புதியதாய் அமைந்தன. தமிழ் இலக்கிய உலகம் சில எழுதப்படாத விதிகளால் முடக்கப்பட்டிருப்பதாக அவர் கருதினார். தன் கட்டுரை ஒன்றில் இவ்வாறு கூறுகிறார்:

“இலக்கியத்தில் இன்னதுதான் சொல்ல வேண்டும், இன்னது சொல்லக்கூடாது என ஒரு தத்துவம் இருப்பதாகவும், அதை ஆதரித்துப் பேசுவதாகவும் மனப்பால் குடித்துக்கொண்டிருக்கலாம். உண்மை அதுவல்ல; சுமார் இருநூறு வருஷங்களாக ஒருவிதமான சீலைப்பேன் வாழ்வு நடத்திவிட்டோம். சில விஷயங்களை நேர் நோக்கிக் பாக்கவும் கூசுகிறோம். அதனால் தான் இப்படிச் சக்கரவட்டமாகச் சுற்றி வளைத்துச் சப்பைக்கட்டு கட்டுகிறோம். குரூரமே அவதாரமான ராவணனையும், ரத்தக்களறியையும், மனக் குரூபங்களையும், விகற்பங்களையும் உண்டாக்க இடம் இருக்குமேயானால், ஏழை விபசாரியின் ஜீவனோபாயத்தை வர்ணிப்பதாலா சமூகத்தின் தெம்பு இற்றுப்போய் விடப்போகிறது? இற்றுப்போனது எப்படிப் பாதுகாத்தாலும் நிற்கப்போகிறதா?

மேலும் இலக்கியம் என்பது மன அவசத்தின் எழுச்சிதானே? நாலு திசையிலும் ஸ்டோர் குமாஸ்தா ராமன், ஸினிமா நடிகை சீத்தம்மாள், பேரம் பேசும் பிரமநாயகம் - இத்யாதி நபர்களை நாள் தவறாமல் பார்த்துக்கொண்டிருந்து விட்டு, இவர்களது வாழ்வுக்கு இடமளிக்காமல், காதல் கத்தரிக்காய் பண்ணிக்கொண்டிருப்பது போன்ற அனுபவத்துக்கு நேர் முரணான விவகாரம் வேறு ஒன்றும் இல்லை. நடைமுறை விவகாரங்களைப் பற்றி எழுதுவதில் கௌரவக் குறைச்சல் எதுவும் இல்லை

”தனது சமகால எழுத்தாளர்களின் எதிர்விமர்சனங்களைப் புறந்தள்ளி பின்வருமாறு கூறுகிறார்:“

“வேதாந்திகள் கைக்குள் சிக்காத கடவுள் மாதிரிதான் நான் பிறப்பித்துவிட்டவைகளும். அவை உங்கள் அளவுகோல்களுக்குள் அடைபடாதிருந்தால் நானும் பொறுப்பாளியல்ல, நான் பிறப்பித்து விளையாடவிட்ட ஜீவராசிகளும் பொறுப்பாளிகளல்ல; உங்கள் அளவுகோல்களைத்தான் என் கதைகளின் அருகில் வைத்து அளந்து பார்த்துக்கொள்கிறீர்கள் என்று உங்களுக்குச் சொல்லிவிட விரும்புகிறேன்.

புதுமைப்பித்தன் கதைகள் பல்வேறு பதிப்புகளில் வெளிவந்துள்ளன

சிறுகதைகள்

புதுமைப்பித்தனின் சிறுகதைகள் தான் அவருக்கு எழுத்துலகில் தனி இடத்தை அளித்தன. அவர் எழுதியதாகக் கணிக்கப்படும் 108 சிறுகதைகளில் 48 மட்டுமே அவர் காலத்திலேயே வெளியாகின. அவரது சிறுகதைகள் மணிக்கொடி, கலைமகள், ஜோதி, சுதந்திர சங்கு, ஊழியன், தமிழ்மணி, தினமணியின் ஆண்டு மலர், நந்தன் ஆகிய பத்திரிக்கைகளில் பிரசுரமாயின. மற்றவை அவர் மறைவுக்குப் பின்னர் வெவ்வேறு காலங்களில் பிரசுரமாயின. கடைசித் தொகுப்பு 2000ல் வெளியானது. புதுமைப்பித்தன் 1930களில் உருவாகிய மணிக்கொடி இயக்கத்தின் முக்கிய எழுத்தாளர்களுள் ஒருவராக விளங்கினார். கு. ப. ராஜகோபாலன், பி. எஸ்.ராமையா, வ. ராமசாமி ஆகியோர் மணிக்கொடி இயக்கத்தின் மற்ற புகழ்பெற்ற எழுத்தாளர்களாவர்.

மொழிபெயர்ப்புகள்

புதுமைப்பித்தன் 50க்கும் மேற்பட்ட சிறுகதைகளைப் பிற மொழிகளிலிருந்து மொழிபெயர்த்துள்ளார். அவர் மொழிபெயர்த்த எழுத்தாளர்களில் சிலர்: மொலியர், கே பாயில், மேக்சிம் கார்க்கி, சின்கிளெயர் லூயிஸ், எர்னஸ்ட் டோலர், வில்லியம் ஷேக்ஸ்பியர், இ. எம். டேலாஃப்ல்டு, வில்லியம் சரோயன், இ. வி. லூகாஸ், மோஷே ஸ்மிலான்ஸ்கி, ராபர்ட் லூயிஸ் ஸ்டீவன்ஸன், பிரட் கார்ட், ஜான் கால்ஸ்வொர்த்தி, அலெக்ஸாண்டர் குப்ரின், ஆன்டன் செக்கோவ், பிராண்ஸ் காஃப்கா, இல்யா எக்ரன்பர்க், கை டி மாப்பாசான், வலெரி பிர்யுசொவ், அனாடோல் பிரான்ஸ், லியோனிட் ஆண்டிரியேவ், ஹென்ரிக் இப்சன், நாத்தேனியல் ஹாத்தோர்ன், எட்கர் ஆலன் போ, ராபர்ட் முரே கில்கிறிஸ்ட், பிரான்ஸிஸ் பெல்லர்பி, லியோனார்ட் ஸ்ட்ராங், ஜேக் லண்டன், பீட்டர் எக்கி, மிக்கெயில் அலெக்ஸாண்ட்ரோவிச் ஷோலோகோவ், தாமஸ் வுல்ஃப் மற்றும் ஜேம்ஸ் ஹேன்லி ஆவர். அவருக்கு மொழிபெயர்ப்புகள், தழுவல்கள் குறித்து தெளிவான கருத்து இருந்தது. தழுவல்கள் இலக்கியத் திருட்டுக்குச் சமம் என்றும் பிறமொழி

படைப்புகளைத் தமிழுக்குக் கொண்டுவர மொழிபெயர்ப்பே சிறந்த வழியெனவும் கருதினார். 1937ல் மொழிபெயர்ப்பா, தழுவலா என்ற பிரச்சனையில் அவருக்கும் கல்கி கிருஷ்ணமூர்த்திக்கும் இடையே காட்டமான இலக்கியச் சண்டையொன்று நிகழ்ந்தது.

கவிதைகள்

புதுமைப்பித்தன் 15 கவிதைகள் எழுதியுள்ளார். அவரது முதல் கவிதையான திரு ஆங்கில அரசாங்க தொண்டரடிப்பொடியாழ்வார் வைபவம், 1934ல் வெளிவந்தது. அவரது கவிதைகள் பெரும்பாலும் அவரது நண்பர் தொ. மு. சிதம்பர ரகுநாதனுக்கு வெண்பா வடிவில் எழுதப்பட்ட கடிதங்களாக அமைந்திருந்தன. அவரது 15 கவிதைகளும் அவர் இறந்த பின்பு தான் பிரசுரமாயின. அவரது சிறுகதைகளைப்போலவே அவரது கவிதைகளும் நையாண்டியும், நக்கலுமாக இருந்ததன. மூனாவருணாசலமே மூடா, அவரது கவிதைகளுள் புகழ் பெற்றது. அது மணிக்கொடி இயக்கத்தைப் பற்றிக் குறிப்பிடாமல் விட்டுவிட்ட ஒரு தமிழ் புத்தகத்தினைச் (மு. அருணாசலத்தின் இன்றைய தமிழ் வசன நடை) சாடும் விமரிசனமாக எழுதப்பட்டிருந்தது.

அரசியல் புத்தகங்கள்

புதுமைப்பித்தன் அடிப்படையில் சோஷியலிச கருத்துகளைக் கொண்டவர். அவரது அரசியல் கட்டுரைகள் மற்றும் புத்தகங்களில் குறிப்பிடத்தக்கவை நான்கு. அவை ஃபாசிஸ்ட் ஜடாமுனி, (முசோலினியின் வாழ்க்கை வரலாறு) கப்சிப் தர்பார், (ஹிட்லரின் வாழ்க்கை வரலாறு) ஸ்டாலினுக்குத் தெரியும் மற்றும் அதிகாரம் யாருக்கு (இரண்டும் கம்னியூசத்தையும் ஸ்டாலினின் கொள்கைகளையும் விவரிப்பவை). நான்கு புத்தகங்களுமே ஃபாசிசத்தை எதிர்த்தும் ஸ்டாலினிய கொள்கைகளுக்கு ஆதரவாகவும் எழுதப்பட்டன.

எழுத்துநடை

சென்னை, தஞ்சாவூர்த் தமிழ் அல்லாது பிற வட்டார வழக்குத் தமிழில் எழுதிய முதல் எழுத்தாளர் புதுமைப்பித்தன். பெரும்பாலும் இவரது கதாபாத்திரங்கள் நெல்லைத் தமிழில் பேசினர். அவரது கதைகள் அவர் வாழ்ந்த இடங்களான சென்னை மற்றும் திருநெல்வேலியைக் களமாகக் கொண்டிருந்தன. அவரது நடையில் பேச்சுத்தமிழ் மற்றும் செந்தமிழ் இரண்டும் கலந்திருந்தன. சிக்கலான விஷயங்களைக் கையாளும்போது கூட அவரது எழுத்துக்களில் நையாண்டி இழைந்தோடுவது அவரது சிறப்பு. கல்கி கிருஷ்ணமூர்த்தி போன்ற இலக்கிய எதிராளிகளுடன் விவாதம் செய்தபோது கடுஞ்சொற்களைப் பயன்படுத்தினார். நூல் விமரிசனங்களில் வசைபாடல்களையும் எழுதியுள்ளார்.

1.பிரம்ம ராக்ஷஸ்

நித்தியத்துவத்திற்கு ஆசைப்பட்டு, இடர்ப்பட்டு அழிவுற்றவர்களின் கடைசி எச்சரிக்கையாக இருந்தது அவன் கதை.

அவன் பொன்னை விரும்பவில்லை. பொருளை விரும்பவில்லை. போகத்தை விரும்பவில்லை. மனக் கோடியில் உருவம் பெறாது வைகறைபோல் எழும் ஆசை எண்ணங்களைத் துருவியறியவே ஆசைப்பட்டான். மரணத்தால் முற்றுப்புள்ளி பெறாது, ஆராய்ச்சியின் நுனிக் கொழுந்து வளர வேண்டுமென்ற நினைப்பினால் அவன் ஏற்றுக் கொண்ட சிலுவை அது. அன்று முதல் - ஆம், அது நடந்து வெகுகாலமாகிவிட்டது - இன்றுவரை, ஆசைகள் உந்த, அழிவு அவனைக் கைவிட, மரணம் என்ற விழிப்பற்ற ஒரு சொப்பனாவஸ்தை போல மூல காரணங்களாலும் நியதிகளாலும் எற்றுண்டு, ஜடத்திற்கும் அதற்கு வேறான பொருளுக்கும் உண்டான இடைவெளியில் அவன் அலைந்து திரிந்தான். ஆசை அவியவில்லை; ஆராய்ச்சி அவிந்து மடிந்து, நியதியையிழந்து, விபரீதத்தின் தீவிர கதியில் சென்றது. அவன் இப்பொழுது வேண்டுவது முன்பு விரும்பித் துருவிய இடைவெளி ஆராய்ச்சியன்று; சாதாரணமான மரணம். உடல் இருந்தால் அல்லவா மரணம் கிட்டும்! ஜடமற்ற இத்திரிசங்கு நிலையில் சமூகத்தில் அடிபட்டு நசுங்கியவர்கள் ஆசைப்படும் மோட்ச சாம்ராஜ்யம் போல மரண லட்சியம் அவனுக்கு நெடுந் தூரமாயிற்று.

அவன் அப்பொழுது நின்ற இடம், அப்புறத்து அண்டமன்று; கிரக கோளங்கள் சுழலும் வெளியன்று; அது பூலோகந்தான். அவனுடைய வாசஸ்தலமாயிருந்த குகையின் பலிபீடத்தில் அவனுடைய ஆசையின் நிலைக்களமான பழைய தேகம், துகள்களாகச் சிதைவுபட்டுக் கிடந்தது. ஜடத்திலே வெறும் ஆகர்ஷண சக்திபோல், சூட்சுமமான உருவற்ற கம்பிபோல், பார்வைக்குத் தென்படாத ஒளிரேகைபோல் அவ்வுடல் அவனுக்குக் காட்சியளித்து வந்தது. உலகத்தைப் பதனமாகப் பாதுகாக்க அமைந்த ஏழு சஞ்சி போன்ற லோகங்களிலே எங்கு வேண்டுமானாலும் அவன் அலையலாம். ஆனால், அவற்றைத் தாண்டி இடைவெளியிலே செல்ல அவனுக்குச் சக்தியில்லை, நியதியில்லை.

அவன் அப்பொழுது நின்ற இடம் ஜடத்தின் சூட்சும ரூபங்களான வாயுக்களும் செல்லக்கூடாத, வெறும் சக்திகளே முட்டி மோதிச் சஞ்சரிக்கின்ற உலக கோளத்தின் மிகவும் சூட்சுமமான ஏழாவது சஞ்சி.

அவ்விடத்திலே அவனுக்கு வெகு நேரம் நிற்க முடியாது. ஆனால், சூட்சும உடலின் இயற்கையினால் அடிக்கடி அங்கு உந்தித் தள்ளப்படுவான். சக்திகள், பிரளயம் போலக் கோஷித்து, உருண்டு புரண்டு, சிறிய வித்துப்போல் நடுமையத்தில் கிடக்கும் ஜடத்திற்கு உயிர் அணுக்களை மிகுந்த வேகத்தில் தள்ளும். அவ்விடத்திலே, சக்தி அலைகள்,

நினைவு பிறந்து மடியும் கால எல்லைக்குள், இடைவழித் தேகத்தைக் குழப்பி நசுக்கி, புதிய சக்திகளை அவனது சூட்சும தேகத்தில் ஊட்டி உள்ளே பூமியை நோக்கித் தள்ளிவிடும். புதிய சக்தியூட்டப்பட்ட அவனது சரீரம் ஜட தாதுக்கள் பாசிபோல் உற்பத்தியாகி உரம்பெற்று, கீழ் நோக்கியிறங்கும் இடைச் சஞ்சிகளில் நின்று, செக்கச்செவேலென்று எங்கும் பரந்து, நினைவின் எல்லைக் கோடாகக் கிடக்கும் கிரக கோளங்களின் வானப் பாதைகளை நோக்கும்.

அவனது உருவம் சூட்சும உருவம். அதாவது ஆசையின் வடிவத்தை ஏற்கும் உருவம். அவன் தனது பழைய ஜீவியத்தில் எந்த அம்சத்தைப் பற்றி நினைக்கிறானோ, அச்சமயத்தில் முன் அவனது பூத உடல் பெற்றிருந்த வடிவத்தைச் சூட்சும தேகம் இப்பொழுது பெறும். பூதவுடலிலே பார்ப்பதும், கேட்பதும், உண்பதும், வெளிப்படுத்துவதும் முதலிய காரியங்களைத் தனிப்பட்ட கருவிகள் செய்தன. இப்பொழுது அவனுக்கு உடல் முழுவதுமே வாய்.

அவன் பார்வைகள் வெளியே எட்டினாலும் ஆசைகள் பூமியை நோக்கி இழுத்தன. ஆசையின் ரேகைகள் அவனைப் பலிபீடத்தை நோக்கியிழுத்தன!

அவன் அன்று பூதவுடலை நீங்கி வெளிப்பட்டதும், இவ்வுலகத்தைப் பாதுகாக்கும் ஏழு சஞ்சிகள்போல் உள்ளிருக்கும் வஸ்துவின் விடுதலைக்குத் தடையாக ஏழு இருப்பதையும் உணர்ந்தான். ஒன்றைக் கடந்தால் மற்ற ஆறையும் இறுகப் பிடித்ததுபோல் ஒன்றவைத்து, ஏழையும் நீக்கிப் பாயவேண்டும். இப்பொழுது ஒன்றைவிட்டுப் பிரிந்ததினால், போக்கின்படியாகக் கிடைக்கும் மரணத்தால் விழிப்பையும் இழந்து, சொப்பனாவஸ்தை போன்ற இந்த இடைநிலையில் கட்டுப்பட வேண்டியதாயிற்று.

ஆசைகள் மெதுவாக மரணத்தை நோக்கித் திரும்பின. பழைய நிலைகள் படிப்படியாகப் பரிணமித்து அவனையே விழுங்கிப் பூமியை நோக்கித் தள்ளின.

பலீபீடத்தில் வந்து விழுந்தான். அவனே பிரம்ம ராக்ஷஸ்!

2

குறிஞ்சிப்பாடியின் பக்கத்திலே சூரங்காடு பெரிய மலைப்பிரதேசம். காலத் தேவனின் தங்கைகள் போன்ற பாறைகள் இயற்கையின் செழிப்பான கானகம் என்ற அந்தப்புரத்திலே மறைந்து கிடந்தன.

சூரங்காடு, மனிதர்கள் பலத்திற்கு நிலைக்களமாக விளங்குவது. அங்கே இருப்பது என்னவென்று ஒருவருக்கும் தெரியாது.

குறிஞ்சிப்பாடியின் சமூகத்தின் திவலை ஒன்று எப்பொழுதோ நெடுங்காலத்திற்கு முன்பு அதில் சென்றது - திரும்பவில்லை; குறிஞ்சிப்பாடியினர் பிறகு அத்திசையில் செல்வதில்லை.

சூரங்காட்டில் கொடிய மிருகங்கள் கிடையா. விஷக் கிருமிகள் கிடையா. அது நிசப்தமும் இயற்கைத் தேவியும் கலக்குமிடமாம். சப்த கன்னிகைகள் திரிவார்களாம். மனிதர்கள் போனால் திரும்ப மாட்டார்கள். இது குறிஞ்சிப்பாடியினரின் எழுதாக் கிளவி.

இந்த வேத வித்திற்குக் குறிஞ்சிப்பாடியில் தோன்றும் மகான்கள் அடிக்கடி பாஷ்யம் விரித்து அதை ஒரு பெரும் சமுதாயக் கட்டுப்பாடாக்கினர்.

அக்காலத்திலே, குறிஞ்சிப்பாடியின் சமூகத்திலே தோன்றி, அதன் வளர்ச்சிக்கும் பிரபலத்திற்கும் பாடுபட்டவன் நன்னய பட்டன் என்ற வாலிபன்.

குறிஞ்சிப்பாடியில் குறுகிய ஆசைகளைப் பலப்படுத்தி வளர்ப்பதே அவனுக்கு ஒரு மகத்தான சேவையாகப் பட்டது. போரிலே மரணத்தை நேருக்கு நேராகப் பார்த்தவன். குறிஞ்சிப்பாடிச் சமூகத்தின் விஷப் பூச்சிகளைச் சித்திரவதை செய்து, மரணக் கதவை மெதுவாகத் திறந்து, அதன் உளைச்சலிலே பயத்தைப் போக்கியவன். அவனுக்கு மரணம் பயத்தைத் தரவில்லை.

விதியின் விசித்திர கதிக்கு அளவுகோல் உண்டா? நன்னய பட்டனுக்கு மரணத்தின் பயத்தை அறிவிக்க மூல சக்திகள் நினைத்தன போலும்.

அவன் மனைவி பெண் குழந்தையைப் பெற்றுக்கொடுத்து அந்த உளைப்பிலே உயிர் நீத்தாள்.

அன்று, நன்னய பட்டன் மரணத்திற்கு எத்தனையோ ரூபங்கள் உண்டு என்று அறிந்தான்.

அதற்கப்புறம் மூன்று வருஷங்கள், வெங்காயச் சருகுபோல் உதிர்ந்துவிட்டன. அந்த மூன்று வருஷங்களும் நன்னய பட்டனுக்கு சமூகத்தின் குறுகிய கால அளவுகோலைக் கடந்து வேறு உலகத்தில் யாத்திரை செய்வதாயிருந்தன. அவன் சக்திகளின் பௌருஷத்தின் எல்லையை நாடினான்.

ஒரு நாள், அந்தி மயங்கும் சமயம், குறிஞ்சிப்பாடி இருவரை இழந்தது. காலம் என்ற அரங்கில் சரித்திரம் மீண்டும் ஒரு முறை பழையபடி நடித்தது.

நன்னய பட்டன் திசையறியாமல் சென்றான். பசியறியாமற் சென்றான். கைக்குழந்தையின் - மூன்று வயதுக் குழந்தையின் - சிறு தேவைகள் அவனுக்குப் பூத உடம்பின்

தேவைகளை இடித்துக் கூறும் அளவுகோலாயின. அதன் பசியைச் சாந்திசெய்யும் பொறுப்பு இல்லாவிட்டால் அவனிடம் பசியின் ஆதிக்கம் தலைகாட்டியிராது.

அவன் அன்று ஆசைப்பட்டது எல்லாம் மரணத்தினின்றும் தப்புவதற்கு வழி.

ஏன் மரணத்தினின்றும் தப்பவேண்டுமென்று அவனிடம் யாராவது கேட்டிருந்தால் அவனால் காரணம் கூறியிருக்க முடியாது. ஆனால், பயம் என்று ஒப்புக் கொண்டிருக்க மாட்டான். மரணத்தை வெல்வதே - காலத்தின் போக்கைத் தடைசெய்வதே - பிரம்ம ராக்ஷஸ் என்று பதில் சொல்லியிருப்பான். பேதை! மரணம் என்பது இல்லாவிடில் நரகம் என்பது எப்படித் தெரியும்!

அப்பொழுது அவனது சிறு மனம் குறிஞ்சிப்பாடிக்கு மேல் விரிந்து, அகில லோகத்தையும் கட்டி ஆள்வதற்கான மூல சக்திகளின் சூட்சுமக் கயிற்றைக் கைக்குள் அடக்க வேண்டும் என்று அறிவுகெட்ட ஆசையால் கட்டுண்டது.

இருண்டு நெடுநேரமாகியும் நடந்துகொண்டேயிருந்தான். கையில் குழந்தை, ஆசையற்று, ஆனால் வித்துக்களான தேவையில் மட்டும் நிலைக்கும் மனநிலையில் கட்டுண்டு, நித்தியத்துவத்திற்கும் மரணப் பாதையின் சுழலுக்கும் மத்தியிலுள்ள பிளவுக் கோட்டின் எல்லை வெளியான இடைவெளியில் நின்று உறங்கியது.

குறிஞ்சிப்பாடியின் வேதம் பொய்யாகும் நிலையை நன்னய பட்டன் நிதரிசனமாகக் கண்டான்.

நெடுநேரம் நடந்த களைப்பு, இருளின் கருவைப் போன்ற ஒரு குகை வாயிலில் சிறிது உட்கார வைத்தது.

உறக்கத்தை அறியாத கண்கள் குகைக்குள் துருவின.

அந்தக் குகைதான் பிரம்ம ராக்ஷஸாகத் தவிக்கும் ஒரு பழைய மனிதனுடைய ஆசையின் பயங்கரமான பலிபீடம்.

வெகு காலமாக அப்பாதையிலே யாரும் வரவில்லை.

மனித தைரியத்தின் உச்ச ஸ்தானமாக இருந்த அந்தக் குகையின் வாசலில் நன்னய பட்டன் உட்கார்ந்ததும் குழந்தை வீரிட்டு அலறத் தொடங்கியது. குழந்தையைத் தேற்றிப் பார்த்தான்; எவ்வளவோ தந்திரங்களைச் செய்து பார்த்தான். குழந்தையின் அலறல் நிற்கவில்லை.

அதைத் தோளில் சாத்திக்கொண்டு, முதுகைத் தட்டிக் கொடுத்த வண்ணம் எழுந்து உலாவி அங்குமிங்குமாக நடக்கத் தொடங்கினான். குகையின் வாசலைவிட்டு அகன்று செல்லும் பொழுது குழந்தையின் அழுகை படிப்படியாக ஓய்ந்தது. ஆனால், திரும்பிக் குகையை அணுகியதுதான் தாமதம், குழந்தையின் குரல் உச்சஸ்தாயியை எட்டியது.

இரண்டு மூன்று முறை இப்படிப் பரீட்சித்த பிறகு, இந்த அதிசயமான செயல் குகையில் என்ன இருக்கிறது என்று பார்க்க அவனுள் ஆசையை எழுப்பியது.

மரத்தடியில் சற்று நேரம் இருந்து குழந்தையை உறங்க வைத்து விட்டு, எழுந்து, குகையை நோக்கி நடக்கலானான்.

காற்றற்று, அசைவில்லாது நிற்கும் மரங்களிடையே ஒரு துயரம் பொதிந்த பெருமூச்சு எழுந்தது.

சற்று நின்று, சுற்றுமுற்றும் கவனித்தான். அவனைத் தவிர வேறு யார் இருக்கப் போகிறார்கள்?

குகை வாயிலின் பக்கம் போனதும் தேக மாத்யந்தமும் காரணமற்றுக் குலுங்கியது. மயிர்க்கால்கள் திடீரென்று குளிர்ந்த காற்றை ஏற்றதுபோல் விறைத்து நின்றன.

நன்னய பட்டன் உள்ளத்தில் இயற்கைக்கு மாறான இக்குறிகளினால் ஆச்சரியம் தோன்றியது.

குகை வாயிலைக் கடந்து உள்ளே சென்று, அவன் இருள் திரையில் மறைந்தான்.

உள்ளே சென்றதும் நன்னய பட்டனுக்குப் புதிய சக்தி பிறந்தது. என்றுமில்லாதபடி அவன் மூளை, தீவிரமாக விவரிக்க முடியாத எண்ணங்களில் விழுந்து, அவற்றைத் தாங்கச் சக்தியற்று, புயலில் அகப்பட்ட சிறு படகுபோலத் தத்தளிக்கிறது. நெஞ்சுறுதி என்ற சுங்கான், மனத்தின் அறிவு கெட்ட வேகத்தைக் கட்டுமீறிப் போகாது காத்ததினால் நிரந்தரமான பைத்தியம் பிடிக்காது தப்பினான்.

இருட்டிலே, இருட்டின் நடுமையம் போல் ஏதோ ஒன்று தெரிந்தது. சிறிது சிறிதாக மனித உருவம் போல் வடிவெடுத்தது. பின்னர் இருளில் மங்கியது. இதைப் பார்த்தவண்ணமாகவேயிருந்தான் நன்னய பட்டன். அதைத் தவிர மற்ற யாவும் மறந்து போயின.

அதைப் பார்த்துக் கொண்டிருக்க இருக்க, இரத்தத்திற்குப் பதிலாக வேறு ஒரு புதிய திரவப் பொருள் புரண்டு புரண்டு ஓடுவது போல் சிறு வலியுடன் கூடிய இன்பத்தைக்

கொடுத்தது.

மனத்திலே, குகை மறைந்து வேறு ஓர் உலகம் தென்பட்டது. ஜடத்திலே தோன்றாத விபரீதமான பிராண சக்திகள், பேரலை வீசி எல்லையற்ற சமுத்திரம்போல் கோஷித்தன. அந்தச் சக்திக் கடலின் திசை முகட்டிலே ஒளிச் சர்ப்பங்கள் விளையாடித் திரிந்தன. இதன் ஒலிதானா அந்தக் கோர கர்ஜனைகள்!

நன்னய பட்டனின் பார்வை மங்கியது. மேகப் படலம் போல் ஏதோ ஒன்று கண்களை மறைந்தது. இருட்டையும் நிசப்தத்தையும் தவிர அவன் இந்திரியங்கள் வேறொன்றையும் உணரவில்லை.

எத்தனை காலம் கழிந்ததோ அவனுக்கு உணர்வில்லை. மந்திரத்தால் கட்டுண்டு, பின்னர் அதிலிருந்து விலகிய சர்ப்பம் போல் எழுந்து நடந்தான். கால்கள் தள்ளாடின. குகையின் வெளியில் வருவதற்குள் அவனுக்குப் பெரிய பாடாகிவிட்டது.

இவ்வளவும் ஒரு வினாடியில் நடந்தேறியது என்று சொன்னால் நன்னய பட்டன் நம்பமாட்டான். அவன் குழந்தையின் பக்கம் வந்து தரையிலேயே சோர்ந்து படுத்தான். மனிதனது பலவீனமெல்லாம் இயற்கைத் தாயின் மடியிலே ஒருங்கே தஞ்சம் புகுந்ததுபோல ஆசை வித்தின் ஆரம்ப வடிவமான குழந்தையின் பக்கத்தில் கிடந்தான்.

கானகத்திலும் இருள் மயங்கி மடிய, வைகறை பிறந்தது. குகைக்கு மேல் முகட்டுச் சரிவில் நின்ற மாமரக் கொம்பின் கொழுந்துகளில் பொன் முலாம் பூசப்பட்டிருந்தது.

நன்னய பட்டன் எழுந்தான்.

அவனுக்கு முன்பே குழந்தை எழுந்து தவழ்ந்து விளையாடிக் கொண்டிருந்தது.

சூரங்காட்டிலே பசி தீர்த்துக்கொள்ள என்று நெடுந்தூரம் அலைய வேண்டியதில்லை. மா, பலா, முதலியவை சாதாரணமாக வளர்ந்து கிடக்கும். பாறைக் குடைவுகளிலே குளிர்ந்த சுனையூற்றுக்களும் ஏராளம்.

3

ஆசை அவனை மறுபடியும் குகைக்குள் இழுத்தது. குழந்தையை மரத்தடியில் வைத்துவிட்டு உள்ளே சென்றான்.

குகையின் இருள் திரண்ட ஓரத்திலே கருங்கற் படுக்கை போன்ற ஒரு பாறை. சுற்றிலும், யாரோ ரசவாதியொருவன் எப்பொழுதோ அங்கிருந்து ஆராய்ச்சி நடத்தியதுபோல்

மட்பாண்டங்களும் குடுவைகளும் ஓரத்திலே வரிசையாக அடுக்கப்பட்டும், உறி கட்டித் தொங்கவிடப்பட்டும் கிடந்தன.

இவ்வாறு அடுக்கடுக்காய்க் கிடந்த மனித வாசத்தின் அறிகுறிகளுக்கிடையில் ஒரு பொருள் அவன் கவனத்தை இழுத்தது.

அந்தக் கருங்கற் பாறைப் படுக்கையிலே ஒரு எலும்புக்கூடு கிடந்தது.

நன்னய பட்டன் பயம் என்பதை அறியாதவன். மரணத்தையும் பச்சை ரத்தப் பிரவாகத்தோடு தெரியும் மண்டையோடுகளையும் அவன் கண்டு அஞ்சியவனல்லன். ஆனால், அவனுக்கு அதை நெருங்க நெருங்க, முந்திய நாள் இரவு இருட்டிலே குகைக்குள் நுழைந்த சமயம் ஏற்பட்ட, விவரிக்க முடியாத, உள்ளத்தை விறைத்துப் போகச்செய்யும், உணர்ச்சிகள் தோன்றலாயின. ஆனால் அவன் ஒன்றையும் பொருட்படுத்தாது நெருங்கினான்.

அப்பொழுது குகையின் எந்த இடைவெளியிலிருந்தோ ஒரு சிறு சூரிய கிரணம் வந்து எலும்புக்கூட்டின் வலக் கண் குழியில் விழுந்தது. நன்னய பட்டன், முன்னால் ஓர் அடியெடுத்து வைக்க முடியாது, கட்டுண்ட சர்ப்பம் போல நின்று, வெளிச்சம் விழுந்த மண்டையோட்டில் இருக்கும் கண்குழியை நோக்கினான். அதில் ஒரு புழு நெளிவது போலத் தோன்றியது.

அது புழுவா? அன்று.

ஒரு சிறிய கருவண்டு மெதுவாக வெளியேறி, ஒளி ஏணியில் ஏறிச் செல்வதுபோல் சிறகை விரித்து ரீங்காரமிட்ட வண்ணம் பறந்து சென்று முகட்டிலிருந்த இடைவெளியில் மறைந்தது.

மறைந்ததுதான் தாமதம்! அந்தத் துவாரத்திற்கு வெளியே அண்ட கோளமே இற்றுவிழும்படியாகக் காதைச் செவிடாக்கும் இடிச் சிரிப்பு! அது அந்த அமைதியின் நிலையமான சூரங்காட்டையே ஒரு குலுக்குக் குலுக்கியது.

நன்னய பட்டன் உடல் வியர்த்தது. அவனது பூதவுடல் கட்டுக் கடங்காது நடுங்கியது; ஆனால், கண்கள் மட்டிலும் பயப்பிராந்தியில் அறிவை இழக்கவில்லை. அசாதாரண விவகாரத்தில் தூண்டப்பட்டு உண்மையை அறியத் தாவுகிறது என்பதை உணர்த்தும் பாவனையில் எலும்புக்கூடு கிடக்கும் இடத்தையும் வண்டு மறைந்த திசையையும் ஒருங்கே கவனித்தான்.

வெடிபடச் செய்த சிரிப்பு மங்கியதும் சூரிய கிரணம் மறைந்தது. அசாதாரணமாக அமைதி பிறந்தது.

நன்னய பட்டன் குகையைச் சுற்றிப் பார்க்கத் தொடங்கினான்.

கற்பாறைப் படுக்கைக்கு மறுபக்கம் குகையின் ஒரு சுவர். அதன் மேல் இருளிலும் தெரியக்கூடிய ஒளித் திராவகத்தால் சிவப்பாக எழுதப்பட்டது போன்ற யந்திரம். அதன் ஒரு பாகத்தில் தாமரைப்பூ ஒன்று செதுக்கப்பட்டிருந்தது. தாமரை மலரின் இதழ்கள் எலும்புக் கூட்டின் மார்பகத்துக்கு நேராக இரண்டடி உயரத்தில் சுவரின் மேல் இருந்தன.

கற்பலகையில், எலும்புக்கூட்டிற்கும் சுவருக்கும் உள்ள ஒரு சிறு இடைவெளியில், சுவரில் இருப்பதைப் போலவே யந்திரம் செதுக்கப்பட்டு அதன் மையத்திலும் ஒரு செந்தாமரைப் புஷ்பம் செதுக்கப்பட்டிருந்தது. கற்பலகையில் வரையப்பட்ட யந்திரம் இருளில் பொன்னிறமாக மின்னியது. தாமரை மலர் வெண்மையான பளிங்கினால் செய்து பொருத்தப்பட்டதுபோல் இருந்தது.

நன்னய பட்டன் அதன்மீது கையை வைத்துத் தடவிப் பார்த்தான். அது தனியாகச் செதுக்கிப் பாறையில் பொருத்தப்படாத விசித்திரமாக இருந்தது. அது எப்படி அமைக்கப்பட்டது?

எலும்புக்குக்கூடு ஆறடி நீளம். உயிருடன் இருந்தபொழுது அம்மனிதன் ராக்ஷஸன் போல இருந்திருக்க வேண்டும் என்பதில் சந்தேகம் இல்லை.

இவ்வாறு நினைத்துக்கொள்ளவே, நன்னய பட்டன் வேறு பக்கமாகத் தலையை நிமிர்த்தி நோக்கினான்.

என்ன ஆச்சரியம்!

ஒரு பிரம்மாண்டமான முதலை வாயைத் திறந்து கொண்டு அந்தரத்தில் தொங்கியது.

இருட்டில் தோன்றும் மயக்கமா?

இல்லை! இல்லை!

இரண்டு சரடுகள் வளையங்கள் போல் உயரேயிருந்து தொங்கவிடப்பட்டு, அவற்றின் உடே இம்முதலை புகுத்தப்பட்டு, உயரத்தில் தொங்கிக் கொண்டிருந்தது.

இருட்டின் கூற்றால் முதலில் சரடு தொங்குவது தெரியவில்லை நன்னய பட்டனுக்கு.

மெதுவாக அதை யணுகினான். இருட்டில் கால் இடறியது. ஜோதியாக ஒரு திரவ பதார்த்தம் உருண்ட பானையிலிருந்து வழிந்தோடியது. அதன் பளபளப்பு, கருங்கல் தளத்தைத் தங்க மெருகிட்டதுமல்லாது குகையையே சிறிது பிரகாசமடையச் செய்தது.

லாவகமாகப் பலிபீடத்தின் மீது ஒரு காலை வைத்து ஏறி நின்று, அவன் முதலையின் வாயை நோக்கினான். கண்கள் ஒளி வீசின; வாய் கத்தியால் வெட்டிவைத்த சதைக் கூறுபோல் தெரிந்தது. ஆனால் அதன்மீது சலனம் இல்லை, உயிர் இல்லை.

முதலையின் திறந்த வாயில் ஓலைச் சுவடிகள் போல் கட்டுகட்டாக என்னவோ இருந்தன.

நன்னய பட்டன் அவற்றையெடுத்தான்.

ஓலைச் சுவடிகள் போலில்லாமல் அவை மிகவும் கனமாக இருந்தன.

அவற்றை அப்படியே சுமந்துகொண்டு குகைக்கு வெளியே வந்தான்.

அச்சமயத்தில்தான் நன்னய பட்டனுக்குப் 'பூலோகத்தில் இருக்கிறோம்' என்ற உணர்வு ஏற்பட்டது. அத்தனை நேரம், ஜன்னி கண்ட நிலையில், உள்ளுக்குள் போராடும் பயத்தை அமுக்கி அந்தக் குகை இரகசியங்களைத் துருவிக் கொண்டிருந்தான்.

குழந்தை, ஒரு மர நிழலில் தவழ்ந்து விளையாடிக்கொண்டு சிறிது தூரத்தில் இரை பொறுக்கும் மைனாவைப் பார்த்துச் சிரித்துக் கொண்டிருந்தது.

நன்னய பட்டனுக்கு சுயப் பிரக்ஞையாக - அதாவது, ஓடித்திரியும் எண்ணக் கோணல்களிலிருந்து யதார்த்த உலகத்திற்குக் கொண்டு வரும் ஒரு துருவ நட்சத்திரமாக - அக்குழந்தை இருந்தது.

அதைத் தூக்கி வைத்துக் கொண்டு கையிலிருந்து ஓலைச் சுவடியை அவிழ்த்தான். வெளிச்சத்தில் பிடித்து ஏடு ஏடாக வாசித்தான்.

முதலில் அவனது கவனம் அந்தச் சுவடிகளின் விசித்திரமான குணத்திலேயே தங்கியது. அப்பொழுதுதான் கருக்கிலிருந்து நறுக்கித் திருத்தப்பட்ட பனை ஓலை மாதிரியே காணப்பட்டது. இளம் பச்சைகூட மாறவில்லை. ஓலையின் ஓடும் மெல்லிய நரம்புகள் கூட வெள்ளையாகத் தென்பட்டன. ஆனால் ஓலைதான் உலோகம் போல் கெட்டியாகவும் கனமாகவும் இருந்தது. அதில் எழுத்துப் பள்ளங்களில் சிறிது பளபளப்பு இருந்தது.

இதென்ன விசித்திரமான ஓலை என்பது பிடிபடாமல் உள்ளிருக்கும் வாசகத்தை உரக்கப் படிக்க ஆரம்பித்தான்:

... காலத்தின் கதியைத் தடைசெய்யும் உண்மையைக் கண்டு பிடித்துவிட்டேன். ஆமாம், அது மட்டிலுமா? வெறும் ஜடத்தை, மூலப் பிரகிருதிகளை, பிராண பக்திகொண்டு துடிக்கும் உயிர்க்கோளங்களாக மாற்றுந் திறமை படைத்துவிட்டேன். நான் தான் பிரம்மா! சேதன அசேதனங்கள் எல்லாம் எனது அறமே! நானே நான்! நான் நானே...

இவ்வாறு சில ஏடுகள், முழுதும் தறிகெட்ட மூளையின் ஓட்டம் போல் வார்த்தைக் குப்பையால் நிறைக்கப்பட்டிருந்தன. நன்னய பட்டனுக்கு இந்தக் கொந்தளித்துச் செல்லும் லிபிகளின் அர்த்தம் புரியவில்லை. மூளை சுழன்றது!

பின்னர்:

இவ்வளவு தூரம் உனக்குப் பொறுமையிருக்கிறதா! இனிமேல் என் இரகசியத்தைக் கேள்!

பிரபஞ்ச இரகசியத்தை அறிய எங்கெல்லாம் சென்றேன், தெரியுமா? மிசிர தேசம் வரை. அக புராணம் வழிகாட்டியது! செமிராமிஸ், காலத்தின் கதியை நிறுத்தும் வித்தையைக் கற்பித்தான். உண்மையில் ஒரு படி அது! அதற்கு மேல் எத்தனை! மூளை குழம்பாது நீ என்னுடன் வருவாயா? அப்படியானால்... குகைக்குள் மூலையில் தொங்குகிறதே முதலைக் கூடு, அது ஒடிந்து மண்ணாகி மண்ணுடன் சேராதபடி செய்தவன் அவன் தான். அதை இப்பொழுதும் உயிருடன் எழுந்து நடமாடச் செய்யலாம். அதை யார் அறிவித்தான் என்று உனக்குச் சொல்ல வேண்டுமா? அதைத்தான் சொல்ல மாட்டேன். அது உனக்குத் தெரியலாகாது.

வேண்டுமானால் உண்மையைப் பரிசோதித்துப் பார்.

மூலையில் நீ கொட்டிவிட்டாயே அந்த ஜீவ ரசம், அதை ஒரு துளி எடுத்து, உன் இரத்தத்தில் கலந்து, அதன் மூக்கில் பிடி! அப்புறம் பார்!

எனது எலும்புக் கூட்டிற்கு உடலளித்துப் பின்னர் என் உயிரை அதில் பெய்ய வேண்டும். அப்பொழுதுதான் நான் உனக்கு இரகசியங்களை விளக்கமாகச் சொல்லமுடியும்...

இவ்வாறு வாசித்துக் கொண்டிருந்த நன்னய பட்டனுக்குக் கண் பிதுங்குவது போலிருந்தது. என்ன! ஓலை வெறும் ஓலை. அதிலிருந்த ஓர் எழுத்தைக் கூடக் காணவில்லை. அவ்வளவும் மறைந்து, வெறும் தகடுகளாக, மங்கி மறையும் சூரிய ஒளியில் சுவடிகள் மின்னின.

வாசித்ததெல்லாம் உண்மையா அல்லது வெறும் சித்தப் பிரமையா?

அவன் சொன்னதைப் பரீட்சித்துப் பார்த்தால்? நன்னய பட்டன் மறுபடியும் குகையினுள் சென்றான்.

குகையிலிருந்த சூரியக்கத்தியால் விரலில் சிறிது நறுக்கி இரத்தமெடுத்து மின்னிக்கொண்டிருந்த ஜீவ ரசத்தில் கலந்தான். குகை முழுவதிலும் சுகமான ஒரு பரிமள கந்தம் பரவியது. அவனுடைய உடலையும் உள்ளத்தையும் மோக லாகிரியில் தள்ளியது.

மெதுவாக முதலைக் கூட்டை எடுத்துக் கீழே வைத்து, அதன் மூக்கில் இந்த வாசனைக் கலவையைப் பிடித்தான்.

சிறிது நேரம் ஒன்றும் நிகழவில்லை. பின்னர், ஒளியிழந்து மங்கி ஒரே நிலையில் நின்ற முதலையின் கண்களில் சிறிது பச்சை ஒளி வீசியது. மெதுவாக அதன் உடல் அசைந்தது. திறந்தபடியே இருந்த வாய் மெதுவாக மூடியது. முதலை அவனை நோக்கி நகர ஆரம்பித்து விட்டது.

அதே சமயம் 'களுக்' என்ற ஒரு பெண்ணின் சிரிப்பு. ஏறிட்டுப் பார்த்தான் நன்னய பட்டன். எதிரே குகை வாயிலில் தவழுந் தனது குழந்தையின் முன்னால் அழகின் வரம்பைச் சிதற அடித்து, பிறந்த மேனியில் நிற்கும் ஒரு பெண் உருவம் குழந்தையை நோக்கிச் சிரித்தவண்ணம் நின்றது! என்ன அழகு! அப்பெண்ணின் நீண்டு சுருண்ட கறுத்த தலைமயிர் இரு வகிடாக அவளது உடலழகை அப்படியே முழங்கால் வரை மறைத்தது. நன்னய பட்டன் ஸ்தம்பித்து அவளையே நோக்கிய வண்ணம் நின்றான். வைத்த கண் எடுக்க முடியாதபடி அப்படியே நின்றான்.

"பயப்படாமல் அவள் திரும்பும்பொழுது கவனி! பின்பு உன் வேலை!" என்றது அவன் காதருகில் ஒரு குரல். அதற்கு என்ன கம்பீரம், என்ன அதிகாரத் தோரணை!

அப்பெண்ணோ, நெடுநேரம் குழந்தையையே நோக்கி நின்று சிரித்துக் கொண்டிருந்தாள். குழந்தையைத் தன்னிடம் வரும்படி சமிக்ஞை செய்தாள். குழந்தை அசையவில்லை. நெடுநேரம் முயன்றும் குழந்தை அசையவில்லை. மெதுவாக அவள் குழந்தையை ஏறிட்டுப் பார்த்தவண்ணமே, பின்னிட்டு நடந்து வந்தாள். அப்பொழுதும் குழந்தை அசையவில்லை... ஆனால் குழந்தையின் உடல் அவ்விடத்திலேயே கட்டுண்டு கிடப்பதுபோல் பட்டது நன்னய பட்டனுக்கு! ஏனென்றால் அப்படித் தவித்தது குழந்தை அவ்வுருவத்தினிடம் செல்ல! பின்னாகவே அடியெடுத்துவைத்துச் சென்ற அப்பெண்ணுருவத்தின் முகத்தில் சடக்கென்று ஒரு மாறுதல் ஏற்பட்டது. கோபம் தணலாகத் தீப்பொறி பறக்க, முகம் கோரமாகச் சுருங்கி நிமிர்ந்தது. மேலுதட்டின் அடியிலிருந்து புறப்பட்டன இரண்டு மெல்லிய கோரப் பற்கள்!

மின்வெட்டுப் போல் திரும்பியது அவ்வுருவம். அவ்வளவுதான்! என்ன கோரம்! பின்புறம் வெறும் எலும்புக்கூடு! மண்டையோட்டின் கீழ்ப்பாகத்திலிருந்து தொங்கியது ஒரு சிறு சடை!

நன்னய பட்டன்! நன்னய பட்டனா அவன்? அவன் முகமும் உடலும் ஏன் இக்கோர உருப்பெற்றுவிட்டன! கையில் நீண்ட நகம்; தேகத்தில் சடை மயிர், வாயில் வச்சிர தந்தம், உதடுகள் நெஞ்சுவரை தொங்குகின்றன!

பேய்ப் பாய்ச்சலில் சென்று, மறையும் ஒரு பெண்ணுருவின் சடையைப் பிடித்துத் திரும்பி, குகையுள் மறைந்தான். வெளியே என்ன ஆச்சரியம்! குமுறும் இடியும் மின்னலும் எங்கிருந்தோ வந்து குவிந்தன.

குகைக்குள்ளே பேயுருவத்தில் நடமாடுகிறான் நன்னய பட்டன்.

பலிபீடத்தின் மீது இருவரும் எலும்புக்கூட்டின் உட்கலசங்களில் சுருண்டு உலர்ந்திருந்த குடல், ஈரல், இருதயம் இவற்றை எடுத்து வைத்துக் களிமண்ணால் சேர்த்துப் பிணித்துக் கொண்டிருக்கிறான். வெளியே மழையற்று, மின்னல்கள் பிரபஞ்சத்தின் கேலிச் சிரிப்பைப் போல் கெக்கலித்துக் கொண்டிருக்கின்றன.

அந்த உருவத்தின் தலைமாட்டில் குழந்தை சுய அறிவு இழந்தது போல் பிரக்ஞையற்று, விழித்த கண் திறந்தபடி உட்கார்த்தி வைக்கப்பட்டிருக்கிறது.

நன்னய பட்டன் அதன் இதயத்துடன் பெண் உருவிடமிருந்து பிடுங்கிய சடையைக் கட்டி, அதன் மற்றொரு மூலையை உருவத்தின் நாபியில் சேர்க்கிறான்.

அவனது நாக்கு மட்டிலும் சாதாராணமாகத் தொங்குகிறது.

மெதுவாகப் பலிபீடத்தின் தாமரைக் குமிழ்களில் செப்புக் கம்பிகளைப் பின்னி, அவற்றைப் பலிபீடத்தின் மீது வைத்து வளர்த்தப்பட்டிருக்கும் உருவத்தின் கை, கால், தலை, இவற்றுடன் சுற்றி, குகைக்கு வெளியே கொண்டுவந்து ஓர் உயரமான மேட்டில் ஈசான திக்கு நோக்கி யந்திரம் போல வளைத்துப் பதிக்கிறான்.

"உம்! உஷார்! ஜீவ சத்தைக் கண்களில் தடவு!" என்றது ஒரு குரல்.

நன்னய பட்டன் அவ்வாறே தடவினான்.

"கிட்ட நிற்காதே! விலகி நில்!" என்றது நில்.

‘சட்டச் சடசடா!’ என்று ஆரம்பித்துப் புரண்டு வெடித்தது ஒரு பேரிடி.

மின்னல் வீச்சு, கம்பிகள் வழியாகப் பாய்ந்து குகை முழுதும் ஒரே பிரகாசமாக்கிக் கண்ணைப் பறித்தது.

"தொட்டுப் பார்!" என்றது அக்குரல் மறுபடியும்.

நன்னய பட்டன் அணுகினான்.

பலிபீடத்தின் மீதிருந்த உருவத்தைத் தொட்டான்!

என்ன ஆச்சரியம்! வெறும் களிமண், சதைக் கோளமாக மாறிவிட்டது!

"அதன் நாபியிலும் இதயத்திலும் ஜீவ ரசத்தைத் தடவு!"

நன்னய பட்டன் அப்படியே செய்தான்.

மறுபடியும் ஏற்பட்டது மின்னலும் இடியும்.

"உணர்வு ஏற்பட்டுவிட்டது. தொட்டுப் பார்! இதயம் அடித்துக் கொள்ளும். இனி உயிர்தான் பாக்கி! குழந்தையை அவன் முகத்தில் படுக்க வை!"

நன்னய பட்டன் அப்படியே செய்தான். இதற்குள் அவனது கோர உருவத்தில் செம்பாதி மறைந்துவிட்டது.

"முதலில் அந்த மூலையில் இருக்கும் மருந்தைக் கையில் தடவி, உருவத்தின் கைகளை உன் இரண்டு கைகளாலும் பிடித்துக் கொண்டு முதலையின் முதுகில் நில்! ஒரு கையை எடுத்தால் உன் உயிர் போவது நிச்சயம். ஜீவ ரசத்தை எடுத்து இருவர் மீதும் கொட்டிவிட்டு நான் சொன்னதுபோல் செய்!" என்றது அக்குரல்.

நன்னய பட்டன் யந்திரம் போல அவற்றைச் செய்து முடித்தான்.

"உருவத்தின் கண்களையே பார்! வேறு பக்கம் திரும்பாதே!"

மறுபடியும் இடிஇடிக்க ஆரம்பித்தது! கோர இடி, சமுத்திர அலை போல் தனது உள்ளுணர்வைத் தாக்கி உடலில் தங்கொணா வேகத்தில் புரளுவதை அறிந்தான். உருவத்தின் மீது வைத்த கண் மாறவில்லை. உருவத்தின் கண்கள் மெதுவாக அசைகின்றன. அதன் நெற்றியில் சிறு வியர்வை துளிர்க்கிறது. கண்கள் மெதுவாகத் திறக்கின்றன.

அச்சமயம் ‘களுக்’கென்று பெண்ணின் சிரிப்புக் குரல்.

மறுபடியும் அதே உருவமா! பார்க்கவேண்டுமென்ற ஆசை மறுபடியும் அதன் உருவப் பிரமையில் சென்று லயித்தது. மெதுவாகக் கண்ணைத் திருப்பினான்.

அப்பேயுருவம் மெதுவாகப் பலிபீடத்தை அணுகி, சடையை எடுக்க முயன்றது. கட்டளையை மறந்து அதைத் தட்டக் கையெடுத்தான்!

"எடுக்காதே!" என்ற அதிகாரத் தொனியுள்ள குரல்! உருகிய பிழம்புகள் பாதங்கள் வழியாக இதயத்தை நோக்கிப் பாய்வது போல் ஒரு சிறு வினாடி நினைத்தான். அவ்வளவுதான்:

மற்றொரு பேரிடி! நீட்டின கையை மடக்க முடியவில்லை.

ஒரு கணத்தில் மூன்று எலும்புக்கூடுகள்தான் பலி பீடத்தின் மீது கிடந்தன!

ஏக்கமான பெருமூச்சு குகையினின்று வெளிப்பட்டு வானவெளியில் மறைந்தது.

இன்னும் எத்தனை காலம்!...

மணிக்கொடி, 29-03-1936

2. பயம்

அன்று பொழுது போகவில்லை. தேகாரோக்கியத்திற்குக் கடல் காற்று நல்லதாமே! பீச் ரோட்டில் நடந்து கொண்டே போனேன்.

எவ்வளவு தூரம் போனேன் என்று எனக்குத் தெரியாது. கடற் காற்றும் மனவோட்டத்திற்குச் சாந்தியளித்தது. நானும் நடந்துகொண்டே போனேன். ஏறக்குறைய திருவல்லிக்கேணி ரேடியோ ஸ்டாண்டு கூப்பிடு தூரத்தில் வந்து விட்டது.

காலும் வலித்தது.

பாதையின் பக்கத்திலிருந்த ஒரு பெஞ்சில் உட்கார்ந்தேன்.

நல்ல நிலா.

அடி வானத்திலே மெல்லிய பூப்பஞ்சை வைத்து ஜிகினா வேலை செய்தது மாதிரி வெண் மேகங்கள் - எனது வரையற்ற மனம்போல் - கடலையும் வானையும் பிரித்துக் கட்டின.

மேலே சிதறுண்ட கனவுகள் போல், இலட்சியங்கள் போல், நட்சத்திரங்கள்.

பின்புறத்திலே கடல். ஆமாம்! கடல், எனது எண்ணங்களைத் தட்டிக் கொடுக்கும் பாவனையாக அலை எழுப்பி 'உம்' 'உம்' என்று ஒப்புக்கொள்ளும் கடல்.

மனதிற்குக் குதூகலம் வந்தது. கால்கள் நடப்பதற்கு மறுத்தன.

வீட்டிற்குச் சென்று என்னத்தைத் தூக்கி நிறுத்தப் போகிறேன்! இன்னும் சற்று நேரம் உட்கார்ந்துவிட்டுப் போனால் என்ன?

இருக்கும்பொழுது...

பெரிய ஆஜானுபாகுவான வெள்ளைக்காரன். குறுகக் கத்தரித்து விடப்பட்ட தலை, அகன்ற நெற்றி, நீண்ட நாசி, குறுகக் கத்தரித்து விடப்பட்ட மீசை, மெல்லிய, மனவுறுதியைக் காண்பிக்கும் உதடுகள், கிரேக்க சிற்பியின் கனவு போன்ற தேக அமைப்பு. மொத்தத்தில், புத்தியும் தேக பலமும் கூடிக் கலந்து பரிணமித்த மனிதன்.

அந்தக் கண்களில், எதிலும் ஆசை பூர்த்தியாகாத நோக்கு. அறியவேண்டிய அவா. ஐந்து நிமிஷம் சும்மாயிருப்பது சாவுக்கு நிகர் என்று உழைப்பில் நாட்டம் மிகுந்த தேகப் படபடப்பு.

பொதுவிலே, அந்தப் பிரிட்டிஷ் சாம்ராஜ்யத்திற்குத் தங்கள் இரத்தத்தையும் வாழ்க்கையையும் அர்ப்பணம் செய்தார்களே, அந்த நாடோ டிகள், இந்த மகத்தான கூட்டத்தின் தனிக் குணம் இந்த வெள்ளைக்காரனின் ஒவ்வொரு சலனத்திலும் தெரிந்தது.

வந்தவன் என் பக்கத்தில் நேராக வந்து உட்கார்ந்தான். அவனிடத்தில் அந்த மிடுக்கு. வெள்ளையரின் சாம்ராஜ்யப் பெருமையில் பிறந்த அந்த மிருகத்தனம், அது அவனிடம் காணப்படவில்லை.

கண்ணிலே நல்ல குணம்; கட்டுறுதியுள்ள உடல்.

எனக்கு அவனிடம் பேசவேண்டுமென்ற ஆசை எப்படி ஆரம்பித்தது?

அவனுக்கு அந்தப் பிரச்னையே தோன்றவில்லை. சாதாரணமாக, இயற்கையாக மனிதனுக்கு மனிதன் பேசுவது மாதிரி என்னை வசப்படுத்திவிட்டான். புதிய அன்னிய நண்பன் என்ற ஹோதா எங்களுக்குள் மறைந்து போயிற்று.

பேசுவது ஒரு தனிக் கலை. அது அவனுக்குத் தெரிந்து இருந்தது. சளைக்காமல் கேட்டுக்கொண்டே இருக்கலாம். பேசுவது என்றால் ஒரு மனிதனுடைய தனிப்பிரசங்கம் என்று நினைத்து விடுகிறார்கள் பலர். அவன் அப்படியல்ல. பக்கத்திலிருப்பவனைப் பதில் சொல்ல வைத்துச் சம்பாஷணைப் பந்தை உருட்டி விடுவதில் நிபுணன்.

அன்று பல சங்கதிகள் பேசி வரும்பொழுது நான் முதலில் நினைத்தது சரிதான் என்று பட்டது. அவன் மகத்தான நாடோ டி. துருவங்களிலிருந்து, அக்னிப் பிழம்பான பாலைவனங்கள் வரை, உலகத்தில் அவனுக்குத் தெரியாத பாகம் கிடையாது. அதுமட்டுமல்ல. நல்ல ரஸிகன். அவன் மனம் ஒரு இலட்சிய உலகில் வசித்து வந்தது. அதனால், ஒரு பூர்த்தியாகாத ஆசை, ஓர் ஆதர்சம், அவனைப் பிடர்பிடித்துத் தள்ளிக்கொண்டு சென்றது. அவன் இஷ்டப்பட்டாலும், அவனால் ஓரிடத்தில் நிரந்தரமாகத் தங்க அவனது மனம் இடங்கொடாது.

"நீங்களும் பயந்திருக்கிறீர்களா?" என்று அவரது தேக அமைப்பை உற்று நோக்கினேன். அவர் சொல்வதை நம்ப முடியவில்லை.

அவரும் சிரித்துக்கொண்டு, "நானும் பயந்திருக்கிறேன். நீங்கள் ஏன் சந்தேகப்படவேண்டும்?" என்று கொண்டே தன் பையிலிருந்த ஒரு சுங்கானை எடுத்து நிரப்பி விட்டு, ஒரு இழுப்பு இழுத்து, புகையை மிகுந்த ஆர்வத்துடன் ரஸித்தார். கண்கள் ஏதோ யோசிப்பது போல் கனவு கண்டன.

"ஆமாம், நான் பயந்திருக்கிறேன். நான் சொல்லுகிறதைக் கேளுங்கள். பயம் தைரியசாலிக்கும் அசையாத நெஞ்சு படைத்தவனுக்கும்தான் வரும். கோழைத்தனம், பயமல்ல. பயம் மனதில் தோன்றும் ஒரு நடுக்க நினைப்பு. உள்ளத்தையே, உயிரையே அப்படிக் குலுக்கிவிடுகிறது. சாவு நிச்சயம் என்று நாம் எதிர்பார்க்கும் சமயத்தில் பயம் தோன்றாது. ஆமாம் தெரிந்த அபாயத்தில் பயம் தோன்றாது. அது எதிர்பாராத சம்பவங்களில், இன்னதென்று அறியமுடியாத ஒரு சக்தியின் சூழ்ச்சியில், மிகவும் சாதாரணமான தொந்தரவுகளில் வந்துவிடும். குண்டுக்கும் கத்திக்கும் அஞ்சாதவன், நள்ளிரவில் திடீரென்று பிசாசைக் கண்டால், பயம், புத்தியை வலிமையைச் சிதற அடிக்கும். பயம் இன்னதென்று தெரிந்து கொள்வான்.

"எனக்குப் பயம் என்றால் இன்னதென்று தெரியும். ஒரு தடவை பட்டப் பகலில் - அது பத்து வருஷங்களுக்கு முந்தி - அனுபவித்தேன். மற்றொருதரம் போன டிசம்பரில் ஓர் இராத்திரியில் அனுபவித்தேன்.

"ஆம்! நான் எத்தனையோ தடவை எமனுடன் போராடியிருக்கிறேன். மனிதனுடைய மிருகத்தனத்தின் பேரில் எனது சக்தியால் வெற்றி பெற்றிருக்கிறேன். எத்தனை

சண்டைகள்! தரையிலும் கடலிலும்! அவைகளில் ஒரு தடவையாவது பயந்தேனா!

"நான் பத்து வருஷங்களுக்குமுன் ஆப்பிரிக்காவிற்குச் சென்றிருந்தேன். அங்கெல்லாம் உயிர் துச்சம்! சாவிற்கு எப்பொழுதும் தயார். அதுதான் மனிதனுக்கு வரும் தீங்கில் எல்லாம் லேசானது என்று நினைக்கிறார்கள் அந்தப் பிரதேசத்திலிருப்பவர்கள். அங்கு அந்தப் பாதுகாப்பற்ற இரவிலே கவலையற்ற தூக்கம். எங்களுக்கு, எங்கள் நாட்டிலே அப்படியல்ல, ஒவ்வொரு வினாடியும் செத்துக் கொண்டிருக்கும் கோழைத்தனம். நீங்களே பாருங்களேன் மேல்நாட்டு அரசியல்களின் சந்தேகத்தை! ஆயுதம்! படைகள்! ஆயுதம்! சந்தேகம்! சந்தேகம்..."

சற்று மௌனம்.

"அப்பொழுது நடந்ததுதான். நான் தெற்கு ஊர்க் காள் பாலைவனத்தைக் கடந்துவிட்டேன். உலகத்திலுள்ள பிரதேசங்களிலே அது பார்க்கவேண்டிய இடம். பாலைவனம் என்றால், இந்தக் கடற்கரையோரத்திலே கோவணம் மாதிரி நீண்டு கிடக்கிறதே இப்படியிருக்குமென்றா நினைத்துக் கொண்டீர்! அது மணல் சமுத்திரம், எங்கு பார்த்தாலும், மணல், மணல், மணல். திடீரென்று ஒரு பேய்க்காற்று வந்தது என்று வைத்துக்கொள்ளுங்கள். அவ்வளவுதான். இவ்வளவு நேரம் செத்துக் கிடந்த மாதிரி இருந்த மணல் அலைமேல் அலையாக எழும்பிக் குவியும்.

"அந்த எல்லையற்ற மௌனத்திலே மணல் மலைகள் பெரிதும் சின்னதுமாக இருக்கும். அதில் ஏறி ஏறி இறங்க வேண்டும், பாலைவனத்தைக் கடக்க வேண்டுமானால். அங்கே நிழலா?

"குதிரைகள் முட்டளவு மணலில் புதைந்துதான் நடக்கும். களைப்பு என்பதற்கு அர்த்தம் அந்தக் குதிரைகளுக்குத் தெரியும். அதில் ஏறிச்செல்ல வேண்டிய விதிபடைத்த மனிதனுக்குத் தெரியும்.

"அப்பொழுது நாங்கள் இருவர் சென்றோம். கூட நான்கு ஒட்டகங்கள், எங்களுடைய சாமான்களுக்கு; அதன் ஓட்டிகள். எங்களால் பேசமுடியாது அவ்வளவு நாவரட்சி; கானலினாலும், களைப்பினாலும் மூச்சுத் திணறுகிறது. திடீரென்று எங்களில் ஒருவன் பயந்து ஓலமிட்டான். நாங்கள் திடுக்கிட்டு நின்றோம். ஆமாம்! திடுக்கிட்டு விட்டோ ம்! அந்தப் பிரதேசத்திலே வழி தவறிய பிரயாணிகளுக்குத்தான் அந்தக் காரணம் சொல்ல முடியாத நிகழ்ச்சி தெரியும்.

"எங்கோ கிட்டத்தான். எவ்வளவு கிட்டவென்று எங்களுக்குத் தெரியவில்லை. ஒரு முரசொலி! அதற்குத்தான் பாலையின் முரசு என்று பெயர். முதலில் காதுகளைத்

துளைக்கும்படியாக, மனது இடிந்து, சுக்கலாகப் போகும்படியாகக் கேட்டது. சற்று நேரம் ஒன்றுமில்லை. பிறகு அந்தச் சாவின் அறிகுறியான, பயங்கரமான மௌனத்தை வெருட்டி, எல்லையற்ற வானத்தை நிறைத்து முழங்கியது அந்த முரசொலி.

"ஒட்டகக்கார அராபியர்கள் 'ஐயோ! மரணம் நெருங்கிவிட்டது' என்று கூவினார்கள்.

"அவர்கள் கூவி முடியவில்லை. என்னுடைய நண்பன் குதிரையிலிருந்து விழுந்தான். சூரிய கிரணத்தினால் தாக்கப்பட்டு, அவனை உயிர்ப்பிக்க வெகு கஷ்டப்பட்டோ ம். முரசொலி, டம், டம், டம் என்று காதைத் தொளைத்தது. எனது இறந்த நண்பனைக் கூர்ந்து கவனித்தேன். பயம் தோன்றியது.

"பயம்!

"நெஞ்சை அப்படியே அமுக்கி உயிரைக் கசக்கிவிடும் பயம்! அதற்குச் சந்தேகமில்லை. பயந்தான்.

"சுற்றி நாலுபுறமும் மணற்குன்றுகள். ஜன சஞ்சாரத்திற்கும் எங்களுக்கும் இடையே இருநூறு மைல். எனது நண்பன் இறந்து போனான். நான் எப்பொழுதோ?...

"அந்த முரசு - 'அதன் காரணம் என்ன?' என்று நான் கேட்டேன்.

"பலர் பலவிதமாகச் சொல்லுகிறார்கள். காரணம் என்னவென்று சொல்லுவது? தூரத்திலுள்ள மேளங்களின் சப்தம் காற்றில் கலந்து எதிரொலிக்கிறது என்கிறார்கள். அங்கிருக்கும் ஒருவிதப் பனையின் ஓலை. சலசலப்பதின் சப்தம் என்கிறார்கள். உண்மையில் அது கானல் இருக்கிறதே அது மாதிரி ஒளியின் சப்த மயக்கம். பிறகுதான் ஸயன்ஸ்படி அது எந்தக் காரணத்தினால் உண்டானது என்று தெரிந்து கொண்டேன். பயந்தது நிச்சயம்...

இன்னொரு தடவை பயந்தேனே அது பிரான்ஸ் தேசத்துக் காடுகளில்.

"அன்று, இரவு வெகு சீக்கிரம் வந்துவிட்டது. அவ்வளவு மேகம். நல்ல மழைக்காலம். அப்பொழுது எனக்கு வழி காட்டியாக ஒரு குடியானவன் வந்தான். வானத்திலே மேகங்கள் ஒன்றையொன்று பிடர்பிடித்துத் தள்ளிக்கொண்டு ஓடின. காற்று சண்டனாக வந்துவிட்டது. மரங்கள் தலைவிரித்தாடின. மரக்கிளைகள் பரிதாபகரமாக, பயங்கரமாக, முக்கி முனங்கிக்கொண்டு உறுமின. என்ன கம்பளிச்சட்டை போட்டுக்கொண்டு இருந்தும் குளிர் எலும்பைத் தாக்கியது.

"இனிமேல் செல்ல முடியாது என்று கண்டு, பக்கத்திலிருந்த ஒரு காவல்காரனின் குடிசைக்கு அழைத்துச் சென்றான். அந்தக் காவல்காரன் இரண்டு வருஷத்திற்கு முன் ஒரு திருடனைச் சுட்டுக்கொன்றவன். அதிலிருந்து அந்தத் திருடனுடைய பேய் வந்து அவனைத் தொல்லை செய்வதுமாதிரி அவனுக்கு ஒரு பிராந்தி - பயம். அவனுடன் அவனுடைய இரண்டு புத்திரர்களும் அவர்களுடைய மனைவிகளுடன் வசித்து வருகிறார்கள். இது அந்தக் குடியானவன் எனக்குப் போகும் பொழுது கூறினான்.

"இருள் அதிகமாகி விட்டதால் எனக்கு ஒன்றும் தெரியவில்லை. கடைசியாகத் தூரத்திலே சற்று வெளிச்சம். நெருங்கினோம். ஒரு குடிசை கொஞ்சம் பெரியதுதான். வழிகாட்டி கதவைத் தட்டினான். உள்ளிருந்து பயத்தினால் திக்கு முக்கடித்த ஒரு குரல் யார் என்று கேட்டது. குடியானவன் பதில் சொல்லக் கதவு திறந்தது. உள்ளே சென்றோம்.

"நான் உள்ளே கண்ட காட்சியை ஒரு நாளும் மறக்க முடியாது. அந்த அறையின் நடுவில் பஞ்சுப்பெட்டிபோல் நரைத்த ஒரு கிழவன் கையில் குண்டு போட்ட துப்பாக்கியுடன் நின்றான். இரண்டு முரடர்கள் கையில் கோடரியை ஏந்திய வண்ணம் நின்றார்கள். சற்று தூரத்தில் வெளிச்சம் படாத இருட்டுப் பாகத்தில் இரண்டு பெண்கள் சுவரின் பக்கமாகத் திரும்பி முழங்காலில் நின்று கொண்டு இருந்தார்கள்.

"திடீரென்று கிழவன் பெண்களைப் பார்த்து எனது சௌகரியத்திற்கு ஒரு அறையைச் சுத்தம் செய்யச் சொன்னான். அவர்கள் அசையவில்லை.

"மறுபடியும் கிழவன் சொன்னான்: 'முன்பு ஒரு மனிதனைக் கொன்றேன். போன வருஷம் அவன் வந்தான். இன்றும் அவன் வருவான்!'

"அந்தக் குரலைக் கேட்டதுமே எனது மனம் கிடுகிடுத்துப் போய்விட்டது. இரத்தம் அப்படியே உறைந்து போய்விட்டது... இருந்தாலும் அதைக் காட்டிக் கொள்ளாமலிருக்க முயன்றேன். முடியவில்லை.

"கதவுப் பக்கத்தில் ஒரு சடை நாய் படுத்துறங்கிற்று. அதற்கு இந்தப் பயம் தெரியுமா?

"வெளியே சண்டமாருதம். மழையும் காற்றும் சொல்ல முடியவில்லை. திடீரென்று 'சட்டச் சடசடா' என்று ஒரு இடி முழக்கம். கண்ணை வெட்டும் மின்னல். சாத்தான் உடனே பிரசன்னமாயிருந்தாலும் ஆச்சரியப்பட்டிருக்க மாட்டேன்.

"அங்கிருந்தவர்கள் எல்லாம் ஏதோ மந்திர சக்தியில் கட்டுப்பட்டவர்கள் போல, எதையோ எதிர்பார்ப்பவர்கள் போலக் கவனித்துக் கொண்டு இருந்தார்கள். வெகுதூரம் நடந்ததினால் களைப்பு, இவர்களைத் தேற்றுவதற்கு எடுத்துக் கொண்ட சிரமம் எல்லாம் சேர்ந்து

எனக்குத் தூக்கத்தை வருவித்தது. படுக்கப்போக எழுந்தேன். அப்பொழுது அந்தக் கிழக்காவல்காரன், ஒரே பாய்ச்சலில் துப்பாக்கியை எடுத்துக்கொண்டு, 'அதோ வந்துவிட்டான்! வந்துவிட்டான்! காத்திருக்கிறேன்!' என்று கூக்குரலிட்டான். உடனே பெண்களும் ஓடிப்போய் முன்போல் சுவருடன் ஒட்டி நின்றார்கள். கிழவனுடைய புத்திரர்கள், மறுபடியும் கோடாலியைத் தூக்கிக் கொண்டார்கள். அவர்களைச் சமாதானப் படுத்த முயன்றேன். அப்பொழுது அந்த நாய் விழித்துக்கொண்டு பயங்கரமாக ஊளையிட்டது. அது ஏறக்குறைய மனிதனுடைய குரல் மாதிரி இருந்தது...

"எல்லாரும் அந்த நாயையே கவனித்தோம். அசையாமல் நின்றுகொண்டு, எங்கள் கண்களுக்குத் தெரியாத எதையோ எதிர்நோக்குவது போல் தெரிந்தது. அதற்கு மயிர் எல்லாம் சிலிர்த்து நின்றது.

"எனக்கு வழி காட்டி வந்த குடியானவன். 'நாய்க்குத் தெரிகிறது, நாய்க்குத் தெரிகிறது!' என்று கூப்பாடு போட்டான். அந்தத் திருடனைக் கொல்லும்பொழுது அந்த நாயும் கூட இருந்ததாம்.

"என்னை யறியாமல் பயம் என்னைப் பிடிக்கத் தொடங்கியது... அங்கிருந்தவர்கள் பயத்தால் எதையோ எதிர் நோக்கியிருந்தார்கள்... அந்த நாய் எதையோ பார்க்கத்தான் செய்தது... ஒரு மணி நேரம் இப்படி ஊளையிட்ட வண்ணமாக இருந்தது. அதன் குரல்! அதை நினைக்கும்பொழுதே குடல் நடுக்கம் எடுக்கிறது. காரணமில்லாத, அடக்க முடியாத பயம் என்னைப் பிடித்தது. எதற்குப் பயம்? எனக்குத் தெரியவில்லை. இருந்தாலும் ஏதோ பயப்படக்கூடியது ஒன்று இருக்கிறது என்று தெரிந்தது.

"என்ன செய்வது என்று தெரியாமல் திக்பிரமை பிடித்தவர்போல், ஒரு சின்னச் சத்தத்திலும் நெஞ்சு வெடித்துப்போகும் நிலைமையில் இருந்தோம். அந்த நாய் அறையைச் சுற்றிச் சுற்றி மோப்பம் பிடித்தது... எங்களுக்குப் பைத்தியம் பிடித்துவிடும் போலிருந்தது.

"என் கூட வந்த வழிகாட்டிக்கு இதைத் தாங்க முடியவில்லை. திடீரென்று எழுந்து ஓடி நாயைப் பிடித்து வெளியே தள்ளிக் கதவையடைத்து விட்டான்.

"அதற்கு அப்புறம் நிசப்தம்! இந்த நிசப்தம் எங்களுக்கு இன்னும் அதிகப் பயப் பிராந்தியை உண்டு பண்ணிற்று.

திடீரென்று ஏதோ ஒன்று சுவரருகில் நிற்பதாகத் தோன்றிற்று. தொடுவதுபோல் திறக்க முயல்வது போல் தெரிந்தது. பிறகு... மறுபடியும் தெரிந்தது. பிரகாசமான கண்கள்! ஏதோ ஒரு குரல், ஈனஸ்வரத்தில்.

"சமையற்கட்டின் பக்கம் ஏதோ அமளி. அந்தக் கிழவன் சுட்டான். அவன் புத்திரர்கள் ஓடிவந்து கதவையடைத்து அதன்மீது மேஜையைச் சாத்தினர். அந்த துப்பாக்கிச் சத்தத்தில் எனது உயிரே போய்த் திரும்பியது. பயம்! உளறியடித்துக் கொண்டு நின்றேன்.

"அன்று இரவு முழுவதும் அப்படித்தான். விடியும் வரை கதவைத் திறக்க எங்களுக்குத் தைரியம் வரவில்லை.

"வானம் வெளுத்தது.

"சிறு வெளிச்சம் சற்றுத் தைரியத்தைக் கொடுத்தது. வெளியே சென்றோம்.

"அந்த நாய்தான். வாயில் குண்டுபட்டுச் சுவரடியில் இறந்து கிடக்கிறது."

அந்த வெள்ளைக்கார நண்பர் சற்று மௌனமாக இருந்தார்.

பிறகு, "மனப்பிராந்தி இருக்கிறதே அதைப் போன்ற பயம் வேறு கிடையாது" என்றார்.

ஊழியன், 07-09-1934

3.டாக்டர்சம்பத்

நாடகத்தில் கோர சம்பவம்

அது எங்கள் சபாவின் வருஷாந்திரக் கொண்டாட்டத்திற்காக ஏற்பாடு செய்யப்பட்ட நாடகம். ராவ்சாகேப் சம்பந்த முதலியார் எழுதிய 'லீலாவதி - சுலோசனா.'

அன்று சபேசய்யர் சுலோசனையாகவும், குற்றாலம் பிள்ளை லீலாவதியாகவும் வேஷம் தரித்திருந்தார்கள். நாடகம் மெதுவாக நகர்ந்தது. லீலாவதி தன் தங்கைக்குப் பாலில் விஷத்தைக் கலந்து கொடுக்கும் கட்டம் வந்தது. சுலோசனை தன் 'சகோதரி' பரிவுடன் கொடுத்த பாலை வாங்கி நாஸூக்காகக் குடித்துவிட்டு, மரணத்தின் இன்பத்தைப் பற்றிப் பாடிக்கொண்டே, பக்கத்தில் அலங்கரித்திருந்த மஞ்சத்தில் போய் ஒய்யாரமாகப் படுத்தாள்.

அதுவரை அந்தக் காட்சியின் அகப் பதைப்பை எடுத்துக்காட்டுவது போல் நாடக மேடையை இருள் நிறைந்ததாகச் செய்திருந்தார்கள். சுலோசனை படுக்கையில் சாய்ந்தவுடன் அந்தப் படுக்கையைச் சுற்றி அமைக்கப்பட்டிருந்த மின்சார விளக்குகள் மின்னல் தோன்றி மறைவதுபோல் இரண்டு விநாடிகள் எரிந்து அவிந்தன. திரையும் விடப்பட்டது.

ஹார்மோனியக்காரர் இடைக்காலத்தைக் கழிப்பதற்காக ஒரே பாட்டைத் திருப்பித் திருப்பிப் புரட்டிக்கொண்டிருந்தார். சிறிது நேரமாயிற்று. திரை எழவேயில்லை. நான் மேடையின் பின்புறத்திலிருந்து வெளியே வந்து முதல் வரிசையிலிருந்த டாக்டர் சம்பத் பக்கத்தில் உட்கார்ந்திருந்தேன். அவ்வளவு தாமதத்திற்கு என்ன காரணமென்று பார்த்து வரலாமென்று ஆசனத்திலிருந்து எழுந்தேன்.

அதே சமயம் ஸ்டேஜ் மானேஜர் திரு. ராமானுஜம் திரையிலிருந்து வெளிப்பட்டு, அரங்கத்திலிருந்து இறங்கி எங்களிடம் வந்தார். அவர் முகம் வெளுத்து வியர்த்திருந்தது. அவர் நேராக டாக்டர் சம்பத்திடம் வந்து ரகசியமாக ஏதோ சொன்னார். அன்று நாடகத்திற்காக விசேஷமாக வந்திருந்த டிப்டி கமிஷனரிடமும் ஏதோ சொல்லியழைத்தார். அவர்களுடன் நானும் புறப்பட்டேன்.

திரு.ராமானுஜத்துடன் நேராக நடிகர்கள் வேஷம் போடும் இடத்திற்குப் போனோம். அங்கே ஒரு புறத்தில் எலெக்ட்ரிக் வெளிச்சத்தில் கோரமான தோற்றத்துடன் முகத்தை வலித்துக்கொண்டு, சுலோசனை வேஷத்தில் சபேசய்யர் இறந்து கிடந்தார்.

அவர் அருகில் போனவுடன் ராமானுஜம் டாக்டரிடம் "டாக்டர்! கொஞ்சம் பாருங்கள். சபேசய்யர் மாரடைப்பினால் இறந்து போய்விட்டாரா?" என்றார் பதட்டத்துடன்.

அவருடைய கேள்வியால் திடுக்கிட்டவர்போல் டாக்டர் சம்பத் அவரை நிமிர்ந்து பார்த்தார். பிறகு குனிந்து இறந்தவரது உடலைப் பரிசோதித்துவிட்டு "மாரடைப்புமில்லை. ஒன்றுமில்லை. ஏதோ விஷத்தினால் இறந்திருக்கிறார்" என்றார்.

டிப்டி கமிஷனர் "ஒரு நிமிஷம்" என்று சொல்லிவிட்டு மேடையின் முன்புறம் சென்றார். அவர் உத்தரவுப்படியே போலீஸார் ஜனங்கள் உள்ளே வந்துவிடாதபடி காவல் காத்துக் கொண்டிருந்தார்கள். டிப்டி கமிஷனர், சுலோசனை வேஷம் போட்ட சபேசய்யருக்கு உடம்பு சௌக்கியமில்லையென்றும், ஆகையால் நாடகம் மேலே நடக்காதென்றும், ஜனங்கள் கலவரமில்லாமல் கலைந்து போய்விட வேண்டுமென்றும் அறிவித்தார். கூட்டம் கலைய ஆரம்பித்தது.

டாக்டர் எதிரில் பரக்க விழித்துக்கொண்டு நின்ற குற்றாலம் பிள்ளையை (லீலாவதி வேஷம் போட்டவர்) வெறித்துப் பார்த்துக் கொண்டே, "கொலையாக இருக்கலாம்; அல்லது தற்கொலை, தற்செயலாக நேர்ந்த விபத்து ஏதாவதாக இருக்கலாம்" என்றார்.

அதற்குள் டிப்டி கமிஷனர் திரும்பி வந்து சேர்ந்தார். அவர் டாக்டர் சொன்ன கடைசி வாக்கியத்தைத் தொடருவதுபோல் நேராகப் பால் வைத்திருந்த கூஜாவினிடம் சென்றார். அந்தக் கூஜா ஒரு ஸ்டூலின் மேல் தனியாக இருந்தது. டிப்டி கமிஷனர் அதிலிருந்து ஒரு

சொட்டுப் பாலையெடுத்துக் கையில் விட்டுப் பார்த்தார். டாக்டரும் அவரருகில் போய் அதைப் பார்த்தார். கூஜாவை முகர்ந்தார். பிறகு 'அதில் இல்லை' என்று சொல்லிவிட்டு எங்களிடம் திரும்பி வந்தார்.

அதுவரை அந்தக் கோர சம்பவத்தினால் திடுக்கிட்டு மூலைக்கொருவராக ஒடுங்கி நின்று கொண்டிருந்த நடிகர்கள் யாவரும் அங்கு வந்து சூழ்ந்துகொண்டனர். டாக்டர் சம்பத் "அவருக்குப் பால் கொடுக்கப்பட்ட டம்ளர் எங்கே?" என்றார்.

குற்றாலம் பிள்ளை பதட்டத்துடன் "அதை இப்போதுதான் அலம்பிக் கொட்டிவிட்டுத் தண்ணீர் குடித்தேன்" என்றார்.

டாக்டர் அவருடைய பதிலைக் கேட்டவுடன் "எங்கே கொட்டினீர்கள்?" என்றார்.

குற்றாலம் பிள்ளை "அதோ, அங்கே" என்று ஒரு மூலையைக் காட்டினார். அவர் அதைச் சொல்லி முடிக்குமுன் டாக்டர் அந்த இடத்தையடைந்துவிட்டார். அவர் அந்த இடத்திற்குப் போய் மண்டிபோட்டு உட்கார்ந்து கீழே குனிந்து எதையோ உற்றுப் பார்த்தார். ஒரு நிமிஷம் அப்படியே இருந்துவிட்டு, எழுந்து திரும்பி வந்தார்.

வந்தவுடன், "அந்தக் கூஜாப் பாலில் சர்க்கரை போட்டிருக்கிறதா?" என்று ராமானுஜத்திடம் கேட்டார்.

ராமானுஜம், "இல்லை, சர்க்கரை போடாத பால்தான் கொண்டு வருவது வழக்கம். இங்கே வந்த பிறகு நடிகரின் இஷ்டத்தைக் கேட்டு சர்க்கரை போடுவோம்" என்று பதிலளித்தார்.

"சபேசய்யர் குடித்த பாலில் சர்க்கரை போட்டிருந்ததா?"

"ஆம் போட்டிருந்தது. காலணாவுக்கு வாங்கிக்கொண்டு வரச் சொன்னேன்."

"யார் வாங்கி வந்தது?"

"சபா வேலையாள் நடேசன்."

"அவன் இங்கே இருக்கிறானா?"

நடிகர்கள் கூட்டத்தின் பின்னால் லாயத்துக் குதிரைபோலக் கால் மாற்றி மாற்றி நின்று கொண்டிருந்த நடேசன் கடைசிக் கேள்விக்குப் பதில் சொல்லுவதுபோல் உலர்ந்த குரலில் 'எஜமான்' என்று கேட்டுக்கொண்டே முன்னால் வந்தான்.

டாக்டர் சம்பத், "இப்படி வா நடேசா, பயப்படாதே, இன்று எங்கே சர்க்கரை வாங்கினாய்?" என்றார்.

"மாமூலுப்போல எதுத்தாப்போல இருக்கற சாயபு கடையிலேதாங்க."

"சர்க்கரை மடித்து வந்த காகிதம் இங்கே எங்காவது இருக்கும். யாராவது தேடிப்பாருங்கள்." அதுவரை சிலைகள்போல சுவாசத்தைக்கூட அளந்து விட்டுக்கொண்டிருந்த நடிகர்களிடையே கொஞ்சம் அசைவு தோன்றியது. ஒருவர் பின்புறம் குனிந்து, "இதோ இருக்கிறது" என்று ஒரு காகிதத் துண்டை நீட்டினார்.

அதை வாங்கி டாக்டர் சம்பத் பத்திரமாக மடித்து டிப்டி கமிஷனரிடம் நீட்டினார். பிறகு அவரிடம் "என் வேலை முடிந்தது. நாளை ஆஸ்பத்திரியில் பிரேத பரிசோதனையின்போது மறுபடி பார்த்துக் கொள்கிறேன். சபேசய்யர் விஷத்தினால் இறந்திருக்கிறார். செம்பிலுள்ள பாலில் விஷம் இல்லை. அவர் குடித்த பாலில்தான் இருந்திருக்க வேண்டும். இனி உங்கள் பொறுப்பு" என்றார்.

அவசரம் அவசரமாகக் கேள்வி கேட்டல், குறுக்கு விசாரணைகள் எல்லாம் நடந்தன. லீலாவதி வேஷம் போட்ட குற்றாலம் பிள்ளைக்கும் சபேசய்யருக்கும் தொழில் முறையில் போட்டியுண்டு. இருவரும் போலீஸ் கோர்ட்டில் பிரபல வக்கீல்கள். போன வருஷம் குற்றாலம் பிள்ளைக்குக் கிடைக்கவிருந்த பப்ளிக் பிராசிகூட்டர் வேலை சபேசய்யரின் குறுக்கீட்டினால் வேறு ஒருவருக்குப் போய்விட்டது.

வேலைக்கார நடேசன் முதலில் சபேசய்யரிடம் வேலை செய்து கொண்டிருந்தான். சபேசய்யர் ஒரு பெரிய ஸ்திரீ லோலன். நடேசன் அவருடைய கையாள். சபேசய்யரைப் பற்றி ஊரில் கொஞ்சம் வதந்தியும் உண்டு. இரண்டொருதடவை மயிரிழையில் பகிரங்க அவமானத்திலிருந்து தப்பியிருக்கிறார். அவர் சிபாரிசின் மேல்தான் நடேசனுக்கு சபாவில் வேலை கிடைத்தது.

குற்றாலம் பிள்ளையும், நடேசனும் கைது செய்யப்பட்டனர். டிப்டி கமிஷனர் உத்தரவுப்படி அங்கிருந்த சாமான்களுக்கும் மொத்தமாகக் கொட்டகைக்கும் பாரா போடப்பட்டது.

2

மறுநாள் நான் ஜெனரல் ஆஸ்பத்திரிக்குப் போனபோது டாக்டர் சம்பத்தும், ஜெனரல் ஆஸ்பத்திரி டாக்டர் ஒருவரும் பிரேத பரிசோதனையை முடித்துவிட்டு வெளியே வந்து நின்று பேசிக் கொண்டிருந்தார்கள். என்னைக் கண்டவுடன் டாக்டர் சம்பத் புன்னகை செய்து வரவேற்று, ஆஸ்பத்திரி டாக்டரிடம், "இவர்தான் என் நண்பர் ரெங்கசாமி,

உல்லாசனி சபையின் தமிழ் கண்டக்டர் (போதகர்)" என்று அறிமுகம் செய்துவைத்தார்.

நான் ஆவலுடன், "பிரேத பரிசோதனை முடிந்ததா?" என்றேன்.

"ஆம், முடிந்தது. கடைசியில் சபேசய்யர் விஷத்தால் இறக்கவில்லையென்று தெரிந்தது!"

"ஆனால்...?"

"எங்களுக்கே தெரியவில்லை அவர் எப்படி இறந்தாரென்று. அவருடைய முகத்து நரம்புகளும், கழுத்து நரம்புகளும் ஏதோ கொடிய வலிப்பு நோயால் இறந்திருப்பதாகக் காட்டுகின்றன" என்றார் டாக்டர்.

அங்கிருந்து இருவரும் நாடகக் கொட்டகைக்குப் போய்ச் சேர்ந்தோம். டாக்டர் சம்பத் நான் அவரோடு இருப்பதைக்கூட மறந்து அந்த இடத்திலிருந்த திரைகளையும் சிறு படுதாக்களையும், படங்களையும் புரட்டி புரட்டி ஏதோ பார்த்துக்கொண்டிருந்தார். கடைசியாக முந்திய இரவில் என்னால் தள்ளிவிடப்பட்ட மஞ்சம் ஒரு புறத்தில் கிடந்தது. டாக்டர் அதனிடம் போய் நின்று யோசனையொன்றும் அற்ற பித்தன்போல அதைப் பார்த்துக் கொண்டு நின்றார். நான், "எங்கள் சபாவில்தானா இந்தமாதிரி பயங்கரமெல்லாம் ஏற்படவேண்டும்? அப்படியானால் உங்கள் பரிசோதனை முடிவைப் போலீஸாருக்கு அறிவிக்க வேண்டாமா?" என்றேன்.

டாக்டர் சம்பத் அருகிலிருந்த ஒரு துண்டுத் திரையைப் புரட்டிப் பார்த்துக்கொண்டே, "அதை ஆஸ்பத்திரி டாக்டர் முன்னமேயே அறிவித்துவிட்டார். அதோடு ராத்திரியே அவர் விஷத்தால் இறக்கவில்லையென்று எனக்குத் தெரியும்" என்றார்.

"எப்படி?" என்றேன் ஆச்சரியத்துடன்.

"குற்றாலம் பிள்ளை அந்தப் பால் டம்ளரை அலம்பிக்கொட்டிய இடத்தில் குனிந்து பார்த்தேனல்லவா? அங்கு எறும்பு மொய்த்துக் கொண்டிருந்தது. டம்ளர் பாலில் விஷம் இருந்திருந்தால் எறும்பு கிட்டக்கூட வந்திராது. சரி, நாம் போவோமா?" என்றார் டாக்டர்.

நாங்கள் கொட்டகை வாசலையடையும் சமயம், அருகில் வலது கைப்புறத்திலிருந்த டிக்கட் அறையில் யாரோ ஒருவர் எரிந்து கொண்டிருந்த எலெக்ட்ரிக் விளக்கை அவசரமாக அணைத்தார். அதைக் கண்ட டாக்டர் சட்டென்று அப்படியே நின்றுவிட்டார். நான் ஒன்றும் விளங்காமல் நின்றேன். உடனே டாக்டர் "நீங்கள் போய் மோட்டாரில் உட்காருங்கள்" என்று சொல்லிவிட்டு, திரும்பி மேடையை நோக்கி வேகமாக நடந்தார்.

நான் அவர் சொல்லியபடி மோட்டாருக்குப் போகாமல் அவரைப் பின்பற்றினேன்.

3

மூன்றாவதுநாள் காலையில் நான் போலீஸ் டிப்டி கமிஷனருடன் டெலிபோனில் பேசி, கொலையாளியைப் பற்றி ஏதாவது தகவல் கிடைத்ததா என்று கேட்டுவிட்டு டெலிபோனைக் கீழே வைத்தேன். அடுத்த வினாடி டெலிபோன் மணி கணகணவென்று அடித்தது. எடுத்துக் காதில் வைத்துக்கொண்டு "யார் பேசுகிறது?" என்றேன்.

"டாக்டர் சம்பத் பேசுகிறது. எம்.யு.ஸி. (மதராஸ் யுனைடெட் கிளப்)யிலிருந்து பேசுகிறேன். அங்கே என்ன செய்கிறீர்? ஏதாவது வேலையிருக்கிறதா? ஓஹோ! கமிஷனர் என்ன சொன்னார்? பாவம்! குற்றாலம் பிள்ளையையும் நடேசனையும் இன்று மாலையில் விட்டுவிடச்சொல்லலாம்" என்றார் டாக்டர். பிறகு, டாக்டர் குரலையும் சுபாவத்தையும் நன்றாக அறிந்திருந்த நான் உடனே புறப்பட்டு எம்.யு.ஸி.க்குப் போய்ச் சேர்ந்தேன்.

டாக்டர் ஒரு பிரம்பு நாற்காலியில் சாய்ந்துகொண்டு கையில் சுருட்டுடன் சிந்தனையில் மூழ்கியிருந்தார். என் வரவையறிந்தவுடன் அவர் சுருட்டைப் பக்கத்திலிருந்த மேஜை மேலிருந்த சாம்பல் தட்டில் வைத்துவிட்டு "அந்த நாற்காலியை இப்படி இழுத்துப் போட்டுக் கொண்டு உட்காருங்கள்" என்றார் புன்னகையுடன்.

நான் நாற்காலியை இழுத்தும் அதில் உட்காராமலே, "என்ன கொலையில்லையா? தற்கொலையா?" என்றேன் பதட்டத்துடன்.

"ஏன் இப்படிப் பதறுகிறீர்? முதலில் உட்காரும், எல்லாம் விவரமாகச் சொல்லுகிறேன். இந்த வழக்கில் குற்றவாளியைக் கண்டுபிடித்த பலனும் கௌரவமும் உமக்குத்தான்" என்று நிதானமாகப் பேசிக்கொண்டே மேஜை மேலிருந்த சுருட்டைக் கையில் எடுத்தார்.

"இந்த வழக்கில் உமக்கு யார் யார் மேல் சந்தேகம் எழுகிறது?" என்றார்.

"இதில் பலர் இருப்பது போலல்லவா கேட்கிறீர்கள்? மறுபடி இந்த வழக்கில் கொலையாளியைக் கண்டுபிடித்த பலனும் கௌரவமும் எனக்குத்தான் என்கிறீர்கள்? எனக்கு ஒன்றும் விளங்கவில்லையே."

"அது கிடக்கட்டும். எல்லாம் தெளிவுபடுத்துகிறேன். இதில் உமக்கு யார் மேல் சந்தேகம், சொல்லும் பார்க்கலாம்."

"முதலில் சபேசய்யர் எப்படி இறந்தார் என்று தெரியவேயில்லையே!"

"ஆ! அதை மறந்துவிட்டேன். உமக்குத் தெரிந்திருக்குமென்று நினைத்தல்லவா கேட்டுவிட்டேன். சபேசய்யர் விஷத்தால் இறக்கவில்லை. மின்சாரத் தாக்குதலால்

இறந்திருக்கிறார். அவர் பாலைக் குடித்துவிட்டுப் படுத்த மஞ்சத்தில்..."

"நிஜமாகவா? எப்படிக் கண்டுபிடித்தீர்கள்? மஞ்சத்தில் என்ன இருந்தது?"

"நான் சொல்லும்போதே இடைமறித்து அதையே கேட்கிறீரே? கொஞ்சம் நிதானமாகக் கேளும். சொல்லுகிறேன். முதலில் உமக்கு இதன் சம்பந்தமாக யார் யார் மேல் சந்தேகம் என்று சொல்லும் பார்க்கலாம்."

"ஏன்? லீலாவதி வேஷம் போட்ட குற்றாலம்பிள்ளை, வேலைக்காரன் நடேசன், ஸ்டேஜ் மானேஜர் ராமானுஜம்... இவர்கள் மேல்தான் சந்தேகத்திற்கு இடமிருக்கிறது."

"முக்கியமான ஆளை மாத்திரம் விட்டுவிட்டுச் சொல்லுகிறீரே!"

"எனக்கு விளங்கவில்லையே! இதுவரையில் நமக்குத் தெரிந்துள்ள தகவல்களிலிருந்து இவர்கள் மேல்தான் சந்தேகிக்க இடம் ஏற்பட்டிருக்கிறது."

"இவர்களில் யாருமில்லை கொலையாளி."

"பின் யாரய்யா?" என்று பொறுமையை இழந்து கேட்டேன்.

"நீர்தான்!" என்றார் டாக்டர் நிதானமாக. அதைக் கேட்டவுடன் நான் திடுக்கிட்டுவிட்டேன். டாக்டர் சம்பத் என்னையே கூர்ந்து கவனித்துக் கொண்டிருந்தார். என் உடல் நிலைகொள்ளாமல் தத்தளித்தது. முகத்தில் வியர்வையரும்பியதை என் உணர்ச்சிகளுக்கு மேல் உணர்ந்தேன்.

டாக்டர் சம்பத் தமது வார்த்தைகளின் பலனைக் கவனிப்பவர் போலக் கொஞ்ச நேரம் என்னைப் பார்த்துக் கொண்டிருந்தார். பிறகு, "எல்லாவற்றையும் விளக்கமாகச் சொல்லிக் கடைசியில் ஒரு யோசனையும் சொல்லுகிறேன்! அதன்படி நடக்க இஷ்டமுண்டானால் நடவும். இல்லையானால் உமதிஷ்டம்" என்றார்.

நான் பதிலே பேசவில்லை.

டாக்டர் மேலே பேசினார்.

"முதல் முதலாக ஸ்டேஜ் மானேஜர் ராமானுஜம் நம்மிடம் வந்து அந்தத் தகவலைச் சொல்லியபோது நான் தற்செயலாக உமது கண்களைப் பார்த்தேன். நீர் அதைக் கவனிக்கவில்லை. என் மனதில் ஏதோ தோன்றியது. பின்னால் மேடையின் மேல் போய் பிரேதத்தைப் பரீட்சித்தபோது சபேசய்யர் விஷத்தால் இறக்கவில்லையென்பதுதான்

தெரிந்ததேயல்லாமல் வேறொன்றும் தெரியவில்லை.

மறுநாள் ஜெனரல் ஆஸ்பத்திரியில் பிரேத பரிசோதனையின்போது கூட அவர் மின்சார சக்தியால் மாண்டிருப்பார் என்று நான் சந்தேகிக்கவேயில்லை. அவர் கழுத்தில் ஒரு கறுத்த வடு மாத்திரம் இருப்பதைக் கண்டேன். ஆனால் ஆஸ்பத்திரி டாக்டர் பிரேதத்தின் முகம், கழுத்து நரம்புகளின் நிலைமையிலிருந்து அவர் ஏதோ வலிப்பு நோயால்தான் இறந்திருக்க வேண்டுமென்று யூகித்தார். நானும் அப்படியே இருக்கக்கூடுமென்றே கருதினேன்.

அங்கிருந்து நாடகக் கொட்டகையில் போய்ப் பார்த்தோமல்லவா? அங்கு அந்த மஞ்சத்தைப் பற்றியும், சபேசய்யர் விதியைப் பற்றியும் நான் குறிப்பிட்டபோது, உமது முகம் நாடக இரவில் நான் உமது கண்களில் கண்டதை ஞாபகப்படுத்தியது. ஆனால் ஏன் என்று எனக்கே தெரியாது. பிறகு நாம் வெளியே வரும்போது அதைப்பற்றி நினைத்துக்கொண்டே வந்தேன். வாசலில் டிக்கட் அறையில் யாரோ சட்டென்று விளக்கையணைத்தார்களல்லவா? அந்தச் சிறு சம்பவம்தான் எனக்கு வழிகாட்டி உளவாக அமைந்தது.

நாடகத்தில் சுலோசனை பாலருந்தும் காட்சி ஏறக்குறைய இருளிலேயே நடந்தது. ஆனால் அவள் மஞ்சத்தில் படுத்தவுடன் அந்த மஞ்சத்தைச் சுற்றியமைக்கப்பட்டிருந்த விளக்குகள் பளிச்சென்று எரிந்து அணைந்தன. அது எனக்கு நினைவுக்கு வந்தது. மறுபடி உள்ளே ஓடினேன். மஞ்சத்தைப் பரீட்சித்தபோது நீரும் கூட இருந்தீர். அதில் ஒரு இடத்தில் மின்சாரக் கம்பி மேல் ரப்பர் உறை பிரிந்து இருந்தது. அதுவும் மஞ்சத்தில் படுப்பவர் கழுத்துக்குச் சரியாக. அதை நான் பார்த்தபோது நீர் என்ன சொன்னீர்? உமக்கு நினைவிருக்கிறதா? 'முட்டாள் பயல்கள். அன்றைக்கே இதைச் சரிப்படுத்தச் சொன்னேன். இன்னும் அப்படியே இருக்கிறது' என்று சொல்லவில்லையா?

மறுபடி நாம் திரும்பியபோது கூட எனக்கு உம்மீது சந்தேகமேயில்லை. ஆனால் வீட்டிற்கு வந்தபிறகு தான் என் மனசில் ஒளி தோன்றியது. ஒன்றன் பின் ஒன்றாக உமது பல சிறு நடத்தைகள் நினைவு வந்தன. அன்றிரவு நாம் மேடைமேல் போனவுடன் அந்த மஞ்சத்தை ஒரு பக்கம் தள்ளி வைத்தது முதல் எல்லாவற்றையும் வரிசைப்படுத்தினேன்.

ஆனால் நீர் கொலை செய்வதற்குக் காரணம் ஏதாவது வேண்டுமே. மேலே விசாரணை செய்தேன். நான் காரணம் சொல்ல வேண்டுமா?" என்று நிறுத்தினார்.

என் தொண்டையிலிருந்து ஒரு சப்தம்தான் வந்தது. நெஞ்சு உலர்ந்துவிட்டது. அவர் முகத்தை நேரே பார்க்கவும் மாட்டாமல் முகத்தை மேஜை மேலிருந்த என் கைகளில் புதைத்துக் கொண்டேன்.

"இப்பொழுது மாத்திரம்தானென்ன? சபேசய்யர் நிஜமாகவே ஒரு புழு என விசாரணையில் தெரிந்தது. நீர் அவனைக் கொன்றதில் உலகத்திற்கு ஒரு உபகாரம் செய்தீர்" என்றார் டாக்டர்.

"ஆனாலும் நான் கொலையாளிதானே. சட்டம் என்னைத் தண்டிக்கும். அதோடு உலகமும் என் மனையின் மானத்தைப் பழித்துப் பேசும்."

டாக்டர் சம்பத் தமது சட்டைப்பையிலிருந்த ஒரு கடிதத்தை எடுத்து என்னிடம் நீட்டினார். அதில் சபேசய்யர் தற்செயலாக மின்சாரம் தாக்கி இறந்ததாக விவரமாக எழுதப்பட்டிருந்தது. அதன்கீழ் அவரும் ஆஸ்பத்திரி டாக்டரும் கையெழுத்துப் போட்டிருந்தார்கள்.

எனக்கு டாக்டர் சம்பத் உயிர்ப்பிச்சை கொடுத்தார். ஆனால் என் மனைவியின் கற்புக்கு ஏற்பட்ட களங்கத்தையும், என் கையில் உள்ள இரத்தக் கறையையும் யாரால் துடைக்க முடியும்?

மணிக்கொடி, 14-04-1935

4.எப்போதும் முடிவிலே இன்பம்

அது மிகவும் ஆசாரமான முயல் - நாலு வேதம், ஆறு சாஸ்திரம் மற்றும் தர்க்கம் வியாகரணம் எல்லாம் படித்திருந்தது. திரிகரண சுத்தியாகத் தெய்வத்தின் மீது பாரத்தைப் போட்டு, வாழ்வின் சுகங்கள் எல்லாம் ஒன்று பாக்கிவிடாமல் அனுபவித்து வந்தது.

அந்த முயல் எலியட்ஸ் ரோடில் உள்ள ஒரு கலெக்டர் பங்களாவில் வசித்து வந்தது. வெகு காலமாகத் தான் வசிக்கும் இடம் ஒரு கலெக்டரின் பங்களா என்பது அதற்குத் தெரியாது. அதைத் தெரிந்து கொண்ட பிற்பாடு அதற்குப் பெருமை சொல்லி முடியாது. வனராஜனான சாக்ஷாத் மிருகேந்திரனே போல அதன் நடையில் மிடுக்கு ஏற்பட்டது. உலகத்தில் தன்னை ஏறெடுத்துப் பார்க்க யாருக்கும் அருகதை இல்லை என நினைக்கவும் ஆரம்பித்து விட்டது அந்த முயல்.

தான் வசிப்பது கலெக்டர் வீடு என்பதை அது அறிந்து கொண்ட வரலாற்றை ஒரு ரசமான இதிகாசம் என்று சொல்ல வேண்டும். கலெக்டர் யுகத்தில் இதிகாச கர்த்தர்களுக்கு இடம் இல்லாமல் போனது இதிகாச கர்த்தர்களின் துரதிருஷ்டமே தவிர முயலின் துரதிருஷ்டம் என்று அதன்மேல் பழி சாற்ற முடியாது. ஏனென்றால் ஜோதிஷர்கள் சொல்லக்கூடிய மிக மிகச் சிறந்த நக்ஷத்திரத்தில், அதற்கு மேலான சிறந்த லக்கினத்தில் பிறந்த முயல் அது. அதன் ஜன்ம லக்கினத்தைப் பற்றியோ, அதன்

அதிருஷ்டத்தைப் பற்றியோ சந்தேகப்படும் மனப்பாங்கு படைத்தவர்கள் ஜோதிஷ சாஸ்திரத்தையே அறியாதவர்கள் என்றுதான் சொல்ல வேண்டும்.

நாலு வேதமும் ஆறு சாஸ்திரமும் படித்திருந்தால்தான் என்ன? முயல் முயல்தானே? அதன் குணம் போய்விடுமா? சமண சந்நியாசிகள் பாறைகளில் குடைந்த நிலவறைகள் மாதிரி தோட்டம் முழுவதிலும் குடைந்து வளை போட்டுவிட்டது. முன் 'கேட்' அருகில் உள்ள ரோஜாப் புதரின் பக்கத்தில் உள்ள வளையில் குதித்து மறைந்தது என்றால், புழைக்கடையில் சுற்றிச் சுவர் ஓரத்தில் உள்ள கறிவேப்பிலைச் செடிக்கு அருகில் உள்ள குண்டுக்கல்லுக்குக் கீழிருந்து அது வெளியே வரும். இது தவிர அதன் நிலவறைகள் தரையில் திக்குக்கு ஒரு மாதிரியாகச் சென்று மழைக் காலத்தில் மனிதர் காலடித் தடம் பட்டதும் பொதுக்கென்று உள்வாங்கிவிடும். மாலை நேரத்தில் கலெக்டர் துரை பங்களாவின் சுற்றுப் புறத்தில் உலாவுவார். ஒரு தடவை அவருடைய காலும் சொதக் என்று உள்வாங்கிக் கணுக்கால் சுளுக்கிக் கொள்ள, மாலியைக் கூப்பிட்டுத் திட்டினார். முயலை விரட்டு என்று உத்தரவு போட்டுவிட்டார். காங்கிரஸ்காரர்கள் என்றால் தண்டோ ராப் போட்டோ வெளியேற்ற உத்தரவு பிறப்பித்தோ துரத்திவிடலாம். கலெக்டரின் உத்தரவு அமலுக்கு வருவதற்குச் சிறிது காலம் பிடித்தது. மாலி மிகவும் கிழவன். சமயங்களில் தூரத்தில் முயல் மாதிரி எதுவும் தென்படுமாகில் எக்ஸ்-பி என்ஜின் புறப்படுகிற மாதிரி "சூ" வென்று சத்தம் போட்டுக்கொண்டு ஓடி வருவான். காகதாலீய நியாயத்தை நிர்த்தாரணம் செய்வது போல முயல் தன் வாலை ஆட்டிவிட்டு, அருகில் உள்ள வலைக்குள் சரேலென்று அந்தர்த்தானம் ஆகிவிடும்.

ஓடிஓடிச் சலித்துப் போன கிழவன் மாலிக்கு ஒரு யுக்தி தோன்றியது. ஒரு கறுப்பு நாயை இந்த உத்தியோகத்துக்கு அமர்த்தினான். நிலாக்காலங்களில் தவிர மற்ற நாட்களில் இருட்டுடன் இருட்டாக உலாவலாமாகையால் அதற்கு அந்த உத்தியோகம் ஏற்றது என்று நினைத்தான். அதற்குத் தினசரி கால் வீசை மாமிசமும், இரண்டு எலும்புத் துண்டுகளும், சில சமயங்களில் கலெக்டர் போட்ட மிச்சத் தீனி என்ற போனஸும் உண்டு. முதலில் பறை நாய்க்கு இந்த உத்தியோகம் மிகவும் சௌகரியமாக இருந்தது. பகல் முழுவதுமாக ஒரு மரத்தடியிலோ சுவர் ஓரத்திலோ பொழுதைக் கழிப்பது, ராத்திரி வேளைகளில் ரோந்து சுற்றி வருவது; இம்மாதிரி ஏற்பாடு அதற்குப் பரமபதமாக இருந்தது.

இந்தக் கறுப்புக் குட்டி பறை நாய்; அதிலும் பட்டணத்துப் பறை நாய். அதற்கு முயல் என்றால் எப்படி இருக்கும் என்றுகூடத் தெரியாது. மேலும் அது எழுத்தாளர் அல்ல; சொந்த மனசினாலோ, இரவல் விவகாரத்தினாலோ கற்பனை பண்ணிக்கொள்வதற்கு அதற்குச் சக்தி இல்லை.

மூன்று நான்கு நாட்கள் உத்தியோகம் பார்த்தும் முயலைப் பார்க்காததற்கு முக்கியமான காரணமும் ஒன்று உண்டு. அந்த நாய்க்கு வாக்கிலே சனி. தூரத்திலே எதுவும் கறுப்பாகத்

தெரிந்தால் வள் என்று குரைக்கும். சற்று நேரம் அந்தத் திசையையே பார்த்துக் கொண்டு நின்றுவிட்டுப் பிறகு பாய்ந்து ஓடும். கறுப்பு நாயின் இந்த ஏற்பாடு முயலுக்குச் சௌகரியமாக இருந்தது. அபாயச் சங்கின் சப்தம் கேட்டதும், டபக் என்று நிலவறைகளுக்குள் புகுந்துகொள்ள வேண்டும் என்ற உத்தரவைப் படித்துத் தெளிந்ததுபோல அது வளைக்குள் சென்று ஒளிந்துகொள்ளும். இந்தப் புதிய குரல் எங்கிருந்து வருகிறது. எதனுடைய குரல் என்பதெல்லாம் அதற்குத் தெரியாது. உயிர்ப் பிண்டங்கள் எல்லாவற்றிற்குமே ஊறிப்போயுள்ள ஒரு குணம், அதைக் குலை நடுக்கமெடுத்து அவ்வாறு ஓடும்படி தூண்டியது.

முயல் தர்க்க சாஸ்திரம் படித்த பிராணியாகையினாலே, இம் மாதிரி இரண்டு மூன்று தடவை ஓடின பிற்பாடு, இம்மாதிரி ஓடி ஒளிவது அதற்குப் பிடிக்கவில்லை. வளைக்குள் பதைக்கப் பதைக்க ஓடி, இண்டில் உட்கார்ந்து கொண்டு ஆசுஊசென்று வரும் இரைப்பும் சுவாசமும் நிதானப்பட்டு, படக்குப்படக்கு என்று அடித்துக்கொள்ளும் நெஞ்சு ஒருவிதமாகச் சுமாரானவுடன், கீழ்க்கண்டவாறு யோசனை செய்யும்: 'கயிற்றரவு என்று சொல்லுவார்களே, ஒரு வித மயக்க நிலை, அதைப் பற்றி படித்தவனாகிய நானா இப்படி ஓடி வருவது? எதற்கும் அந்தச் சத்தம் என்ன என்று பார்த்தே தீர வேண்டும். இல்லாவிட்டால் நான் படித்துப் பாழாய்ப்போய் என்ன பலன்?' என்று நினைத்தபின் மெதுவாக ஊர்ந்து வந்து வளைக்கு வெளியே கண்களை மட்டும் வைத்துக் கவனித்துக் கொண்டிருந்தது.

குரைத்த பிற்பாடு கூர்ந்து கவனித்துவிட்டுக் கறுப்பு நாய் பாய்ந்து ஓடி வருவதற்கும், முயல் தீர்க்காலோசனை செய்துவிட்டுத் திரும்பி எட்டிப் பார்ப்பதற்கும் சமயம் ஒத்திருந்ததனால், தர்க்க சாஸ்திர பண்டிதர் கண்ணில் ஏதோ பிரம்மாண்டமான ஒன்று நாலு கால் பாய்ச்சலில் ஓடுவது தென்பட்டது. ராமநாமத்தைச் சொல்லி மனசைத் திடப்படுத்திக் கொண்டு, குரலையும் திடப்படுத்திக்கொண்டு, "அது யார்?" என்று இலக்கணப் பிழை இல்லாமல் கேட்டது முயல்.

"அதாரது?" என்று கொச்சையாகத் தனது உத்தியோகக் கடமைக் காலம் வீணாகிறதே என்ற எரிச்சலுடன் பறை நாய் திருப்பிக் கேட்டது.

நாயின் கொச்சைக் குரலைக் கேட்டுப் பயம் தெளிந்த முயல், மீண்டும் அதிகாரத்துடன், "அது யார் அது?" என்று அழுத்தம் திருத்தமாகக் கேட்டது.

"நானா, நான் தான் கலெக்டர் பங்களாவின் காவல் உத்தியோகஸ்தர்; முயல் என்று ஒன்று இருக்கிறதாம்; அதை வேட்டையாடி வெளியே துரத்துவதற்கு நியமிக்கப்பட்ட ஸ்பெஷல் உத்தியோகஸ்தர் நான்" என்றது கறுப்பு நாய்.

"அப்படியா, முயலைத் துரத்துவதற்காக நியமிக்கப்பட்டவரா? ஏதோ இருட்டில் நன்றாகத் தெரியவில்லை. இப்படிக் கொஞ்சம் வாரும், பார்ப்போம்" என்றது முயல்.

சுற்றுமுற்றும் பார்த்து எதுவும் தென்படாமல், "எங்கே இருக்கிறீர்? நீர் யார்?" என்று கொஞ்சம் மரியாதையாகக் கேட்டது ஸ்பெஷல் ரோந்து உத்தியோகஸ்தர்.

"இதோ இப்படி இந்த வளையண்டை வாரும். நான் தான் முயல். நீர் விரட்டுவதற்காக இங்கே வெகு காலமாக இருந்து வருகிறவன். எனக்கு நாலு வேதம், ஆறு சாஸ்திரம், வியாகரணம் எல்லாம் தளபாடம்" என்றது முயல், வளைக்குள் இருந்துகொண்டே.

"ஐயா முயலாரே, முயலாரே - கொஞ்சம் வெளியே வாரும்; எனக்காகச் சற்று வெளியே வாரும். உமக்குக் கோடி புண்ணியம் உண்டு. எனக்கு உத்தியோகம் போய்விடக் கூடாது. தயவு செய்து வெளியே வாரும்" என்று கூத்தாடியது; கெஞ்சியது. முயலின் குரலைத்தான் கேட்டிருந்ததே ஒழிய அது எப்படி இருக்கும் என்று கறுப்பு நாய்க்குத் தெரியாது.

"நான் வெளியில் வருவது இருக்கட்டும். உமக்குத் தர்க்க சாஸ்திரம் தெரியுமா? அதைக் கற்றுக்கொள்ளாமல் என்னிடம் வாதம் பண்ண வருகிறீரே?" என்றது முயல்.

"எனக்கு தர்க்கமும் தெரியாது; படிப்பும் கிடையாது. நான் பறை நாய். உமக்குக் கோடி புண்ணியம் உண்டு. நீர் இந்தப் பங்களாவை விட்டு வெளியே போய்விடும். இல்லாவிட்டால் எனக்கு வேலை போய்விடும்" என்று அழுதது கறுப்பு நாய்.

"உம்முடைய நிலையைப் பார்த்தால் பரிதாபமாகத்தான் இருக்கிறது. நான் இந்தப் பங்களாவைவிட்டுப் போய்விடுவது என்றால் அதனால் உமக்குத்தானே நஷ்டம் என்று எனக்குக் கஷ்டமாக இருக்கிறது" என்றது முயல்.

"அது எப்படி?" என்றது கறுப்பு நாய். "நான் போகாவிட்டால் உமக்கு வேலை போய்விடும் என்று நீர் பயப்படுகிறீர்; நான் போய்விட்டால் பிறகு உமக்கு இங்கே வேலை ஏது? யாராவது ஒருவரைச் சும்மா வைத்துச் சம்பளம் கொடுத்துக் கொண்டிருப்பார்களா? நான் போய்விட்டாலும் உமக்கு வேலை போவது நிச்சயந்தானே?" என்றது முயல்.

கறுப்பு நாய் இவ்வளவு தூரம் எட்டி யோசிக்கத் திராணி இல்லாததனால், மருண்டு ஓவென்று பிலாக்கணம் வைக்க ஆரம்பித்துவிட்டது. அதற்கு என்ன செய்வதென்று புரியவில்லை.

"ஓய், என் வீட்டுவாசலில் உட்கார்ந்துகொண்டு பிலாக்கணம் வைக்காதேயும். உமக்கு வேலை போகக் கூடாது. அவ்வளவுதானே உம்முடைய கவலை? நான் சொல்லுகிறபடி சத்தியம் செய்து கொடுப்பீரா?" என்று கேட்டது முயல்.

"ஆகட்டும், ஆகட்டும்" என்றது நாய்.

"அதிருக்கட்டும், நீர் சுத்த சைவந்தானே?" என்று கேட்டது முயல்.

"அப்படி என்றால்?"

"நீர் மாமிசம், எலும்பு, அணில்... பிறகு... நான்... முதலிய மிருக ராசிகளைச் சாப்பிடுகிறவரா?"

"ஆமாம்; ஆமாம் சாப்பிடுகிறவன்... சுத்த சைவம்?" என்றது நாய். மத்தியான்னம் கிடைத்த கறித்துண்டு ஞாபகத்துக்கு வரவே நாக்கைச் சப்புக்கொட்டிக் கொண்டது.

"அப்படிச் சாப்பிடாதவர்கள் தாம் சைவம். உமக்கும் நமக்கும் எப்படி ஒத்து வரும்?" என்றது முயல். "உமக்கு அந்தப் பழக்கத்தை விட்டுவிட முடியுமா?" என்று கேட்டது மீண்டும்.

"எப்படி முடியும்? ஒரு இறாத் துண்டோ எலும்புத் துண்டோ இல்லாது போனால் என் உடம்புக்கு ஒத்து வராதே!" என்றது நாய்.

"கீரை, கிழங்கு தினுசுகளைச் சாப்பிட்டுப் பாருமே. உடம்புக்கும் நல்லது; நான் உம்மிடம் தயக்கமில்லாமல் நெருங்கியும் பழக முடியும்" என்றது முயல்.

"நான் செத்துப் போவேனே!" என்று ஏங்கியது கறுப்பு நாய்.

"அப்படியானால் உமக்கும் நமக்கும் ஒத்து வராது; எனக்குத் தூக்கம் வருகிறது" என்று சொல்லிவிட்டு வளைக்குள் சென்றுவிட்டது வேதம் படித்த முயல்.

கறுப்பு நாய்க்கு மிகவும் வருத்தம். இவ்வளவு கெட்டிக்கார, தர்க்கம் படித்த முயலைப் பார்க்க முடியாமல் போயிற்றே என்று வேதனை.

எப்படியானாலும் மீண்டும் ஒரு தடவை அதைப் பார்க்கப் பிரயாசைப்படுவது, இல்லாவிட்டால் தெய்வம் விட்ட வழி என்று நினைத்துக் கொண்டு தான் வழக்கமாகப் போய்ப் படுத்துக் கொள்ளும் கறிவேப்பிலைப் புதரடிக்குச் சென்றுவிட்டது.

2

மறுநாள் அதிகாலையில் எழுந்து, முயல் காயத்திரி ஜபித்துக் கொண்டிருந்தது. சூரிய கிரணங்கள் மூடிய இமை வழியாக அதன் கண்ணுக்குள் இந்திர ஜாலங்களைக் காட்டிக்

கொண்டிருந்தன. கீரைப் பச்சையும் டொமாட்டோ ச் சிவப்பும் அடிக்கடி தோன்றி, கலெக்டர் பங்களாக் காய்கறி தோட்டத்துக்கு அதன் மனசை இழுத்துச் சென்றன.

நேற்றுப் பார்த்த இடத்தில் முயல் அகப்படுமா, அதை மறுபடியும் பார்க்க முடியுமா என்று கவலைப்பட்டுக்கொண்டு கறுப்பு நாய் அந்தப் பக்கமாக மோப்பம் பிடித்துக் கொண்டு வந்தது.

எதிரே காயத்திரி பண்ணிக்கொண்டிருக்கும் ஜந்துதான் நேற்று ராத்திரி பேசிய முயல் என்று அதற்குத் தெரியாது.

நாயைக் கண்டவுடனேயே, ஜபதபங்களைச் சீக்கிரமாக முடித்துக் கொண்டு, "நாயாரே, சௌக்கியந்தானா?" என்று கேட்டது முயல்.

சத்தம் வந்த திக்கைத் திரும்பிப் பார்த்து நாய் திடுக்கிட்டு போயிற்று. இத்தனை சின்னச் சாதியா நேற்று ராத்திரி அத்தனை பெரிய பேச்சுப் பேசியது என்று அதிசயப்பட்டுக் கொண்டு அதனிடம் நெருங்கியது.

"காலையில் ஆகாரம் பண்ணியாச்சா?" என்று கேட்டுக்கொண்டே வளைக்குள் சென்று உட்கார்ந்துகொண்டது முயல்.

"எனக்கு இத்தனை காலையிலேயே கொடுப்பதற்கு யார் இருக்கிறார்கள்? இன்னும் கலெக்டரே சாப்பிட்டாகலியே" என்றது நாய்.

"நீர் வருகிற வேகத்தைப் பார்த்ததும் அப்படித்தான் நினைத்தேன்" என்றது முயல்.

"நேற்று ராத்திரி என் வேலைக்கு ஆபத்து வராமல் ஒரு வழி பண்ணித் தருவதாகச் சொன்னீரே, அதைப் பற்றி விசாரித்துக் கொண்டு போகலாம் என்று வந்தேன்" என்றது நாய்.

"உமக்கும் நமக்கும் ஒத்துவராதே; நான் எப்படி வழி சொல்லுகிறது? நீரோ மாம்ச பட்சணி, நானோ சாத்வீக உணவுக்காரன். எண்ணெய்க்கும் தண்ணீருக்கும் சரிப்பட்டு வருமா? உறவு என்றால் தண்ணீரில் பால் கலப்பது மாதிரி இருக்க வேண்டும் என்பது ஆன்றோர் வாக்கு" என்றது முயல்.

"நீர் எனது வேலையைக் காப்பாற்றிக் கொடுக்கிறதானால் என்ன செய்ய வேண்டுமானாலும் செய்கிறேன். இதோ இப்போதே சத்தியம் பண்ணித் தரட்டுமா?" என்று ஆவலுடன் கேட்டது நாய்.

"நீர் உம்முடைய மாம்ச உணவை விட்டுவிடுவீரா?" என்று கேட்டது முயல்.

"அது தான் என்னால் முடியாது என்று அப்போதே சொன்னேனே; நான் செத்துப்போன பிற்பாடு எனக்கு வேலை இருந்து என்ன, போய் என்ன? கலெக்டர் கூட என்னைப் போலத்தானே சாப்பிடுகிறார்?" என்றது நாய்.

"நீரோ மாமிசத்தை விட முடியாது என்கிறீர்; என்னைத் தின்ன மாட்டேன் என்றாவது சத்தியம் செய்து கொடுப்பீரா?" என்று கேட்டது முயல்.

"இந்த லோகத்திலே யாராவது குருவைத் தின்பார்களா? உமக்கு ஏன் இந்தச் சந்தேகம்?" என்றது நாய்.

"லோகத்திலேதான் சில பேர், தம் வயிற்றுக்குள்ளே குரு போய் விட்டால், தாமே குருவாகிவிட்டதாக நினைத்துக் கொள்ளுகிறார்கள். அது உமக்குத் தெரியாது போல இருக்கிறது" என்று சொல்லியது முயல்.

"உமக்கு அந்தச் சந்தேகம் வேண்டாம். நான் உம்மைத் தின்பதே இல்லை என்று சத்தியமாக, ஆணையாகச் சொல்லுகிறேன். இன்னும் வேறு என்ன வேண்டும்?" என்றது நாய்.

"நான் சொல்லுகிறபடியெல்லாம் கேட்க வேண்டும்; நான் சொல்லுகிற வேலை எல்லாம் செய்ய வேண்டும்" என்றது முயல்.

"ஆகட்டும்" என்றது நாய்.

"அப்படியானால் பக்கத்துத் தோட்டத்தில் முயலினி என்று ஒரு யுவதி இருக்கிறாள். அவளிடம் போய் அவளுடைய கோத்திரம் என்ன என்று கேட்டுக் கொண்டு வாரும்?" என்றது முயல்.

"எனக்குத் தந்திரம்...?" என்றது நாய்.

"நீர் போய் விசாரித்துக் கொண்டு வாரும். அதற்குள் ஒரு நல்ல யுக்தியாக யோசித்து வைக்கிறேன்" என்றது முயல்.

நாய் அகன்றதும், காய்கறித் தோட்டத்துக்குள் புகுந்து இரண்டு இணுக்குக் கீரையும் நல்ல டொமாட்டோ ப் பழமாக இரண்டும் சாப்பிட்டு ஏப்பமிட்டுக் கொண்டு, கீரைப் பாத்திக்கு அருகில் இருந்த வளை வழியாக ஓடி மறைந்தது முயல்.

பக்கத்துப் பங்களா ஒரு ஜமீன்தாருடையது. பறை நாயை உள்ளே வரும்படி விடுவார்களா? நாலைந்து வேலைக்காரப் பையன்களும் ஒரு கோம்பை நாயுமாகச் சேர்ந்து விரட்ட, வாலைக் காலிடையில் பதுக்கிக் கொண்டு அழுதுகொண்டே ஓடி வந்துவிட்டது கறுப்பு நாய்.

முயல் சொல்லி அனுப்பின காரியத்தைக் கேட்டு வருவதற்குக்கூட முடியவில்லையே, அதன் முகத்தில் எப்படி விழிப்பது என்று குன்றிப் போய், பங்களாவுக்குள் நுழைந்த சமயத்தில் பட்டப் பகலாகிவிட்டது. சாப்பாட்டுக்காக, தோட்டக்காரன் குடிசைப் பக்கமாகப் போயிற்று. சாப்பிடும் தட்டை மோந்து பார்த்தது. வெறும் தட்டுதான் கிடந்தது. தனக்கு வேலைதான் போய்விட்டதோ என்று பதறியது. அதற்குப் போட்டிருந்த தீனியை நரி ஒன்று தின்று நடந்துவிட்டது அதற்கு எப்படித் தெரியும்?

3

அன்று இரவு நல்ல நிலா. சற்றுச் சுகமாக உலாவி வருவோமே என்று நினைத்து வேத வித்தான முயல் வெளியே புறப்பட்டது. மனசுக்கு இன்பமாக இருக்கவும் சாந்தம் ஏற்படவும் சாமகானம் பாடிக்கொண்டு எங்கெங்கோ நடந்தது. சிறிது நேரம் கழித்து எவ்வளவு தூரம் நடந்துவிட்டோ ம் என்று சுற்றுமுற்றும் பார்க்க, தூரத்தில் முயலினி ஓர் இலையைக் கடித்துக் கொண்டிருப்பதைப் பார்த்து 'என்ன லாவண்யம்! என்ன அழகு!' என்று அப்படியே சொக்கிப் போய் நின்றது. பிறகு குண்டுகுண்டென்று ஓடி அதனிடம் நெருங்கி, "முயலினி, உன் கோத்திரம் என்ன?" என்று கேட்டது.

"உங்கள் கோத்திரந்தான்" என்று சொல்லிவிட்டு வேறு ஓர் இலைக்குப் போயிற்று முயலினி.

"இத்தனை பிரயாசைப்பட்டும் என் ஆசை எல்லாம் பாழாய்ப் போயிற்றே!" என்று பெருமூச்சுவிட்டது முயல்.

"இல்லை, விளையாட்டுக்குச் சொன்னேன். உங்கள் கோத்திரம் இல்லை" என்று கண்ணை ஒரு வீசு வீசிவிட்டு வேறு ஒரு தளிரை மென்றது முயலினி.

"என் கோத்திரம் உனக்கு எப்படித் தெரியும்?" என்று கேட்டது முயல்.

"காதலுக்குக் கண் இல்லை என்று எங்கே படித்தீர்கள்?" என்று புன்சிரிப்புச் சிரித்தது முயலினி.

"இன்னிக்கு ஒரு ஆளை உன்னிடம் அனுப்பினேனே, வந்து விசாரித்தானா?" என்று கேட்டது முயல்.

"ஓ, அதுவா! பகல்லே யாரோ என் அந்தப்புரத்தில் நுழைந்தார் என்று ஜமீன்தார் வீட்டு வேலைக்காரர்களும் கோம்பையும் போய் விரட்டினார்கள்" என்றது முயலினி.

"நம்முடைய பங்களாவுக்கு வாயேன்" என்றது முயல்.

"என்ன, நாள் நக்ஷத்திரம் பார்க்காமலா? வேதசாஸ்திரம் படித்த தாங்களா இப்படிச் சொல்லுவது?" என்றது முயலினி.

4

சேதி கேட்டு வருவதாகப் போன நாய் திரும்பியே வரவில்லையே என்று கவலைப்பட்டுக்கொண்டிருந்தது முயல். காலையில் அனுஷ்டானாதிகள் நடத்தும்பொழுது மனசு அதற்குக் காயத்திரியில் லயிக்கவே இல்லை. கறுப்பு நாய்க்கு என்ன துன்பமோ, வேலைதான் ஒரு வேளை போய்விட்டதோ என்று மனசை வாட்டிக் கொண்டது முயல்.

பகல் சுமார் பத்து மணிப் போதுக்கு முயலினி இரண்டு டொமாடோப் பழத்தையும் ஓர் இணுக்கு முள்ளு முருங்கை இலையையும் ஸ்திரீதனமாக எடுத்துக்கொண்டு வந்து சேர்ந்தது.

முயலினியைக் கண்டதும் தன் வேதனையை மறந்து உல்லாசமாகப் பொழுதைக் கழித்துக் கொண்டிருக்கும்போது, வளைக்கு வெளியே இரைச்சலும் சந்தடியுமாகக் கேட்க, முயல் வாசலருகில் வந்து, "அங்கே யார் அது, கூச்சல் போடுகிறது? இது கல்யாண வீடு என்று தெரியவில்லையா?" என்று உள்ளிருந்தபடி அதட்டியது.

"ஐயா முயலாரே, நான் தான் கறுப்பு நாய். ஒரு வழக்கு. தீர்த்து வைக்க வேண்டும்" என்றது.

"போதும் இதுதான் பிழைப்பாகப் போச்சு; நேற்றுப் போனவன் ஒரேயடியாக எங்கே தொலைந்து போனாய்? என்ன, வேலையைப் போக்கடித்துக் கொண்டாயா?" என்றது முயல்.

"அங்கே போய்ப் பட்டபாட்டைச் சொல்லுவதென்றால் நான்கு நாட்கள் கூடப் போதா. இந்த வழக்கை மட்டும் தீர்த்து வைத்துவிடும்" என்று கெஞ்சியது நாய்.

"என்ன சண்டையாம்! பிரதிவாதி யார்?" என்று கேட்டது முயல்.

"நான் தான் நரி" என்றது நரி.

"நரியா? இந்த வட்டாரத்திலே ஏது நரி? நமக்கு இப்பொழுது சமயம் இல்லை" என்றது முயல்.

"ஐயா, முயலாரே, முயலாரே" என்று வாலை ஆட்டிக்கொண்டு கெஞ்ச ஆரம்பித்துவிட்டது நாய்.

"போடா போ, உனக்குப் புத்தி கித்தி இல்லை! காரியமா அனுப்பினால் திரும்பியே தலைகாட்டுகிறதில்லை. வழக்குக் கொண்டு வந்துட்டான் வழக்கு. எனக்குக் கல்யாணமாகி இன்னும் அரைமணிப் பொழுது கழியவில்லை. அதற்குள் இந்த நரியோடே ஏண்டா சண்டை போட்டுக் கொண்டாய்?" என்று அதட்டியது முயல்.

"ஓய் முயலாரே, உம்முடைய உயிருக்காகப் பயப்பட வேண்டாம். இன்னும் சுமார் ஒரு மண்டலத்துக்கு முயல் கறி சாப்பிடக் கூடாது என்று எங்கள் ஜாதி வைத்தியர் எனக்குக் கட்டளை இட்டிருக்கிறார். இப்பொழுது சும்மா தாராளமாக வெளியே வந்து பாருமே" என்றது நரி.

"சம்சாரம் வீட்டில்தானோ?" என்று வளைக்குள் குனிந்து பார்க்க முயன்றது நரி.

"ஓய், நீர் தூரத்திலேயே நின்று பேசும்; எனக்கு நன்றாகக் காது கேட்கிறது" என்று கீச்சிட்டது முயல்.

"அப்படியா! வழக்கு ஒன்றும் பிரமாதம் அல்ல. தினசரி அவருக்குத் தட்டில் வைக்கிற சாப்பாட்டை நான் இரண்டு நாட்களாகத் தின்று விடுகிறேன். அதுதான், பத்தியம் என்று சொன்னது உமக்கு ஞாபகம் இருக்கிறதா? அதைக் கண்டு பயந்து, தம் வேலைக்கு ஆபத்தோ என்று கவலைப்படுகிறது நாய். எப்படி இருந்தாலும் ஜாதிக் குணம் போகுமா? மேலும் என்னைப் போல அர்த்த சாஸ்திரம், தண்டநீதி எல்லாம் அது படித்திருக்கிறதா? சுத்தப் பட்டிக்காடு" என்றது நரி.

"உமக்கு அர்த்த சாஸ்திரத்தில் நல்ல பரிசயமோ?" என்றது முயல்.

"என்ன அப்படிக் கேட்டுவிட்டீர்? கரதலப் பாடம்" என்றது நரி.

"ரொம்ப நாளாக எனக்கும் அது படிக்க வேண்டும் என்று ஆசை" என்றது முயல்.

"அப்பியசித்தால் போகிறது. நாளையிலிருந்தே பாடம் கேட்க வருகிறீரா?" என்றது நரி.

"வருகிற தக்ஷிணாயனத்தின் போது பாடம் ஆரம்பிக்கலாம்; நீர் என்ன சொல்ல வந்தீர்?" என்றது முயல்.

"நாய் எதற்காகச் சம்பளத்துக்கு உழைக்க வேண்டும்? கௌரவமாகப் பிழைக்க வழியில்லையா? ஏன், கலெக்டரையே விரட்டி விட்டால் போகிறது" என்றது நரி.

"கலெக்டரையா! விரட்டுகிறதா!" என்று பிரமித்துப் போயிற்று நாய்.

"கலெக்டரை விரட்டி, இந்தப் பங்களாவுக்கு உம்மையே ராஜாவாகப் பண்ணுகிறேன். ஆமை புகுந்த வீடும், அமீனா புகுந்த வீடும் உருப்படாது என்ற ஜனங்கள் நினைக்கிறது உமக்குத் தெரியுமா? முயலைக் கேட்டுப் பாரும். ஆமாம் என்று சொல்லும். எனக்கு ஒரு சிநேகிதன் ஆமை இருக்கிறது. அதை அழைத்துக்கொண்டு விடியற்காலையிலே வருகிறேன். முயலாரே, நீர் பயப்படாமல் சும்மா வெளியே வந்து நடமாடும்" என்று சொல்லிவிட்டுப் புறப்பட்டது.

"நான் இப்பொழுதிருந்தே ராஜாவா?" என்று பல்லை இளித்துக் கொண்டு கேட்டது நாய்.

"ஆமாம் மகராஜா; நாளை மாலை பங்களாவில் கிருகப் பிரவேசம்" என்று சிரித்துக் கொண்டு சென்றது நரி.

"வடிகட்டின அசடே, இந்தத் துரோகியை இங்கே ஏன் கூட்டிக் கொண்டு வந்தாய்?" என்று அதட்டியது முயல்.

"நான் மகாராஜாவாக்கும்! என்னை முன்போல வா போன்னு பேசப்படாது" என்றது நாய்.

"சீ, முட்டாள், வாயை மூடிக்கொண்டு சற்றுக் கேளு. நரிக்கு முன்னால் தான் நீ ராஜா. நரி இல்லாவிட்டால் நீ என் சேவகன். அதைத் தூரத்தில் பார்த்தாலும் எனக்கு எச்சரிக்கை கொடுக்க வேண்டும். நான் காயத்திரி பண்ணும்போது நீ என் பக்கத்தில் காவலுக்கு உட்கார்ந்திருக்க வேண்டும். முயலினி எங்காவது போனால் துணைக்கு நீயும் போக வேண்டும்" என்றது முயல்.

"அப்படியே ஆகட்டும், எஜமான்" என்றது நாய்.

"ஜாக்கிரதை. தந்திரத்தைத் தந்திரத்தால்தான் ஜயிக்க வேண்டும். அவன் கலெக்டரை ஒழிச்சதும் நாம் அவனை ஒழிக்க வேணும். ஜாக்கிரதை" என்றது முயல்.

"ஜாக்கிரதை" என்று சொல்லிவிட்டுப் பக்கத்திலேயே படுத்துக் கொண்டு தூங்கிப் போய்விட்டது நாய்.

"அர்த்த ஜாமமாய்விட்டது; முயலினியும் தூங்கியிருப்பாள்; நாமும் தூங்கவேண்டியதுதான்" என்று கொட்டாவி விட்டது முயல்.

"தூங்கல்லெ" என்ற கீச்சுக் குரல் வளைக்குள்ளிருந்து கேட்டது.

5

அதிகாலையிலே எழுந்திருந்து முயல் சூரிய நமஸ்காரம் பண்ணிக் கொண்டிருந்தது. அந்தச் சமயத்திலே நரி குலைதெறிக்க ஓடிவந்தது. முயல் வெகுவேகமாக வளைக்குள் சென்று உட்கார்ந்துகொண்டு தலையை மட்டிலும் வாசல் பக்கம் வைத்துக் கொண்டது.

"என்ன, உமக்கு என்மேல் இன்னும் சந்தேகமா?" என்று கேட்டுவிட்டு "மகாராஜா" என்று நாயின் முன்னால் தண்டம் சமர்ப்பித்து நின்றது.

"எல்லாம் இருக்கிற இடத்தில் இருந்தால் சந்தேகம் என்ன? சண்டை என்ன?" என்றது முயல்.

"மகாராஜா, என் வாக்குப் பொய்யாகுமா? ஆமை என்று சொன்னவுடனேயே ஆட்கள் எல்லாம் ஓட்டம் பிடிக்கிறார்கள். வீட்டுவாசலில் வண்டி வந்து நிற்கிறது. காலையிலேயே போய் ஆமையை வரும்படி சொல்லிவிட்டு வந்தேன். அதற்குள் தங்களுக்கு வெற்றி" என்றது நரி.

"அப்படியா, எங்கே நான் பார்க்க வேண்டுமே" என்று சொல்லிக் கொண்டு ஓடியது நாய்.

"மகாராஜா, மகாராஜா, மந்திரி பரிவாரம் இல்லாமல் தாங்கள் தனியாக ஓடலாமா" என்று சொல்லிக்கொண்டே பின் தொடர்ந்தது நரி.

சுமார் ஒரு மணிநேரம் கழித்து வேர்க்க விறுவிறுக்கத் திரும்பி ஓடி வந்தது.

"என்ன அவசரம்? மகாராஜா எங்கே?" என்று கேட்டது முயல்.

"நாய்க்கு எப்பொழுதாவது ஜாதிப் புத்தி போகுமா? அதை மகாராஜா ஆக்கினதே பிசகு. தாங்களே மகாராஜா" என்று பல் இளித்தது நரி.

"என்ன ராஜத் துரோகம் பேசுகிறாய்? அர்த்த சாஸ்திரம் படித்த உனக்கு அடுக்குமா?" என்று கோபப்பட்டது முயல்.

"இனிமேல் தாங்களே எனக்கு மகாராஜா. எப்படியும் நாய், நாய்தான். ஓடிப்போய்த் தோட்டக்காரனிடம் வாலைக் குழைத்துக் கொண்டு நிற்குமா? அவன் அதன் கழுத்தில் கயிற்றைக் கட்டிப் போகிற வண்டியுடன் இழுத்துச் சென்றுவிட்டான்" என்றது நரி.

"மகாராஜாவைச் சிறைப் பிடித்துக் கொண்டு போய்விட்டார்களாம்" என்று முயலினியிடம் தெரிவித்து வருத்தப்பட்டது முயல்.

"மகாராஜா, வருத்தப்பட்டு ஆகிற காரியம் எதுவும் இல்லை. இனிமேல் தாங்களே ராஜ்ய பாரத்தை ஏற்று நடத்த வேண்டும்" என்றது நரி.

"அதற்கென்ன, செய்தால் போகிறது. ஆனால் ஒரு நிபந்தனை. பகலில் நீ இங்கே தலைகாட்டக் கூடாது" என்றது முயல்.

'அதுவும் அப்படியா? அதற்கும் ஒரு வழி பண்ணுகிறேன்' என்று எண்ணமிட்டு, "ஆகட்டும் மகாராஜா" என்றது.

அன்று ராத்திரி நல்ல நிலா. கலெக்டர் ஓடிப் போகவில்லை கிழட்டுத் தோட்டக்காரனையும் கறுப்பு நாயையும் வேலைக்கு லாயக்கில்லை என்று விரட்டிவிட்டுத் துப்பாக்கியும் கையுமாக நின்றிருந்தார். கலெக்டர் பங்களாக் கோழிகளை ஜபித்துக்கொண்டு மந்திரி உத்தியோகம் பார்க்க வந்த நரி, அவருடைய துப்பாக்கிக் குண்டுக்கு இலக்காகி உயிரை விட்டது.

லதாக்ருஹத்தில் முயலினியுடன் சல்லாபித்துக் கொண்டிருந்த முயல், வெடிச் சத்தம் கேட்டு, "இந்தப் பிரதேசமே ஆபத்துப் போல இருக்கே" என்று நடுநடுங்கியது.

"இதற்கு முன் பஞ்சவடி மாதிரி இருந்த இடம்; குட்டிச்சுவராகப் போச்சு" என்றது முயலினி.

"என்ன என்று பார்த்து வரட்டுமா?" என்றது முயல்.

"அது எதற்குப் பீடை? கூப்பிடு தூரத்திலே சர்க்கார் தோட்டம் இருக்கிறது. நாளைக்கு அங்கே போய்விடுவோம். உங்கள் ஜபதபங்களுக்குச் சௌகரியமாகக் குளம் ஒன்று உண்டு" என்றது முயலினி.

முயல்கள் கண்ணுக்குத் தென்படாததைக் கண்டு கலெக்டர் அதிசயப்படவில்லை. தமக்கு எதிராகப் பெரிய சதி நடந்ததும் அவருக்குத் தெரியாது.

5.ஞானக் குகை

அவன் ஓர் அதிசயப் பிறவி. பிறந்து பத்து வருஷங்கள் வரை ஊமையாகவே இருந்தான். மனமத ரூபமாக இருந்து என்ன பயன்? வாயிலிருந்து எச்சில் அருவிபோல வழிந்த வண்ணமாக இருக்கும். ஆளை விழுங்கும் கருவிழிகள்தான்; ஆனால், உயிரின் சலனம்

இருக்காது. பிரகாசம் இருக்காது. வெருகு விழித்த மாதிரி, அறிவு மங்கி விழித்துக் கொண்டிருக்கும் கண்கள்.

மதுரைச் சீமையில், குறுமலைக்கு அடுத்த சிற்றூரின் தலைமைக்காரத் தேவர் மகன். சொத்தையும் செல்வாக்கையும் ஆளவந்த ஏகபுத்திரன். காசி, ராமேசுவர யாத்திரைப் பயன் என்பது அவன் தகப்பனார் எண்ணம்.

குழந்தை பிறந்ததும் தகப்பனாருக்கு மனம் இடிந்துவிட்டது. பத்திரகாளியையும் கூசாது எதிர்த்துப் பார்க்கும் அவர் கண்கள் தரையை நோக்கின. ஆகக்கூடி, உள்ளூர் ஜோசியனும், வைத்தியனும் இந்த அற்புதமான சிசுவைப் பற்றிச் சொன்னவை கூடப் பொய்த்துவிட்டன.

பிறந்தவுடனேயே தாயார் இந்த உலகத்தில் குழந்தைக்குத் தன் இடத்தைக் காலிசெய்து கொடுத்ததினால், அவளைப் பொறுத்தவரை அந்தக் கவலை நீங்கிற்று என்றே சொல்லலாம். தலைமைக்காரத் தேவர் பொறுப்பின் பளு தாங்க முடியாதது. மறவக் குறிச்சிப் பெண்ணைப் பார்த்துக் கலியாணம் செய்து கொண்டிருந்தார். அந்த அம்மையாருக்கு ஜாதகப்படி குழந்தை கிடையாது என்பதைத் தேவருடன் கூடிய ஐந்தாறு வருஷ வாழ்க்கை நிரூபித்தது. அதில் ஏற்பட்ட பொறாமை இந்த அசட்டுக் குழந்தையின் மீது பாய்ந்ததில் அதிசயம் ஒன்றும் இல்லை.

தேவரவர்களுக்கு இந்தக் குழந்தை என்றால் உயிர், கண்ணுக்கு கண். பலசாலிகள் தங்கள் ஆசைகளை எல்லாம் பலவீனர்களின் மீது சுமத்துவது - தங்கள் வெறுப்பைச் சுமத்துவதுபோலவே - இயற்கை. அந்த இயற்கை, விதியையும் கடக்க வேண்டியதாயிற்று.

பத்து வருஷங்களாகத் தலைமைக்காரத் தேவரின் பூஜைகளும், நோன்புகளும் குழந்தைக்கு 'அப்பா' 'அம்மா' என்ற இரண்டு வார்த்தைகளைச் சொல்லும் படிதான் செய்ய முடிந்தன. ஓட்டை வாளியை வைத்துத் தண்ணீர் எடுத்துக் கொண்டிருக்கிறவனுக்கு, பானையில் ஒரு சிரங்கை தண்ணீர் ஊற்ற முடிந்துவிட்டால் ஏற்படும் நம்பிக்கைக்கும் குதூகலத்திற்கும் எல்லையே இராது. தேவரவர்களுக்கு, தமது ஊமைப் பிள்ளையும் சகலகலா பண்டிதனாகி, நாட்டாண்மையைக் கம்பீரமாக வகிப்பான் என்ற அசட்டு நம்பிக்கையும் பிறந்தது.

குழந்தை 'அப்பா' 'அம்மா' என்று சொல்லும் சமயத்தில்தான் அதன் கண்களில் அறிவின் சுடர் சிறிது பிரகாசிக்கும். ஊர்க்காரர்களுக்குக் கூட அசட்டுத்தனம் என்று படும்படி தகப்பனார் நடந்து கொண்டார். அவருடைய அசட்டுத்தனத்தின் சிகரம் என்னவென்றால், பிள்ளையை உள்ளூர்த் திண்ணைப் பள்ளிக்கூடத்திற்கு அழைத்துச் சென்றதுதான். "ஒத்தைக்கொரு பிள்ளை என்றால் புத்திக்கூடக் கட்டையாப் போகுமா?" என்று ஊர்க்காரர்கள் கூடச் சிரித்தார்கள்.

பள்ளிக்கூட வாத்தியாருக்கு அதிகமாக ஒன்றும் தெரியாவிட்டாலும், அவர் படிப்பு, ஊர்க்காரர்களைப் பிரமிக்க வைப்பதற்குப் போதுமானது. மேலும், அநுபவம் நிறைந்தவர். பையனுக்குப் படிப்பு வராது என்று சொல்லவில்லை. நளினமாக சமஸ்கிருதக் கதை ஒன்றைச் சொல்லி, மாடு மேய்தல் அறிவு விருத்தியாவதற்கு முதற்படி என்று சொல்லி வைத்தார்.

தலைமைக்காரத்தேவர் மகனுக்கா மாட்டுக்காரப் பிள்ளையின் துணை கிடைக்காமற் போகும்? ஜாம் ஜாம் என்று எருமைச் சவாரி செய்து கொண்டு அவன் குறுமலைப் பிரதேசத்தைச் சுற்றி வர ஆரம்பித்தான். உபாத்தியாயர் சொன்னபடி உள்ளுணர்வு வளர்ந்ததோ என்னவோ, ஈசனுக்குத்தான் வெளிச்சம். ஆனால், ஆந்தையையும், கோட்டானையும், சில் வண்டுகளையும் தேடியலையும் முயற்சியில் எப்படியோ அவன் ஈடுபட ஆரம்பித்தான். அதில் மனத்தைப் பறிகொடுத்தான் என்றே சொல்ல வேண்டும். அவனுக்கு வீட்டுக்கு வருவதென்றாலே வேப்பங்காயாகி விட்டது.

தேவருக்குப் பிரச்னை மேல் பிரச்னையைக் கொடுத்துப் பரிசோதிக்க வேண்டும் என்று, அவர் பிள்ளைக்காக வழிபட்ட கடவுளுக்கு ஆசையிருந்தது போலும்! பையனை வீட்டுக்குத் திருப்புவது எப்படி என்றாகிவிட்டது.

நீண்ட யோசனையின் பேரில் அவர் ஒரு முடிவுக்கு வந்தார். என்ன அசடனானாலும் பையன் ஒரு மனிதப் பிராணிதானே! அவனுக்குக் கலியாணத்தைச் செய்து வைத்தால் வீட்டுப் பற்று ஏற்படக்கூடும் என்று நினைத்தார்.

தேவருடைய வட்டாரத்திற்குள் பெண்ணா கிடைக்காமற் போய்விடும்? மருதையாத் தேவன் ஏழைதான். அதனால், அவன் மகள் அழகாக இருக்கக் கூடாதா? கருப்பாயி பேருக்கு ஏற்ற கருப்பாக இருந்தாலும் நல்ல அழகி. அவள் தேவரின் கட்டளையின் பேரில் அவன் முன்பு தென்பட ஆரம்பித்ததிலிருந்து, தேவருடைய மகன் முகத்தில் ஒரு மாறுதல் ஏற்பட்டது. கருப்பாயியைக் கண்டவுடன் அவன் முகம் அறிவுக் களையுடன் பிரகாசிக்கும். கருப்பாயிக்கும், தனக்கும் ஏதோ சம்பந்தம் இருக்கிறது என்று அந்த இருண்ட சித்தத்தில் மின்வெட்டுக்கள் போல் தோன்றலாயிற்று.

அச்சமயத்தில் அவனுக்கு வயது பதினைந்து. 'அப்பா' 'அம்மா' என்ற இரண்டு சொற்களுடன் இப்பொழுது 'கருப்பாயி' என்ற வார்த்தையும் தெரியும். குறுமலைக்குன்றின் காடுகளும் அவனுக்குத் தெரியும்.

குறுமலைச் சாரலில் பிரம்மாண்டமான விருட்சங்களும் கண்ணுக்கு ரம்மியமாகச் செழித்து நெருங்கிய புல் பூண்டுகளும் கிடையா. பெரிய நாய்க்குடைகள் ரூபத்தில் வளர்ந்த உடை மரம், கள்ளி, முட்புதர்களான குத்துச் செடிகள், இடையிடையே விழுது விட்ட ஆல், அதைச் சுற்றி வளரும் பனை, கண்ணாடிக் கொம்மட்டிக் கொடிகள் - இவைதான் குறுமலைக் காடு. முயலும், நரியும், கோட்டானும், ஆந்தையுந்தான் அங்குள்ள பயங்கரப் பிராணிகள். கல்லும் கள்ளி முள்ளும் நிறைந்து இடையிடையே குத்திப் பாறைகளைச் சுற்றிச் சுற்றிப் போகும் ஒற்றையடித் தடங்களில் மேய்ச்சலுக்குப் போகும் வழிகள் குறுமலைப் பிரதேசத்து மாடுகளுக்கும் மாட்டுக்காரப் பிள்ளைகளுக்குந்தான் தெரியும்.

இந்தக் காட்டில் சித்தர்களும், ஔஷத மூலிகைகளும் உண்டு என்பது ஐதீகம். மாட்டுக்காரப் பையன்கள் கொண்டுவரும் கதைகள் பிரத்யட்சப் பிரமாணமாகக் கொள்ளப்பட்டு வந்தன. இடையிடையே ஜடாமுனிக் கதைகளும் ஊரார் பேச்சின் சுவாரஸ்யத்தை அதிகப்படுத்தி வந்தன.

அன்று தலைமைக்காரத் தேவரின் மகனுக்குத் தாகம் அதிகரித்ததற்குக் காரணம், என்றுமில்லாதபடி சுட்டுப் பொசுக்கும் வெய்யிலின் கொடுமைதான். உச்சி வெய்யிலில் மாடுகள் கூட நிழலில் படுத்துவிட்டன. மலைச்சாரலில் நின்று சமவெளியையும் தூரத்தில் தெரியும் சிற்றூர்களையும் பார்த்தாலே, பூமி ஓர் அக்கினி லோகம்போல் தகதகவென்று கானலில் பிரகாசித்தது.

உயர வானத்தின் இரண்டொரு மூலைகளிலிருந்த பஞ்சு மேகங்களும் பார்க்கமுடியாதபடி கண் கூசும்.

குறுமலையில் ஒரே சுனைதான் உண்டு. இருண்ட ஊற்று என்றே அதற்குப் பெயர். உச்சி நேரங்களின் நாவரட்சியினால் செத்தாலும், மாட்டுக்காரப் பையன்கள் அந்தத் திக்கிற்குச் செல்லவே மாட்டார்கள்.

இந்த அசட்டுப் பிள்ளைக்குத் தாகம் அதிகரித்தது. அறிவு, சுடர் விளக்காகவும், பயத்தை விரட்டும் கருவியாகவும் இருக்கலாம். ஆனால், அறிவு, சலனம் இல்லாது இருண்டு விட்டால், பயம் என்பதே ஏன் தோன்றப் போகிறது?

பையன் இருண்ட குகைக்குள் சென்று இரண்டு சிரங்கை ஜலம் வாரிக் குடித்தான். என்ன தோன்றிற்றோ அந்த இருண்ட அறிவிற்கு? தண்ணீரில் குதித்து நீந்த ஆரம்பித்தான். அரைமணி நேரம் கழிந்தது. ஜில்லென்ற நீர் உடலை நடுக்க ஆரம்பித்தது. கரையில் வந்து, ஒரு பாறை மீது வெய்யில் படும் படியான இடத்தில், மரத்துக் கிளைகளைப் பார்த்துக் கொண்டே உட்கார்ந்திருந்தான்.

எவ்வளவு நேரம் சென்றதோ!

இருண்ட குகைக்குள்ளிருந்து திடீரென்று ஒரு வெளிச்சம் தோன்றியது. அது மெல்லப் மெல்லப் பரந்து, இருண்ட குகையிலும், அதனடியில் சிறிது அலையிட்டுக்கொண்டிருக்கும் ஜலத்திலும் மின்னியது. அதன் பின் திவ்வியமான வாசனை குகை முழுவதும் பரவியது.

இந்த அசட்டுப் பிள்ளைக்கு அது அற்புதமாகத் தோன்றியதோ என்னமோ - அது வேடிக்கையாக இருந்தது என்பதில் தடையில்லை. வெளிச்சத்தை நோக்கிச் சிரித்துக்கொண்டே இருந்தான்.

வெளிச்சம் அதிகமாகப் பரவியது. ஆளை மயக்கும்படி அதிகரித்தது. அச்சமயத்தில் குகையின் உள் மூலையிலிருந்து ஓர் உருவம் நடந்து வர ஆரம்பித்தது. உருவம் மிகவும் குள்ளமாக இருந்தாலும், வயதை மதிக்க முடியாதபடி இருந்தது. குழந்தையின் முகம் அதில் பொன்னிறமான தாடி, இடையில் ஒரு லங்கோடு. கண்கள் கருத்து குகையின் நீர் போல் புரண்டு பிரகாசித்தன. அந்த உருவம் இயற்கை விதிகளுக்குப் புறம்பானது போல் ஜலத்தின் மேல் நடந்து வர ஆரம்பித்தது. அப்பொழுதும், இந்த ஊமைப் பிள்ளைக்குப் பயம் தோன்றவில்லை.

அந்தத் தவ உருவம் குகையின் வாசலை நெருங்கியதும், இந்த அசட்டுக் குழந்தை பேசாமல் அவர் பாதத்திலே விழுந்து நமஸ்கரித்தது.

அந்தத் தவ உருவத்தின் முகத்தில் ஒரு புன்னகை தவழ்ந்தது. கண்களில் ஒரு கணம் சிந்தனை தேங்கியது. அசட்டுக் குழந்தையின் கண்களையே அது கூர்ந்து கவனித்தது.

ஸ்பரிசத்திலே புளகாங்கிதமடைந்த குழந்தையின் சிரிப்பு, படிப்படியாக மறைந்தது. கண்களில் அறிவுச் சுடர் ததும்பியது.

"என்னுடன் வா!" என்று குழந்தையின் கையைப் பிடித்துக் கொண்டு வந்த வழியே திரும்பியது உருவம்.

குகையில் படிப்படியாக இருள் கவிய ஆரம்பித்தது. அமைதி குடிகொண்டது.

பழைய இருள், பழைய அமைதி.

3

தவ உருவமும் பையனும் நெடுந்தூரம் நடந்து சென்றார்கள்.

சுனையைத் தாண்டியதும் மணல். எவ்வளவு தூரம் சென்றார்களோ! குகை விரிந்து இரண்டு பிரமாண்டமான பாறைச் சுவர்களாயிற்று. எங்கோ உயரப் பறவைகள் எட்டிப்பிடிக்கும் தூரத்தில், வானத்தின் துண்டு அங்கொன்றும் இங்கொன்றுமாக நட்சத்திரங்களைக் காண்பித்து வழி காட்டியது.

முனி உருவம் கத்திபோல் கதிக்கச் சென்றது. அசட்டுக்குழந்தை பாறையையும் வானத்தையும் பார்த்துச் சிரித்துக் கொண்டு அவரைப் பின் தொடர்ந்தது.

இருவரும் மணல் வழியின் கடைசியை அடைந்தார்கள். அங்கும் பாறைச் சுவர் வழியை மூடியிருந்தது.

அந்த மூலையில் ஒரு சுனை. அதன் பக்கத்தில் ஒரு பாறை.

பாறையின் மீது இருவரும் உட்கார்ந்தனர்.

முனிவர் குழந்தையைக் தன் முகமாக உட்கார வைத்து, அதன் கண்களில் நோக்கி மந்திரத்தை உச்சரித்தார்.

குழந்தையைச் சுற்றிலும் ஒரு தேஜஸ் ஒளிவிட ஆரம்பித்தது. அதற்குப் புதிய விஷயங்கள் தென்படலாயின.

எங்கு பார்த்தாலும், செங்குத்தாகவும் குறுக்கும் நெடுக்குமாகவும் கிடக்கும் மணிகள், பாறைகள்! அதில் தங்கங்களும் வெள்ளியும் கொடிபோலப் படர்ந்து மூடிக்கிடக்கின்றன. பவழத்தாலும், தங்கத்தாலும் கிளைகள் கொண்டு, வைரங்களாக மலரும் ஓர் அற்புதப் பூங்காவனம். ஒவ்வொரு மரமும் ஒவ்வொரு லோகம். அதன் மலர் அல்லது கனி பல வர்ணங்களில் பிரகாசிக்கும் வைர வைடூரியங்கள். கிளைகளிலிருந்து சுருண்டு தொங்கும் நாகசர்ப்பங்கள், கண்ணாடிகள் போல் பிரகாசிக்கும் மேல் தோலையுடைய பிரமாண்டமான விரியன்கள், விஷப்புகையைக் கக்கிக்கொண்டு திமிர்பிடித்தவை போல் சாவதானமாக நெளிகின்றன. பல பல வகையில் ஒளிவிட்டுக் கண்களைப் பறிக்கும் மணலில் அங்கங்கே உலகத்து ஜீவராசிகளின் எலும்புக் கூடுகள் பாதி புதையுண்டு கிடக்கின்றன.

குழந்தையை அழைத்து வந்த சித்தரின் பிரதிபிம்பங்கள் போல் அச்சு அசல் மாறாத உருவங்கள் ஒவ்வொரு மரத்தடியிலும் நிஷ்டையில் ஆழ்ந்து சலனமற்றிருக்கின்றன. அந்த இயற்கைக்கு விரோதமான உலகத்திலே, சுவையையும் பரிமளத்தையும் பெற்ற காற்று, உணவாகத் தவழ்ந்து கொண்டிருக்கிறது.

"தேவியைப் பார்" என்று இடி முழக்கமான குரல் ஒன்று கேட்டது. உடனே, அந்தப் புதிய உலகம் மறைந்தது.

பழைய இருட்டில், அந்தப் பாறைச் சுவரின் முகட்டில், ஒரு கன்னக் கனிந்த இருள் உருவம்.

அந்த இருளுக்கே ஒரு பிரகாசம் உண்டு போலும்!

அவள் தான் தேவி!

பிறந்த கோலத்திலே வாலைக் கனிவு குன்றாத கன்னி உருவம்!

உயர இருந்தாலும், குழந்தைக்கு ஒவ்வொரு அங்கமும் நன்றாகத் தெரிந்தது.

அசைவற்று நிற்கும் உருவத்தின் முகத்தில் ஒரு புன்னகை! கொடூரமான, உயிரைக் கொல்லக்கூடிய - ஆனால், உடலில் உணர்ச்சி வேட்கையைப் பெருக்கக் கூடிய புன்னகை!

குழந்தை அவளையே நோக்கிக் கொண்டிருந்தது. வைத்த கண் எடுக்காமல் நோக்கிக் கொண்டிருந்தது.

மெதுவாகக் 'கருப்பாயி' என்ற வார்த்தை அதன் வாயிலிருந்து வெளிப்பட்டது.

சப்த உலகங்களும் மோதுவனபோல் ஒரு பேரிடி. உருவம் இரு கூறாகப் பிளந்து மறைந்தது. பாறைச் சுவர்கள் கவிழ்ந்து விழுந்தன. ஆயிரம் மின்னல்கள் குழந்தையின் நெஞ்சில் பாய்ந்தன.

ஒரே இருட்டு.

தலைமைக்காரத் தேவரின் குழந்தை கருகிக் கரிக்கட்டையாகச் சுனையில் மிதப்பதை மாட்டுக்காரப் பையன்கள் கண்டு, ஊராருக்குத் தெரிவித்தார்கள்.

மணிக்கொடி, 14-04-1935

6.கோபாலபுரம்

கோபாலபுரம் ஒரு சிற்றூர்.

சிறிது இடிந்த சிவன் கோயிலின் கோபுரம் ஊரின் கீழ்ப்புறத்திலிருக்கும் மாந்தோப்பின் மீது ரஸ்தாவின் திருப்பத்திலிருந்து பார்த்தால் தெரியும். சாயங்காலத்தில், அதாவது அஸ்தமிக்கும் செங்கோளமான சூரியனின் கிரணங்கள் மொட்டைக் கோபுரத்தின் மீதும் மாந்தோப்பின் மீதும் விழுந்து பளபளக்கும் சமயத்தில், நான் ஏன் சைத்திரிகனாகப்

பிறந்திருக்கக்கூடாது என்று படும்.

ஊருக்கும் அந்த ரஸ்தாவுக்கும் ஏறக்குறைய அரை மைல் தூரம் இருக்கும். கோபுரத்தைத் தவிர அங்கு மனித வாழ்வின் சின்னங்களைக் காண்பதே அருமை. தூரத்து மைதானத்தில் இரண்டு மூன்று எருமையோ, ஆட்டுக்குட்டியோ, மேய்வதைப் பார்ப்பதும், மாட்டுக்காரனின் குரல் கேட்பதும் விதிவிலக்கு.

வாழ்க்கையில் கசப்புற்றவர்களுக்கும், தனிமை என்றும் காதல் என்றும் அழகு என்றும் அர்த்தமில்லாமல் பேசும் கவிஞர்களுக்கும் அவ்விடத்தில் மன நிம்மதி கிடைக்கும்.

நானும் அவ்வூரில் தங்கியவன் தான். அதாவது ஒரு காலத்தில் என்னை அவ்வூர்க்காரர்கள் தெரிந்து கொள்ளுவார்கள். ஆனால் இப்பொழுது...

அது பெருங்கதை.

மனிதன் தெய்வ சிருஷ்டியின் சிகரம் என்பது சாஸ்திரக்காரரும் விஞ்ஞானிகளும் ஏகோபித்துப் பாடும் முடிவு.

நான் கவனித்தவரை, அந்த மாதிரிக் கேவலமான சிருஷ்டியைப் படைத்த பிறகு, கடவுளுக்கு உணர்ச்சி ஏதாவது இருந்தால் வெட்கத்தினால் தூக்குப் போட்டுக் கொண்டிருக்க வேண்டும் என்று தான் கூறுவேன்.

மனிதனாவது! கடவுளாவது! சீச்சீ! சுத்த அபத்தம்! இதில் தெய்வம் தன்னை வழிபட வேண்டும் என்று மனிதனை எதிர் பார்க்கிறதே அதைப்போல் முட்டாள்தனம் வேறு உண்டா? நான் மட்டும் கடவுளாக இருந்தால், கட்டாயம் இந்தச் சிருஷ்டித் தொழிலை நெடுங்காலத்திற்கு முன்பே விட்டுவிட்டுத் தூக்குப் போட்டுக் கொண்டிருப்பேன்.

என்ன மனிதன், சீ!

அன்றைக்கு நடந்தது எல்லாம் நேற்று நடந்த மாதிரி இருக்கிறது.

அதற்கு முன்பு கோபாலபுரம் என்னமாய் இருந்தது!

லக்ஷ்மி ஒருத்தியே போதுமே ஊர் நிறைந்தாற்போல் இருக்க! சாயங்காலத்திலே சிவன் கோயில் கிணற்றில் ஜலமெடுக்க வரும் போது தமிழ்ப் பெண்மையின் இலட்சியம்... சீச்சீ, அவளும் நாற்றமெடுக்கும் தசைக்கூட்டந்தானே! பெண்மையாவது இலட்சியமாவது! அவள் என்ன செய்வாள்?... எப்பொழுதும் சிரித்த கண்கள், புன்னகை ஒளிந்த அதரங்கள். பண்ணை ஐயரின் மகள் என்றால் கவலை என்னத்திற்கிருக்கிறது? மாமரத்து மோட்டுக்

கிளைக்குயில்கள்போல் குதூகலமாக இருந்தாள். குயில்களுக்குத் தம் மோகனக் குரல் - இன்பத்தால் மற்றவரைத் துன்பப்படுத்துவது தெரியுமா? அப்படித்தான் அவளுக்கும். வாழ்க்கை, இன்பம் என்ற பெருங்களியாட்டமாகச் சென்றது.

அப்பொழுது நான் அங்கே போய்த் தொலைந்தேன். வேறு எந்த ஊராவது என் மனத்தில் தோன்றக் கூடாதா? எவனோ ஒரு முட்டாள், "வாழ்க்கை இன்பத்தின் சிகரத்தை அனுபவிக்க வேண்டுமானால் திருநெல்வேலி ஜில்லாவில் தாமிரவருணிக் கரையிலிருக்கும் சிற்றூர்களில் தங்க வேண்டும். அதிலும் முக்கியமாகக் கோபாலபுரத்தில் வாழ வேண்டும்" என்று எழுதிவைத்தான். நானும் முட்டாள்தனமாக அங்கே சென்றேன். போன ஒரு மாசம், கொஞ்சங்கூடத் தலைகால் தெரியவில்லை. கோபாலபுரம் மோட்சமாக இருந்தது. கோபாலபுரம்... அப்பப்பா, அதை நினைக்கும் பொழுதே... சீச்சீ! என்ன முட்டாள்தனம்!...

பண்ணை ஐயரைப் போல சிநேகத்திற்கு நல்ல மனிதர் கிடையாது அவருடன் பேசிக்கொண்டிருந்தால் என்ன சுவாரஸ்யம்! ஆனால், ஒவ்வொரு மனிதனிலும் ஒரு பேய் ஒளிந்து கொண்டிருக்கிறது என்பது சுவாரஸ்யமாகப் பேசிக்கொண்டிருக்கும் பொழுது தெரியுமா? எவனொருவனைக் கீறினாலும் இரத்தந்தான் வரும், உள்ளிருக்கும் தீமையைக் காண்பிக்கும் சிவப்பு வெளிச்சம் மாதிரி! மனிதன், அதற்கப்புறம் அவன் சுவாரஸ்யமாகப் புளுகும் விதி, அதைப் பற்றி அதிகமாகக் கூறவேண்டுமானால், பைத்தியக்கார ஆஸ்பத்திரிக்குச் சரியான வேதாந்தம். அதிலிருந்துதான் அம்மாதிரியான அசட்டுத்தனம் வர முடியும். மனிதனுக்கும் தெய்வத்திற்கும் என்ன சம்பந்தம்? விதியாம் விதி!

நான் உட்கார்ந்து எழுதும் அறையிலிருந்து பார்த்தால் லக்ஷ்மி ஜலமெடுக்கப் போவது தெரியும். அவளது களங்கமற்ற சிரிப்பு உள்ளத்தை எவ்வாறு தீய்த்தது என்று யாருக்குத் தெரியும்? நான் மனிதன், கண்டவிடத்தில் எனது உள்ளத்தின் கொதிப்பைத் திறந்து காண்பிக்க முடியும்? அதிலும் லக்ஷ்மியிடம்? மனிதனும் குரங்கு தான். எதை எடுத்தாலும் பிய்த்து முகரத்தான் தெரியும்.

அவள் எனது இலட்சியம். வேறு ஒருவனைக் கலியாணம் செய்து கொண்டு அவனைக் காதலித்திருப்பவளைக் காதலிக்க எனக்கு உரிமையுண்டா? உணர்ச்சி, உரிமையைத்தான் கவனிக்கிற தாக்கும்! நட்சத்திரம் வேண்டுமென்று அழுகிற குழந்தைக்கு எதைக் கொடுத்து ஆற்ற முடியும்?

எனது காதல் பாபம். எனக்கும் தெரியத்தான் செய்யும். ஆனால் இம்மாதிரியான பாபங்கள் எத்தனை வேண்டுமானாலும் செய்யலாம், செய்யவேண்டும்! பாபந்தான் மனிதனது உடலைப் புனிதமாக்குகிறது.

மனிதன்... அவனைப் போல் அசட்டுத்தனமான பிரகிருதிகள் கிடையா. மனிதன் புழு!

அவளுக்கு என் உள்ளத்து எரிமலையின் கொந்தளிப்புத் தெரியாது.

கோபாலபுர மோகத்தில் நாவல் எழுத வேண்டும் என்ற பைத்தியம் பிடித்தது. கோபாலபுரத்தில் வாழ்க்கையைச் சித்தரிப்பது இலக்கியத்தின் வெற்றி என்று நினைத்தேன். படமும் படிப்படியாக வளர ஆரம்பித்தது. அதில் லக்ஷ்மியும் இடம்பெற்றது அதிசயமன்று. சன்னலிலிருந்து பார்க்கும்பொழுது லக்ஷ்மியின் களங்கமற்ற சிரிப்பு எனது நாவலின் வளர்ச்சிக்கு ஊக்கமளித்தது.

அன்று தீபாவளிக்கு முதல் நாள். அவளுடைய புருஷனும் பட்டணத்திலிருந்து வந்திருந்தான். பண்ணையார் வீட்டில் ஏகத் தடபுடல் என்று நான் சொல்ல வேண்டுமா? மறுநாள் இந்தப் புழுக்களின் தன்மையைக் காண்பிக்கும் நாள் என்று யார் கண்டார்கள்?

மத்தியானம் நான் அவர்கள் வீட்டிற்குள் போனேன். வாசற்படியில் ஏறினதும் எனக்கு என்னமோ ஒரு மாதிரியாக இருந்தது. எல்லோரும் கூடத்தில் உட்கார்ந்திருந்தார்கள். பண்ணையார் ஒரு நாற்காலியில் உட்கார்ந்திருந்தார். எதிரில் ஒரு ஷோபாவில் லக்ஷ்மியும் அவள் கணவனும் உட்கார்ந்திருந்தார்கள். மூவருக்கும் எதிரில் அவள் தம்பி சுந்து, பெரிய மனிதன்போல் உட்கார்ந்திருந்தான். லக்ஷ்மியின் முகம் குன்றிப்போய் வெளிறியிருந்தது. அவள் கணவன் சித்திரப்பதுமை மாதிரி திருதிருவென்று விழித்துக் கொண்டிருந்தான். "அம்பி அவரிடம் ஒரு கடிதம் கொடுத்தான். உமது மேஜையில் இருந்ததாம். அதை எழுதியது நீர்தானா பாரும்!" என்றார் பண்ணையார். எனது மனம் களங்கமற்றிருந்தால்தானே! கடிதம் நான் தான் எழுதினது. ஆனால் அது எனது நாவலின் ஒரு பகுதி. அப்படிச் சொன்னால் நம்புவார்களா? அவள் பெயரும் லக்ஷ்மி. நானும் என்னால் இயன்றவரை சொன்னேன். மனம் களங்கமாக இருக்கும் பொழுது என்னதான் சொல்ல முடியும்? எனக்குச் சுந்துவின் மீது கோபம் வந்தது. ஆனால் பண்ணையாருக்கும் அவருடைய மாப்பிள்ளைக்கும் லக்ஷ்மியின் மீது சந்தேகம். என் முன்பே நாக்கில் நரம்பில்லாமல் பேசினார்கள். கண்கள் எரிக்குமானால் அவள் என்னை அன்று தீய்த்துவிட்டிருப்பாள். என் மனம் அவளை நோக்கித் தகித்தது. அவள் உள்ளம் எனது செய்கையின் மீது கனன்றது. அவள் மீது அபவாதம்! காரணம் நான்! - அதாவது ஓரளவில் நான்!

மறுநாள் அவள் பிரேதம் கிணற்றில் மிதந்தது. அவளது அசட்டுத்தனம்.

பிறகு அங்கிருக்க முடியுமா? உலகமே எனக்கு எரிமலையாக இருக்கிறதே! ஓரிடத்திலும் தலைவைத்துத் தூங்க முடியவில்லை. மறுபடியும் வந்தாகிவிட்டது.

கோபாலபுரத்துக் கோபுரம் மாந்தோப்பிற்கு மேல் தெரிகிறது. ஊருக்குள் போக முடியுமா? அவளுடைய எண்ணம், மனம், எல்லாம் உடலைப்போல் மறைந்தன. நான் மட்டும் ஏன்

பேய் போல் அலைய வேண்டும்? அதுதான் விதி என்று சமாதானப்பட்டுக் கொள்ள வேண்டிய விஷயமாம். மனிதன், விதி, தெய்வம்; தள்ளு - வெறும் குப்பை, புழு, கனவுகள்!

கோபாலபுரம்! இப்பொழுது பெயரைக் கேட்டாலே நடுங்குகிறதே! மறக்க முடியாத மனத்தின் பாறாங்கல் கோபாலபுரம்.

ஊழியன், 25-01-1935

7.இலக்கிய மம்ம நாயனார் புராணம்

திரு அவதாரப் படலம்

குனா - சுனா என்ற குகலூர் சுபலெக்ஷண சாஸ்திரிகள் என்ற, காண்டமிருகம் என்ற, ஞானப்பிரியன் என்ற, கட்டத் தொடப்பம் என்ற, கருவாடு என்ற, காரிய ஆசான் என்ற, கருவூரார் என்ற, சாளிக்கிராமம் என்ற, சம்புரோக்ஷணம் என்ற, சீமந்தம் என்ற, சீதாலெஷ்மி என்ற, சுகர் என்ற, சூறாவளி என்ற, டப்பி என்ற, டமாரம் என்ற, டுமீல் என்ற, நாபி என்ற, ஞாபகம் என்ற, ஞி என்ற, ஙப்போல் என்ற, நரி விருத்திரையார் என்ற, நீலி வசீகரம் என்ற* இலக்கிய மம்மா, 'யாதும் ஊரே யாவரும் கேளிர்' என்ற பழைய பண்பாடும், பிறர் பர்ஸ் எமதே என்ற பெருநோக்கும் நம் சொல் என்றும் பொய்யே என்ற இலட்சியமும் பெற்ற கருவிலே திருவுடைய பெரியார்.

(* மெய் பதினெட்டுடன் மேலேறிய உயிர் அத்தனையும் சேர்ந்து எத்தனை எழுத்துக்கள் தமிழில் உண்டோ அத்தனையும் ஒன்றேனும் தன்னை விட்டுவிட்டாரே என மனக்குறைபடாமல் சந்தோஷிக்கச் செய்யும் புனைப்பெயர் சாகரமாய் விளங்கும் நமது இலக்கிய மம்மாவின் புனைபெயர் பட்டியல் அனைத்தும் அறிய விரும்புகிறவர்கள் அரையணா ஸ்டாம்பு அனுப்பிப் பெற்றுக் கொள்ளலாம். சொற்பப் பிரதிகளே கைவசம் என்பதை வாசகர்கள் உய்த்துணர்க.)

அவர் பிறந்த ஊர் அனாமத்துப்பட்டி என்பது. அந்தப் பட்டியிலே ஓர் ஆயிரக்கால் மண்டபம் உண்டு. அந்த ஆயிரக்கால் மண்டபத்தில் ஆயிரம் வௌவால்களும் இலக்கிய மம்மாவின் இகலோக பெற்றோர்களும் நாளொரு மேனியும் பொழுதொரு வண்ணமுமாக நாற்பதாட்டைப் பிராயத்தைக் கடந்துவிட்டார்கள். அதாவது அந்த அம்மாவுக்கு நாற்பது வயது ஆகிவிட்டது. அப்பனார் கவலைக்கிடமாயினர். இவர் செயலால் அல்லாமல், இறைவன் திருவருளால் ஒரு வௌவாலானது ஓர் இரவு திவ்ய கலியாண குணங்கள் சகலமும் பொருந்திய ஒரு யௌவனனாக சொப்பனத்தில் தோன்றி, "யாம் நும் திருவுதரத்திலே குடிபுகுந்து, உலகத்தை உய்விப்பான் வேண்டி இலக்கிய மம்மாவாக

உதிக்கப் போகிறோம்" என்று அருளி மறைந்தார்.

பனித்துளிகள் மறைவதுபோலப் பத்து மாதங்கள் கழிந்தன; ஒரு நாள் சகல ராசிகளும் சகல கிரக மண்டலங்களும் ஒழுங்காக முறை பிசகாமல் நிலைநின்ற காலத்திலே இரவோ பகலோ என்று மயங்கு கருக்கலிலே ஆயிரக்கால் மண்டபத்து ஆயிரம் வௌவால்கள் இன்னிசையோடு இலக்கிய மம்ம நாயனார் இப்பூவுலகிலே திரு அவதாரம் செய்தார். ஊரார் உவப்பைத் தாங்க முடியாத உத்தமியும் உயர்குலத்துக் கணவனாரும் அனாமத்துப்பட்டியைவிட்டு அகலச் சென்றனர்.

தில்லை ஏகிய படலம்

புவிப்பொறை நீங்குவான் பொருட்டு புன்முறுவல் பூத்துக் குறுநடை பயின்று எளிர்க்கரம் தூக்கி மயிர்க்கூச்செறிய, பேசறிய பெரும் பேச்சுக்கள் பயின்று வளர்ந்து படித்து மேம்பாடுற்று, அறிவுக்கறிவாய்ப் பொய்யில் புலஸ்தியென மெய்யறியா மெய்யப்பனாகிப் பெற்றோர் தொடர சேர சோழ பாண்டிய முன்னாடுடைய முப்பதிகளையும் தரிசித்து திரை மறைவில் தன் பொய்யின் புலமையை விளக்கும், அருட்கடவுள் அமர்ந்த தில்லைநகர் நோக்கினர் இலக்கிய மம்ம நாயனார்.

திருமணப் படலம்

கோளரியைப் போல் இருள் கோளகற்றும் சூரிய பகவான் வானரங்கிலே நடம்புரிய, பெற்றோர் பின் தொடர, தில்லைவாழ் அந்தணருக்கும் அடியார்க்கும் அடியேன் என்ற அக்கிரகாரத்தின் வழியே பவனி வருவாராயினர்.

தில்லை முதுகுடி அந்தணாளர் ஒருவரும் அறிவுச் சீலருமான பிரஜாபத்திய கோத்திரம், சும்பண்ண சூத்ர, அபான பிரணவசர்மன் புதல்வனாம் முஷ்ணமூர்த்தி, இலக்கிய மம்ம நாயனாரைக் கண்டவுடன் களிகூர்ந்து மெய்சிலிர்க்க, கண்ணீர் மல்கி இருகரம் கூப்பி தெரு அவதாரம் செய்து, அவசரத்தில் அப்பிரதக்ஷணமாய் வந்து அடி பணிந்து, "தேவரீர்! என் உயிருக்குயிராய் யானே பெற்றெடுத்த அத்தனை லக்ஷணமும் அங்கனே பொருந்திய அம்மி நாச்சியாரைத் திருமணம் செய்து எம்மை உய்விக்க வேண்டுவான் பணிகின்றேன்" என அஞ்சலி செய்து நிற்பாராயினர்.

இலக்கிய மம்ம நாயனார் திருக்கண்சாத்தி, "யாம் அவ்வாறே செய்வோம்" என்று திருவீதியைப் புறக்கணித்துத் திருத்திண்ணைக் குறட்டேறி ஆணியிட்ட அஞ்சறைப் பெட்டி மாதிரி அமர்வாராயினர். உடன் வந்த பெற்றோரும் உகப்பின் மிகுதியால் உடன் தொடர்ந்து உயர் திண்ணையேறி உட்கார்ந்திருந்தனர்.

இலக்கிய மம்ம நாயனாரின் திருமண மகோற்சவத்தை எம்போல்வர் எடுத்து ஓதுதல் எளிதோ எனினும் 'ஆசையுற்று அறையலுற்றேன். காசில் கொற்றத்து* (* காசில்லாத அரசாட்சி) கவின்பலர் நாயனார் விழாவை.' உதயாதி சூரியன் உச்சிப் போதை எட்டுதற்குச் சற்று முன்பாக உதயாதி நாழிகையிலே அருகில் நீத்து, அழுக்குடை ஆடை புனைந்து ஆயிஅம் வௌவால்கள் நறுமணம் கமழ பல்லின் சீதம் பத்துக் காதம் பரிமளிக்க சொல்லெடுக்கு முன்னே சுற்றியிருந்தோர் வெகுள, ஆகாச கங்கையை நினைத்து ஆறு தடவை வலம் வந்து உடல் தேய்த்து நீராடி புத்தாடை புனைந்த பலன் இதற்குள் அடங்கிற்றே உலகத்தீர் அறியீரோ என அருள் மொழி புகன்று மணப்பந்தல் நோக்கி மத்தகஜம் போலவும் சித்தசன் தானேயெனவும் இறுமாந்து இருவாரத் தாடியை இனிது கோதி கண்ணழுக்கை வலச் சுண்டுவிரலால் அப்படியே எடுத்து நெற்றியிலே ஜவ்வாதெனயிட்டு உலகத்தீரே எம்மைக் கண்டு உய்மின் உய்மின் என்று உபதேசித்தவண்ணம் மணவறையேறி மாதினியாள் பக்கம் மன்னவன் போல் அமர்ந்தார்.

அம்மி நாச்சியாரும் அருகிலிருந்த அழகனை நோக்கினாள். அவனும் நோக்கினான். இருவரும் மாறிப் புக்கு இதயம் எய்தினார். இனித் திருமாங்கல்யம் என்ற திருபுச் சொல் எதற்கு என்ற உசா எழுப்பி உடனிருந்த மங்கையை இடம்பெயரச்செய்து கடிதகன்று கட்டிலேறி, "அடிப்பெண்ணே! என் மனதுக்கினிய கண்ணே! என்னிடம் நீ எதிர்பார்ப்பது இல்லை. உன்னிடம் ஊரார் (பொதுவாக) எதிர்பார்ப்பதுண்டோ " யென அரும்பு புன்னகையை அருளி ஆவலாய் நின்றார்.

அம்மி நாச்சியாரும் அரும்கொங்கையை அரவணித்து, "ஆருயிர்த் துரையே! அவதார புருடா! ஆயிர வௌவால்களின் அநந்த நேத்ர தீக்ஷண்ய சுயம்புவே! நீவீர் இலக்கியம் தளிர்க்க இடக்கையில் புத்தகமும் வலக்கையில் பேனாவும் ஏந்தி சிருட்டித் தொழில் புரிக. யானோ அத்தினிப் பெண் ஆகையினாலே அடியாளுக்குத் தங்கள் இடர்ப்பாடு இன்னல் விளைவிப்பதன்று" என இனிது மொழிந்து இலக்கிய மம்ம நாயனாரை இனிது தேற்றினாள்.

கடைத்தேறு படலம்

இனிமேல் இலக்கிய சிருட்டிகள் புனைவான்வேண்டி இவ்வுலகில் அவதரித்த எம்மிறைவன் எம்போலியனாய், எம்மில் பெரியனாய், எம்மில் சிறியனாய், ஏகக் கலைஞனாய் ஏமகூட நகரத்தை வந்தடைந்தார்.

அங்காடிகளை வலம் வந்தார். அந்தணாளர்தம் தெருக் கண்டார். சீர்பெறு சிரேட்டிகள் மனை கண்டார். மனம் கொண்டார். இலக்கியம் பிறக்க யென அருள்மொழி புகன்றார். ஆயிர ஆயிரமாகப் பக்த கோடிகள் குழுமினர், கொண்டாடினர். மண்டலத்தில் இவனைப் போல் உண்டோ என்றனர். கண்டெடுத்த தவப்பயனே என்றனர். பொய்யடிமைப் புலவனே

என்றனர். பூவுலகறியாப் பாடைகள் அறியும் புனிதனே என்றனர்.

ஏமகூடம் சேமகூடம் ஆகும் என்று செம்மாந்திருந்தார். இன்னோரன்ன பிறரும் இவருக்குத் திருமேனி திருநீழல் அடைவான் வேண்டி அவிசார சதுக்கத்திலே அமங்கல வீதியிலே காரையும் கூரையும் சேர்ந்த கவின்பெறும் மாளிகை ஒன்றை வரித்து வாடகை இருத்து வனிதையும் வார்த்தையின் மன்னவனும் வாழ்வு நடத்துமாறு சங்கல்பித்தனர்.

இலக்கிய சிருட்டியிலே இடையறா மோகம் கொண்ட இலக்கிய மம்ம நாயனார், "யான் பெறு இன்பம் பெறுக இவ்வையகம் என"க் கடைவாசல் திறந்து கருத்து அழுமுனையிலே இருத்தி நித்திய தரித்திரம் பண்ணுவாராயினர். அம்மி நாச்சியாரும் அருள்மொழி தேவன் மனமறிந்து மனம் கோணாது வையம் இன்புறுவான் வேண்டி இல்வாழ்க்கையெனும் இயல்புடையான் சகடத்தை வந்தார், சென்றார், வரவிருந்தார் அனைவரும் அழைத்து அடவு செய்து அனுப்பி வைத்தார்.

உலகம் இலக்கியம் பெற்றது இன்புற்றது என்னே! என்னே!!

அரையான் சீற்றப் படலம்

ஏமகூட நகரத்திலே இறுமாந்து வீற்றிருந்து இலக்கிய சேவை புரியும் மம்ம நாயனார் மாண்புகள் கண்டு மனம் பொறாது கொதித்துக் கோபங்கொண்டு குலோத்துங்க பாண்டிய சோழன் கிங்கிலியர் பலரைச் சங்கிலி எடுத்துச் சென்று மங்கிலியமணிந்த மனையாட்டியோடு இழுத்து வருமாறு கடாவினார்.

'யாமார்க்கும் குடியல்லோம் நமனையஞ்சோம்' என்ற பொன் மொழியின் அவத்தன்மை உலகம் அறிந்து உய்யுமாறு மம்ம நாயனார் இடியேறுபட்ட பிடிசோறு போலவும், வடிவாய் மழுங்கி நடமாடி நின்று, திடமாகு மங்கை குடமாகு கொங்கை மடிசஞ்சி போலத் தூங்கும் நிலையறிந்து, அரையனே போற்றி; அமலனே போற்றி, அவனி முழுவதும் ஆண்ட அருள் வள்ளலே போற்றியென பா இசைத்து அஞ்சலி செய்து கஞ்சுகம் கட்டிய காவலர் நெஞ்சம் தெளிவுற ஆடிப்பா அஞ்சலி செய்து நின்றார்.

மங்கையொரு பாகன் திருவருளாலும், மானிலக் கிழத்தியின் தவப்பயனாலும் இலக்கியம் செய்த பேரறத்தாலும் மம்ம நாயனார் மண்டை கபாலமாகாமல் தப்பிற்று.

வைசும்ப நகரேகு படலம்

ஏம கூடத்திலே இனி ஒரு கணமும் தங்கோம் எனச் சூளுரை கூவி மங்கையை அழைத்துச் சங்கையை விடுத்து அங்கையை வீசி வைசும்ப நகர் என்ற பல்லவ ராஜ்யத்தின் தொல்லைத் தலைநகருக்கு வந்திருந்தார்.

கடாரத்திலும் சாவகத்திலும் பௌத்த பீடகம் ஒன்றைத் தேடிச் சென்ற மருள் ஒளி சிரேட்டி என்பார் தம் வாழ்நாள் முழுதும் காணாத பீடகத்தைக் கண்டு தெளிவதிலே கழிந்து போயிற்றே என்று அவலமுற்று உள்ளொழிந்து தெருவீதி உலாப் போந்த சமயத்தில் மம்ம நாயனாரின் திவ்ய தரிசனம் கண்டு அஞ்சலி செய்து "பீடகப் பெருமை பீடுற்றறிந்த பெம்மானே! பிறவிக் குகையில் உட்கார்ந்த சோதியே சுடரே! வைசும்ப நகரத்தின் வைகறையே நான் கடைத்தேறத்திருக்கண் சாத்த வேண்டும்" எனப் புகன்று நின்றார்.

"அப்படியே செய்வோம் அமுதுபடி நல்க" யென மம்ம நாயனார் ஆக்ஞாபிக்கச் சிரேட்டியும் அரிசி நீக்கி உமி அனுப்பி அருள்மொழி தேவன் பசியாற வேண்டுமென பணிந்து நின்றான்.

அன்னாரும் உமியை உடன்போன்ற மாட்டுக்காரனுக்கு விற்று அவன் இருந்த செல்லாச் சல்லி கொண்டு குழல் பந்தனம் செய்து கூறும் அருள் கொழிக்கும் கொக்கிற்கு பஸ்பத்தைக் குழலில் இட்டு உள்ளங்கை கொண்டு கவிழ்த்து பிரமனின் நெற்றியிலே பிறந்தவராதலாலே உள்ளங்கை அக்கினியிலே குழல் பஸ்பத்தைக் குளிர்வித்து புகை எழுப்பி வாசியைக் கட்டி முஷ்டியைத் தமது இல்லா இடத்தில் அமைத்து யோக நிஷ்டையில் அமர்ந்தார்.

சிரேட்டியும் நித்தம் ஒருமுறை உத்தமரை வலம் வந்து அபான பிரணவத்தின் அரிய மகிமையை உணர்ந்து உலகிலே பல கோடி காலம் வாழ்வானாயினன்.

வைசும்ப நகரமும் வகை வகையாம் திறந்தெளிக்கும் தேவாதி தேவன் திருக்கழல் வணங்கி தீட்சை பெற்று தேவியின் அருளும் பெற்று ஆனந்தம் பெற்று வாழ்வும் சீலமும் சிறக்க நிலைநின்று நீடு வாழ்வாராயினர்.

இது நாரதன் வைசம்பாயனருக்குச் சொல்ல, வைசம்பாயனர் வாமனுக்குச் சொல்ல, வாமனன் வேகவதிக் கரையிலே தவம் செய்கின்ற கொக்குக்குச் சொல்ல, கொக்கு வைசும்ப நகரத்திலே மம்ம நாயனார் மணிக்கழல் வணங்க, ஒரு கூறுகத்திக் கிளையிலே குற்றிருந்து குவலயம் கேட்க மம்ம நாயனாரின் மாண்புகள் விரித்து நிற்கையிலே அன்னாரின் அமிசங்களிலே ஒன்றான சூறாவளி நாயனான் என்ற நாயேன் கேட்டிருந்த நாட்டம் கோணாமல் வீட்டில் இவர்ந்து தீட்டி வைத்தேன். சுபமஸ்து.

இதை பாடியோர், கேட்டோர், கேட்டோரைக் கண்டோர், கண்டோரைப் பார்த்தோர் யாவரும் மம்ம நாயனார் அருள் பெற்று நீடூழி நிலவுலகம் சிரிக்க வாழ்வார்.

மங்களம்

‘சித்தி’, தொகுப்பு - 1955

8.‘இந்தப் பாவி’

காதல் கவிதை என்றால் கோமதிநாயகம் பிள்ளைக்கு அளவு கடந்த பிரியம். காதல் கவிதையிலும் இளங்காதலர்கள் இதயம் ஒத்துக் காதலித்தலும், பின்பு பெற்றோர் அவர்களைப் பிரித்தலும், பிரிவு மரணத்தில் மாட்டுவித்தலுமே அவர் இவ்வவனியில் இன்பத்துடன் வாசிக்க விரும்பும் கவிதை. ஷேக்ஸ்பியரின் ‘ரோமியோவும் ஜுலியட்டும்’ என்றால் அவருக்கு வேறொன்றும் வேண்டியதில்லை; கம்பராமாயணத்தில் மதனின் மலர்ப்பாணங்களால் தாக்கப்பட்டு இராமனும் சீதையும் ஒருவரையொருவர் நினைந்து ‘மனக்கோட்டை’ கட்டுகிறார்களே, அஃதென்றால் அவர் மனத்தைப் பறிகொடுத்துவிடுவார்.

"ஓங்குமரக் காட்டி னுள்ளிருந்து தூங்காமல்

தூங்கு சப்ரமஞ்சமித்தை தூங்கும் நவரசத்தேன்."

"வித்உருமம் தன்னை உந்தன் மெல்லிதழ் என்றால் இதிலே

முத்தம் கிடைக்கும் அதில் முத்தம் கிடையாதே."

என்ற வரிகளை அடிக்கடி பாடுவார். "ஆஹா! சுப்ரதீபக் கவிராயரின் கவிதா சக்தியை என்னவென்று சொல்லுவது" என்று சொல்லிக் கொண்டு புகழ்மாலைகள் பல புலவருக்குப் புனைவார்.

கோமதிநாயகம் பிள்ளையிடத்து மாணவர்கள் பேரன்பு பூண்டவராயிருந்தனர். அவர் சொல்லை வேதவாக்கென மதித்தனர். அவர் விரும்பா மாணவனும் கிடையாது. அவரை விரும்பா மாணவனும் கிடையாது. கோமதிநாயகம் பிள்ளை வார்த்தைக்கு ஆசிரியர்களிடத்திலும் மாணவர்களிடத்திலும் ஒரு தனிப்பெருமை உண்டு.

‘ரோமியோவும் ஜுலியட்டும்’ என்ற நாடகம் எங்களுக்குப் பாடப்புத்தகமாக வைக்கப்பட்டிருந்தது.

"அந்நிலையில்லா அம்புலியின்மீதா தாங்கள் ஆணையிடுகின்றீர்கள்? தங்களுடைய காதலும் அவ்விதம் போய்விடக் கூடாதே" என்று ஜுலியட் திங்கள் மீது ஆணையிட்டுத் தனது காதலை வெளிப்படுத்திய தன் காதலனுக்குச் சொன்ன வாக்கியங்களை வாசித்ததும் பரவசமடைந்தார் எங்கள் ஆசிரியர். சிறிது நேரம் அப்படியே ஸ்தம்பித்துவிட்டார். அவரது அகக்கண் முன்னே ஒரு பெரிய நாடகம் நடைபெறுகின்றதென்பதை நாங்கள் அறிந்தோம். "எனது வாழ்க்கையில் என் கண்ணால் கண்ட, என் நண்பரொருவர் அனுபவித்த காதலின்

நிகழ்ச்சியொன்றுள்ளது. அதை செவியுற்ற எவரும் எளிதில் மறந்துவிட முடியாது. இந்நாடகத்தை வாசிக்கும் பொழுது அச்சம்பவம் என் நினைவுக்கு வந்தது. இன்று நேரமாகி விட்டதால் நாளைக்குச் சொல்லுகிறேன். இருந்து எல்லோரும் கேட்பதாயிருந்தால் எனக்கு ஆக்ஷேபணையில்லை" என்று மறுபடியும் தன்னைச் சரிபடுத்திக்கொண்டு பேச ஆரம்பித்தார்.

மாணவர்கள் எல்லோரும் கேட்க ஆவலுள்ளவர்களாகயிருந்தார்களென்பதை அறிந்த கோமதிநாயகம் பிள்ளை கதையை ஆரம்பித்தார்.

2

"சிவந்திப்பட்டி தமிழ்மணங்கமழும் பொருணையாற்றங்கரை மேலுள்ள ஒரு குக்கிராமம். முந்நூறு வீடுகளுக்கு மேல் இருக்காது. கிராமவாசிகள் எல்லோருமே ஹிந்துக்கள். புராதனமான பாண்டிய அரசனால் கட்டப்பட்ட கோவில் ஒன்று இருக்கிறது. தமிழர் நாகரிகத்தையும், சிற்பத் திறமையையும் காட்டக்கூடிய கற்சிலைகள் பல உள. சிரங்களாலாய மலையைக் கரங்களில் தாங்கி நடனம் புரியும் வீரபத்திரனுடைய சிலையைப் பார்த்த எவருமே மறக்க முடியாது. அதிகம் சொல்வானேன்? இயற்கையெழில் அனைத்தும் செயற்கையழகு முழுவதும் படைத்த ஒரு கிராமம்.

"இராமலிங்கம் பிள்ளை அக்கிராமத்தின் பண்ணையார்; பெருநிதி படைத்த பிரபு. அவருடைய குமாரன் தான் எனது நண்பன்; நான் சொல்லப்போகும் சம்பவத்தின் முக்கிய கதாநாயகன். நானும் பூர்ணலிங்கமும் கலாசாலை நண்பர்கள். எங்கள் இருவருக்கும் ஒருவர்மேல் ஒருவருக்கிருந்த வாத்ஸல்யம் வேறு எந்த இரண்டு நண்பர்களிடத்திலும் நான் பார்த்ததில்லை. பூர்ணலிங்கம் கலாசாலையில் பல துறைகளிலும் பிரகாசித்தான். சீரிய நடையும் உயரிய நோக்கமும் கொண்டவன். கூர்மையான அறிவும் நேர்மையான கொள்கையும் படைத்தவன்; ஒரு சுந்தர புருஷன்.

"கலாசாலை முடிந்து கோடை விடுமுறைக்கு மாணவர்களும் மாணவிகளும் தத்தம் ஊருக்குப் பிரயாணமாயினர். நான் சென்னையில் எங்கள் மாமா வீட்டில் சில தினங்கள் தங்கிவிட்டுப் போகலாம் என நினைத்து பூரணலிங்கத்தை வழியனுப்பிவிட்டு சென்னையில் தங்கிவிட்டேன். சிவந்திப்பட்டிக்கு வருவதாக என் நண்பனிடம் வாக்களித்தேன். நான் கூடப் பிரயாணம் செய்யாமல் தனிமையாக (ஆனால் மற்ற நண்பர்களுடன் மட்டும்) பிரயாணம் செய்வது அவனுக்கு உற்சாகமூட்டவில்லை. இருந்தாலும் எனது மாமனாரின் மனவிருப்பத்தை எதிர்க்கக் கூடாது என்ற காரணத்தினாலேயே நாங்கள் இருவரும் ஒன்றாகப் போக முடியவில்லை.

"நல்ல நிலவு. ஆனந்தமாகப் பாடிக்கொண்டும் ஆடிக்கொண்டும் மாணவர் கோஷ்டி பிரயாணம் செய்து கொண்டிருந்தது. தத்தம் இல்லம் செல்லும் உற்சாகத்தினாலும், கூட்டமாகப் பிரயாணம் செய்யும் கோலாகலத்தினாலும், பிரயாணம் மிகவும் சுகமாயிருந்தது. ரயில் விழுப்புரத்தைக் கடந்து வந்துகொண்டிருந்தது. வழியில் பலர் இறங்கிவிட்டனர். மிஞ்சிய சிலரும் இராத்திரியைச் சிவராத்திரியாக்கி விடவேண்டுமென்றே முடிவு செய்துவிட்டனர். திடீரென்று பக்கத்திலிருக்கும் பெண்கள் வண்டியிலிருந்து கூக்குரல் கிளம்பிற்று. வண்டியோ வேகமாய்ப் போய்க்கொண்டிருந்தது. அடுத்த வண்டிக்குத் தாவிப் போகக்கூடிய தைரியம் ஒருவருக்கும் வரவில்லை. பெரும்பாலான ஜனங்கள் தூக்க அசதியிலிருந்தார்கள். பூர்ணலிங்கம் சட்டென்று அடுத்த வண்டிக்குத் தாவி வண்டிக்குள் நுழைந்துவிட்டான். அங்கு ஒரு முரடன் ஒரு இளம் பெண்ணின் கழுத்துச் சங்கிலியை அறுக்க முயற்சிக்கவும், அப்பெண் அவனிடமிருந்து தன்னை விடுவித்துக்கொள்ள முயலுவதையும் பார்த்தபொழுது கோபம் பொங்கி எழுந்தது. ஆள் வந்துவிட்டதனால் தனது கத்தியை உருவிப் பயமுறுத்திக் குதித்து ஓடிவிட எத்தனித்தான். ஆனால் பூர்ணலிங்கம் சிறிதும் அச்சமின்றி ஊக்கத்தைக் கைவிடாமல் திருடனைக் கட்டிப் பிடிக்கும் தருணத்தில் திருடன் கத்தியால் குத்தினான். குத்து தெய்வாதீனமாக இடது கையில் விழுந்தது. குத்தையும் பொருட்படுத்தாமல் பூர்ணலிங்கம் திருடனை இறுகக் கட்டிப் பிடித்துக்கொண்டான். "சங்கிலியை இழுங்கள், இழுங்கள்" என்று கூக்குரலிடவே அதற்குள் சங்கிலி இழுக்கப்பட்டு ரயிலும் நின்றுவிட்டது. உதவிக்கு ஆளும் போலீசும் வரவே திருடன் கட்டப்பட்டான்; திருடன் வஸ்திரம், பூரணலிங்கம் உடை, இளம்பெண்ணின் ஆடை எல்லாம் இரத்தமாயிருந்தது. இதற்குள் அந்நங்கை சித்த ஸ்வாதீனத்தை இழந்தாள். அடுத்த ஸ்டேஷனில் நங்கையும் பூர்ணலிங்கமும் இறக்கப்பட்டார்கள்; உதவிக்குச் சில மாணவர்களும் இருந்தனர். காலையில் மதுரையிலுள்ள நங்கையின் தந்தைக்குத் தந்தி கொடுக்கப்பட்டு, சாயங்காலமே தந்தையும் தாயும் வந்து சேர்ந்தனர். தனது புத்திரியைக் காப்பாற்றிய பூர்ணலிங்கத்தைத் தழுவிக்கொண்டார் பெண்ணின் பிதா. கைக்குத்தைப் பார்த்து அழுதார்; வீரத்தை மெச்சினார்.

"'அம்மா சாவித்திரி, நகைகளைப் பற்றி எனக்குத் துளிகூடக் கவலையில்லை. இந்நகைகளை அபகரிக்கும் ஆசையில் உனது உயிருக்கு உலைவைத்துவிடாமல் கடவுள் காப்பாற்றினது நமது பூர்வஜென்மப் புண்ணியம்தான்' என்று சொன்னார் சோமசுந்தரம் பிள்ளை.

"சாவித்திரி சென்னையில் பெண்கள் கல்லூரியில் ஒரு மாணவி. அவள் தந்தை சோமசுந்தரம் பிள்ளை மதுரையில் ஒரு பிரபல வியாபாரி. மிகவும் செல்வாக்கு உள்ளவர். இச்சம்பவத்துக்குப் பிறகு பூர்ணலிங்கம் அடிக்கடி சோமசுந்தரம் பிள்ளையின் வீட்டிற்குச் செல்வதுண்டு. பூர்ணலிங்கம் வீட்டிற்கும் சோமசுந்தரம் பிள்ளையின் குடும்பத்தார் வந்து

போய் அவர்களுக்குள் அன்னியோன்னியம் பெருகிற்று. 'கோமு, சாவித்திரி தங்கக்குணம். பெண் பிறந்தால் இப்படிப் பெண்ணன்றோ வேண்டும்!' என்று பல தடவைகள் பூர்ணலிங்கம் அன்னை சொல்ல நான் கேட்டிருக்கிறேன்.

"சென்னையில் பூர்ணலிங்கமும், சாவித்திரியும் ஒருவரையொருவர் அடிக்கடி சந்திப்பதுண்டு. ஒவ்வொரு ஞாயிற்றுக்கிழமைதோறும் கடற்கரையில் சந்தித்து சம்பாஷித்துக்கொண்டிருந்தனர். ஞாயிற்றுக்கிழமை தவறுவது எப்படி சாத்தியமில்லையோ, அதே போன்று அவர்கள் சந்திப்பும் இருந்து வந்தது.

"'வெண்மதியைப் பார்த்தனையோ? கடலின் கம்பீரத்தை நோக்கு. தூரத்திலே தோன்றும் முகிற் கூட்டங்கள் பரமானந்தத்துடன் பிரயாணம் செய்வது தெரிகிறதா? தோணியோட்டி பாடுவது கேட்கிறதா?' என்று பூர்ணலிங்கம் பேசுவதும், 'இயற்கையின் அழகே அழகு. அலைகள் ஒன்றோடொன்று கூடி விளையாடுவது எவ்வளவு நன்றாயிருக்கிறது பாருங்கள். அந்த அலையைப் பாருங்கள். எவ்வளவு பிரமாண்டமான அலை. கொஞ்சம் தள்ளிப் போய்விடுவோம். நம்மை மோதிவிடும்' என சாவித்திரி சொல்லுவதும் சகஜமாக இருந்தது.

"ஒருவருக்கொருவர் வாய்விட்டு சொல்லிக்கொள்ளாவிடினும், அவர்களுக்குள் காதல் இருந்து வந்தது! வளர்ந்து பெரிய விருக்ஷமாகியும்விட்டது.

"ஒரு ஞாயிற்றுக்கிழமை மாலை வெகு நேரம் வரை பூர்ணலிங்கம் கடற்கரையில் காத்திருந்தும் அன்று சாவித்திரி வரவில்லை. 'வராமலிருக்கக் காரணம் என்னவாயிருக்கலாம்? ஒரு வேளை கலாசாலை அதிகாரிகள் போகக்கூடாதென்று தடுத்திருப்பார்களோ; அதெப்படியிருக்க முடியும்? இருக்கக் கூடாதா? அப்படியானால் இதுவரைக்கும் அப்படியொன்றுமில்லையே? மதுரையிலிருந்து சாவித்திரியின் தந்தை வந்திருக்கலாம். வந்திருந்தால் என்னைப் பார்க்க வந்திருக்க வேண்டுமே? கலாசாலைக்குப் போய்விட்டு வரலாமா? அனுமதி கிடைக்குமோ, கிடைக்காதோ? ஊருக்குப் போயிருக்கலாமோ? இப்பொழுது ஊரில் என்ன? விடுமுறை ஒன்றும் இல்லையே? ஊருக்குப் போவதாயிருந்தால் எனக்குத் தெரிவிப்பாளே?' என்று நினைத்து ஒரு காரணம் கற்பிக்க வழி தெரியாமல் ஹாஸ்டலுக்குச் சென்றுவிட்டான். அன்றிரவு முழுவதும் பூர்ணலிங்கத்திற்குத் தூக்கம் வரவில்லை. ஒவ்வொரு நிமிடமும் ஒவ்வொரு பகைவன் போன்று இரவு பூராவும் ஓயாது போர் புரிந்து கொண்டிருந்தது. 'ஒரு காரணமும் இல்லையே, எப்படி வராமலிருக்க முடிந்தது? என்ன அதிசயமாயிருக்கிறது! என்மேல் வெறுப்புற்றனளோ, ஒருகாலுமிருக்காது. பின் என்ன?' இவ்விதம் விடியும் வரை சலிப்பின்றி யோசித்துக் கொண்டிருந்தான்.

"மறுநாள் மத்தியானம் பூர்ணலிங்கத்துக்குச் சாவித்திரியிடமிருந்து ஒரு கடிதம் வந்தது. சாவித்திரி எழுதியிருந்ததாவது:

என் மனதுக்குப் பிடிக்காத சிலர் சொன்ன அவதூறின் காரணமாகக் கலாசாலை அதிகாரிகள் வெளியில் போக எனக்கு அனுமதி மறுக்கின்றனர். என் தந்தைக்கு எழுதியிருக்கிறார்கள். அதைப் பற்றி ஒன்றுமில்லை; கவலையும் வேண்டுவதில்லை. கற்பு நிலை என்னவென்பது எனக்கு நன்கு தெரியும். பிறர் புகுத்திக் கற்பு நிலை ஓங்குவது அனுபவ சாத்தியமான காரியமன்று.

"கடிதத்தைப் பார்த்ததும் பூர்ணலிங்கத்தின் துக்கம் நெருப்பில் எண்ணெயிட்டது போலாயிற்று. உடம்புக்கு அசௌகரியமென்று மத்தியானம் ரஜா எடுத்துக்கொண்டான்.

"சில தினங்களில் சென்னைக்கு வந்த சோமசுந்தரம் பிள்ளை தனது புத்திரிக்கு எச்சரிக்கை செய்தார். 'மணம் முடியாத மங்கை தன்னையொத்த வாலிபனிடம் பழகுவது தகாத காரியமன்றோ? சமூகப் பழக்க வழக்கங்களுக்கு எதிரானதல்லவா?' என்று தன் புத்திரிக்கு உபதேசம் செய்தார். பூர்ணலிங்கத்தின் மேலுள்ள அன்பு மாறி வெறுப்பாயிற்று. இதற்கு முன்பு சென்னை வந்தபொழுதெல்லாம் பூர்ணலிங்கத்தைப் பார்த்துப் பேசிவிட்டுச் சென்ற சோமசுந்தரம் பிள்ளை இத்தடவை பார்க்காமல் போய்விட்டார். தந்தை வந்துபோன செய்தியும் தன்னைக் கண்டித்துப் போன வரலாறும் பூர்ணலிங்கத்துக்குத் தெரிவிக்கப்பட்டது.

"என்ன கொடுமையிது? எவ்விதம் அவ்விரு காதலர்களும் இதைச் சாதிக்க முடியும்? இடிவிழுந்தால்கூட மாண்டு ஒழிந்து போகலாம். மிருகங்கள் கூடச் சுதந்திரமாகவும், யதேச்சையாகவும் இருக்கின்றனவே. பேசிப் பயனென்ன? அப்புறம்.

"சோமசுந்தரம் பிள்ளை வந்துவிட்டுப் போய் ஒரு வாரம்தான் ஆயிற்று. பூர்ணலிங்கத்துக்குச் சாவித்திரியிடமிருந்து மற்றொரு கடிதம் வந்தது:

தந்தை எனக்கு வரன் தேடிக்கொண்டிருக்கிறதாகவும் சொற்ப தினங்களில் முடிவாகிவிடும் என்றும் நம்பத் தகுந்த என் சிநேகிதை ஒருவளிடமிருந்து எனக்குச் செய்தி கிடைத்திருக்கிறது. என் உடல், பொருள், ஆவி அனைத்தும் வெகுகாலத்துக்கு முன்பே நான் தங்களுக்குக் கொடுத்து விட்டேன். ஆனால் தாங்கள் என்மீது எத்தகைய எண்ணம் கொண்டவர்களென்பது நான் நினைக்கிறபடி இருக்குமென்று எதிர்பார்த்தாலும், 'விசாலாக்ஷி, இண்டர்மீடியேட்' என்ற விலாசத்துக்குத் தங்கள் மனதைத் தெரிவித்து விடுங்கள். என்னைக் காதலிப்பின், ஆட்கொள்ளுவது உண்மையானால், வருகிற வெள்ளிக்கிழமை புறப்படும் கப்பலில் இரங்கூனுக்குப் புறப்படுவதற்கு வேண்டிய வசதி செய்வீர்களென எதிர்பார்க்கிறேன். சுதந்திரத்துக்கும், காதலுக்கும் ஹிந்து சமூகத்தில் உரிமை இல்லை என்கிறார்கள். பார்த்துக்கொள்வோம்.

"பூர்ணலிங்கம் தாமதியாது எல்லா ஏற்பாடுகளும் செய்து முடித்துப் பதிலும் எழுதிவிட்டான். தன்மீது சாவித்திரி கொண்ட நம்பிக்கையின்மையைக் குறித்து வருந்தி எழுதியிருந்தான்.

"வெள்ளிக்கிழமை மாலை சென்னையின் பல்வேறு கலாசாலைகளின் மாணவர்களெல்லாம் சர்வகலாசாலை ஆதரவின் கீழ் நடக்கும் பிரசங்கத்தைக் கேட்கவேண்டி சர்வகலா சாலை மண்டபத்திற்கு வந்திருந்தனர். சாவித்திரி யாருமறியாமல் துறைமுகத்திற்கு நழுவிவிட்டாள்.

"அன்றிரவு சாவித்திரி கலாசாலை ஹாஸ்டலில் காணாமற் போகவே தேட ஆரம்பித்துவிட்டனர். போலீசுக்கும் சோமசுந்தரம் பிள்ளைக்கும் தகவல் கொடுக்கப்பட்டது. சாவித்திரியின் அறையும், பின்னர் சோமசுந்தரம் பிள்ளை வந்ததின் மேல், பூர்ணலிங்கம் அறையும் சோதனையிடப்பட்டன. அவசரம் காரணமாய் சாவித்திரி எழுதியிருந்த கடைசிக் கடிதத்தைப் பூர்ணலிங்கம் தவறுதலாகப் போட்டுவிட்டுப் போய்விட்டான். கடிதம் கிடைத்ததும் கப்பலுக்குக் கம்பியில்லாத் தந்திமூலம் செய்தியனுப்பப்பட்டது.

"மறுகப்பலில் இருவரும் இரங்கூனிலிருந்து போலீஸ் காவலில் கொண்டுவரப்பட்டனர். நீதிமன்றத்தில் பெண்ணைக் கடத்திச் சென்றதாகப் பூர்ணலிங்கத்தின் மீது வழக்குத் தொடரப்பட்டு நீதிபதியால் விடுதலை செய்யப்பட்டான்.

"தீர்ப்பில் நீதிபதி குறிப்பிட்டிருந்ததாவது:

பெண்ணைக் கடத்திச் சென்றதாகவோ, ஏமாற்றிச் சென்றதாகவோ குற்றம் சாட்ட முடியாது. பெண்ணும் எதிரியைப் போன்று கலாசாலையில் படித்த பெண். தன்னுடைய பொறுப்பும், கற்பு நிலையும் சாவித்திரிக்குத் தெரிந்திருக்கும் என்று நாம் எதிர்பார்க்கலாம். ஆதலால் எதிரியை நான் விடுதலை செய்கிறேன். மனமொத்து வாழச் செய்வதே மேல் என நான் அபிப்பிராயப்படுகின்றேன். பெண்ணைத் தந்தையிடம் ஒப்படைக்கும்படியாகவும் தீர்ப்புச் செய்கிறேன்.

"கலாசாலை அதிகாரிகள் பூர்ணலிங்கத்தை மன்னித்து மறுபடியும் கலாசாலையில் சேர்த்துக் கொண்டார்கள். சாவித்திரி வீட்டுக்கழைத்துச் செல்லப்பட்டாள். அவ்வருஷ முழுவதும் உயிரிருந்தும் இல்லாத நிலைமையிலேயே பூர்ணலிங்கம் இருந்தான். சாவித்திரியின் உருவம் அவன் அகக்கண் முன்னால் எப்பொழுதும் தாண்டவமாடிக் கொண்டிருந்தது. வருஷக் கடைசியும் ஆயிற்று. சர்வகலாசாலைப் பரீட்சை முடிந்த மறுநாள் ஒரு கடிதம் வந்தது. பிரித்து வாசித்தான்.

"'எனதிருதயத்திற்குகந்த காதல! நமஸ்காரம். நாளை காலை எனது மணம். (கோமதி நாயகம் பிள்ளையின் கண்களினின்றும் கண்ணீர் வடிகிறது) என்னை மணக்கவிருப்பவன் பெயரை அறிய விரும்புகிறீர்களா? நான் எழுதலாமா? தாங்களன்றோ என் கணவர்.

(அசைவற்று நின்றுவிடுகிறார்.) என் தெய்வமே, தங்கள் கரத்தைப் பற்றும் பாக்கியம் எனக்கில்லாவிடினும் எனதிதயத்தைத் தாங்கள் அடைந்துவிட்டீர்கள். (பேச முடியவில்லை)... விடைபெற்றுக் கொள்வதற்குமுன் ஒரு பிரார்த்தனை; தாங்கள் உண்மையாக என்னைக் காதலித்தீர்களாயின், கடவுளறிய என் பதியாயின், என்னைத் தங்கள் பத்தினியாகக் கருதின், நான் இவ்வுலகைப் பிரிந்தேனென்பதற்காகத் தங்களுக்கு ஒருவிதத் தீங்கும் செய்து கொள்ளக்கூடாது..."

'கண்ணீர் தாரை தாரையாக ஓட ஒவ்வொரு வார்த்தையாகக் கடிதத்தைச் சொல்லிக்கொண்டே போனார். கடைசியில் "இந்தப் பாவி இன்னும் இருக்கிறேனே" என்று அலறிக்கொண்டே கீழே விழுந்தார்.

'சித்தி', தொகுப்பு - 1955

9.காளி கோவில்

இருள்.

நட்சத்திரங்களும் அற்ற மேக இருள்.

வானத்திருளை வெட்டி மடிக்கும் மின்னல்கள்.

இருளுடன் இருளாக நகரும் நதி, படிகளில் மோதி எழுப்பும் அலைகளினால் அன்றித் தெரியாது.

கரைக்கு வடக்கே ஒரு கோவில், இருள் திரண்டு எழுந்து நின்ற மாதிரி.

அதனுள் தீப ஒளி தழுவி விளையாடும் காளி விக்கிரகம். கறுத்த பளிங்கினால் ஆக்கியது. அந்தச் சிற்பியின் கைவண்ணந்தான் என்ன! கோரத்திலே ஒரு அழகு, ஒரு பெண்மை இருகிய கல்தான். அதில் என்ன எழில்!

தீபத்தின் மீது கவிந்து அமுக்குவது போல் இருள் பம்மும் பிரகாரம்.

திடீரென்று எங்கும் அந்தகாரம்!

நடுநிசி!

விக்கிரகத்திலிருந்து மெல்ல நிலவும் ஒளி.

தேவியின் கண்களில் ஒரு பிரகாசம். உதடுகளில் உயிர்க் குறியின் புன்சிரிப்பு. மார்பு மேலோங்கி இறங்குகிறது. தேவி எழுகிறாள்!

ஜோதியின் நிலவு தரையைத் தடவ, அந்தக் கறுத்த அழகு மெதுவாகச் சென்று நதியில் முழுகுகிறது.

கோவிலில் தீபத்தை அமுக்க முயன்ற அந்தகாரத்தின் வெற்றி.

தீபக்கால் திரண்டு வளருகிறது. இருளுக்குள் மைக் கொழுந்தாய் வளரும் ஒரு மனித உருவம். ஒரு சமயம் விம்மி உயர்ந்த விஸ்வரூபம். பனை மரக் கை கால்கள் உயரத்திலே வெள்ளைப் பற்களும், அதற்கு மேல் இரண்டு நட்சத்திர ஒளிகளும் தலை இருக்குமிடத்தைக் குறித்தன. இவ்வளவு சிறிய கோவிலில் முகட்டை மீறும் உருவ ஆகிருதி. அடுத்த நிமிஷம் ஒன்றரையடி உயரமுள்ள கனிந்த இருள் கொழுந்து. அடுத்த கணம் ஐந்து அடி உயரம். சிகை முழங்கால்வரை விழுந்து ஆடையாக உடலை மறைக்கிறது.

பேய்! தேவியின் அடிமை.

அது பிரகாரத்தில் ஒரு மூலையில் மறைகிறது.

அங்கே அந்த மூலையில் அந்தப் பேய் ஏன் இப்படிக் குனிந்து குனிந்து அசைகிறது?

பிரகாரம் முழுவதும் அந்தகாரத்துடன் கலக்கும் ஓர் அற்புதமான பரிமள கந்தம். தேவியின் வாசனைச் சாந்து.

அரை கல்லின் பின்புறத்திலிருந்து எங்கிருந்தோ இறங்கியது மற்றொரு பேய்.

சற்று நேரம் வெகு உத்ஸாகம். சந்தனமரைப்பதைப் பார்ப்பதிலே. வெண்ணெய் போல் குழைந்த வாசனைச் சாந்தைத் தொட்டு முகர ஆசை.

தொட்டுவிட்டது!

அரைத்த பேயின் முகத்தில், பயங்கரம், கோபம், பரிதாபம் கலந்து விளங்கின.

*****

ஆற்றங்கரையிலே தேவியின் முகத்தில் சடக்கென்று கோப ஒளி அலை போல எழுந்து மறைந்தது. உதட்டில் ஒரு துடிதுடிப்பு!

*****

தேவியின் சாந்து! என்ன அபசாரம்!

சுவரில் தேய்க்கிறது. கருங்கல் தரையில் தேய்க்கிறது. ஒவ்வொரு நிமிஷமும் வாசனை அதிகமாகிறதே. குற்றந்தான். மறைக்க வழியில்லையா? மருந்ததற்கில்லையா?

அரைத்த பேய் சிரிக்கிறது! ஒரு பயங்கரமான ஏளனச் சிரிப்பு.

திருட்டுப் பேய் விலவிலத்து அப்படியே இருந்துவிடுகிறது.

எப்படியிருந்தாலும் தோழனல்லவா? உதவி செய்யாமலிருக்க முடியுமா?

குற்றம் புரிந்த பேயைப் படித்துறைக்கு அழைத்துச் செல்லுகிறது. போகும் வழியிலெல்லாம் சாந்தின் வாசனை திருட்டுத்தனத்தைப் பட்டவர்த்தனமாகப் பரப்புகிறது.

கரையிலிருந்த மணலைப் போட்டுத் தேய்த்தாகிவிட்டது. பாறையிலுந் தேய்த்தாகிவிட்டது. கைதான் தேய்கிறது. தேய்க்கத் தேய்க்க வாசனைதான் அதிகமாகிறது.

தேவி பின்புறத்தில் நிற்கிறாள். அதை அவை அறியவில்லை.

சாந்தரைத்த பேய்க்கு ஒரு யுக்தி தோன்றுகிறது! மடியிலிருந்த ஒரு வளைந்த கத்தியை எடுக்கிறது.

குற்றம் புரிந்த விரல்களை இழுத்துப் படிக்கல்லில் வைத்து...

பட்!...

விரல்களும் இரத்தமும் ஆற்றில் கலந்து மறைகின்றன.

என்ன குதூஹலம்!

இரண்டும் அண்ணாந்துகொண்டு ஒரு எக்காளச் சிரிப்பு; தேவியின் புன்னகையுடன் கலக்கிறது.

"ஐயோ! தேவி"

பாதத்தில் மண்ணோடு மண்ணாய் விழுகின்றன. தேவி தன் மலர்க்கைகளால் அருள் புரிகிறாள்.

மின்வெட்டுப்போல் தேவி கோவிலுள் மறைகிறாள். குனிந்து வணக்கமாகத் தொடருகின்ற இரண்டு குற்றவாளிகள்...

பழைய தீபவொளி தழுவி முயங்கும் கற்சிலை.

பழைய கோவில்.

பழைய அந்தகாரம்.

மணிக்கொடி, 10-06-1934

10.கபாடபுரம்

1. கடல் கொண்ட கோவில்

நான் கிழக்குக் கோபுர வாசல் திண்ணையில், 'முருகா' என்ற கொட்டாவியுடன் துண்டை உதறிப் போட்டுக் கொண்டு சாய்ந்தேன். கிழக்குக் கோபுர வாசல் கதவு எப்பொழுதும் சாத்தித்தான் இருக்கும். ஆனால், அதே மாதிரி எப்பொழுதும் அதன் திட்டிவாசல் திறந்தே இருக்கும். திட்டிவாசல் வழியாக சமுத்திர கோஷமும் சமுத்திர அலைகளும் புலன்களில் உராய்ந்துகொண்டு இருக்கும்.

நான் உள்ளிருப்பதைக் கவனியாமல் அர்ச்சகர்கள் கதவைத் தாளிட்டுப் பூட்டிக்கொண்டு சென்றுவிட்டார்கள். அன்றிரவு நான் கன்னியின் சகபாடியாக அவளுடன் தனிமையில் கழிக்க வேண்டியதாயிற்று. பொச்சாப்பும் குரோதமும் புகையும் மனிதர் வாழ் சமாதிகளுக்குள் ஒன்றில், என்னை இவ்வாறு நிச்சிந்தையாக ஒரு கன்னியுடன் இராப் பொழுதைக் கழிக்க விட்டுவிடுவார்களா? கல்லில் உறையும் கன்னி எனில், திரிகால பூஜையும் ஆர்ப்பாட்டமும் பண்ணிக்கொண்டிருப்பவர்கள் கூட, சற்றும் சஞ்சலமற்று நடந்து விடுகிறார்கள். என்ன மனிதர்கள், என்ன பிழைப்பு!

நான் உள்ளுக்குள்ளாகவே சிரித்துக் கொண்டேன். கல்லில் வடித்திருந்த உருவத்தில் மனசை லயிக்கவிட்ட எனக்கு, அந்தக் கோயிலில் அந்த அர்த்த ஜாமத்தில் இப்படி எண்ணமிட்டுப் பொழுதைக் கழிக்க நேர்ந்தது தற்செயலாக நிகழ்ந்த ஒரு காரியமா அல்லது... அதற்கும் அப்பால், அதற்கும் அப்பால் என வெங்காயத்தோல் உரித்துகொண்டுபோவது போல் மனித அறிவு என்ற ஸ்பரிசம் படப்பட மற்றொரு திரையிட்டுவிட்டு, அதற்கும் அப்பால் அகன்று சென்றுகொண்டே இருக்கும் அந்த விவகாரத்தைச் சேர்ந்த ஒரு நிகழ்ச்சியா என என்னால் நிர்ணயிக்க முடியவில்லை.

எனது இளமையில், எப்போதோ ஒரு முறை - கணக்குக் கூடத் தவறிப் போய் வெகுகாலமாகிவிட்டது - கன்னியின் கொலு விழாவிற்கு வந்தேன். மஞ்சணை மெழுகு வைத்து அர்ச்சகன் அந்தக் கருங்கல் வடிவத்தை பதினாறு வயது சிறுமியாக ஆக்கியிருந்தான். அந்த அர்ச்சகனுடைய கைத் திறமையை மறந்து அந்த அழகில் மனசை இழந்தேன். பிறகு உலகத்து ஊர்வசிகள் எல்லாம் பெண் பிறவிகளாகக் கூட எனக்குத் தென்படவில்லை. ஆனால் அதற்கு மறுநாள் ஏற்பட்ட ஏமாற்றத்தையும் என்னால் இன்றுவரை மறக்க முடியவில்லை. மறுநாள்தான் அர்ச்சகனுடைய கைத்திறமையை உணர முடிந்தது. உதயகால பூஜையின்போது, தேய்ந்தும் மாய்ந்தும் போய்த் தென்பட்ட கருங்கல் விக்கிரகந்தானா முந்திய நாள் இரவில் கண்ட யுவதி! அன்று சிதறின ஆசை பிறகு மறுபடியும் மனசில் குவியவே இல்லை.

திட்டிவாசல் வழியாகக் கடற்காற்று பரம் பரம் என அடித்துக் கொண்டிருந்தது. இருப்புக் கொள்ளவில்லை. மூலக் கிரகத்தை ஏறிட்டுப் பார்த்தேன். இருட்டுடன் ஐக்கியமாகிக் கிடக்கும் சிலையில் வைர மூக்குத்தி மட்டும் சுடர்விட்டது. எழுந்து பிரகாரத்தைச் சுற்றி வந்தேன். தூக்கமோ அகன்று விட்டது. என்ன செய்யலாம்? பொழுது விடிவதற்கு இன்னும் எவ்வளவு நேரம் இருக்கும் என்று பார்க்கலாம் எனக் கிழக்குக் கோபுர வாசலின் திட்டிவாசல் வழியாக வெளியேறினேன். கடலலைகள் ஆக்ரோஷமாகக் குமுறி கிழக்கு வாசலிலிருந்து சமுத்திரத்துக்குள் இறங்கு படிக்கட்டுகளை மோதி நுரை கக்கின. அன்று நல்ல நிலாக் காலம் ஆகையால் கடற்பரப்பு நுரைக் கரையிட்ட வெள்ளிபோல் மின்னியது. பேரலைகளுக்கிடையில், கடல் மட்டத்துக்கு அடியில் உள்ள குன்றுகளின் முகடுகள் பெரிய சுறா மீன்களின் முதுகு போலத் தென்படும். அடுத்த கணம் பனைப் பிரமாண்டமாக படம் எடுக்கும் நாக சர்ப்பம் போன்ற பேரலை மடங்கி அடித்து அதை முழுக்கிவிடும். வானத்தை அண்ணாந்து பார்த்தேன். இன்னும் விடிவெள்ளி உதிக்கவில்லை. எவ்வளவு நேரந்தான் காத்திருப்பது. நின்று நின்று காலோய்ந்து மறுபடியும் கோவிலுக்குள் நுழைந்தேன். திண்ணையில் துண்டை உதறிப் போட்டுக் கொண்டு அசந்துவிட்டேன். கடலின் ஓங்காரநாதம் தாலாட்டியது. நினைவு வழுவியது எப்பொழுது என்பது எனக்குத் தெரியாது. ஆனால் எங்கோ வெகு தொலைவில் நினைவின் அடிவானத்தில் பேரிரைச்சல் கேட்டுக் கொண்டே இருந்தது...

என்ன அதிசயம். கடல் அலைச் சத்தம் கேட்கவில்லையே. கடல் ஓய்ந்துவிட்டதா அல்லது என் காதுகள்தான் ஓய்ந்து விட்டனவோ? முழுப் பிரக்ஞையும் வந்துவிட்டது. ஆனால் இமைகள் மட்டும் விழிக்க முடியவில்லை. இடைவெளிகளினூடே கோயிலின் திட்டிவாசல் தெரிந்தது. கண் இமைகளை யார் இப்படி அமுக்குகிறார்கள். மேல்விழுந்து அழுத்தும் பெரும்சுமையை உதறித் தள்ளுகிறவன் போல, கண் இமைகளை நிர்ப்பந்தப்படுத்தித் திறக்க முயன்றேன். முடியவில்லை. மூச்சுத் திணறியது. சற்று அயர்ந்தேன். மந்திர வலையிலிருந்து விடுபட்டவைகளைப் போல எனது கண்கள்

திறந்தன. அப்பாடா என்ன சுகம்! எழுந்து உட்கார்ந்தேன். உறக்கச் சடைவு தீரவில்லை. என்ன அதிசயம்! அலைச் சத்தமே கேட்கவில்லையே! இதென்ன கூத்து? திட்டிவாசல் வழியாக நிலவொளிதான் தெரிந்தது. கர்ப்பக்கிரகத்தில் வைரத்தின் ஒளிச் சிமிட்டும் பழையபடிதான் இருந்தது. எழுந்து திட்டிக் கதவு வழியாக வெளியே வந்தேன். என்ன ஆச்சர்யம்! கண்ணுக்கெட்டிய வரை சமுத்திரத்தையே காணவில்லை. பால் போன்ற நிலவில் சமுத்திரப் படுகைதான் தெரிந்தது. கடல் வற்றுவதாவது! எதிரில் சற்று முன் குமுறிக் கொண்டு நின்ற பேரலைகள் எங்கு சென்று ஒளிந்தன? கடல் ஜலம் உள்வாங்கிவிட்டதா!

சமுத்திரப் படுகையிலே பெரும் பெரும் கற்குன்றுகள் சிதறிக் கிடந்தன. தூரத்தில் ஒரு குன்றின் பேரில் கோபுரமும் கோவிலும் தென்பட்டன. சமுத்திர மட்டத்துக்குக் கீழ் கோவிலும் கோபுரமுமா? பரளியாறும் பன்மலை யடுக்கத்து குமரிக்கோடும் கொடுங்கடல் கொள்ள என எவனோ ஒருவன் ஏங்கியது நினைவுக்கு வந்தது. நான் கண்ட கோவில் அழிந்து போன, கடல் உண்டு பசியாறின சமுதாயத்தின் கோவிலோ? என்ன கோவிலாக இருக்கக் கூடும்? ஒருவேளை இந்தக் கன்னிக்கு அவர்கள் கட்டிய கோவிலோ? எண்ணமிட்டுக் கொண்டே கோபுர வாசலில் இருந்து கடலுக்குள் இறங்கும் படிக்கட்டுகள் வழியாக இறங்கினேன். ஐந்நூறு படிகள்! கடல் படுகையில் நான் கால் வைத்து அண்ணாந்து பார்த்தேன். கன்னியின் கோவில் மலை முகட்டிலிருந்தது! கடல் திசையை நோக்கினேன். நிலவொளி அவ்வளவு தீட்சண்யமாக விழவில்லை. நாலா திசைகளிலும் சிதறிக் கிடக்கும் பாறைகளின் நிழல்கள் படுகையில் குடிகொண்டிருந்தன. படுகையில் கணுக்கால் அளவுதான் சகதி; பொருட்படுத்தாமல் நடந்து சென்றேன். ஆனைத் துதிக்கை போன்ற தன் எட்டுக் கைகளையும் ஒரு பாறையைப் பற்றிக்கொண்டு கவந்தன் மாதிரி வெறுந்தசைக் கோளமாகக் கண்சிமிட்டிக் கிடந்தது ஒரு ஜலராசி. அதன் வாழ்வு இன்னும் எவ்வளவு நேரமோ என்று எண்ணமிட்டுக் கொண்டு அதை கடந்தேன். தண்ணீர் வற்றிப் போனதால் மாண்டிருக்கும் என்று நினைத்தேன். அது ஜிவ்வென்று எழும்பி, தனது எட்டுத் துதிக்கைகளில் ஒன்றை என்மீது வீசியது. நல்ல காலம் நான் அதைக் கடந்துவிட்டேன். இல்லாவிட்டால் கழுத்தே முறிந்து போயிருக்கும். கடல் படுகையில் அழகான பவழக் கொடிகள், விசித்திர விசித்திரமான செடிகள் இருந்தன. இந்த இருட்டுப் பாதை வழியாகச் செல்லுதற்கே பயமாக இருந்தது.

பாறையின் பேரில் ஏறி நிலவு வெளிச்சத்துக்குப் போய்விட்டால் போதும் என்றாகிவிட்டது. பாறை வழுக்குமோ என்று நினைத்தேன். கரடுமுரடாக இருந்ததினால் பற்றி ஏறுவதற்குச் சுளுவாக இருந்தது. அதன் உச்சிக்கு வந்த பிறகு தான் வளைந்து வளைந்து நான் நடந்து வந்த தூரம் எவ்வளவு என்பது தெரிந்தது. கரையிலிருந்து பார்க்கும் போது தொலைவில் தெரிந்த கோவில் அடுத்த குன்றின் மேலிருந்தது. அது இதைவிட சற்றுத் தாழ்ந்தது. மறுபடியும் கீழே இறங்கிவிட்டால் அதில் ஏறுவது எப்படி என்று நான் தடுமாடிக்கொண்டு

வரும்போது கிழக்குச் சரிவில் படிக்கட்டுகள் தென்பட்டன. எந்த யுகத்து மனிதர்கள் செதுக்கி வைத்ததோ! அதிசயப்பட்டுக் கொண்டு படிக்கட்டுகள் வழியாக இறங்கினேன். கால்கள் சற்று வழுக்கத்தான் செய்தன. மனசில் உள்ள வேகந்தான் என்னை இழுத்துச் சென்றது. படிக்கட்டுகள் மறுசரிவில் உயர ஏற ஆரம்பித்தன. சுமார் ஐம்பது படிக்கட்டுகள் தானிருக்கும். கோயிலிருந்த குன்றின்மேல் கொண்டுவிட்டது. கரையைத் திரும்பிப் பார்த்தேன். எங்கோ எட்டாத் தொலைவில் ஒரு பெருங்குன்றின்மேல் சிகரமும் கிழக்கு வாசலும் தெரிந்தன.

நான் நின்றிருந்த குன்று வெறும் பாறை. யாரோ அதை வெட்டிச் செதுக்கி சமதளமாகத் திருத்தி இருக்கிறார்கள். கோவிலும் அந்தக் குன்றின் ஒரு பகுதி. குடைவரைக் கோவில் என்று சொல்லுகிறார்களே அந்த ரகம். ஆனால் அதன் அமைப்பு வேறு. குன்றின் உச்சியைக் கோவிலாகச் செதுக்கி அதனோடு ஒட்டி பிரகாரமாக தளத்தையும் செப்பனிட்டிருக்கிறார்கள். கோவில் எல்லாம் பிரமாதமான உயரமல்ல. சுமார் நாற்பது அல்லது ஐம்பது அடி உயரந்தானிருக்கும். அதற்குக் கோபுரம் ஏதும் கிடையாது. மலையாளத்துக் கோவில்கள் மாதிரித் தானிருந்தது. ஆனால் கருங்கல் வேலைப்பாடு. சுற்றி வந்தேன். கிழக்குப் பக்கத்தில் வாசலிருந்தது; ஆனால் கதவில்லை. கோவிலின் முற்றத்தில் கிழக்குப் பிரகாரம் மூன்று நான்கு அடி அகலத்துக்கு மேல் இல்லை. அந்த பிரமாண்டமான பாறை பிளவுபட்டு, வெறும் பாதாளமாக இருட்டுடன் ஐக்கியமாயிற்று. வெளிப்பக்கத்தில் நிற்க பயமாக இருந்தது. கோவில் வாசலில் கால் வைத்தேன். சற்று தயக்கத்துடனேயே உட்புகுந்தேன். இந்த ஒற்றை கல் கோவிலுக்குள்ளும் சிறு பிரகாரம். அதன் மையத்தில் தான் கர்ப்பக்கிரகம். பிரகாரத்தைச் சுற்றி வந்தேன். இருட்டில் எதுவும் தெரியவில்லை. காலில்கூடப் பாசியும் நுரையும் மிதிபட்டது. கர்ப்பக்கிரகத்தைச் சுற்றி ஒரு பிரதட்சணம் வந்துவிட்டு, அதன் வாசல் பக்கம் நின்றேன். வாசலில் இரண்டு பக்கத்திலும் இரு அபூர்வமான மிருகங்களை துவாரபாலகர்கள் போல் கல்லில் செதுக்கியிருப்பது சற்று மங்கலாகத் தெரிந்தது. கர்ப்பக்கிரகத்தில் என்ன இவ்வளவு இருட்டு என்று எண்ணமிட்டுக்கொண்டே கைகளை முன்னோக்கி நீட்டிக்கொண்டு கருங்கல் நிலையில் கால் வைத்தேன். நிலைப்படியில் தாமரைப்பூ செதுக்கியிருப்பது காலுக்குத் தட்டுப்பட்டது. முன் நீட்டிய கைகளை வழவழப்பான இருள் வழிமறித்தது. வழி கிடையாதா அல்லது கல்லால் செதுக்கிய கதவா என்று எண்ணமிட்டுக்கொண்டு தடவிப் பார்த்தேன். கரும் பளிங்குபோல வழவழப்பாக இருந்தது. கால் பாதத்தில் தட்டுப்படும் தாமரை உறுத்தியதினால் சற்று பாதத்தை உயர்த்திவிட்டு மறுபடியும் காலைக் கீழே வைத்தேன். குமிழ் போல ஏதோ தட்டுப்பட்டது. தாமரையின் மையம் என்று நினைத்தேன். அதே சமயத்தில் கருப்புப் பளிங்குக் கதவு உட்பக்கமாகத் திறந்தது. நான் கதவின் மீது கைகளை ஊன்றிக் கொண்டு நின்றதினால் தடமாடிக்கொண்டு உள்ளே சாய்ந்தேன். அங்கும் இருட்டு. அதே சமயம் வெளிவாசல் பக்கம் பேரிரைச்சல் கேட்டது. கடல் ஜலம் பிரளயம் போல நுங்கும் நுரையுமாக கோவிலுக்குள் பிரவேசித்தது. கர்ப்பக்கிரகத்தின் கதவு

தானாகவே சாத்திக்கொண்டது. இனிமேல் நமக்கு ஜலத்தில் சமாதி கட்டின மாதிரிதான் என்று பீதியடைந்து பதறினேன். ஆனால் பயம் மறுகணம் அகன்றது. கதவு பொருந்தியடைத்துக்கொண்டதும் கர்ப்பக்கிரகத்துக்குள் பிரமாதமான பிரகாசம். கண்ணையே குருடாக்கிவிடுமோ என்று பயந்தேன். இத்தனை நேரம் இருட்டில் கிடந்து தடமாடியதினால் இந்தத் தொந்தரவு போலும். ஒளியின் தன்மை கண்களுக்குப் பழக்கமாக ஆக உறுத்துவது போய் பன்னீர் விட்ட மாதிரி குளுமையாக இருந்தது. வெளிச்சம் எங்கிருந்து வருகிறது என்று பார்த்தேன். மேல் சுவரில் உள்ள ஒரு மாடத்தில் குத்துவிளக்குப் போல் ஒன்றிருந்தது. அதன் உச்சியிலிருந்து வந்தது இந்தப் பிரகாசம். சற்று நெருங்கிச் சென்று கவனித்தேன். குத்துவிளக்கு தங்கம் போலப் பிரகாசித்தது. அதன் உச்சியில் வைரம் ஒன்று பதித்திருந்தது. அதிலிருந்து எழுந்தது இந்தப் பிரகாசம். தூண்டாமணி விளக்கு என்று சொல்லுகிறார்களே அதுதானோ என்று அதை எடுத்துப் பார்க்க முயன்றேன்.

"அடே, அதைத் தொடாதே" என்று அதட்டியது ஒரு குரல்.

நான் திடுக்கிட்டுத் திரும்பினேன். ஆணோ பெண்ணோ எனச் சந்தேகப்படும்படியாக இருந்தது. வாக்கு தமிழ்தான் என்றாலும் தொனிப்பு யாழ்ப்பாணத்துக்காரர் ரீதியில் இருந்தது. சுற்றுமுற்றும் பார்த்தேன். யாரும் தென்படவில்லை.

"நான் இங்கேதான் இருக்கிறேன். இதோ என்னைப் பார்" என்றது அந்தக் குரல்.

நிருதியின் திசையிலிருந்து பலிபீடத்தின்மீது ஒரு தலை அமர்ந்திருந்தது. பெண்ணின் தலை. அதன் அளகபாரம் பலிபீடத்தில் மயில் தோகை மாதிரி விரிந்து கிடந்தது. முகத்தைப் பார்க்கப் பார்க்க எனக்கு அதிசயம் தாங்க முடியவில்லை. வருஷாவருஷம் வாழையடி வாழையாக அர்ச்சக பரம்பரை மஞ்சணை மெழுகு வைத்து அலங்காரம் செய்யும் முகத்தின் சாயலுக்கும் இதற்கும் சற்றும் வித்தியாசமில்லை. எத்தனை எத்தனை காலம் இந்த முகத்தின் சாயல் அர்ச்சக பரம்பரையின் நினைவில் படிந்து மனித வம்சத்தின் ஞாபகச் சரடாக இருந்து வந்திருக்கிறது! எனக்கு பலிபீடத்தில் அமர்ந்திருந்த தலை பேசியதில் அதிசயம் தோன்றாதது எனக்கே வியப்பாக இருந்தது. அசாதாரணமான நிலையில் அகப்பட்டுக் கொண்டால் எல்லாம் இயல்பாகத் தோன்றும் போலும். இப்படியாக நான் எண்ணமிட்டுக் கொண்டிருக்கும்போது, சண்பகப் பூவின் வாசம் கலந்த மெல்லிய காற்று கர்ப்பக் கிருகத்தில் ஊசலாடியது. காற்று எங்கிருந்து வருகிறது எனச் சுற்றுமுற்றும் பார்த்தேன். அந்தக் காற்று அந்தக் கற்குகைக் குள்ளாகவே தோன்றி அதனுள்ளேயே மடிகிறது போலும்.

"இம்மாதிரிக் காற்று அடித்தால் சூர்யோதயமாகிவிட்டது என்று அர்த்தம். அஸ்தமனமாகும்போது மல்லிகையின் வாசம் வீசும்" என்றது அந்தத் தலை.

இது என்னடா புதுவிதமான கடிகாரமாகத் தோன்றுகிறதே என்று எண்ணமிட்டுக்கொண்டு "நீ யார்? எப்படி சிரசை மட்டும் காப்பாற்றி உயிருடன் இருந்து வருகிறாய்?" எனக் கேட்கலாமா என்று வாயெடுத்தேன்.

அந்த சிரசு கண்களை மூடியபடியே நான் சொல்ல வந்ததை எதிர்பார்த்தது போல, வாயைத் திறவாமலேயே பேசியது.

"நானும் ஒரு காலத்தில் உன்னைப் போல உடம்புடன் தானிருந்தேன். உலக பந்தங்களுக்கு உடன்பட்டு பிறப்புச் சங்கிலிக்குள் தன்னையும் உட்படுத்திக்கொள்ள விரும்புகிறவர்களுக்குத்தான் உடம்பு அவசியம். காலத்தை எதிர்த்து நிற்க விரும்புகிறவர்களுக்கு உடம்பு அனாவசியம். மேலும் பால பேதத்தினால் உடலில் தோன்றும் இச்சா பந்தங்களையும் போக்கிக் கொள்ளலாம் அல்லவா? என்னுடைய வயசு என்னவென்று நினைக்கிறாய்? மூன்று கர்ப்ப காலம் கடந்துவிட்டது; நான் எத்தனை காலம் பிரக்ஞையுடன் இருக்க இச்சைப்படுகிறேனோ அத்தனை காலமும் வாழ முடியும். என்னுடைய இச்சை என்று அவிந்ததோ அன்று நான் காற்றுடன் காற்றாகக் கரைந்துவிடுவேன்..."

அந்த சிரசு மறுபடியும் பேச ஆரம்பித்தது.

"உடல் இழந்த வாழ்வு எனக்கு எப்படி ஏற்பட்டது என்பதைத் தெரிந்துகொள்ள விரும்பாதே. அந்த ரகசியம் உனக்குக் கிடைக்காது. அது குமரிமலையுடனும் பரளியாற்றுடனும் பரம ரகசியமாக ஹிரண்ய கர்ப்பத்தில் சென்று ஒடுங்கிவிட்டது. கேவலம் நீ ஒரு மனிதன். மிஞ்சிப்போனால் இன்னும் இருபது வருஷங்கள் உயிரோடு இருப்பாய். அதாவது இந்த உடம்போடு உறவு வைத்திருப்பாய். உனக்கு எதற்கு இந்த ரகசியங்கள்?" என்று கேட்டது.

"அழியும் உடம்பு என்பதை உன்னுடைய முன்னோர்களும் அறிந்துதானிருந்தார்கள். இருந்தாலும் கர்ப்ப கோடி காலம் பிரக்ஞை மாறாமல் வாழ்வதற்கு ஒரு வழி உண்டு என்பதைக் கண்டுபிடிக்காமல் ரொம்ப நாட்களைக் கழித்தார்களா? அப்படி அவர்கள் கழித்திருந்தால் இப்போது என்னுடன் பேச உனக்கு முடியுமா?" என்று கேட்டேன்.

தலை கடகடவென்று சிரித்தது. "உனக்கு உண்மையைத் தெரிந்து கொள்ளப் போதுமான தைரியம் உண்டா? நான் யார் என்பதைத் தானே தெரிந்து கொள்ள ஆசைப்படுகிறாய். கர்ப்ப கோடி காலத்துக்கு முன் நான் எப்படி இருந்தேன். நான் வாழ்ந்த உலகம் எப்படி இருந்தது. என்பதை நான் உனக்கு காட்டுகிறேன். மணிவிளக்கு நிற்கிறதே, அந்த மாடத்தின் அருகில் யாளியின் தலை ஒன்று செதுக்கியிருக்கிறது. தெரிகிறதா? அந்தத் தலையை வலப்புறமாகத் திருப்பு."

நான் அது சொல்லியபடி செய்தேன். தளத்தின் ஒரு பகுதி விலகியது. படிக்கட்டுகள் தென்பட்டன.

"தைரியமாக உள்ளே போ; உனக்கு ஆபத்து எதுவும் ஏற்படாது" என்றது அந்தத் தலை.

"நீ இருக்கும்போது எனக்கு என்ன பயம்? மேலும் ஆபத்துக்குப் பயப்படுகிறவனாக இருந்தால் சமுத்திரத்துக்கு அடியில் வலிய வந்து மாட்டிக்கொள்ள வேண்டாமே! நீ சொல்லக்கூடாத பரம ரகசியம் அங்கே என்ன இருக்கிறது?" என்று கேட்டேன்.

"என்னிடம் காதல் பேசினது போதும். என் வயசு மூன்று கர்ப்ப காலங்கள். நான் உன் பாட்டிகளுக்கு பாட்டி என்பதை மறந்து பேசாதே. இஷ்டமிருந்தால் போய்ப் பார்" என்று சற்று கடுகடுப்பாகப் பேசியது அந்த சிரம்.

"நானும் உன்னைப் போல உடம்பை இழந்துவிட்டு, எத்தனை கர்ப்ப கோடி காலமானாலும் உன் எதிரில் உட்கார்ந்து பேசிக் கொண்டிருக்கத்தான் ஆசைப்படுகிறேன்" என்று சொல்லிக் கொண்டே படிக்கட்டுகளின் வழியாகக் கீழே இறங்கிச் சென்றேன். படிகள் எங்கு கொண்டு என்னை விடும் என்பது பற்றி நான் கவலைப்படவில்லை. கீழே என்ன இருக்கிறது; உலகத்தாருக்குத் தெரியக் கூடாது என காலம் என்ற திரையிட்டு, இயற்கை மறைத்து வைத்துள்ள ரகசியங்களில் எது என் வசம் சிக்கப் போகிறது என்று எண்ணமிட்டுக்கொண்டே நடந்தேன். கடல் கன்னிக் கோவிலில் இருந்த தூண்டாமணி விளக்கின் ஒளி, சிறிது தூரந்தான் படிக்கட்டுகளில் வீசியது. அதன் பிறகு, வழி நெடுக, நிலவொளி போல, வெள்ளியை உருக்கி வெளிச்சம் செய்தது போல ஒரு ஒளி எனக்கு வழிகாட்டியது. நிலவு எனவோ அல்லது நட்சத்திர ஒளியெனவோ அதை வருணிப்பது பொருந்தாது. தற்கால நியான் விளக்குகள் போல ஒரு வெளிச்சம். ஆனால் நியான் ஒளியைப் போல கண்ணையோ உடம்பையோ உறுத்தவில்லை. குளுகுளுவென்று ரம்யமாக இருந்தது. வெளிச்சம் எந்தத் திசையிலிருந்துதான் வருகிறது என்பதை நிர்ணயிக்க முடியாதபடி ஒளிப்பிரவாகத்தின் காந்தி எல்லாவிடங்களிலும் ஒரே மாதிரி இருந்தது. பத்துத் திசையிலும் சிக்கென்று மூடிய பிலமாக இருந்தும், சுகந்தமான காற்று ஒன்று சற்று வேகமாக அடித்துக்கொண்டிருந்தது. பிலத்தில் நான் இறங்கிச் செல்லச் செல்ல, பேரலைகளின் குமுறல் போன்ற ஒரு பேரிரைச்சல் என் செவியை உடைக்க ஆரம்பித்தது. சப்தம் வந்த திசையை நான் நெருங்க ஆரம்பித்தேன்.

படிக்கட்டுகள் கடைசியாக ஒரு நிலவறையில் சென்று முடிவடைந்தன. நிலவறை அறுகோண யந்திரம் போல அமைக்கப்பட்டிருந்தது. படிக்கட்டுகளுக்கு எதிர் பாரிசத்தில் உள்ள சுவரில் உள்ள பிறையில் தலையற்ற முண்டம் ஒன்று வளர்த்தியிருந்தது; பச்சைக் கல்லைக் குடைந்து செய்த ஒரு பாத்திரம், அதன் தலை இருக்க வேண்டிய இடத்தில் ஒரு யந்திர சக்கரத்தின் மீது வைக்கப்பட்டிருந்தது. உடலத்தின் மீது ஒரு பிரம்பு கிடந்தது.

நிலவறையின் இரு பாரிசத்திலும் இரண்டு வழிகள் தென்பட்டன. நான் பிலத்தின் மையத்தில் வந்து நின்று எந்தத் திசை நோக்கிச் செல்லலாம் என்று எண்ணமிட்டேன்.

எந்தத் திசையில் சென்றால் என்ன? எல்லாம் பார்க்க வேண்டிய இடந்தானே என்று நினைத்துக் கொண்டு இடது பக்கமிருந்த பாதை வழியாகச் செல்லுவதற்குத் திரும்பினேன்.

"இது திசைகள் அற்றுப்போன இடம்; எந்த வழியாகச் சென்றாலும் ஒன்றுதானே" என்ற ஒரு குரல் கேட்டுத் திரும்பினேன். ஒருவரையும் காணவில்லை. என் காதில் விழுந்தது நிச்சயமாக ஆண் குரல்.

குரலுக்குப் பதில் கொடாமல், நான் முதலில் நிச்சயம் பண்ணின பாதை வழியாகச் சென்றேன்.

யாரோ கடகடவென்று கர்ண கடூரமான குரலில் சிரிப்பது போலக் கேட்டது. திரும்பிப் பார்த்தாலும் ஆள் எங்கே தென்படப் போகிறது; பேசுகிறவன் என்றால் எதிரில் வந்து பேசட்டுமே என்று முனகிக் கொண்டே நடந்தேன். இந்தப் பாதையிலும் நன்றாக வெளிச்சமாகத் தானிருந்தது. ஆனால் நான் முன்பு கேட்ட பேரலைச் சத்தம் இன்னும் ஆக்ரோஷமாகக் கேட்டது. கடல் தளத்தருகில் நெருங்குகிறோமா, கடல் பிரவாகம் செல்லும் பிலத்துவாரம் எதுவும் இருக்கும் போலும் என்று நினைத்தேன். அடுத்த நிமிஷம் அது என்ன அசட்டுத்தனமான நினைப்பு. கடல் தண்ணீர் உள்ளே வர வழியிருந்தால் இந்தப் பிலம் முழுவதும் அல்லவா நிரம்பியிருக்க வேண்டும்? இரைச்சலுக்குக் காரணம் வேறு ஏதாவதாக இருக்க வேண்டும் எனத் தீர்மானித்தேன். ஆச்சு இன்னும் எவ்வளவு தூரமிருக்கப் போகிறது? போயே பார்த்து விடுகிறது. சப்தத்தைத் தாங்குவதற்குச் செவித் தொளைகளுக்குப் போதுமான சக்தியில்லை. மேல்துண்டை எடுத்துக் காதோடு காதாக வரிந்து கட்டிக் கொண்டு மேல் நடக்கலானேன். சிறிது தூரம் சென்றதும் வெக்கை அடிக்க ஆரம்பித்தது. வரவர வெக்கை அதிகமாயிற்று. அக்னிச் சுவாலைக்குள் நடப்பது போலத் திணறினேன்.

ஆனால் அடியெடுத்து வைக்கும்போது தரை சுடவில்லை. இதற்கு மேல் சுமார் பத்து கெஜ தூரந்தான் என்னால் போக முடிந்தது. மேல் நடப்பது சாத்தியமில்லை என்று திரும்பினேன்.

"வடக்குச் சுவரில் உள்ள மாடத்தில் ரசக் குழம்பு இருக்கிறது. அதை உடம்பில் தடவிக் கொண்டால் மேலே போக முடியும்" என்று ஒரு குரல் கேட்டது. பழைய குரல்; அதே குரல்.

மாடத்திலிருந்த பாத்திரத்தை எடுத்தேன். உருக்கிய வெள்ளி போல, சந்தனக் குழம்பின் மென்மையுடன் கைக்கு இதமாக இருந்தது. அள்ளி எடுத்து உடம்பு முழுவதும் பூசிக்கொண்டேன். வெக்கை குடியோடிப் போயிற்று. ஆனால் உடம்பு வெள்ளி வார்னிஷ் கொடுத்த மாதிரி ஒரேயடியாக மின்னியது. இந்த நவராத்திரி வேஷத்துடன் மேலும் நடந்து சென்றேன். தூரத்தில் புகையும் அக்னிச் சுவாலையும் ஒரு பிலத்திலிருந்து எழுவதும், மறுகணம் அடியோடு மறைவதுமாகத் தெரிந்தது. பூமிக்கடியில் இருக்கும் எரிமலையோ எனச் சந்தேகித்தேன். நான் நினைத்தது சரிதான். எரிமலைதான். இந்த அக்னி கக்கும் மலையினருகில் எப்படிப் படிக்கட்டும் மண்டபமும் கோவிலும் வந்து கட்டினார்கள்? ஏன் கட்டினார்கள்? எந்த மனித வம்சம் இதைக் கட்டியிருக்கக் கூடும் என எண்ணமிட்டுக் கொண்டு நின்றேன். பொங்கிக் கொப்புளிக்கும் அக்னிச் சுவாலை ஒடுங்கியது. பூமியினடியில் மட்டும் பெருங்குமுறல் கேட்டுக் கொண்டிருந்தது. நானும் சற்று தைரியமாக எரிமலையின் விளிம்பு அருகே சென்றேன். ஆழத்தில் வெகு தூரத்தில் பாறையும் மண்ணும் உலோகங்களும் பாகாக உருகிக் கொந்தளித்துச் சுவாலை விடுவது தெரிந்தது. விளிம்பருகிலும் படிக்கட்டுகள். ஆனால் மிகவும் ஒடுங்கியவை. பாறையைக் கொத்திச் செதுக்கியது போலத் தென்பட்டது. இந்தப் படிக்கட்டுகள் எரிமலையின் உட்புறச் சுவரில் தென்பட்ட பிலத்துக்குள் சென்றது. அங்கே ஒரே இருட்டு. திரும்பி விடலாமா என யோசித்தேன். திரும்பவும் படிக்கட்டுகள் வழியாக மேலேறி வருவதற்குப் பயமாக இருந்தது. வந்தது வருகிறது என இருட்டில் நடந்து சென்றேன். சிறிது தூரம் செல்லுவதற்குள் எரிமலையின் பேரிரைச்சல் கேட்கவே இல்லை. அதற்கு வெகு தொலைவில் வந்துவிட்டது போல அவ்வளவு நிசப்தமாக இருந்தது. சுமார் அரை மணிப் பொழுது நடந்து சென்றிருப்பேன். இந்தப் பாதை என்னை ஒரு மண்டபத்தில் கொண்டு சேர்த்தது. கால் கடுக்க ஆரம்பித்தது. தரையில் உட்கார்ந்துகொண்டேன். சுற்றுமுற்றும் இருட்டில் எதுவும் தெரியவில்லை. அக்னி வெக்கைக்குத் தப்புவதற்காக நான் உடம்பில் பூசிக் கொண்ட திராவகந்தான் மின்னியது.

"இன்னும் எத்தனை நேரந்தான் உட்கார்ந்திருக்கப் போகிறாய். கால் வலி தீரவில்லையா? ஆனாலும் நீ தைரியசாலிதான்" என்றது ஒரு குரல். அதே குரல்; பழைய குரல்.

"நீ யார், எங்கு பார்த்தாலும் என்னைத் தொடர்ந்து வருகிறாயே? நீ எங்கே நிற்கிறாய்? எனக்குத் தென்படவில்லையே?" என்று கேட்டேன்.

அந்தக் குரல் சிரித்தது.

"நான் உன் பக்கத்தில் தான் இருக்கிறேன். எனக்கு உடம்பு கிடையாது. அதனால் நான் எங்கும் இருக்க முடியும். நான் எங்கு இருந்தாலும் உன் பக்கத்தில் இருக்க முடியும். அதைப் பற்றி உனக்கு என்ன கவலை? நீ எங்களுடைய அதிதி. உன்னை உபசரிப்பது எங்கள் கடமை."

2. ஸித்தலோகம்

"அசிரீரியாருக்கு ஆசாரமாகப் பேசத் தெரியும் போலிருக்கு; வந்தவனை வாவென்று கேட்பாரில்லை; இருட்டில் திண்டாட விட்டுவிட்டு வேடிக்கை பார்ப்பது இந்த இடத்துச் சம்பிரதாயம் போலும்" என்று நான் முழங்காலைத் தடவிக் கொண்டே கேட்டேன்.

"எங்களுக்குத் தெரியாததைப் பற்றி நீ பேசிக்கொண்டிருந்தது போதும்; உடனே, எதிரே தெரிகிறதே வாசல், அதன் வழியாகப் போனால் பாதாள கங்கை ஓடுகிறது. அதில் போய்க் குளி. இல்லாவிட்டால் உடம்பு வெந்து போகும். நீ உடம்பில் பூசிக்கொண்டிருக்கிறது கார்கோடக பாஷாணம் சேர்ந்த ரசக்குழம்பு. வெளி வெக்கை இருந்தால்தான் உடம்பைப் பாதுகாக்கும். இல்லாவிட்டால் உடம்பையே தின்றுவிடும். எலும்புக்கூடுகூட மிஞ்சாது" என்றது அசரீரிக் குரல்.

எனக்குப் பகீர் என்றது. விழுந்தடித்துக்கொண்டு எழுந்தேன். "நீரும் என் கூட வாருமே; பேச்சுத் துணையாக இருக்கும்" என்று சொல்லிக் கொண்டு பிலத்தின் வழியாக பாதாள கங்கைக்குச் சென்றேன். பிரமாண்டமான பாம்புப் பொந்து போல பூமியைக் குடைந்துகொண்டு நதி வேகமாக ஓடியது. இருட்டுக்கும் ஜலத்துக்கும் வேறுபாடு தெரியவில்லை. ஜலத்தில் கால் வைத்தேன். ரொம்ப ஜில்லென்றிருந்தது. ஒரு முறை சென்றிருக்கிறேன் மானஸரோவரத்துக்கு; அந்தத் தண்ணீர் அவ்வளவு ஜில்லென்றிருந்தது. வெகு நேரம் தண்ணீரில் துளைந்தால் முடக்குவாதம் வந்துவிடக்கூடாது என்று இரண்டு மூன்று முக்குப் போட்டுவிட்டுக் கரையேறினேன். ஆற்றில் இறங்கியதுதான் தாமசம், உடம்பில் பூசியிருந்த வர்ணச்சாயம் அப்படியே கரைந்து போய்விட்டது. கரையேறி உடம்பைத் துடைத்துக் கொண்டு நிற்கும்போது, தண்ணீரில் மின்னல் கொடிகள் போல அப்பொழுதைக்கப்பொழுது தெரிந்து மறைந்தது. சூரிய வெளிச்சமே படாத இந்த பிலத்தில் கூட ஜல ராசிகள் எப்படித் தோன்ற முடியும் என்று ஆச்சரியப்பட்டுக்கொண்டே நின்றேன்.

"வீணாகப் பொழுதைப் போக்கிக் கொண்டிருக்காதே. உன்னை ஸித்தலோகத்துக்கு அழைத்துச் செல்ல உத்தேசித்திருக்கிறேன். உனக்கு அங்கே சென்றால்தான் உணவு" என்றது அந்த உடம்பற்ற குரல்.

"ஸித்தலோகமா? அங்கே செல்வதற்கு இந்தப் பிலத்தினுள் வழி ஏது?" என்று கேட்டேன்.

"இதோ இந்த பாதாள கங்கை இருக்கிறதே இதன் வழியாக" என்றது குரல்.

"நீந்தியா?" என்று கேட்டேன்.

"குளிரும் என்று பயப்படாதே. உன்னை ஏற்றிச் செல்ல புணை வரும்" எனச் சிரித்தது அந்தக் குரல்.

"இந்த நதி எங்கிருந்து வருகிறது என்றா எண்ணுகிறாய்? இதுதான் பூலோகத்திலேயே பிரமாண்டமான நதி. இங்கிருந்து பத்து யோஜனை தூரத்திலுள்ள கன்னிச் சுனையிலிருந்து உற்பத்தியாகி கார்கோடகத் தீவுவரை கிழக்கு நோக்கிச் சென்று பிறகு அங்கிருந்து வடதிசை திரும்பி அங்கு காட்டினடியில் ஓடி, அங்கேயே மடிகிறது. பூமிக்கு அடியில் இதே மாதிரி இன்னும் எத்தனையோ நதிகள் உண்டு. அதோ வருகிறது பார் ஒரு புணை. நீ அதில் ஏறிக்கொண்டால் ஸித்தலோகத்துக்குப் போய்ச் சேரலாம்" என்றது அந்தக் குரல்.

அது பேசி முடிப்பதற்கு முன் அந்தப் புணை நான் நின்ற படிக்கட்டுகள் அருகில் வந்து தேங்கியது. என்ன கோரம். மூன்று நான்கு பிணங்களை, இல்லை முண்டங்களைச் சேர்த்துக் கட்டிய மிதப்பு. முண்டங்கள் தங்கம் போலத் தகதகவென மின்னின. இதில் ஏறிக் கொள்வதா?

"தயங்காதே; நெருப்பு என்றால் வாய் சுட்டுவிடுமா? அல்லது பிணம் என்றால் நீயும் பிணமாகிவிடப் போகிறாயா? தயங்காதே; ஏறி உட்கார்ந்துகொள்" என்று அதட்டியது அந்தக் குரல்.

நானும் சுவாதீனம் இழந்தவனைப் போல அதில் ஏறி உட்கார்ந்து கொண்டேன். மிதப்பு நகர ஆரம்பித்தது.

"நீயும் என்னுடன் வரவில்லையா" என்று கேட்டேன்.

"இதுதான் என் எல்லை" என்றது அசரீரி.

"பிறகு எப்பொழுது சந்திப்பது?" என்றேன்.

"ஸித்தலோகத்தில்" என்றது அசரீரி.

"எல்லையும் எல்லையற்ற தன்மையுமா?" என எனக்குள்ளாகவே எண்ணமிட்டேன். பிரேதப் புணை வெகு விரைவாகச் செல்ல ஆரம்பித்தது. நதியின் வேகத்தைவிடப் பன்மடங்கு வேகமாகத் தண்ணீரைக் கிழித்துக் கொண்டு சென்றது.

நான் பிணத்தின் மீது உட்கார்ந்தபடி ஜலத்தைப் பார்ப்பதும் இருட்டைப் பார்ப்பதுமாக இருந்தேன். திடீரென்று உஸ் என்ற இரைச்சல் கேட்டது. புணைக்குக் குறுக்காகக் கருநாகம் ஒன்று படமெடுத்துக் கொண்டு சீறிக் கொண்டு நீந்திச் சென்றது. பயம் பன்மடங்கு அதிகமாக இருந்தது. தலை கிறங்கும்படியாகப் புணையின் வேகமும்

அதிகமாக இருந்தது. எத்தனை நேரம் கழிந்ததோ?

புணை வேகம் குறைய ஆரம்பித்தது. பிறகு மெதுவாக வலது கரையில் சென்று ஒதுங்கியது. நான் பதனமாகக் கரையில் கால் வைத்தேன். இங்கே முன் போல பாதையில்லை. மணற்பாங்காக இருந்தது.

என்ன அதிசயம்! நான் திரும்பிப் பார்க்குமுன் புணையாக வந்த கவந்தங்கள் எழுந்து கரையேற ஆரம்பித்தன. அவை கரைக்கு வந்து நின்றதுதான் தாமசம். அவை தலை பெற்றன. மனிதத் தலைகளா! அல்ல. மாட்டுத் தலைகள். அவற்றின் நெற்றியில் பிரகாசமான கண் போன்ற துவாரம் தெரிந்தது.

"வாருங்கள் போகலாம்" என்றன அந்த நான்கு அதிசயத் தோற்றங்களும்.

நான் தயங்கினேன்.

"இதுதான் ஸித்தலோகம். மாடர்கள் அல்லது நந்திக் கணங்கள் என எங்களைச் சொல்லுவார்கள். பயப்படாமல் வாரும்" என்று சொல்லிக் கொண்டு எனது வருகையை எதிர்பார்க்காமலேயே நடக்க ஆரம்பித்தன. நானும் தொடர்ந்து நடந்தேன்.

விசித்திர விசித்திரமான தாவர வர்க்கங்கள் தோன்ற ஆரம்பித்தன. பூமியின் சிசுப் பருவத்திலே தோன்றிய தாவர வர்க்கங்கள் என்று சொல்லுவார்களே சயன்ஸ்காரர்கள் அவை போன்றவை. பிரமாண்டமான நாய்க்குடைகள், தாழைகள், கொடிகள் விசித்திர விசித்திரமாக முளைத்திருந்தன. ஆனால் அவை யாவும் பொன் போலும் வெள்ளி போலும் மின்னின. இன்னும் சிறிது தூரம் சென்றதும், ஏழு வர்ணங்களிலும் தண்டு முதல் இலை வர பளபளவென சாயம் பூசி வைத்த மாதிரி நிற்கும் விருக்ஷங்களைக் கண்டேன். அதிலே நீல நிறமான கருநாகங்கள் சோம்பிச் சுற்றிக் கிடந்தன. வழியிலே தங்கத் தகடு போல மின்னிய தவளை கத்திச் சென்றது.

மரச்செறிவுகளுக்கிடையே நந்திக் கணங்கள் மறைந்து விட்டனர். அவர்கள் எந்த வழியில் சென்றார்கள் என்பதைக் கவனிக்கவில்லை. கால்கொண்டு போன வழியே நடந்தேன். மரங்களுக்கிடையே திறந்த வெளி வந்தது.

அங்கே சமாதி நிலையில் பதினெட்டுப் பேர் அந்தரத்தில் அமர்ந்திருந்தனர். அவர்கள் ஒவ்வொருவருக்கடியிலும் வெள்ளி போன்ற ஒரு உருண்டை இடையறாது சுழன்றுகொண்டிருந்தது.

"வா அப்பா, வந்து உட்காரு" என்றார் தலைவராக அமர்ந்திருந்த ஸித்த புருஷர்.

அத்தனை பேருக்கும் உருவபேதம் கற்பிக்க முடியாதவாறு ஒரே அச்சில் வார்த்த சிலைகள் போன்றிருப்பதைக் கண்டு அதிசயப் பட்டேன்.

"உடம்பை இஷ்டப்படி கற்பித்துக்கொள்ள முடியாதா? இருந்து பார் எப்படி என்பது தெரியும்" என்றார் அவர்.

நான் அவரது காலடியில் அமர்ந்தேன்.

"உனக்குப் பசிக்குமே" என்று சொன்னார்.

நந்திக் கணத்தில் ஒருவன் தோன்றினான். முகத்தைக் கழற்றி வைத்தான். அப்பொழுதுதான் மாட்டின் தலையை அப்படியே வெட்டி எடுத்துப் பதனிட்டுச் செய்த முகமூடி என்பதைக் கண்டேன்.

"இது பூர்வீக காலத்துத் தலைக் கவசம், இரும்பு தோன்றுவதற்கு முன்" என்றார் ஸித்த புருஷர்.

நந்தி நேராக எதிரே இருந்த ஒரு விசித்திரமான மரத்தினடியில் சென்றான். இலைகள் அவனைத் தழுவிக் கொண்டன. மரத்தின் பாம்புக் கைகள் அவனைச் சுற்றிச் சுற்றிப் பின்னின.

சற்று நேரங்கழித்து இலைகள் தானாக விலகின. அதனடியிலிருந்து விழுந்தது ஒரு எலும்புக் கூடு.

ஸித்த புருஷர் ஏதோ துரட்டி போன்ற ஆயுதத்தைக் கொண்டு அதை மரத்தினடியிலிருந்து இழுத்துப் போட்டார். எலும்புகள் பற்று விடாமல் பூட்டோ டு அப்படியே வந்தன. வேறு இரண்டு நந்திகள் வந்து எலும்புக் கூட்டைத் தூக்கிச் சென்றார்கள்.

"இங்கே பிரபஞ்ச நியதிப்படி பிரஜோற்பத்தி கிடையாது. அதனால் ஒவ்வொரு எலும்புக் கூடும் அத்யாவசியம்" என்றார் ஸித்த புருஷர்.

இவர் என்ன, நம்மைப் பசிக்கிறதா என்று கேட்டுவிட்டு வீண்கதை பேசுகிறார் என்று நினைத்தேன். எதிரிலிருந்த மரம் எருமை முக்காரம் போடுவதுபோலக் கனைத்தது! சில மரங்களில் அதன் பால் நாளங்கள் வழியாக வேகமாக ஓடும் போது கனைக்கும் சப்தம் கேட்கும் எனப் படித்திருக்கிறேன். நரமாம்ச பட்சணியான இந்த மரமும் அப்படித்தான் போலும்.

ஸித்த புருஷர் அருகில் இருந்த அம்பு ஒன்றை எடுத்து வீசினார். வெறும் சதைப்பற்றில் பாய்வது போல புகுந்தது.

அம்புடன் தொடுக்கப்பட்டிருந்த கயிற்றின் வழியாக அதன் பால் வழிந்து ஓடிவந்து ஒரு பாத்திரத்தை நிறைத்தது. பாத்திரம் நிறைந்ததும் மரத்திலிருந்து அம்பை உருவினார். கொப்புளித்து வந்த பால் சற்று நேரத்தில் காய்ந்து மரத்தோடு மரமாகிவிட்டது.

பாலை எடுத்து என்னிடம் கொடுத்துச் சாப்பிடச் சொன்னார். மனிதனைத் தின்ன மரத்தின் பாலையா சாப்பிடுவது!

நான் விழித்தேன்.

"சுடுகாட்டு மாமரத்துப் பழம் தின்பது என்றால் விரசமாகத் தெரியவில்லையே? சாப்பிட்டுத்தான் பாரேன் எப்படி இருக்கிறது என்று" என ஸித்த புருஷர் சிரித்தார்.

நானும் எடுத்துப் பருகினேன். பசி களைப்பு எல்லாம் பஞ்சாய்ப் பறந்து உடம்பிலே புதிய சக்தியும் தெம்பும் உண்டாயின. "இதையே சாப்பிட்டுக் கொண்டிருந்தால் சாக்காடு இல்லை" என்றார்.

"கடல் கொண்ட கோவிலில் உள்ள கன்னி யார்?" என்றேன்.

"அவளா! அந்தக் காலத்தில் உனக்கு வாழ்க்கைப்பட வேண்டியவள். பூசாரி சடையன் மகள். இன்று காவல் தெய்வம்" என்றார் ஸித்த புருஷர்.

"ஞாலத்தில் யாத்திரை செய்வது போல காலத்திலும் யாத்திரை செய்து பார்க்கப் பிரியமா?" என்று கேட்டார்.

"அது எப்படி முடியும்?" என்று கேட்டேன்.

"இதோ சுழன்று கொண்டே இருக்கிறதே அந்த ரஸக் குளிகையைப் பார்த்துக் கொண்டு" என்றார்.

3. குமரிக்கோடு

"ரஸக் குளிகையைப் பார்ப்பது இருக்கட்டும்; நான் எங்கே இருக்கிறேன்?" என்றேன்.

"ஈரேழு பதினான்கு லோகங்களில் இது ஒன்று என்று நினைத்துக் கொண்டிருக்கிறாயா?" என்றார் ஸித்த புருஷர்.

"நான் அப்படி எதுவும் நினைக்கவில்லை. சிந்திப்பதற்கு லாயக்கில்லாதபடி புத்தி குழம்பிக் கிடக்கிறது" என்றேன் நான்.

"புத்தி குழம்புவதற்கு இங்கே உனக்கு ஊமத்தைச் சாறு பிழிந்து யாரும் கொடுக்கவில்லையே?"

"இயல்பு என நான் நினைத்துக் கொண்டிருப்பதற்கு மாறாக இங்கே காரியங்கள் நடந்துகொண்டிருக்கும்போது ஊமத்தைச் சாறு வேறு அவசியமா?" என்றேன்.

"இயல்பு என்று நீ நினைத்துக் கொண்டிருப்பதற்கு மாறாக எதுவும் நிகழந்தால் அதை இயல்புக்கு மாறானது என்று நிச்சயப்படுத்தி விடலாமா?" என்றார் ஸித்த புருஷர்.

"உடலற்ற தலை பேசுவதும், உடம்பற்ற குரல் துணை வருவதும், தலையற்ற முண்டம் புணையாகவும் பிறகு வழிகாட்டியாகவும் உயிர் பெறுவது என்றால் அது எனக்குக் கொஞ்சம் அதிசயமாகத்தான் இருக்கிறது. நான் பிறந்து நாளது வரையில் நடமாடிய உலகத்தில் அந்த மாதிரி நடந்தது கிடையாது. அங்கே செத்தவர்கள் செத்தவர்கள்தான்" என்றேன்.

"சாவு என்பது என்ன?" என்றார் ஸித்த புருஷர்.

"'உறங்குவது போலும் சாக்காடு - உறங்கி விழிப்பது போலும் உயிர்ப்பு' என்று சொன்னால் உங்களுக்குத் திருப்திதானே?" என்றேன்.

"நீ திருக்குறள் படித்திருக்கிறாய் என்பதை எனக்குச் சொல்லிக் காண்பித்தது போதும். சாக்காடு என்றால் என்ன?" என்றார் ஸித்த புருஷர் மறுபடியும்.

"அது என்னதென்று சொல்லத் தெரியாமல்தான் எங்களுடைய சமய சாஸ்திரங்கள் தவிக்கின்றன" என்றேன்.

"எங்கள் உங்கள் என்று பேதம் பேசினது போதும்; நானும் உங்களவன் தான். உனக்குத் தெரியாமல் போனால் இல்லை என்று சாதித்துவிடுவாய் போலிருக்கிறதே."

"நிச்சயமாக ஏகோபித்த அபிப்பிராயம் இல்லாதவரை..."

"சமய சாஸ்திரத்தின் நிச்சயத்தன்மை பற்றி பிறகு பேசிக் கொள்வோம். சாவு என்றால் என்ன என்பது நிச்சயமாக உனக்குத் தெரியாது என்பதை ஒப்புக்கொள்."

"நான் ஒப்புக்கொள்கிறேன். அதற்கு மேலே சொல்லுங்கள்."

"செத்த பிறகு என்ன நடக்கிறது? மூச்சு நின்று விடுகிறது. ரத்த ஓட்டம் நின்றுவிடுகிறது. ஸ்மரணை கழன்றுவிடுகிறது. நீ உடம்பு என்று சொல்லுகிறாயே அது பல அணுக்களின் சேர்க்கையிலே, அவை சேர்ந்து உழைப்பதிலே உயிர்த் தன்மை பெற்றிருக்கிறது. அது அகன்றவுடன் அணுக்கள் தம் செயலை இழந்துவிடுவதாகப் பொருள் அல்ல; அவை சேர்ந்து உழைக்கும் சக்தியை இழந்துவிடுகின்றன; அவ்வளவுதான். அவற்றைத் தனித்து எடுத்து அவற்றிற்கு வேண்டிய ஆகாராதிகளைக் கொடுத்துக் கொண்டு வந்தால் அவை வளரும்..."

"ஆமாம்; அது சாத்தியந்தான்; எங்கள் லோகத்திலும் ஒரு வெள்ளைக்காரர் இதைச் செய்து காட்டியிருக்கிறார்" என்றேன்.

"இதை நீங்கள் வேறு செய்து பார்த்து திருப்தியடைந்திருக்கிறீர்களா? இதுதான் முதல் படி. இதற்கப்புறந்தான் விவகாரமே ஆரம்பிக்கிறது. மரணத்தில் எத்தனை வகையுண்டு என்பது தெரியுமா? கிழடு தட்டிச் சாவது ஒன்று; பிஞ்சிலே மடிவது ஒன்று; நோய் விழுந்து மடிவது ஒன்று; பிறகு திடகாத்திர தேகத்துடன் இருந்து வருகையில் அணுக்களின் சேர்க்கையைத் துண்டிப்பதால் ஏற்படுவது ஒன்று; இந்த மாதிரி மரணத்தில் எத்தனையோ வகை. ஆதி காலத்தில் நரபலி கொடுத்துக் கொண்டிருந்தார்களே அதனால் எவ்வளவு உபயோகம் இருந்தது தெரியுமா? எமனை எட்டி நிற்கும்படிச் சொல்வதற்கு எங்களுக்கு சக்தி கிடைத்ததெல்லாம் இதனால்தான்..."

"நாம் அநாகரீகமானது எனக் கண்டித்துக் கொண்டிருந்த ஒரு காரியம் ஆதிகாலத்தில் சாஸ்திர வளர்ச்சிக்கு எவ்வளவு துணை செய்திருக்கிறது" என நான் எண்ணமிடலானேன்.

"கழுத்துடன் அரிந்து உயிரைப் போக்கிவிட்ட பிற்பாடு அணுக்களின் நசிவு ஏற்படாமல் தடுத்துக் கொள்ள முடியுமானால், அதாவது அதில் உள்ள உயிர்ப்பை மட்டும் அவிந்து போகாமல் காப்பாற்றிக் கொண்டால், அந்த உடம்பை நம் இஷ்டப்படி இயக்கலாம் அல்லவா?"

"உதாரணமாக?"

"வெறும் மூளை இருக்கிறதே; அதுதான் மனம் புத்தி சித்தம் என்பனவற்றிற்கெல்லாம் ஆதார கோளம் என்பது உனக்குத் தெரியுமா? பழகிக் கொண்டால் பக்கத்தில் உள்ளவரை நம் இஷ்டப்படி ஆட்டி வைக்க முடியும் என்பது தெரியுமல்லவா?"

"ஆமாம். அது சாத்தியந்தான். நான் கூட நேரில் பார்த்திருக்கிறேன்."

"அதே மாதிரி ஜீவனை அகற்றிய தலையைத் தூர வைத்துவிட்டு, அதன்மூலம் அங்கு நடப்பதை அறியலாம். அங்கு நாம் விரும்புவதை நடத்தலாம். அதே மாதிரி தலைகள் மூலம் உடற்கூறுகளை நம் இஷ்டப்படி இயக்கலாம். இதெல்லாம் வெறும் பொம்மலாட்டம். பிரபஞ்ச தாதுக்களின் நுட்பங்களை அறிந்தவர்களுக்கு உயிர்ப்பை மட்டும் உடம்பில் காப்பாற்றி வைப்பதற்கு முடியும்..."

"அப்படியானால் நான் முதலில் கோவிலுக்குள் நுழைந்த போது அந்தக் கன்னியின் சிரசின் மூலம் தாங்கள்தான் பேசினீர்களோ" என்று கேட்டேன்.

ஸித்த புருஷர் விழுந்து விழுந்து சிரித்தார். அந்தச் சிரிப்பிலே நாக சர்ப்பத்தின் சீறலும் தொனித்தது. எனக்கு வெகு பயமாக இருந்தது.

என் மனசில் ஓடிய எண்ணங்கள் எல்லாம் அவருக்கு வெட்ட வெளிச்சம் என்பதை உணர்ந்துகொண்ட எனக்கு இன்னும் பீதி அதிகமாயிற்று.

நான் பயத்தைக் காட்டிக்கொள்ளவில்லை. "தூரத்தில் பேசுவதற்கும் பொருள்களை இயக்குவதற்கும் நாங்கள் எங்கள் லோகத்தில் வெறும் ஜடப் பொருள்களையே உபயோகிக்கிறோமே. அந்தக் காரியத்தை நடத்துவதற்காக உயிர்க் கொலை செய்வது அநாவசியம்தானே?" என்றேன் நான்.

"நீங்கள் ஜடப் பொருள்களை இயக்கி காரிய சாதனை செய்கிறீர்கள் என்பது எனக்குத் தெரியும். ஜடப் பொருள்களை இயக்குவது என்றால் ஜடத்துக்குள் வசப்பட்டு அதன் நியதிகளுக்கு இணங்கி, தானே காரியம் நடக்கிறது. உங்களுடைய காரியங்களைப் புயல்கூடத் தடுத்துவிடுமே; எங்களுக்கு அப்படியா? எரிமலையைத் தாண்டிக்கொண்டு எங்கள் எண்ணங்கள் செல்லுகின்றனவே; உங்களுக்கு அப்படியா? நீங்கள் பேசினால் அங்கே குரல் கேட்கும்; அதாவது உங்கள் குரல் கேட்கும்; இங்கு அப்படியா? நீங்கள் ஜடப் பிராணனை உபயோகிக்கிறீர்கள். நாங்கள் அதற்கும் நுண்தன்மை வாய்ந்த சூட்சுமப் பிராணனை உபயோகிக்கிறோம். அது கிடக்கட்டும். நான் கேட்பதற்குப் பதில் சொல்லு; நீ காலத்தில் யாத்திரை செய்ய விரும்புகிறாயா? சொல்லு."

"நான் எதற்கும் தயாராகத்தான் வந்திருக்கிறேன். முதலில் நீங்கள் ஏன் இங்கு வரவேண்டும். ஏன் பூலோகத்துக்கு வரக்கூடாது? நீங்கள் பேசுவதற்கு உபயோகமாகும் சிரமுடைய கன்னி யார்? இதெல்லாம் தெரியச் சொல்ல மாட்டீர்களா?" என்று கேட்டேன்.

ஸித்த புருஷன் சிரித்துக்கொண்டு "பூலோகத்தில் எங்களுக்குக் கிடைக்காத சௌகரியங்கள் எல்லாம் இங்கு கிடைக்கும்போது நாங்கள் ஏன் அங்கு வர வேண்டும்? மேலும் எங்கிருந்தால் என்ன? நாங்கள் இப்போது பூலோகத்தில் இல்லை என்பதை நீ எப்படிக்

கண்டாய்?" என்று கேட்டார்.

நான் அவரது வாயையே பார்த்துக்கொண்டிருந்தேன்.

அவர் மேலும் பேசலானார்.

"இப்பொழுது நாம் உட்கார்ந்து பேசிக்கொண்டிருக்கும் இடம் ஒரு காலத்தில் கடல் மட்டத்துக்கு மேலே பெரியதொரு மலைத் தொடராக இருந்தது. இந்த எரிமலை இருக்கிறதே, அது அந்தக் காலத்தில் கிடையாது. பனிக்கட்டிகள் மூடிய பெரும் மலைகள் இந்த இடமெல்லாம். இதற்குத் தெற்கே அகண்டமான பெரியதொரு நிலப்பரப்பு இருந்தது. அதில்தான் உன்னுடைய மூதாதைகளும் என்னுடைய மூதாதைகளும் வாழ்ந்து வந்தார்கள். இந்த மலையிலிருந்து புறப்பட்டு இரண்டு நதிகள் ஓடின. ஒன்று குமரியாறு. அது கிழக்கே கடலில் சங்கமமாயிற்று. மற்றது பல்துளியாறு என்பது. அது இங்கிருந்து புறப்பட்டு ஏழு பாலைவனங்களைக் கடந்து ஏழ்பனை நாட்டின் வழியாக ஈசனை வலம் வந்து மறுபடியும் தென் திசை நோக்கியோடி, பனிக்கடலுள் மறைந்தது. பனி வரையில் பிறந்து பனிக்கடலில் புகுந்தது பல்துளியாறு. குமரி நதி கீழ்த்திசைக் கடலில் சங்கமாகுமிடத்தில்தான் தென்மதுரை இருந்தது. அதில்தான் பாண்டியர்கள் மீன் கொடியேற்றி மீனவனை வழிபட்டார்கள். அவர்கள் குலதெய்வம் மீன்கண்ணி. படைப்புக் காலந்தொட்டே வழிபட்டுவரும் சிலை அது. அதற்குப் பூசனை நடத்தி வந்தவள் கன்னி. படைப்புக் காலந்தொட்டு ஜீவித்து வருகிறாள் அவள். உன்னைப் போல உன் வயசிலிருக்கும் போதும் அவளைக் கண்டேன். எனக்கு முந்தியோரும் அவளை அப்படியே கண்டு வந்திருக்கிறார்களாம். மீன்கண்ணியின் ஆலயம் ஆதியில் தென்மதுரையில் இருந்தது. நீரிலே நெருப்புத் தோன்ற தென்மதுரை அழிந்தது. நிலப்பரப்பு குன்றியது. பிறகு மீன்கண்ணியின் சிலை, அதே சிலை கபாடபுரத்தில் ஈசனார் திருவடி நிழலிலே பிரதிஷ்டை செய்யப்பட்டது. கபாடபுரத்தை நிரூபித்ததும் அங்கு குடியேறியதும் வேலெறிந்த பாண்டியன் காலத்திலாகும்... கபாடபுரம் நிலப்பரப்பின் மையத்திலிருந்தது. மீண்டும் கடற்கோள். கடல் மீண்டும் நகரின் ஒரு பாரிசத்தைத் தொட்டது. அந்த நிலையில்தான் வடிம்பலம்ப நின்ற பாண்டியன் சிம்மாசனமேறினான். அதன் பிறகு... மறுபடியும் மறுபடியும் சமுத்திர ராஜன் சீற்றங்கொண்டான்... கபாடபுரம் தென்மதுரை போல மூழ்கி மறைந்தது..."

ஸித்த புருஷர் பேசி நிறுத்தினார். நாங்கள் இருவரும் மவுனமாக இருந்தோம்.

எனது பார்வை இடையறாது சுழன்றுவரும் ரசக்கோளத்தின் மீது கவிந்தது. அதன் சுழற்சி நிதானமாக ஒரே வேகத்தில் வெளிச்சத்தைப் பிரதிபலித்தது...

4. கபாடபுரத்தின் அழிவு

நான் உற்றுக் கவனித்துக்கொண்டே இருந்தேன். சற்று சித்தம் கிறங்கியது. உடம்பிலிருந்து சுழன்ற புத்தி மட்டும் எங்கோ விரைந்து சென்றது. வேகத்தில் செல்லும் திசை தெரியவில்லை. நேரம் தெரியவில்லை. எதிரே பெரும் பாலைவனம் தெரிந்தது. என்ன சூடு என நினைப்பதற்குள் அவற்றை விட்டு அகன்று விட்டேன்.

மாலை நேரம். பிரமாண்டமான செம்புக் கதவின் முன் பக்கம் நின்றுகொண்டிருந்தேன். அது மேற்கே பார்த்திருந்தது. என்ன அற்புதமான வேலைப்பாடு! கதவைத் தள்ளித் திறப்பது என் போன்ற மனிதனால் இயலாத காரியம். உயரம் நூறடிக்கு மேலிருக்கும்; அகலம் இருபத்தைந்து அல்லது முப்பது அடிக்குள்ளாக இருக்காது. கதவின் இரு பக்கங்களிலும் நிமிர்ந்து நின்ற மதில் கற்களைச் செம்பை உருக்கி வார்த்துக் கரைகட்டியிருந்தார்கள். இந்தக் கதவு பிரமாண்டமானதொரு கற்பாறையின் உச்சியிலிருந்தது. வடபுரத்தில் ஆழமான சமுத்திரம். அலைகள் அதனடியில் வந்து மோதி நுரை கக்கின.

தென்புறத்தில் காடு. மரம் செறிந்த காடு குன்றினடியில் தென்பட்டது. உயர்ந்த விருக்ஷங்களுக்கு மேல் தனது கொக்குத் தலையைத் தூக்கி நின்று கொண்டிருந்த கர்ப்பேந்திரம் ஒன்று ஒரு யானையைத் தனது கைகளில் பற்றிக் கிழித்துத் தின்று கொண்டிருந்தது.

மேற்கே பெரிய மலை ஒன்று கனிந்து புகைந்து கொண்டு இருந்தது. அஸ்தமன செவ்வானத்தில் தென்பட்ட பிறைச் சந்திரன் எனக்கு இழை நெற்றிக்கண் நிமலனை நினைப்பூட்டியது. திரித்திரியாகத் திரிந்து படரும் புகை சடையையும், கனிந்த உச்சி நெற்றிக் கண்ணையும் நினைப்பூட்டியது.

அதிசயப்பட்டுக்கொண்டே நின்றேன். பிரமாதமான பேரியும் வாங்காவும் மணிச்சத்தமும் கேட்க ஆரம்பித்தது. கதவு மெதுவாகத் திறக்க ஆரம்பித்தது.

ஊர்வலத்தின் முன்னால் பூசாரி சடையன் பவித்திரமாக நீறு அணிந்து இடையில் வைரவாள் சொருகி நடந்தான். அவனுக்குப் பின் அவள் வந்தாள். என்ன அழகு! அவளைப் பலியிடப் போகிறார்கள். அவளுக்குப் பின் வடிம்பலம்ப நின்ற பாண்டியன் வந்தான். அவனுக்குப் பின் நான் வந்தேன். அதாவது என்னைப் போன்ற ஒருவன் வந்தான். கையிலே வேல்.

அவன் கர்ப்பேந்திரத்தைக் கண்டான். அதன்மேல் வீசினான். வேல் குறி தவறி அதன் ஒற்றைக் கண்ணைக் குருடாக்கியது. ஐந்நூறு அடி உயரமுள்ள மிருகத்திற்கு இந்த குன்று எம்மாத்திரம்! அதன் கோரக் கைகள் பூசாரி சடையனைப் பற்றின. சடையன் தனக்கு மரணம் நிச்சயம் என்று தெரிந்துகொண்டாலும், வைரக் கத்தியைக் கொண்டு அதன்

குரவளையில் குத்தினான். சடையன் தலை அந்த மிருகத்தின் கோர விரல்களில் சிக்கி அறுபட்டது.

ஊர்வலத்தில் ஒரே களேபரம். தெறி கெட்ட மிருகம் எங்கே பாயுமோ என நாலா திசையிலும் சிதறி ஓடினர். கர்ப்பேந்திரமோ வலி பொறுக்கமாட்டாமல் மலையுச்சியை நோக்கி ஓடியது.

இந்தக் களேபரத்தில் என் சாயலில் இருந்த அவன் கன்னியை அழைத்துக்கொண்டு கடற்கரைக்கு ஓடினான். அரசன் வாளுக்கும் கோபத்துக்கும் தப்பிவிடலாம் என்று. நேரே ஓடிய கர்ப்பேந்திரம் எரிமலையின் உச்சியில் சென்று பாதாளத்தில் விழுந்து மறைந்தது.

கடற்கரை நோக்கி ஓடியவர்கள், நீரிலே நெருப்புத் தோன்றிவரக் கண்டார்கள். அதே சமயத்தில் மண் மாரி போல சாம்பல் விழுந்தது. எரிமலை கர்ஜிக்கத் தொடங்கியது. அக்னிக் குழம்புகள் பாகாக உருகி ஓடிக் கடலில் கலந்து அதையும் பொங்க வைத்தது. கடலின் அலைகளோ ஊழியின் இறுதிப் பிரளயம் போலத் தலை தூக்கியடித்தன. நிமலன் நெற்றிக் கண்ணைத் திறந்தான். கபாடபுரத்தின் செப்புக் கதவுகள் பாகாக உருகியோடுவதைக் கண்டேன்.

பிறகு அலைச் சப்தம், பேரலைச் சபதம், ஒரே அலைச் சப்தம்.

சந்திரோதயம், 30-06-1945, 10-07-1945, 20-07-1945

11.காலனும் கிழவியும்

வெள்ளைக்கோயில் என்றால் அந்தப் பகுதியில் சுடுகாடு என்ற அர்த்தம். ஆனால் அது ஒரு கிராமமும் கூட. கிராம முனிஸீபு முதலிய சம்பிரமங்கள் எல்லாம் உண்டு. ஊர் என்னமோ அப்படி அப்படித்தான். 'வெள்ளைக்கோயிலுக்குப் போகிறேன்' என்றால் உலகத்திடம் செலவு பெற்றுக்கொள்வது என்பது அந்தப் பகுதி வாசிகளின் வியாக்கியானம். ஆனால், வெள்ளைக்கோயிலுக்குப் போய்த் திரும்பி வருகிறவர்களும் பலர் உண்டு. ஏன், சுப்பு நாடான் தினசரி காலையும் சாயங்காலமும் அங்கு போய்த்தான் ஏழை மக்களுக்குக் கஷ்டத்தை மறக்க வைக்கும் அமுதத்தை இறக்கி வருகிறான். மாடத்தி தினசரி அங்கு போய்த்தான் சுள்ளி பொறுக்கிக் கொண்டு திரும்புகிறாள். ஆனால் இப்படித் திரும்புகிறவர்களைப் பற்றி மட்டிலும் நினைவு வருகிறதில்லை போலும் அவ்வூர்வாசிகளுக்கு.

அந்தப் பிரதேசத்திற்குச் சென்றும் வெறுங்கையுடன் திரும்பி வரும் நிலைமை ஒரே ஓர் ஆசாமிக்கு ஏற்பட்டது. அவர்தான் தர்மராஜர்.

இந்தச் சமாசாரத்தைப் பற்றி வெள்ளைக் கோயில்காரருக்குத் தெரியாது. ஏனென்றால், மருதாயி, புகையும் சுடுகாட்டுக்கும் சலசலக்கும் பனைவிளைக்கும் இடையில் உள்ள ஒரு குடிசையில் வசிக்கும் கிழவி.

மருதாயிக்கு இந்த விளையில் பனைகள் சிறு விடலிகளாக நின்றது தெரியும். அது மட்டுமா? கும்பினிக்காரன் பட்டாளம் அந்த வழியாகச் சென்றது எல்லாம் தெரியும். அந்தக் காலத்தில் மருதாயியின் பறையன் நல்ல செயலுள்ளவனாக இருந்தான். வஞ்சகமில்லாமல் குடிப்பான்.

மருதாயிக்கு அந்தக் காலத்திலேயிருந்த மிடுக்கு சொல்லி முடியாது. அறுப்புக்குச் சென்றுவிட்டு, களத்திலிருந்து மடி நிறையக் கொண்டு வரும் நெல்லை, கள்ளாக மாற்றுவதில் நிபுணி. சதிபதிகள் இருவரும் இந்த இலட்சியத்தை நோக்கி நடந்தால் வெள்ளைக் கோயில் பக்கம் குடியிருக்காமல் வேறு என்ன செய்ய முடியும்?

மருதாயிக்கு பிள்ளைகள் பிறந்தன. அவையெல்லாம் எப்பவோ ஒரு காலத்தில் நடந்த் சமாசாரம் - கனவு போல, இப்பொழுது பேரன் மாடசாமியும், எருமைக்கிடாவுந்தான் அவளுடைய மங்கிய கண்கள் கண்ட உண்மைகள். கிடாவை வெளியில் மேயவிட்டுக் கொண்டு வருவான் பேரன். கிடாவும், நன்றாகக் கருகருவென்று ஊரார் வயலை மேய்ந்து கொழுத்து வளர்ந்திருந்தது. வாங்குவதற்கு ஆள் வருவதை மாடசாமி எதிர்பார்த்திருந்தான்.

மாடசாமி அவளுடைய கடைக்குட்டிப் பெண்வழிப் பேரன். கொஞ்சம் துடியான பயல். பாட்டனின் ரத்தம் கொஞ்சம் ஜாஸ்தி. அதனால்தான் மாடு மேய்க்கிற 'சாக்கில்' கிழவியைக் குடிசையில் போட்டுவிட்டுப் போய்விடுவான். அவனுக்கு ஒரு பெண்ணைக் கட்டி வைத்துவிட்டால் தனக்கு இந்தக் குடிசைக் காவல் ஓயும் என்று நினைப்பாள். கிழவி தன் கைக்கு ஒரு கோல் போல அவளுக்கும் ஒரு உதவிக் கட்டை தேவை என்று நினைத்தாள்.

காலத்தின் வாசனை படாத யமபுரியில் சிறிது பரபரப்பு. யம தர்மராஜா நேரிலேயே சென்று அழைத்து வரவேண்டிய ஒரு புள்ளியின் சீட்டுக் கிழிந்துவிட்டது என்பதைச் சித்திரபுத்திரன் மகாராஜாவிடம் அறிவித்தான். சித்திரபுத்திரனுக்கு ஓலைச் சுவடிகளைப் பார்த்துப் பார்த்தோ என்னவோ சிறிது காலமாகப் பார்வை அவ்வளவு தெளிவில்லை.

நேற்றும் இன்றும் அற்ற லோகத்தில் மாறுதல் ஏற்படுவது ஆச்சரியந்தான். இருந்தாலும் உண்மையை மறைக்க முடியவில்லையே!

தர்மராஜாவின் சிங்காதனத்தின் மேல் அந்தரத்தில் தொங்கும் ஒளிவாளின் மீது மாசு படர்ந்துவிட்டது. காரணம், மகாராஜனின் தொழிலிலும் மனத்திலும் மாசு படர்ந்ததால் என்று கிங்கரர்களுக்குள் ஒரு வதந்தி. மகாராஜாவும் தம் முன்வரும் உயிர்களுக்கு நியாயம் வழங்கும் போதெல்லாம் அடிக்கடி உயர அண்ணாந்து வாளைப் பார்த்துக் கொள்வாராம்.

போருக்கு முதல்வனையும் ஊருக்கு முதல்வரையும் மகாராஜாவே நேரில் சென்று அழைத்து வரவேண்டும் என்பது சம்பிரதாயம். காலத்திற்கு அதிபதியான மன்னன் அந்தக் கைங்கரியத்தைச் செய்வதில் மனக் குழப்பம் ஏற்பட்டது.

பூலோகத்திலே, குறிப்பாக வெள்ளைக்கோயிலிலே, அப்போது அஸ்தமன சமயம். பேய்க்காற்று யமதர்மராஜனின் வருகையை அலறி அறிவித்தது. பனைமரங்கள் தங்கள் ஓலைச் சிரங்களைச் சலசலத்துச் சிரக்கம்பம் செய்தன. சுடுகாட்டுச் சிதையில் வெந்து நீறாகும் வாத்தியார் உடல் ஒன்று கிழவிக்குக் கிடைக்கப் போகும் பெருமையைக் கண்டு பொறாமைப் புகையைக் கக்கித் தன்னையழித்துக் கொண்டது. எங்கிருந்தோ ஒரு கூகையின் அலறல்.

ஓடிப் போய்ப் பேயாக மாறியாவது தனக்குக் கிடைக்கப் போகும் சித்திரவதைகளிலிருந்து தப்ப முயலும் வாத்தியார் உயிரை மறித்து, தூண்டிலில் மாட்டி, மேல் நோக்கிப் பறக்கும் கிங்கரர்கள், மகாராஜா தூரத்திலே வருவதைக் கண்டு வேகமாக யமபுரியை நோக்கிச் செல்லலானார்கள்.

எங்கிருந்தோ ஒரு நாய் தர்மராஜனின் வருகையை அறிந்து கொண்டு அழுது ஓலமிட்டது.

கிழவி, குடிசைக் கதவை இழுத்துச் சாத்திவிடு இடுக்கான நடையில் வந்து உட்கார்ந்து வெற்றிலைக் குழவியை எடுக்கத் தடவினாள். கை கொஞ்சம் நடுங்கியது. என்றுமில்லாத கொஞ்சம் நாவரட்சி ஏற்பட்டது. ‘சுவத்துப் பயலே அந்திலே சந்திலே தங்காதே. மாட்டே ஓட்டிக்கிட்டு வந்திருன்னு சொன்னா, மூதி...’ என்று சொல்லிக்கொண்டே தண்ணீர்க் கலயத்தை எடுத்தாள்.

புறக்கடையில் திடுதிடுமென்று எருமைக் கிடா வந்து நின்றது. அதன் மேலிருந்த கறுத்த யுவன் குதித்தான்.

"ஏலே மாடா, எத்தினி தெறவேதான் ஒன்கிட்டச் சொல்லி மாரடிக்க, மூதி, தொளுவிலே கட்டி, பருத்தி விதையெ அள்ளி வய்யி, பாளையங்கோட்டை எசமா வந்திருந்தாவ. நாளைக்கி கடாவெ கொண்டாரச் சொன்னாவ!" என்றாள் வந்தவனைப் பார்த்து.

வந்தவன் தான் எமதர்மராஜா.

'பாவம் கிழவிக்கு அவ்வளவு கண் பஞ்சடைந்து போய்விட்டதா?' என்று அவன் மனம் இளகியது. கிழவியின் கடைசி விருப்பத்திற்குத் தடையாக ஏன் இருக்க வேண்டும் என்று எருமையைத் தொழுவில் கட்டிவிட்டு, பருத்தி விதையை அள்ளிவைத்தான். பூலோகத் தீனியைக் கண்டிராத எருமை திருதிருவென்று விழித்தது.

கிழவி திடுக்கிட்டு விடாமல் இதமாக வந்த காரியத்தைத் தெரிவிக்க வேண்டும் என்று நினைத்துக் கொண்டு, குனிந்து குடிசைக்குள் நுழைந்தான் யமன்.

"ஏலே அய்யா, அந்த வெத்திலைச் சருகை இப்பிடித் தள்ளிப் போடு!" என்றாள் கிழவி.

வெற்றிலையை எடுத்துக்கொடுத்துவிட்டு, "அதிருக்கட்டும் கிழவி, நான் யார் தெரியுமா? என்னை நல்லாப் பாரு! நான் தான்..." என்று ஆரம்பித்தான் எமன்.

"என்ன குடிச்சுப்பிட்டு வந்தியாலே! எனக்கென்ன கண்ணு பொட்டையாப் போச்சுன்னு நினைச்சிக்கிட்டியாலே!" கிழவிக்கு அவன் நின்ற நிலையைப் பார்த்ததும் மத்தியானச் சம்பவம் ஏதோ நினைவுக்கு வந்தது.

"சிங்கிகொளத்தா மவளே, அவதான் சொக்கி. அவளைப் பார்த்திருக்கியாலே... நேத்துக்கூடச் சுள்ளி பொறுக்க வந்தாளே... அவ அப்பங்காரன் வந்திருந்தான்... உனக்கு அவளெப் புடிச்சுக் கட்டிப் போட்டுட்டா நல்லதுன்னான். என்ன சொல்றே?..."

காலத்தின் அதிபனான, காலத்தின் எல்லைக்கு அப்பாற்பட்ட யமதர்மராஜன் நடுநடுங்கினான்.

"நான் தான் யமதர்மராஜன்!" என்று அவனது வாய் உளறியது. பயப்பிராந்தியில் வாய் உண்மையைக் கக்கியது. ஆனால் அந்த உண்மை கிழவியின் உள்ளத்தை பயத்தை ஏற்படுத்தவில்லை.

"குடிச்சுப்பிட்டுத்தான் வந்திருக்கே... ஒங்க பாட்டன் குடிச்சுக் குடிச்சுத்தான் தொலைஞ்சான்.. அதான் வெள்ளக்கோயில் குடிசை! நாசமாப் போரத்துக்கு நாலு வளி

வேணுமா? விதி யாரை விட்டுது...?" என்றாள்.

விதியைப் பற்றி நினைத்ததும் கிழவிக்கு என்றுமில்லாத தளர்வு தட்டியது... மூச்சுத் திணறியது... யமனுக்குக் கால்களில் தெம்பு தட்டியது... விதிக்கோலைப் பற்றித் தன் ஆட்சியை நிலைநாட்ட நிமிர்ந்தான்...

"ஏலே... ஒன் வக்கணையெல்லாம் இருக்கட்டுமிலே, என்னா, எருமை அத்துக்கிட்டு ஓடுது? மறிச்சுப் பிடிச்சா?" என்றாள் கிழவி.

'ஏதேச்சையாக அலைந்த வாகனத்தைக் கட்டிப் போட்டுப் பருத்தி விதை வைத்தால் நிற்குமா?' என்று நினைத்துக் கொண்டே, வெளியேறி வந்து சமிக்ஞை செய்தான் யமன். வாகனம் வந்து மறைவில் அவன் சொற்படி நின்றது.

எருமையின் முதுகில் போட்டிருக்கிற பாசக் கயிற்றை எடுத்துக் கொண்டு மறுபடியும் உள்ளே நுழைந்தான் யமன். பாசத்தால் அவளைக் கட்டிவிடலாம் என்று நம்பினான். பாவம்!

"ஏலே, கயிறு நல்லா உறுதியாக இருக்கே, எங்கலே வாங்கினே? ஒங்க பாட்டனிருந்தாருல்லே, அவருக்கு அப்பங்க காலத்துலேதான் இது மாதிரி கெடைக்கும். அங்கென சுத்தி ஒரு கொடியாக் கட்டிப் போட்டு வய்யி, ஒண்ணுக்குமில்லாட்டா நாலு ஓலையையாவது சேத்துக் கட்டிக்கிட்டு வரலாம்!" என்றாள்.

பாசக் கயிற்றின் நுனியைக் கூரையைத் தாங்கும் விட்டத்தில் கட்டிக்கொண்டே, நான் அவள் பேரன் அல்லன் என்பதை இந்தக் கிழவிக்கு எப்படித் தெளிவுபடுத்துவது என்று எண்ணியெண்ணிப் பார்த்தான். தனது சுய உருவைக் காண்பித்தால் பயந்துவிட்டால் என்ன செய்வது என்றே நினைப்பு... வேறு வழியில்லை...

'ஏ, கிழவி, என்னை இப்படி திரும்பிப் பார்!" என்று அதிகாரத்தொனியில் ஒரு குரல் எழுந்தது.

கிழவி திரும்பிப் பார்த்தாள். கூரையின் முகட்டையும் தாண்டி, ஸ்தூலத் தடையால் மறையாமல் யமன் தன் சுய உருவில் கம்பீரமாக நிற்பதைக் கண்டாள்.

"நீ யாரப்பா! இங்னெ எம் பேரன் நிண்டுகிட்டிருந்தானே, அவனெங்கே?" என்றாள்.

"நான் தான் யமன்! நான் தான் அவன்; உன் பேரனில்லை!" என்றான் யமன்.

"அப்படியா சேதி! வா இப்படி இரி" என்று கொண்டே, வெற்றிலையைத் தட்டத் தொடங்கினாள் கிழவி, "இப்பம் எதுக்கு இங்கெ வந்தே?"

யமன் அவள் அருகில் வந்து உட்கார்ந்தான். அதனால் நின்றதன் காம்பீரியம் மறைந்துவிட்டது.

"போருக்கு முதல்வனையும் ஊருக்கு மூத்தவரையும் நான் தான் அழைத்துக் கொண்டு போக வேண்டும்!" என்றான்.

"அப்பிடின்னா?"

"நீ என் கூட வரவேண்டும். நீ அப்பொழுது கட்டிப்போடச் சொன்னாயே அது உன் எருமையல்ல, என் வாகனம்..."

"நான் ஒன்கூட வரணுமாக்கும்! என்னெ கூட்டிக்கிட்டுப் போவ ஒனக்குத் தெறமையிருக்கா? ஒனக்குப் பாதி வேலேகூட சரியாச் செய்யத் தெரியாதே. என்னெக் கட்டோ டெ கூட்டிக்கிட்டுப் போவ ஒனக்கு முடியுமா?"

"எனக்கு முடியாத ஒன்று இருக்கிறதா? நான் இதுவரை எத்தனை பேரை அழைத்துச் சென்றிருக்கிறேன். அது உனக்கெப்படித் தெரியும்? நீ என்ன புராணம் இதிகாசம் படிக்கக் கூடிய ஜாதியில் பிறந்திருக்கிறாயா?..." இப்படிச் சொல்லிக் கொண்டு போகும் பொழுதே யமனுக்குத் தானே தனக்குப் பொய் சொல்லிக் கொள்கிறது போலப் பட்டது; ஏனென்றால் அவனுக்கு மார்க்கண்டன் சமாசாரமும் நினைவுக்கு வந்து விட்டது.

"அதெல்லாம் இருக்கட்டும். நீ என்னெக் கூட்டிக்கிட்டு போய்த்தின்னா, நான் இருந்த நெனப்பே, என்னைப் பத்தின நெனப்பே, நான் வச்சிருந்த பொளங்கின சாமானெல்லாம் ஒன்னோடெ எடுத்துக்கிட்டுப் போவ முடியுமா? என்னமோ எமன் கிமன் இன்னு பயமுறுத்திரியே. ஒன் தொழிலே ஒனக்குச் செய்யத் தெரியலியே! அதெத் தெரிஞ்சுக்கிட்டு எங்கிட்ட வா!" என்று காலை நீட்டிக் கொண்டு முழங்காலைத் தடவினாள் கிழவி.

"என்ன சொன்னாய்! எனக்கா தெரியாது? இதோ பார், உன்னை என்ன செய்கிறேன்!" என்று உறுமிக் கொண்டு எழுந்தான் யமன். அந்தோ! அவன் வீசவேண்டிய பாசக்கயிறு அவனே கட்டிய கொடியாகத் தொங்கியது?

"உன்னாலெ என் உசிரெத்தானே எடுத்துக்கிட்டுப் போவ முடியும்? இந்த உடலைக்கூடத்

தூக்கிட்டுப் போவ உனக்குத் தெறமை இருக்கா? யோசிச்சுப் பாரு. ஒண்ணெ வேறயா மாத்த முடியும். உன்னாலே அழிக்க முடியுமா! அடியோட இல்லாமே ஆக்க முடியாதே! அப்புறமில்ல உனக்கு? பழசுன்னா அவ்வளவு கிள்ளுக்கீரேன்னா நெனச்சே?" என்று பொக்கை வாயைத் திறந்துகாட்டிச் சிரித்தாள் கிழவி.

கையைப் பிசைந்து கொண்டே வெளியேறினான் யமன். அன்றுதான் அவனுக்கு உண்மையான தோல்வி. மார்க்கண்டேயன் சமாசாரம்கூட அவனுக்கு அன்று வெற்றி மாதிரியே புலப்பட்டது.

யமராஜனின் தோல்வியைக் கண்டு தன்னைக் காப்பாற்றிக் கொள்ளப் போய்ப் பதுங்கியது போலப் பேய்க் காற்றும் ஓய்ந்து நின்றது. மாடசாமி எருமையை ஓட்டிக் கொண்டு வந்து சேர்ந்தான். கட்டுத்தறியில் தீனி போட்டுப் பருத்தி விதை வைத்துத் தயாராக இருந்ததைக் கண்டான். குருட்டுக் கிழவிக்கு வெறும் இடத்தில் எருமையிருப்பதாகத் தோன்றியதால் எல்லாம் தானாகத் தடவித் தடவித் செய்திருக்கிறாள் என்று அவனுக்குத் தோன்றியது.

உள்ளே நுழைந்தான் வாயில் வெற்றிலையைக் குதப்பிக் கொண்டே கிழவி யமதேவனின் விஜயத்தையும், தோல்வியையும் பற்றிச் சொன்னான். மாடசாமி வாலிபத்தின் அவநம்பிக்கையுடன் சிரித்தான். 'குருட்டு மூதி என்னவோ ஒளருது!' என்று முணுமுணுத்தான்.

இருந்தாலும், 'நல்ல கெட்டிக் கயிறு; காஞ்ச சருகாவது கட்டலாம் கைக்கு வந்தது தவறிவிட்டதே!' யென்று அவள் ஏங்கியது அவனுக்கு கொஞ்சம் நம்பும்படிதான் இருந்தது.

-மணிக்கொடி, 15-09-1937

12.பொன்னகரம்

பொன்னகரத்தைப் பற்றிக் கேட்டிருக்கிறீர்களா? நமது பௌராணிகர்களின் கனவைப் போல் அங்கு ஒன்றுமில்லை. பூர்வ புண்ணியம் என்று சொல்லுகிறார்களே, அந்தத் தத்துவத்தைக் கொண்டு, நியாயம் என்று சமாதனப்பட வேண்டிய விதிதான். ஒரு சில 'மகாராஜர்களுக்காக' இம்மையின் பயனைத் தேடிக்கொடுக்கக் கடமைப்பட்டு வசிக்கும் மனிதத் தேனீக்களுக்கு உண்மையில் ஒரு பொன் நகரந்தான் அது.

ரயில்வே தண்டவாளத்தின் பக்கமாக, சாராய டிப்போவுக்குப் போகிறதே ஒரு சந்து, அது தான் அங்கு 'மெயின்' ராஸ்தா. கைகோர்த்த நான்கு பேர் வரிசை தாராளமாகப் போகலாம். எதிரே வண்டிகள் வராவிட்டால், இதற்குக் கிளையாக உள் வளைவுகள்

உண்டு. முயல் வளைகள் போல்.

இந்தத் திவ்வியப் பிரதேசத்தைத் தரிசிக்க வேண்டுமானால்... சிறு தூறலாக மழை சிணுசிணுத்துக் கொண்டிருக்கும் பொழுது சென்றால்தான் கண்கொள்ளாக் காட்சியாக இருக்கும். வழி நெடுகச் சேற்றுக் குழம்புகள். சாலையோரமாக 'முனிசிபல் கங்கை' - அல்ல, யமுனைதானே கறுப்பாக இருக்கும்? - அதுதான். பிறகு ஓர் இரும்பு வேலி, அதற்குச் சற்று உயரத் தள்ளி அந்த ரயில்வே தண்டவாளம்.

மறுபக்கம், வரிசையாக மனிதக் கூடுகள் - ஆமாம், வசிப்பதற்குத்தான்!

தண்ணீர்க் குழாய்கள்? இருக்கின்றன. மின்சார விளக்கு? ஞாபகமில்லை - சாதாரண எண்ணெய் விளக்கு, அதாவது சந்திரன் இல்லாத காலங்களில் (கிருஷ்ண பட்சத்தில்) ஏற்றி வைத்தால் போதாதா?

பொன்னகரத்துக் குழந்தைகளுக்கு 'மீன் பிடித்து' விளையாடுவதில் வெகு பிரியம். அந்த முனிசிபல் தீர்த்தத்தில், மீன் ஏது? எங்கிருந்த பணக்கார வீடுகளிலிருந்தோ, சில சமயம் அழுகிய பழம், ஊசிய வடை, இத்யாதி உருண்டு வரும். அது அந்த ஊர்க் குழந்தைகளின் ரகசியம்.

ரயில்வே தண்டவாளத்தின் பக்கத்தில் விளையாடுவதில் என்ன ஆனந்தமோ? வேலி இருக்கத்தான் செய்கிறது. போகக் கூடாது என்ற சட்டம் குழந்தைகளுக்குத் தெரியுமா? 'போனால்' பெற்றோருக்குத் தான் கொஞ்சம் பாரம் ஒழிந்ததே! குழந்தைகள் தான் என்ன, 'கிளாக்ஸோ' 'மெல்லின்ஸ் பூட்' குழந்தைகளா, கம்பி இடையில் போக முடியாமலிருக்க? புகைந்தோடும் அந்த இரும்பு நாகரிகத்திற்கு, வரிசையாக நின்று "குட்மார்னிங் சார்!" என்று கத்துவதில் ரொம்ப ஆனந்தம் அவர்களுக்கு. அதுதான் அவர்களுக்குக் கிடைக்கும் ஆரம்ப ஆங்கிலக் கல்வி.

ஐந்து மணிக்கு அப்புறந்தான் ஊர் கலகலவென்று உயிர் பெற்று இருக்கும். அப்பொழுதிருந்து தான் அவ்வூர்ப் பெண்கள் தங்கள் வேலையைச் செய்வார்கள். சாராய வண்டிகள், தண்ணீர் எடுக்கவரும் பெண்கள்! அங்கு தண்ணீர் எடுப்பது என்றால் ஒரு பாரதப் போர்.

இள வயதில் நரைத்தது போல் பஞ்சு படிந்த தலை, மாசடைந்த கண்கள் - விடிய விடிய மின்சார 'ஸ்பின்டிலை'ப் (கதிர்) பார்த்துக் கொண்டு இருந்தால், பிறகு கண் என்னமாக இருக்கும்? கண்கள்தாம் என்ன இரும்பா? உழைப்பின் ஆரோக்கியத்தால் ஏற்பட்ட கட்டமைந்த அழகு. ஆரோக்கியமா? அது எங்கிருந்து வந்தது? பாக்டீரியா, விஷக்

கிருமிகள், காலரா இத்யாதி அங்கிருந்துதானே உற்பத்தி செய்யப் படுகின்றன! எப்படியாவது உயிர் வாழ வேண்டும் என்று ஆசையிருந்தால் எல்லாம் நடக்கும். பழைய கற்காலத்து மனிதன், புலி சிங்கங்களுடன் குகையில் வாழ்ந்து வந்தான்; அவைகளும் அவனைக் கொன்றன; அவனும் அவைகளைக் கொன்றான். அதற்காக வலிமையற்று, வம்சத்தை விருத்திசெய்யாமல் செத்தொழிந்தா போனான்? வாழ்க்கையே ஒரு பெரிய வேட்டை, அதற்கென்ன?

கழுத்தில் ஒரு கருப்புக் கயிறு - வாழ்க்கைத் தொழுவின் அறிகுறி. அதைப் பற்றி அங்கு அதிகக் கவலையில்லை. அது வேறு உலகம் ஐயா, அதன் தர்மங்களும் வேறு.

அம்மாளு ஒரு மில் கூலி. வயது இருபது அல்லது இருபத்திரண்டிற்கு மேல் போகாது. புருஷன் 'ஜட்கா' வைத்திருக்கிறான்; சொந்த வண்டிதான். அம்மாளு, முருகேசன் (அவள் புருஷன்), அவன் தாயார், தம்பி, முருகேசன் குதிரை - ஆக நபர் ஐந்து சேர்ந்தது அவர்கள் குடும்பம். இருவருடைய வரும்படியில்தான், இவர்கள் சாப்பாடு - (குதிரை உள்பட), வீட்டு வாடகை, போலீஸ் 'மாமூல்', முருகேசன் தம்பி திருட்டுத் தனமாகக் கஞ்சா அடிக்கக் காசு - எல்லாம் இதற்குள் தான். எல்லாரும் ஏகதேசக் குடியர்கள் தான். 'டல் ஸீஸ'னில் பசியை மறக்க வேறு வழி? பசி, ஐயா, பசி! 'பத்தும் பசி வந்திடப் பறந்துபோம்' என்று வெகு ஓய்யாரமாக, உடம்பில் பிடிக்காமல் பாடுகிறீரே, அங்கு நீர் ஒரு நாள் இருந்தால் உமக்கு அடிவயிற்றிலிருந்து வரும் அதன் அர்த்தம்!

அன்றைக்கு முருகேசனுக்குக் குஷி, அவனும், அவன் குதிரையும் 'தண்ணி போட்டு' விட்டு ரேஸ் விட்டார்கள். வண்டி 'டோ க்கர்' அடித்தது. ஏர்க்கால் ஒடிந்தது. குதிரைக்கு பலமான காயம். முருகேசனுக்கு ஊமையடி. வீட்டில் கொண்டுவந்து போடும்பொழுது பேச்சு மூச்சில்லை. நல்ல காலம் குடித்திருந்தான், இந்த மாதிரி வலி தெரியாமலாவது கிடக்க. வீக்கத்திற்கு என்னத்தையோ அரைத்துப் பூசினாள் அம்மாளு. அப்பொழுதுதான் சற்று பேசினான். அவனுக்குப் பால் கஞ்சி வேண்டுமாம்! அம்மாளுவுக்குக் கூலிபோட இன்னும் இரண்டு நாள் இருக்கிறது. வீட்டில் காசேது?

அம்மாளு தண்ணீர் எடுக்க வருகிறாள்.

'கும்'மிருட்டு பஞ்சாங்கத்தின்படி இன்றைக்குச் சந்திரன் வரவேண்டும். ஆனால் அது மேகத்தில் மறைந்து கொண்டால் முனிசிபாலிடி என்ன செய்ய முடியும்?

எப்பொழுதும்போல் இரைச்சல்தான். ஒருவாறு தண்ணீர் பிடித்தாய்விட்டது. திரும்பி வருகிறாள்.

சந்தின் பக்கத்தில் ஒருவன் - அம்மாளுவின் மேல் ரொம்ப நாளாகக் 'கண்' வைத்திருந்தவன்.

இருவரும் இருளில் மறைகிறார்கள். அம்மாளு முக்கால் ரூபாய் சம்பாதித்து விட்டாள். ஆம், புருஷனுக்குப் பால் கஞ்சி வார்க்கத்தான்!
என்னமோ கற்பு, கற்பு என்று கதைக்கிறீர்களே! இதுதான் ஐயா, பொன்னகரம்!

மணிக்கொடி, 6-5-1934

13.இரண்டு உலகங்கள்

1

ராமசாமி பிள்ளை வெறும் அறிவியல்வாதி. உலகம் தர்க்கத்தின் கட்டுக்கோப்பிற்கு ஒத்தபடிதான் வளருகிறது என்ற நம்பிக்கையில் வளருகிறவர். தர்க்கத்திற்குக் கட்டுப்படாத விஷயமோ பொருளோ உலகத்தில் இருக்க முடியாது, அது இருந்தால், தர்க்கத்தின் மயக்கம் போல சமூகப்பிரமையாகத்தான் இருக்க முடியும், இருக்க வேண்டும் என்பது அவருடைய மதம். அதை அசைக்க யத்தனித்தவர்கள் பாடு திண்டாட்டம். குறைந்தது இரண்டு மணி சாவகாசமாவது கையில் வைத்துக் கொண்ட பிறகுதான் அவரை நெருங்கலாம்.

அவர் காலேஜில் ஒரு ஸயன்ஸ் பண்டிதர். வாழ்க்கையின் வசதிகள், முக்கியமாக புஸ்தகங்கள், எல்லாம் கிடைக்கக்கூடிய நிலைமை, கவலையற்ற வாழ்க்கை.

அவர் மனைவி ராஜத்திற்கு ஏகதேசக் கல்வி. அதாவது, ஒரு முழத் தாளில் தனது பெயரை, குறைந்தது இரண்டு தவறுகளுடன் ஒரு வரி பூராவாக எழுதக்கூடிய கல்வி. ராமசாமி பிள்ளைக்கு எப்பொழுதுமே அவருடைய மனைவியின் கடிதத்தைப் படிப்பதென்றால் குறுக்கெழுத் து, நேரெழுத்து என்று வந்துகொண்டிருக்கும் வார்த்தைப் போட்டிகளுக்குச் சரியான விடை கண்டு பிடிப்பது மாதிரி. அவளுக்குத் தன் புருஷன் என்றால் அடங்காத பெருமை, ஆசை. இன்னும் என்னென்னவோ அவள் மனதில் எழுந்து அவள் உடல் முழுவதும் பரவசப்படுத்தும். அவர்களுடைய குழந்தை, ஒன்றரை வயதுக் குழந்தை, அதுதான் தனது கணவன் கொடுத்த செல்வங்களைக் காட்டிலும் மகத்தான பொக்கிஷம் என்று நினைத்துக்கொண்டிருப்பவள்.

அன்று ஒருநாள் அவருக்கு ரஸல் எழுதிய புஸ்தகம் கிடைத்தது. அது அவருடைய மனதில் இருந்துகொண்டிருந்த பெரிய குழப்பமான சிக்கல்களுக்கு எல்லாம் ஒரு தீர்ப்பு,

அறிவுக்கு ஒத்த தீர்ப்புக் கொடுத்து விட்டது. அன்று சாயங்காலம்வரை அதை உட்கார்ந்து படித்துக்கொண்டிருந்தார். நேரம் சென்றதுகூடத் தெரியவில்லை.

அப்பொழுது ராஜம் குழந்தை மீனுவை இடையில் எடுத்துக்கொண்டு, கையில் காப்பி பலகாரங்களுடன் ராமசாமி பிள்ளையின் அறையில் நுழைந்தாள். ராமசாமி பிள்ளையின் கவனம் முழுவதும் அந்தப் புஸ்தகத்தில் அழுந்திக் கிடந்தது.

அவரைத் தொந்திரவு செய்யக் கூடாது என்று பக்ஷணங்களை மெதுவாக மேஜைமீது வைத்துவிட்டு, குழந்தையுடன் சற்றுத் தள்ளி தரையில் உட்கார்ந்தாள்.

குழந்தை என்ன தர்க்கத்தைக் கண்டதா அல்லது அறிவைக்கண்டதா? "அப்பா!" என்று சிரித்தது. ராஜம் மெதுவாகக் குழந்தையின் வாயைப் பொத்தினாள். அது என்ன கேட்கிறதா? அதற்குப் போக்குக் காட்டுவதற்காகக் குழந்தையை மடியில் எடுத்து, பால் கொடுக்க ஆரம்பித்தாள். கொஞ்ச நேரம் குழந்தை அதில் ஈடுபட்டது.

ராஜம் கவனியாத சமயத்தில் குழந்தை திடீரென்று எழுந்து 'அப்பா' என்று கத்திக்கொண்டு, தள்ளாடி ஒடி அவர் காலை கட்டிக் கொண்டது.

அப்பொழுதுதான் பிள்ளையவர்கள் தம்முடைய அறிவியல் போதையிலிருந்து விழித்தார். ராஜம் எழுந்துசென்று மெதுவாக அவர் கழுத்தைச் சுற்றித் தன் கரங்களை வளைத்து அவரது உதடுகளில் முத்தமிட்டவண்ணம் "காப்பி கொண்டுவந்திருக்கிறேன்" என்றாள்.

ராமசாமி பிள்ளை தமது உதடுகளைப் புறங்கையால் துடைத்துவிட்டு, "என்ன ராஜம், உனக்கு எத்தனை நாள் சொல்வது? உதட்டில் முத்தமிட்டால் கிருமிகள் பரவிவிடும் என்று. அதிலிருந்து தானே பல வியாதிகள் வருகிறது என்று முந்தாநாள்கூடச் சொன்னேனே. காப்பி எங்கே? இந்தப் புஸ்தகத்திலே என்ன மாதிரி உண்மையைச் சொல்லியிருக்கிறான் தெரியுமா?" என்றார்.

ராஜம் ஒரு அசட்டுச் சிரிப்புச் சிரித்தாள். மெதுவாக ஒரு பெருமூச்சு வந்தது. அவள் கடைக்கண்ணில் சற்று ஒளிவிட்டுப் பிரகாசித்ததே, அவள் முந்தானையால் துடைக்குமுன்....

"ராஜம், மனிதனுக்கு மூன்று குணங்கள்தான் இயற்கை. முதலில் பசி. இரண்டாவது தன் குடும்பத்தை விருத்தி செய்வது. பிறகு மூன்றாவது பக்கத்திலிருப்பதை அழிப்பது. இது மூன்றிற்கும் அடிப்படையான குணம், எல்லாவற்றையும் தனக்கென்று ஆக்கிக்கொள்ளும் ஆசை. மற்றதெல்லாம் வீண் பித்தலாட்டங்கள்...."

ராஜம் அவரை வெறித்துப் பார்த்தபடியே இருந்தாள்.

"இந்தக் கற்பு, காதல் என்று பேத்திக்கொண்டு இருக்கிறார்களே, அதெல்லாம் சுத்த ஹம்பக்...."

"அப்படீன்னா...."

"சுத்தப் பொய். மனிதனுக்கு எல்லாவற்றையும் தனது என்று ஆக்கிக்கொள்ளவேண்டும் என்று ஆசைப்படுகிறானே, அதில் பிறந்தவை. தன் சொத்து, தான் சம்பாதித்தது, கஷ்டப்பட்டுச் சம்பாதித்தது தனக்கே இருக்க வேண்டும் என்ற ஆசை. மனிதன்தான் செத்துப் போகிறானே. தனக்கில்லாவிட்டால் தனது என்று தெரிந்த, தனது ரத்தத்தில் உதித்த குழந்தைகளுக்குக் கொடுக்க ஆசைப்படுகிறான். பெண்கள் தங்கள் இஷ்டப்படி இருந்தால் அது எப்படி முடியும்? அதற்குத்தான் கலியாணம் என்று ஒன்றை வைத்தான். பிறகு தனக்குத் தெரியாமல் ஒன்றும் நடந்துவிடக்கூடாது என்பதற்குக் கற்பு என்பது பெருமை என்ற பொய் சொல்லி வேலி கட்டினான். பிறகும் பார்த்தான். காதல் என்ற தந்திரம் பண்ணினான். ஒருவருக்கொருவர் இந்த மாதிரி இஷ்டப்பட்டால் வாழ்க்கை பூராவாகவும் இஷ்டப்படுவார்களாம்.... இதெல்லாம் சுத்த ஹம்பக்...."

"எனக்கு ஒண்ணும் தெரியலியே!"

தமது உற்சாகமான பிரசங்கம் சுவரில்தான் பிரதிபலித்தது என்பதில் பிள்ளையவர்களுக்கு ஏமாற்றம். ராஜம் ஒன்றும் பேசாமல் குழந்தையை எடுத்துத் தனது மார்பில் இறுக அணைத்துக்கொண்டாள்.

"என்ன தெரியவில்லை? இது வெகு சுலபமாச்சே... சொல்லுகிறேன் கேள்..." என்று ஆரம்பித்தார்.

"எனக்குத் தெரிய வேண்டாம். வாருங்களேன் பீச்சுக்குப் போகலாம்" என்றாள். தன்னையறியாமல் அவள் கைகள் குழந்தையை இறுக அணைத்துக்கொண்டன.

ராமசாமி பிள்ளைக்கு இதைக் கவனிக்க நேரமில்லை. தமது சுகாதாரத்திற்கு, தமது குடும்ப சுகாதாரத்திற்கு அவசியமான கடற்காற்று வாங்க அவசரமாக உடைகளை மாட்டிக்கொண்டார்.

"என்ன ராஜம், புறப்படலியா?" என்பதற்கு முன் "இதோ வந்தேன்" என்று குழந்தைக்கு

ஒரு மாற்றுச் சட்டையணிந்து, அதை இடையில் எடுத்துக்கொண்டு தயாரானாள்.

குழந்தை, "அப்பா!" என்று அவரை நோக்கித் தாவியது.

புன்சிரிப்புடன் குழந்தையை எடுத்துக்கொண்டார். அப்பொழுது இருவர் கரங்களும் சந்தித்தன. ராஜத்திற்கு உள்ளத்தில் குதூஹலம் கலந்த ஒரு ஏமாற்றம் தோன்றியது.

2

கடற்கரையில் இருவரும் உட்கார்ந்திருந்தனர். குழந்தை மீனுவிற்கு மணலை வாரியிறைக்கும் தொழிலில் வெகு உற்சாகம். தலை எல்லாம் மணல், ராஜத்தின் மடி எல்லாம் மணல்.

குழந்தையுடன் விளையாடுவதில் ராஜத்திற்கு எல்லாம் மறந்து விட்டது. மீனுவின் அட்டகாசத்தில் தன்னை மறந்துவிட்டாள்.

கடலை பட்டாணி விற்பவன் ஒருவன் அவர்களை நெருங்கினான்.

"அம்மா! கடலை பட்டாணி" என்றான்.

"வேண்டாம் போ!"

குழந்தை அவனைப் பார்த்துவிட்டது. அது வேண்டும் என்று அவனை நோக்கிக் கைகளைக் காண்பித்தது. பிறகு அழுகை. கடலையையாவது தின்னத் தெரியுமா? வேண்டுமென்றால் மறுபேச்சேது?

"கடலைக்காரனா அது. உடம்பிற்காகாதே" என்று அழுகையைக் கேட்டுப் புஸ்தகத்தை மூடிக்கொண்டு திரும்பிய பிள்ளையவர்கள் கேட்டார்.

"காலணாவிற்குக் கடலை, உப்புக் கடலை, கொடு. என்னாப்பா உனக்கு எந்த ஊர்?" என்றார் பிள்ளை.

"தஞ்சாவூர் ஜில்லா சாமி!"

"என்ன! மன்னார்குடியா?"

"ஆமாஞ்சாமி!" என்று சிரித்தான்.

"உனக்கு அங்கே, பெரிய கடைத்தெரு சாமி நாயக்கர் தெரியுமா?"

"போன வருசம் அவுக கிட்டத்தான் வேலை பார்த்தேன் சாமி. கால தோசம்...என்னை இங்கே கொண்டாந்து தள்ளிட்டுது" என்று பிள்ளையவர்களின் கைக்குட்டையில் கடலையை அளந்து போட்டு விட்டு ஒரு கூழைக் கும்பிடு போட்டவண்ணம், "கடலை பட்டாணி!" என்று கத்திக் கொண்டு சென்று விட்டான்.

"ராஜம்! இதைப் பார்த்தியா? சமுத்திரக் கரையிலே எந்தக் கடலை பட்டாணி விக்கிறவன் கிட்டக் கேட்டாலும் இந்தப் பதில்தான். இது எது மாதிரி என்றால் அன்றைக்கு ஒரு ஜோரான ரஷ்யக் கதை படித்தேன். அதிலே விபசாரி வீட்டுக்குப் போகிறவனைப் பற்றி எழுதுகிறான். அங்கே போகும்பொழுது ஒவ்வொருவரும் முதல்லெ 'உன் பேரென்ன?' என்று கேட்பானாம். 'இதில் வந்து, அதாவது, நீ தவறி எவ்வளவு காலமாச்சு?' என்று கேப்பானாம். அவளும் ஏதாவது ஒரு பொய், சமீபத்தில்தான் சமூகக் கொடுமையால் வந்துவிட்டதாகக் கூறுவாளாம். அதை அவள் ஆயிரத்தெட்டாவது தடவை பாடம் ஒப்பிக்கிற மாதிரி சொல்லியிருப்பாள். இவனும் வாத்தியார் மாதிரிக் கேட்டுக் கொள்ளுவான். பிறகு இருவருக்கும் அதைப் பற்றிக் கவலையில்லை - இதில் என்னவென்றால், மனிதனுக்கு விபசாரியானாலும் தனக்குக் கிடைப்பது நல்ல பொருளாக இருக்க வேண்டும் என்ற ஆசையில் தான் இருக்கிறான். சாயங்காலம் சொன்னேனே ஒன்று, அதுதான் அந்தத் தனக்கு வேண்டுமென்ற ஆசை, அதிலிருந்துதான்..."

"அதற்கென்ன இப்பொழுது?"

"இல்லை! உனக்குத் தெரியவில்லை என்றாயே அதற்குச் சொன்னேன்."

"எனக்குத் தெரிய வேண்டாம்."

அப்பொழுது நன்றாக இருட்டிவிட்டது. எங்கிருந்தோ, பக்கத்தில் தான், யாரோ பாரதி பாட்டு ஒன்றைப் பாடினார்கள்.

'பிள்ளைக் கனியமுதே' என்ற இன்பக் கனவில் ராஜத்தின் மனம் லயித்துவிட்டது.
பாட்டு முடிந்தது.
மௌனம்.

"பாட்டு எவ்வளவு நல்லா இருக்கு! மீனுவிற்குப் பாடினாப்பிலே இருக்கே!" என்றாள் ராஜம்.

"அதில் என்ன இருக்கிறது. விஷயம் தெரியாமல் பாடுகிறான். வெறும் அசட்டுப் பாட்டு!" என்றார்.

மீனு அதற்குள் கடலை பூராவும் வாரி இறைத்துவிட்டு, வேறு 'ஸப்ளை' வேண்டுமென்று அழ ஆரம்பித்தாள்.

இருட்டில் மீனுவை எடுத்து இறுக அணைத்துக் கொண்டாள்.

ராமசாமி பிள்ளை, "நேரமாகிவிட்டது!" என்று எழுந்தார்.

ராஜத்தின் மனத்தில் ஒரு ஏமாற்றம் இருந்தது.

ஊழியன், 12-10-1934

14.மனித யந்திரம்

1

ஸ்ரீ மீனாட்சிசுந்தரம் பிள்ளை ஒரு ஸ்டோர் குமாஸ்தா. அவர் உப்புப் புளி பற்று-வரவு கணக்கின் மூலமாகவும் படிக்கல்லின் மூலமாகவும் மனித வர்க்கத்தின் சோக நாடகங்களையும் மனித சித்தத்தின் விசித்திர ஓட்டங்களையும் அளந்தவர்.

அவருக்குச் சென்ற நாற்பத்தைந்து வருஷங்களாக அதே பாதை, அதே வீடு, அதே பலசரக்குக் கடையின் கமறல்தான் விதி. அதுவும் அந்தக் காலத்தில் அடக்கமான வெறும் மூலைத்தெரு ராமு கடையாகத்தான் இருந்தது. கடையும் பிள்ளையவர்களுடன் வளர்ந்தது. ஆனால் அதில் சுவாரஸ்யமென்னவெனில் வெறும் 'மீனாச்சி' ஸ்ரீ மீனாட்சிசுந்தரம் பிள்ளையாகப் பரிணமித்தாலும் அவருக்கு அந்தப் பழையதுதான், அந்தக் காவியேறிய கம்பிக்கரை வேஷ்டிதான். கடைக்கு முன்னால் இருந்த காறையும் கூரையும் போய் 'ரீ-இன்போர்ஸ்ட் காங்க்ரீட், எலெக்ட்ரிக் லைட், கௌண்டர்' முதலிய அந்தஸ்துகள் எல்லாம் வந்துவிட்டன. கடையும் பிள்ளையும் ஒன்றாக வளர்ந்தார்கள்; ஆனால் ஒட்டி வளரவில்லை. கடையில் வரவு செலவு வளர்ந்தது; பிள்ளையவர்களுக்குக் கவலையும் வளர்ந்தது.

ஸ்ரீ மீனாட்சிசுந்தரம் பிள்ளை பற்று வரவு கணக்குகளில் உள்ள சிக்கல்களையெல்லாம் அற்புதமாகத் தீர்த்து வைப்பார். அந்தக் காலத்தில் புன்னை எண்ணெய்க் குத்துவிளக்கடியில் இரவு பன்னிரண்டு மணிவரை மல்லாடுவார். இப்பொழுதும் அந்த மல்லாட்டத்திற்கெல்லாம் குறைச்சல் இல்லை; ஆனால் இப்பொழுது மின்சார விளக்கும் விசிறியும் உடன் விழித்திருக்கும். அவரது சம்பளமும் ஆமை வேகத்தில் 'ஓடி' மாதத்துக்கு ரூ.20 என்ற எல்லையை எட்டிவிட்டது. பற்று வரவு கணக்கு நிபுணர் ஸ்ரீ மீனாட்சிசுந்தரம் பிள்ளையின் திறமையெல்லாம் அந்த ஸ்டோ ர் கடையுடன் தான். வீட்டு வரவு செலவு கணக்கு மட்டும் அவருடைய இந்திர ஜால வித்தைகளுக்கெல்லாம் மீறி, உலகளந்த பெருமாளாக, சென்ற நாற்பத்தைந்து வருஷங்களாகப் பரந்து கிடக்கிறது; பரந்து கொண்டு வருகிறது.

காலை ஐந்து மணிக்கு ஈர ஆற்று மணல் ஒட்டிய அவர் பாதங்கள், வெகு வேகமாக ஆற்றில் இறங்கும் சந்திலிருந்து ராஜபாட்டையில் திரும்பி, மறுபடியும் ஒற்றைத் தெரு என்ற சந்தில் நுழைவதைக் காணலாம்.

மழையானாலும் பனியானாலும் ஈர வேஷ்டியைச் சற்று உயர்த்திய கைகளால் பின்புறம் பறக்கவிட்டுக் கொண்டு, உலர்ந்தும் உலராத நெற்றியில் சுப்பிரமணிய சுவாமி கோவில் விபூதி, குங்குமம், சந்தனம் விகசிக்க அவர் செல்லும் காட்சியைச் சென்ற நாற்பத்தைந்து வருஷங்களாகக் கண்டவர்களுக்கு அவர் பக்தியைப் பற்றி அவ்வளவாகக் கவலை ஏற்படாவிட்டாலும், நன்றாக முடுக்கிவிடப்பட்ட பழுது படாத யந்திரம் ஒன்று நினைவிற்கு வரும்.

ஆறு மணியாகிவிட்டால் நேற்றுத் துவைத்து உலர்த்திய வேஷ்டியும் துண்டுமாக, ஈரத் தலையைச் சிக்கெடுத்த வண்ணம் ஸ்டோ ர் கடையை நோக்கி நடப்பார். மறுபடியும் அவர் இரவு பத்து அல்லது பன்னிரண்டு மணிக்கு கடையைப் பூட்டிக் கொண்டு திரும்புவதைப் பார்க்கலாம்.

'மீனாட்சி', கணக்குப்பிள்ளை அந்தஸ்தை எட்டுவதற்கு முன்பே நாலைந்து குழந்தை - மீனாட்சிகள் தெருவில் புழுதி ரக ஆராய்ச்சியில் ஈடுபடுவது சர்வ சாதாரணமாகிவிட்டது.

பிள்ளையவர்கள் பொறுமைசாலி - ஆதிசேஷன் ஒரு பூமியின் பாரத்தைத்தான் தாங்குகிறானாம் - ஆனால் பொறுப்பு, ஏமாற்று, சுயமரியாதை, நம்பிக்கை என்ற நியதியற்றுச் சுழலும் ஒரு பெரிய கிரக மண்டலத்தையே தூக்கிச் சுமக்கிறார் அவர். ஏறு நெற்றி, வழுக்கைத் தலை, கூன் முதுகு, பெட்டியடியில் உட்கார்ந்து உட்கார்ந்து குடமான வயிறு - இவைதான் இச்சுமைதாங்கி உத்தியோகத்தால் ஏற்பட்ட பலன்கள்.

பிள்ளையவர்கள் மிகவும் சாது; அதாவது படாடோ பம், மிடுக்கு, செல்வம், அகம்பாவம் முதலியவற்றின் உதைகளையும் குத்துகளையும் ஏற்று ஏற்று மனமும் செயலும் எதிர்க்கும் சக்தியையும் தன்னம்பிக்கையையும் அறவே இழந்துவிட்டன. தாம் கீழ்ப்பட்டவர், விநயமாக இருக்க வேண்டும், தம்மைப் பாதுகாத்துக் கொள்ள உண்மை, நாணயம் முதலிய பழக்கங்களைக் கைக்கொள்ள வேண்டும் என்று உறுதிப்பட்டவர். ஆனால் அவர் உள்ளத்தில், அந்தப் பெட்டிப் பாம்பாக அடங்கிக் கிடக்கும் உள்ளத்தில், அல்லாவுத்தீன் ஜீனியைப் போல் ஆசை பூதாகாரமாய் விரிந்து, அவரது சித்தப் பிரபஞ்சத்தையே கவித்து ஆக்கிரமித்துக் கொண்டது. தன்னைக் காத்துக் கொள்ள வேண்டும் என்பதற்காகச் செயல் திறமையிழந்தவன் செய்வது போல் ஆசைப் பேய்க்குப் பூசையும் பலியும் கொடுத்து மகா யக்ஞம் செய்ய எந்தப் பக்தனாலும் முடியாது.

இந்த மனம் இருக்கிறதே, அப்பா! ஸ்ரீ மீனாட்சிசுந்தரம் பிள்ளைக்கும் அது உண்டு. நீறு பூத்த நெருப்பை வேதாந்திகள் பெரிய விஷயங்களுக்கு உபமானம் சொல்லுவார்கள். ஆசையைப் பொறுத்தவரை அந்த உபமானத்தால் பிள்ளை பெரிய மனுஷர்தான். 'மீனாச்சியா! அந்த அப்பாவிப் பயல்!' என்று பலர் துச்சமாகக் கருதுவார்கள். முகத்திற்கெதிரேயும் சொல்லுவார்கள். அப்படிப்பட்ட 'அப்பாவி'ப் பிராணியின் மனத்தில் புகைந்து கவிகிறது ஆசை. வீட்டில் குழந்தைக்குப் பால் தட்டாமலிருக்க - ஏன், பால் விற்று நாலு காசும் சம்பாதிக்க - மாடும் கன்றும் வாங்க வேண்டும்! தெற்குத் தெரு மாவன்னாவுக்கு 'மேடோ வர்' செய்த நிலத்தைத் திருப்ப வேண்டும். இது மட்டுமா? கால் மேல் கால் போட்டு, 'ஏ மீனாட்சி!' என்று தாம் அழைக்கப்படுவது போல், தம் இஷ்டப்படி ஆட ஒரு மீனாட்சியும் ஸ்டோ ர் கடையும் கைக்குள் வரவேண்டும். ஒரு முறை கொழும்புக்குப் போய்விட்டுத் தங்க அரைஞாண், கடிகாரச் சங்கிலி, வாட்ட சாட்டமான உடம்பு, கையில் நல்ல ரொக்கம், கொழும்புப் பிள்ளை என்ற பட்டம் முதலிய சகல வைபவங்களுடனும் திரும்ப வேண்டும். தெருவில் எதிரே வருகிறவர் எல்லாரும் துண்டை இடுப்பில் கட்டிக் கொண்டு, பல்லை இளித்த வண்ணம் 'அண்ணாச்சி சௌக்கியமா?' என்று கேட்க வேண்டும்! ஊரில் நடைபெறும் கலியாணமும் சம்பவிக்கும் இழவும் இவர் வருகையை எதிர்பார்த்துத்தான் தம் பாதையில் செல்லவேண்டும்...!

இன்னும் எத்தனையோ எண்ணங்கள்! தினசரி பணப்புழக்கம் எல்லாம் அவர் கையில் தான். கடைசியாய், தனியாகக் கடையைப் பூட்டிச் சாவியை எடுத்துக் கொண்டு போகிறவரும் அவர்தான். அதே சமயத்தில்தான் கடைக்குக் கூப்பிடுகிற தூரத்தில் இருக்கும் ரயில்வே ஸ்டேஷனில் ஐந்து நிமிஷம் நின்றுவிட்டுத் தூத்துக்குடி ஷட்டில் வண்டி புறப்படுகிறது. டிக்கட் வாங்கிக் கொண்டு ராத்திரியோடு ராத்திரியாகக் கம்பி நீட்டிவிடலாம். டிக்கட்டுக்கு மட்டிலும் பணம் எடுக்கத் தினசரி கடையில் பணம் புரளும். ஆனால், அந்தப் போலீஸ்காரப் பயல் இருக்கிறானே! நினைக்கும்பொழுதே பிள்ளையவர்களுக்கு அவன் கை தோளில் விழுவது போலப் பயம் தட்டிவிடும்.

திடுக்கிட்டுத் திரும்பிக் கூடப் பார்த்துவிடுவார்.

சிலர் நேரத்தைத் தெரிந்து கொள்ளக் கைக்கடிகாரம் கட்டிக் கொள்ளுவார்கள். வேறு சிலர் நிழலின் குறியை உபயோகப்படுத்திக் கொள்ளுவார்கள். கடிகாரத்தின் மெயின் ஸ்பிரிங் ஒடிவதற்கு ஹேது உண்டு. சூரியனை மேகம் மறைத்தால் நிழலின் குறியெல்லாம் அந்தரடித்துக்கொண்டு போக வேண்டியதுதான். அதனால்தானோ என்னவோ, சென்ற நாற்பத்தைந்து வருஷங்களாகக் கொக்கிரகுளத்திலுள்ள பலருக்கும் ஸ்ரீமான் மீனாட்சிசுந்தரம் பிள்ளை சாவி கொடுக்காத கடிகாரமாய், மேகத்தால் மறையாத சூரியனாய், என்றும் பழுதுபடாத நித்திய வஸ்துவாய் இருந்து வருகிறார்.

பிள்ளைக்கு எதிலும் நிதானம். இயற்கையின் நியதியைப் போல் இருக்கும் அவர் நடவடிக்கையெல்லாம் - நேற்று இருந்த மாதிரித்தான் இன்றும், நாளையும், இனியும். ஒன்றுமட்டும் சொல்லுகிறேன். கொக்கிரகுளத்தில் உள்ள மிகவும் முதிர்ந்த கிழவருக்கும், அவர் தம் சன்னக் கம்பிக் கறுப்புக் கரை நாட்டு வேஷ்டியுடன் தான் காட்சியளித்து வருகிறார். இந்த ஒழுங்கிலிருந்து அவர் விலகியதும் கிடையாது; விலக முயன்றதும் விரும்பியதும் கிடையாது.

ஸ்ரீ பிள்ளையவர்களின் முகம் தேஜஸ் கீஜஸ் என்ற தொந்தரவெல்லாம் பெறாவிட்டாலும் அவர் ஒரு சித்தாந்தி. பற்றுவரவு கணக்கு அவருக்கு வாழ்க்கையின் இரகசியங்களை எடுத்துக் காண்பித்து, புகையூடு தெரியும் விளக்கைப் போன்ற ஒரு மங்கிய சித்தாந்தத்தை உபதேசித்தது.

2

மூலைத் தெரு லாந்தல் கம்பங்கூடச் சோர்ந்துவிட்டது. கொக்கிரகுளத்திலுள்ள லாந்தல் கம்பங்களுக்கு இரவு பத்து மணிக்குள்ளாகவே சர்வ சாதாரணமாக ஏற்படும் வியாதி இது.

மூலைத் தெருவில் மற்ற இடங்களெல்லாம் ஒடுங்கிவிட்டன. ஸ்டோ ரில் பெட்டியடி மேல் ஒற்றை மின்சார விளக்குப் பிரகாசிக்கிறது. பிள்ளையவர்கள் ஓலைப் பாயில் உட்கார்ந்துகொண்டு மேஜையின் மேலுள்ள சிட்டைப் புத்தகத்தில் ஏதோ பதிந்து கொண்டு இருக்கிறார்.

"சுப்புப் பிள்ளையா? நாலு, நாலரை, நாலரையே மாகாணி, நாலரையே மாகாணியும் ஒரு சல்லியும், நாலரையே மாகாணி ஒரு சல்லி, ஒரு துட்டு, நாலு, ஒம்பது, அஞ்சு சல்லி!... சவத்துப் பயலுக்கு குடுத்துக் குடுத்துக் கட்டுமா? நாளைக்கு வரட்டும் சொல்லறேன்.

கோவாலய்யனா? சொல்லவும் முடியாது, மெல்லவும் முடியாது! என்ன செய்யறது? பிள்ளையவாள் பாடு அவன் பாடு..." ஏடுகளைப் புரட்டுகிறார். நெற்றியில் வழியும் வேர்வையைத் துடைத்து விட்டு ராமையாப் பிள்ளை பேரேட்டைத் திருப்பிக் கூட்ட ஆரம்பித்தார். "வீசம், அரைக்கால், அரையேரைக்கால்..."

"என்ன அண்ணாச்சி, இன்னங் கடையடைக்கலே? என்னத்தெ விளுந்து விளுந்து பாக்கிய?" என்று கொண்டே வந்தார் மாவடியாபிள்ளை. "வாரும், இரியும்!" என்று சொல்லி, மறுபடியும் கணக்கில் ஈடுபட்டார் பிள்ளை.

"என்னய்யா, வண்டி போயிருக்குமே! இன்னமா? உமக்கென்ன பயித்தியம்?"

"தம்பி, நீங்க ஒரு மூணு வீசம் அரை வீசம் கொடுக்கணுமில்லெ; நாளாயிட்டுதே! கொஞ்சம் பாருங்க, கடைலே பெரண்டாத்தானே முடியும்?"

"அதுக்கென்னயா வார வியாழக்கிழமை பாக்கிறேன். நீங்க வீசம்படி "பின்னைக்கி எண்ணை குடுங்க; எல்லாத்தையும் சேர்த்துக் குடுத்திடுவேன்!"

(*பின்னைக்கி எண்ணை - புன்னைக்காய் எண்ணெய்)

"பாத்துச் செய்யுங்க!" என்று சொல்லிக்கொண்டே மேல் துண்டை எடுத்து ஒரு தோளில் போட்டுக் கொண்டு எழுந்தார். கொட்டாவி வந்துவிட்டது. வாய்ப் பக்கம் விரலால் சுடக்கு விட்டுக்கொண்டே 'மகாதேவ, மகாதேவ' என்று முணுமுணுத்தவண்ணம் நெடுங்காலக்களிம்பால் பச்சை ஏறிப்போன புன்னைக்காய் எண்ணெயிருக்கும் செப்புப் பாத்திரத்தண்டை சென்றார். குனியுமுன் தலையை விரித்து உதறி, இடது கையால் அள்ளிச் சொருகிக்கொண்டு, கட்டை விரலுக்கும் நடுவிரலுக்கும் இடையில் பிடித்து வீசம் படியில் எண்ணெயை எடுத்துக் கொண்டு திரும்பினார்.

"தம்பி!" என்று கொண்டே நீட்டினார்.

மாவடியா பிள்ளை கையில் இருந்த சிறு பித்தளை டம்ளரில் வாங்கிக் கொண்டார்.

பிள்ளையவர்கள் மறுபடியும் ஒழுங்காக மேல்துண்டை மடித்துப் பெட்டியடியில் போட்டுக் கொண்டு, 'மகாதேவா!' என்று வாய்விட்டு ஓலமிட்டவண்ணம் ஒற்றைக் கையைப் பெட்டியின் மேல் ஊன்றிய படி மெதுவாகச் சம்மணமிட்டு உட்கார்ந்தார்.

மாவடியா பிள்ளை புறப்படுவதாகத் தோன்றவில்லை.

"என்ன அண்ணாச்சி, இன்னந் தேரமாகலியா!"

(*தேரம் - நேரம்)

என்று, பெட்டியடிப் பக்கத்தில் இருந்த தட்டில் உள்ள பொரி கடலையை எடுத்துக் கொறிக்க ஆரம்பித்தார்.

"இன்னம் ரெண்டு மூணு புள்ளியைப் பாத்துவிட்டுத்தான் கடையெடுக்கணும். எனக்குச் செல்லும்.

(*செல்லும் - நேரம் போகும்)

வார வைகாசிலே ராதா வரத்துப் பிள்ளை என்னமோ காசுக் கடை வைக்ராஹளாமே; ஒங்கிளுக்கென்னய்யா!"... என்று சிரித்தார் பிள்ளை.

"அவாளுக்கென்ன! காசுக் கடையும் வைப்பாஹ, கும்பினிக்கடையும் வைப்பாஹ. கையிலே பசை இருந்தா யார்தான் என்னதான் செய்யமாட்டாஹ? வார வைகாசிலையா? யார் சொன்னா?" என்று வாயில் உப்புக் கடலை ஒன்றை எடுத்துப் போட்டபடியே கேட்டார்.

"என்னய்யா, ஒரேயடியா கையை விரிக்கிய? ஒங்களுக்குத் தெரியாமலா பிள்ளைவாள் வீட்லெ ஒண்ணு நடக்கும்? யாருகிட்டெ ஒங்க மூட்டையெ அவுக்கிய?" என்று கையில் எடுத்த பென்ஸில் முனை மழுங்கியிருந்தால் நகத்தால் கட்டையை உரித்துக் கொண்டே சொன்னார்.

மாவடியா பிள்ளை அப்படி இலகுவில் 'மூட்டையை அவிழ்த்து' விடுபவரல்லர். "ஊர்க் கதை எல்லாம் நமக்கெதுக்கு? நான் வாரேன். நேரமாகுது!" என்று எண்ணெயை எடுத்துக் கொண்டு புறப்பட்டு விட்டார்.

"தம்பி! விசாளக்கெளமையை மறக்காமே!" என்றார் பிள்ளை.

"மறப்பனா!" என்று கொண்டே இருட்டில் மறைந்தார் மாவடியா பிள்ளை.

பிள்ளையவர்களுக்கு அப்புறம் கணக்கில் மனம் லயிக்கவில்லை. ராதாபுரத்துப் பிள்ளை

ஆரம்பிக்கப்போகும் காசுக் கடையிலும், அதில் மாவடியா பிள்ளைக்குக் கிடைக்கக்கூடிய ஸ்தானத்தையும் பற்றி விஸ்தாரமாக நினைக்க ஆரம்பித்துவிட்டார்.

'மாவடியா பிள்ளைக்கென்ன! கையிலே பணம் புரண்ட வண்ணந்தான். இப்பவே ஒரேயடியாக முழுங்கரானெ. ஆளைக் கையிலே பிடிக்க முடியுமா?...'

அவர் மனம் காசுக் கடைப் பெட்டியடியில் உட்கார்ந்திருக்கும் கற்பனை - மாவடியா பிள்ளையைக் கண்டு பொறாமைப்பட்டது. 'என்னதான் இருந்தாலும் நாணயமா ஒரு இடத்தில் இருக்கிறவன் என்று பேர் வாங்கப் போறானா! நாற்பத்தைந்து வருஷங்கள் ஒரே இடத்தில் இருந்து பேர் வாங்கினால் அல்லவா தெரியும்?...' உடனே மனம் நாற்பத்தைந்து வருஷங்களையும் தாவி, ஏதோ அந்தக் காலத்தில் பள்ளிக்கூடத்திற்குப் போக மறுத்ததினால் ஏற்பட்ட இந்த மாறுதலை நினைத்தது. அந்தக் காலத்தில் அது பிரமாதமாகப் படவில்லை. அப்புறம் பிள்ளையும் குட்டியும் வந்து, அது இது என்று ஆக ஆகச் சந்தர்ப்பம் தவறாக மாறிப் பெரிய தவறாக உருவெடுத்தது. வக்கீல் பிள்ளையும் உடன்படித்தவர்தான். இப்பொழுது அவரை 'ஏலே ஆறுமுகம்!' என்று கூப்பிட முடியுமா?

பிள்ளையவர்களுக்கு மனம் கணக்கில் லயிக்கவில்லை. பெட்டியில் மூடிவைத்தார். 'தூத்துக்குடி வண்டி இன்னும் புறப்படவில்லையே!' என்ற எண்ணம் திடீரென்று உதித்தது. 'சவத்தைக் கட்டி எத்தனை நாள் தான் மாரடிப்பது!' என்று முணுமுணுத்தார். நெற்றியில் குபீர் என்று வியர்வை யெழும்பியது. பெட்டிச் சொருகை அனாவசிய பலத்தை உபயோகித்து வெளியே இழுத்தார். உள்ளேயிருந்த சில்லறையும் ரூபாயும் குலுங்கிச் சிதறின. செம்பு, நிக்கல், வெள்ளி என்று பாராமல் மடமடவென்று எண்ணினார். நாற்பதும் சில்லறையும் இருந்தது. அவசர அவசரமாக எடுத்து மடியில் கொட்டிக் கொண்டு, விளக்கை அணைத்து, மடக்குக் கதவுகளைப் பூட்டினார்.

சாவிக் கொத்து கையில் இருக்கிற உணர்வு கூட இல்லாமல் வேகமாக ஸ்டேஷனை நோக்கி நடந்தார். நாற்பத்தைந்து வருஷமாக உழைத்துப் போட்டும் என்ன பலன்? நாக்குக்கு ருசியாக சாப்பிட முடிந்ததா? என்ன பண்ணிவிடுவான்? கொஞ்ச தூரம் சென்ற பிறகுதான் செருப்பைக் கூடக் கடையிலேயே வைத்துவிட்டு வந்து விட்டார் என்ற உணர்வு தட்டியது.

நல்ல காலமாக எதிரில் யாரையும் காணோம். 'பார்த்தால்தான் என்ன? கடையைப் பூட்டின பிறகு நேரே வீட்டிற்குத்தான் போக வேண்டுமா? நம்ம நினைப்பு அவனுக்கெப்படி தெரியும்?'

ஸ்டேஷனுக்கு வந்தாய்விட்டது. பெட்ரோமாக்ஸ் விளக்கடியில் தூங்கும் சில்லறைச்

சிப்பந்திகள், பக்கத்து வெற்றிலை பாக்குக் கடையில் வாயடி யடிக்கும் போர்ட்டர்கள்! வெளி கேட்டில் அவ்வளவு கூட்டம் இல்லை. ரயிலுக்குக் கூட்டம் இருக்காததும் நல்லதுதான் என்று நினைத்து உள்ளுக்குள் சந்தோஷப்பட்டுக் கொண்டார் பிள்ளை.

டிக்கட் கவுண்டரில் பத்தேகாலணாவை வைத்துவிட்டு, "தூத்துக்குடி!" என்றார் பிள்ளை. அதற்குள் நா வரண்டுவிட்டது.

"எங்கே?" என்றார் டிக்கட் குமாஸ்தா.

பிள்ளை திடுக்கிட்டார். "தூத்துக்குடி!" என்றார் மறுபடியும்.

"வாயில் என்ன கொழுக்கட்டையா? தெளிவாகத்தான் சொல்லேன்?" என்று கொண்டே ஒரு டிக்கட்டைப் 'பஞ்ச்' செய்து கொடுத்தார் குமாஸ்தா.

அப்பாடா!

பிள்ளையவர்கள் நிம்மதியடைந்தவர் போல் மூச்சை உள்ளுக்கு வாங்கி மெல்ல விட்டுக்கொண்டு பிளாட்பாரத்தில் நுழைந்தார். வண்டி வந்து நின்று கொண்டிருக்கிறது. புறப்பட இன்னும் பத்து நிமிஷம். ஒரு சோடா விற்பவனும், ஆமவடை - முறுக்கு - போளி - ஐயரும் குரல் வரிசையைப் பிளாட்பாரத்தின் மேலும் கீழுமாகக் காண்பித்து நடந்தனர். லக்கேஜ் தபால் வண்டிப் பக்கத்தில்தான் ஸ்டேஷன் மாஸ்டரும், ஸ்டேஷன் சிப்பந்திகளும்! தொடரின் பின்புறத்தில், ஒருவரும் இல்லாத தனி வண்டியில் ஏறி, கூட்ஸ் ஷெட் பக்கம் பார்த்த ஜன்னல் அண்டையில் உட்கார்ந்தார். ஜன்னல் பக்கம் இருந்த நிம்மதி இவரது மனத்தைத் துருதுரு என்று வாட்டியது. எழுந்து பிளாட்பாரத்தின் பக்கத்திலிருக்கும் ஜன்னல் பக்கம் வந்து உட்கார்ந்து கொண்டு, வண்டி எப்பொழுது புறப்படும் என்பதை ஆவலாக அறிய எஞ்சின் பக்கம் திரும்பிப் பார்த்துக் கொண்டிருந்தார்.

"பிள்ளைவாள்! ஏது இந்த ராத்திரியில்!" என்றது கம்பீரமான ஒரு குரல். வேறு ஒருவரும் இல்லை, ரயில்வே போலீஸைச் சேர்ந்த அவரது நண்பர் கலியாணசுந்தரம் பிள்ளை. திடுக்கிட்டுத் திரும்பினார்.

போலீஸ்காரன்! பிள்ளையவர்கள் நண்பரைப் பார்க்கவில்லை; காக்கி உடையைத்தான் பார்த்தார்!

தன்னையறியாமல் அவரது வாய், "தூத்துக்குடி வரை!" என்றது.

"என்ன அவசரம்! நான் உங்களை மணியாச்சியில் பார்க்கிறேன்!" என்று சொல்லி, அளவெடுத்து வைக்கும் பெருமிதமான நடையுடன் லக்கேஜ் வான் பக்கம் நிற்கும் ஸ்டேஷன் மாஸ்டரை நாடினார் கலியாணசுந்தரம் பிள்ளை.

மீனாட்சிசுந்தரம் பிள்ளைக்கு நுனிநாக்கு முதல் அடித்தொண்டை வரை ஒரே வறட்சி; கண்கள் சுழன்றன.

"கலர்! சோடா!" என்று நீட்டினான் ஸோடாக்காரன்.

"ஏ, ஸோடா! கலர் ஒன்று உடை!" என்றார் பிள்ளை.

'டஸ்!' என்ற சப்தம்; 'ஸார்' என்று நீட்டினான் சோடாக்காரன். வாங்கிக் குடித்தார். 'பூப்!' என்று ஏப்பமிட்டுக்கொண்டே ஓரணாவை அவன் கையில் கொடுத்துவிட்டுப் பலகையில் சாய்ந்து கண்ணை மூடினார் பிள்ளை. 'கலியாணி பார்த்துவிட்டானே! நாளைக்கு நம் குட்டு வெளிப்பட்டுப் போகுமே!'

துறைமுகத்தில் கலியாணசுந்தரம் பிள்ளை தமக்காகக் காத்துக் கொண்டிருப்பதை மனக் கண்ணால் பார்த்தார்.

ரயில் விஸில் கிரீச்சிட்டது. பிள்ளையவர்கள் அவசர அவசரமாகக் கதவுப் பக்கம் வந்து இறங்கினார்.

பிளாட்பாரத்தில் கால் வைத்ததுதான் தாமதம். வண்டி நகர ஆரம்பித்தது.

"என்ன பிள்ளைவாள் இறங்கிட்டிய!" என்ற வேகம் அதிகரித்து ஓடும் ரயில் சாளரத்திலிருந்து ஒரு குரல். கலியாணசுந்தரம் பிள்ளை தான்.

"அவாள் வரலை!" என்று கத்தினார் பிள்ளை.

மெதுவாக, நிதானமாக ஸ்டேஷனைவிட்டு வெளியேறி ஸ்டோ ர் பக்கமாக நடந்தார் பிள்ளை. வழியில் சிறிது தூரம் செல்லுகையில் தான் பாஸ் இல்லாமல் எப்படிக் கப்பலில் செல்வது என்ற ஞாபகம் வந்தது பிள்ளைக்கு. 'புத்தியைச் செருப்பால்தான் அடிக்கணும்!' என்று சொல்லிக் கொண்டார் பிள்ளை. அவருக்குத் தமது ஆபத்தான நிலைமை அப்பொழுதுதான் தெளிவாயிற்று. உடல் நடுங்கியது.

'யார் செய்த புண்ணியமோ!' என்று மடியில் இருந்த விபூதியை நெற்றியில் இட்டுக் கொண்டு, 'மகாதேவா!' என்றார் வாய்விட்டு.

ஸ்டோ ருக்கு வந்துவிட்டார். சாவதானமாகக் கதவைத் திறந்து, விளக்கை ஏற்றினார். மடியில் இருந்த சில்லறையைப் பெட்டிக்குள் வைத்துவிட்டு, சிட்டையை எடுத்து, 'மீனாட்சி பற்று பதினொன்றே காலணா' என்று எழுதினார்.

மறுபடியும் விளக்கு அணைந்தது. காலில் செருப்பை மாட்டிக் கொள்ளும் சப்தம்; பூட்டு கிளிக் என்றது.

முதலாளி வீட்டை நோக்கி சருக்சருக்கென்ற செருப்புச் சப்தம்.

பிள்ளை வழியில் துண்டை உதறிப் போட்டுக் கொண்டார். தலையை உதறிச் சொருகிக் கொண்டார்.

முதலாளி காற்றுக்காக வெளியே விசிப்பலகையில் தூங்குகிறார்.

"ஐயா! ஐயா!" என்றார் மீனாட்சிசுந்தரம் பிள்ளை.

"என்ன வே, இவ்வளவு நேரம்!" என்று புரண்டுகொண்டே கொட்டாவிவிட்டார் முதலாளி ஐயா.

"இல்லே, சோலி இருந்தது. எம் பத்துலே இண்ணக்கி பதினொண்ணே காலணா எழுதியிருக்கேன்!" என்றார் பிள்ளை. அப்பொழுதும் அந்த நாவறட்சி போகவில்லை.

"சரி! விடியனெ வரப்போ மூக்கனெ வண்டியைப் போட்டுக் கிட்டு வரச்சொல்லும். சந்தைக்குப் போக வேண்டாம்!" என்றார். சொல்லிவிட்டு, கொடுங்கையைத் தலைக்கு வைத்துக் கொண்டு கண்ணை மூடிக்கொண்டார்.

மீனாட்சிசுந்தரம் பிள்ளை முதலாளி ஐயாவைச் சற்று நேரம் பார்த்துக் கொண்டே நின்றார். அப்புறம் மெதுவாகத் திரும்பி நடந்தார்.

மணிக்கொடி, 25-04-1937

15.ஆண்மை

ஸ்ரீனிவாசனுக்குக் கலியாணமானது நினைவில் இல்லை. ஏன் என்றால் அது பெப்பர்மின்ட் கல்யாணம். ஸ்ரீனிவாசன் பெற்றோர்கள் பெரியவர்களாகியும், குழந்தைப் பருவம் நீங்காது பொம்மைக் கலியாணம் செய்ய ஆசைப்பட்டார்கள். வெறும் மரப் பொம்மையை விட, தங்கள் நாலு வயதுக் குழந்தை சீமாச்சு மேல் என்று பட்டது. பிறகு என்ன? பெண் கிடைக்காமலா போய்விடும்? ஆத்தூர்ப் பண்ணை ஐயர் மகள் ருக்மிணிக்கு இரண்டு வயது. கலியாணம் ஏக தடபுடல். பெற்றோர் மடியிலிருந்தபடியே ஸ்ரீமான் ஸ்ரீனிவாசனுக்கும் ருக்மிணி அம்மாளுக்கும் திருமணம் நடந்தது. அந்தச் சாக்கில் சஷ்டியப்த பூர்த்திக்கு முன்பே, திருமண மேடையில் உட்காரும் பாக்கியம் இரு சம்பந்திகளுக்கும் கிடைத்ததுதான் மிச்சம்.

கலியாணம் என்ற பதத்திற்கு அகராதியில் ஒரு அர்த்தம் இருக்கலாம். கவிஞனது வியாக்யானம் ஒன்று இருக்கலாம். அதெல்லாம் எனக்குத் தெரியாது. நடைமுறை உலகத்திலே இந்த மகத்தான கலியப்தத்திலே, திருமணம் என்றால் குலப் பெருமை கிளத்தும் கலகாரம்பம் என்று பெயர்.

ஸ்ரீனிவாசன் தகப்பனார் ஆத்தூர்ப் பண்ணையாருக்கு இளைத்தவரல்ல. ஆத்தூர்ப் பண்ணையாரும் ஸ்ரீனிவாசன் தகப்பனாருக்கு மசியக் கூடியவரல்ல. இப்படி இருவருக்கும் ஆரம்பித்த மௌனமான துவந்த யுத்தம், நாளுக்கு நாள் வளர்ந்தது. சீர்வரிசை, மரியாதை, இத்யாதி... இத்யாதி, பரமேச்வர ஐயர் (ஸ்ரீனுவின் தகப்பனார்) தனது பெருமைக் கேற்றபடி, ஆத்தூர்ப் பண்ணை ஐயர் நடந்து கொள்ளவில்லை என்ற கம்ப்ளெய்ண்ட் (complaint). அதற்காதாரமாக, "மாப்பிள்ளையென்று துரும்பைக் கிள்ளிப் போட்டாலும் விறைத்துக் கொண்டுதான் நிற்கும்; அதற்கு முன் பண்ணைப் பெருமையின் ஜம்பம் சாயாது" என்பார்.

ஸ்ரீனிவாசனும் ருக்மிணியும் துவந்த யுத்தத்தில் கலந்து கொள்ளவில்லை. அதைப் பற்றி இருவருக்கும் தெரியாது. பரமேச்வர ஐயர் ஒவ்வொரு வருஷமும் தன் புத்திரனைச் சம்பந்தி வீட்டிற்கு அனுப்பி வைப்பார். பிறகு இல்லாத நோணாவட்டம் எல்லாம் சொல்லிக் கொண்டு வருஷம் பூராவாகவும் பேச, அது ஒரு 'ஐட்டம் நியூஸ்'. ஸ்ரீனிவாசனுக்குச் சம்பந்தி வீட்டிற்குப் போவதென்றால் ரொம்பக் குஷி. விஷயம் ருக்மிணி இருக்கிறாள் என்ற நினைப்பினால் அல்ல, பக்ஷணம் கிடைக்கும்; நாலைந்து நாள் 'மாப்பிள்ளை', 'மாப்பிள்ளை' என்ற உபசாரம்; விளையாட்டு, அப்பாவின் கோபமும் அடியும் எட்டாத இடம்; மேலும் விளையாடுவதற்கு நிரம்பப் பயல்கள்; இதுதான் மாமா வீடு என்றால் வெகு குஷி.

இப்படி பத்து வருஷங்கள் கழிந்தன.

சம்பந்தி சண்டை ஓயவில்லை.

சீமாவும் சின்னப் பையனாக இருந்து மெதுவாகப் பெரிய மனிதனாகிவிட்டான். பரமேச்வர ஐயருக்குப் பையன் வளர வளர குதூஹலம். ஆத்தூர்ப் பண்ணைக்குப் 'புத்தி கற்பிக்க' சாந்தி முகூர்த்தம் என்ற கடைசித் துருப்பை உபயோகிக்க வேண்டிய காலம் நெருங்குவதில் மிகுந்த சந்தோஷம். ஆத்தூர்ப் பயலை என்ன செய்கிறேன் பார் என்று தம் மனைவியிடம் வீரம் பேசினார். அவருடைய சகதர்மிணியும் தனது கணவன் வீர புருஷன் என்பதில் மிகுதியும் களித்தாள்.

சீமாவும் மாமனார் வீட்டுக்குப் போவது படிப்படியாகத் தடைபட்டுப் போயிற்று. முதலில் கொஞ்சம் வருத்தந்தான். ஆனால் சீமா புஸ்தகம் படித்த வனல்லவா? அதில் 'தந்தை சொல் மிக்க மந்திரமில்லை' என்று படித்திருக்கிறான். தந்தையின் சொல் மந்திரத்தை விட, கை மந்திரத்தில் அதிக அனுபவம் உண்டு. சீமாவும் மாமனாரை வெறுக்க ஆரம்பித்தான். காரணமும் கொஞ்சம் உண்டு; ருக்மிணி முன்போல் அவனுடன் விளையாடுவதில்லை. ஓடி ஒளிய ஆரம்பித்துவிட்டாள். ருக்மிணியின் தகப்பனாரும், அவன் அங்கு ஒரு தடவை சென்றிருந்த பொழுது தகப்பனாரைப் பற்றிப் பேசிக் கொண்டிருந்ததை எல்லாம் ருக்மிணி வந்து அவனிடம் சொல்லியழுதாள்.

அவளுக்குச் சீமாவின் தகப்பனாரை எப்படிப் பேசலாம் என்ற வருத்தம். குழந்தையுள்ளத்தில் தன் இரகசியத்தைச் சீமாவிடம், அவன் அங்கு சென்றிருக்கும் பொழுது சொல்லி விட்டாள். அதிலிருந்து ருக்மிணி என்றால் சீமாவிற்குத் தனது உள்ளம் என்ற ஒரு பற்றுதல். ஆனால் மாமாவின் மீதும், அத்தையின் மீதும் அடங்காத கோபம். அந்தக் கோபத்தில் ஏற்பட்ட வெறுப்பின் சாயை, சீமாவின் மனவுலகத்தில் ருக்மிணியைத் தீண்டியதும் உண்டு.

ருக்மிணி புஷ்பவதியானாள்.

சடங்குகளும் ஏக தடபுடலாக நடந்தன. ஆத்தூர்ப் பண்ணை ஐயர் நேரில் வந்து அழைத்தும், அங்கிருந்து ஒருவரும் போகவில்லை.

ருக்மிணிக்கு மிகுந்த வருத்தம். தன் சீமா வராமல் இருப்பாரா என்று ஏங்கினாள். ஆத்தூர் ஐயரும் குழந்தை ருக்மிணிக்குச் சாந்தி முகூர்த்தம் செய்விக்க ஒரு நல்ல தினத்தைப் பார்த்து, பரமேச்வர ஐயருக்கு ஒரு கடிதம் எழுதினார்.

பரமேச்வர ஐயருக்கு இந்தக் கடிதத்தைக் கண்டதும் உள்ளம் ஆனந்தக் கூத்தாடியது.

தான் நெடுநாள் எதிர் பார்த்திருந்த தினம் வந்த உத்ஸாகத்தில் அன்று விருந்து நடத்தினார். பிறகு சம்பந்திக்கு ஒரு நீண்ட கடிதம் ஏறக்குறையக் குற்றப் பத்திரம் ஒன்று எழுதி, அதில் 5000 ரூபாய் கையில் தந்தால் தான் தன் மகன் சாந்தி முகூர்த்தம் செய்வான் என்றும், மேலும் சம்பந்தி ஐயரவர்களின் சீர் வரிசைக் குறைகளை எல்லாம் இப்பொழுது சரிகட்டி மன்னிப்புக் கேட்டுக் கொள்ள வேண்டும் என்றும் எழுதி இருந்தார்.

இந்த விஷயத்தில் சீமாவிற்கு மனத்தாங்கல்தான்; இவ்வளவிற்கும் ருக்மிணி, பாபம் என்ன செய்தாள் என்று நினைத்தான். ஆனால் தகப்பனாருக்கு அடங்கிய பிள்ளை. சொல்லவும் முடியவில்லை; மெல்லவும் முடியவில்லை.

இந்த விஷயத்தைப் பற்றி ருக்மிணி தனக்குக் கடிதம் எழுதுவாள் என்று எதிர்பார்த்தான். அவள் எழுதினால் அவன் நாவல்களில் படித்த கதாநாயகி போல், ருக்மிணியும் தன்னைக் காதலிக்கிறாள் என்று அப்பாவின் கோபத்தையும் எதிர்ப்பதற்குத் தயாராகி யிருந்தான்.

ஆனால் கடிதம் வரவில்லை.

சீமாவிற்குப் பெரிய ஏமாற்றமாக இருந்தது. ஒருவேளை நாவல்களில் படித்த மாதிரி... வேறொருவனைக் காதலிக்கிறாளோ என்னவோ! பொம்மைக் கலியாணம் செய்யப்பட்ட பெண், வேறொருவனைக் காதலித்து... கடைசியாக பிரம்ம சமாஜத்தில் கலியாணம் செய்து கொள்ளுவதுதான் நாவல் சம்பிரதாயப்படி சுவாரஸ்யமான முடிவு. அப்பொழுதுதான் கதாசிரியனும், வாசகர்களே என்று ஆரம்பித்துக் குழந்தைக் கலியாணத்தின் கொடுமைகளைப் பற்றி வியாசம் எழுத முடியும். சீமாவின் உள்ளத்தில் என்ன என்னவோ எண்ணங்கள் எல்லாம் குவிந்தன. ஆனால் ருக்மிணியின் மீது ஒரு பெரிய ஏமாற்றம்தான் மிச்சம்.

கடிதம் வரவில்லை.

சீமாவிற்கு ஒரு யோசனை தோன்றியது. ருக்மிணியை இரகசியமாகக் கவனித்தால், அல்லது அவளைச் சந்தித்தால், தன்னைக் காதலிக்கிறாளா என்று கண்டுபிடித்து விடலாமே என்று தோன்றியது. அப்பாவிற்குத் தெரியாது போக வேண்டும்.

சீமா இப்பொழுது சென்னையில் படித்துக் கொண்டிருக்கிறான். அப்பாவிற்குத் தெரியாமல் போவது அவ்வளவு கஷ்டமல்ல. பள்ளிக்கூட மாணவனுக்கா தகப்பனாரிடம் இருந்து பணம் தருவிக்க வழி தெரியாது?

ஆத்தூர் ஐயரவர்களுக்குப் பண்ணைத் திமிரும் சிறிது உண்டு. பரமேச்வரன் தன் வழிக்கு வராமல் எங்கு போய் விடுவான் என்று தைரியம். தன் சொல் சக்தியால், பரமேச்வர ஐயர் வேறு பெண் சீமாவிற்குப் பார்க்க எத்தனித்தால் தடுத்து விடலாம் என்ற தைரியம் இருந்தது. பயல் சீமாவும் இப்படி இருப்பானா என்றுகூடச் சில சமயம் பேசியதுண்டு. இதைக் கேட்ட சமயமெலாம் ருக்மிணிக்குக் கண்ணீர் வரும்.

"அவனை மறந்துவிடு. கொட்டத்தை அடக்கி விடுகிறேன்" என்று ருக்மிணியிடம் சொல்லிய காலங்களும் உண்டு.

'போங்கள் அண்ணா' என்று கண்ணீர் விட்டு உபவாசம் இருப்பதே ருக்மிணியின் வழக்கமாகிவிடும் போல் இருந்தது. அவள் கணவன் என்ற வார்த்தையின் பூரண அர்த்தத்தை யறிந்தவள் அல்ல. உள்ளத்திலே ஏதோ தன்னை யறியாத பக்தி, பாசம் சீமாவின் மீது வளர்ந்து கொண்டே இருந்தது.

சிறு பருவத்தில் அவனுடன் விளையாடின தெல்லாம் ஒன்றிற்குப் பத்தாக உள்ளத்தில் விளையாட ஆரம்பித்தன. எத்தனையோ தடவை 'அவருக்குக் கடுதாசு எழுத வேண்டும்' என்று காகிதங்களை எடுத்து முன் வைத்த நேரங்கள் உண்டு. ஆனால் என்ன நினைத்துக் கொள்வாரோ, மாமாவிற்குத் தெரிந்தால் பெரிய அவமானம் என்ற பயம்.

ஊர் வாயை மூட முடியுமா? ருக்மிணி வாழாவெட்டியாகிவிட்டாள் என்று ஊர்க் கிழங்களிடையே பேச்சு. ஊர்ச் சிறுமிகளுக்கும் ருக்மிணி என்றால் சிறிது இளக்காரம். இதனால் ருக்மிணிக்கு ஆறுதலாக ஒருவரும் இல்லை. அவள் தாயார் அவள் தகப்பனாரின் எதிரொலி.

புஷ்பங்களிலே பலவகையுண்டு. சிலவற்றைப் பார்த்ததும் குதூகலம், களிப்பு இவையெல்லாம் பிறக்கும். சில சாந்தியை அளிக்கும். சில உள்ளத்தில் காரணமற்ற துக்கத்தை, சோகத்தை எழுப்பும்.

ருக்மிணி இயற்கையிலேயே நல்ல அழகி. சிறு பிராயத்திலேயே ஆளை விழுங்கும் விழிகள். அதுவும் இயற்கையின் பரிபூரண கிருபை இருக்கும்பொழுது! ஆனால் கூம்பிச் சாம்பிய உள்ளத்தின் உள்ளொளி, அவளது துயரம் தேங்கிய கண்களில் பிரதிபலிக்கும். அவளைப் பார்க்கும்பொழுது, நம்மையறியாத பெருமூச்சு வரும்.

ஊர்ப் பேச்சிற்கும் பொச்சரிப்பிற்கும் பயந்து, அதிகாலையிலேயே ஆற்றிற்குச் சென்றுவிட்டு வந்து விடுவது வழக்கம். ஆத்தூரில் ஊருக்குச் சற்றுக் கூப்பிடு தூரத்தில்தான் ஆறு.

ருக்மிணி பயமற்றவள்.

அன்று விடியற்காலை நிலா பால் போல் காய்ந்து கொண்டிருக்கிறது.

ருக்மிணி குடம் எடுத்துக்கொண்டு குனிந்த தலை நிமிராமலே ஆற்றிற்குச் செல்லுகிறாள்.

கண்களிலே சற்றுக் கூர்ந்து, முகத்துடன் நெருங்கி நோக்கினால் சந்திரனில் பிரதிபலிக்கும் கண்ணீர்.

அந்த ஆறுதான் அவள் கவலையைக் கேட்கும்.

ஆத்தூர் சிறிய ஸ்டேஷன். மூன்று மணி வண்டி கொஞ்ச நேரம்தான் நிற்கும். சீமா அதிலிருந்து இறங்கினான். எப்படியாவது ருக்மிணியை அவள் பெற்றோருக்குத் தெரியாமல் காண்பது என்ற நினைப்பு. கண்டு அவளிடம் என்ன பேசுவது, என்ன சொல்வது என்றெல்லாம் அவன் நினைக்க வில்லை. அவளை எப்படித் தனியாக, இரகசியமாகச் சந்திப்பது என்று கூட எண்ணவில்லை. வீட்டின் பக்கம் சென்றால் வெளி முற்றத்திற்கு வரமாட்டாளா? வந்தால் தன்னை அடையாளம் கண்டுகொள்ள மாட்டாளா? என்ற நம்பிக்கை. அவன் அவளைச் சந்தித்து வெகு நாட்களாகி விட்டதென்ற, ஏறக்குறைய ஐந்து வருஷத்திற்கு மேலாகிவிட்டதென்ற நினைப்பே இல்லை.
ஸ்டேஷனிலிருந்து வந்தால் - அதாவது அங்கு வண்டிகள் கிடையாது. நடந்து வந்தால், அந்தப் பாலமற்ற ஆற்றைக் கடக்க வேண்டும்.

நடந்து வருகிறான்.

கரையேறி அக்ரகாரத்திற்கு நேராகச் செல்லும் பாதை வழியாக நடந்து வருகிறான். மனத்தில் பயம் கொஞ்சம் பட்பட் என்று அடித்துக் கொண்டது.

எதிரே ஒரு பெண் வருகிறாள்.

அவள்தான்.

விதியும் கோழை சீமாவின் மேல், கருணை கூர்ந்தது போல் அவளை அனுப்பியது.

பால் போன்ற நிலாதான்.

சிற்றாடை கட்டிக்கொண்டு சில சமயம் சீமாவென்று கூப்பிட்டு, பின்னோடு அலைந்து

கொண்டிருந்த ஒரு குழந்தை, திடீரென்று பதினான்கு வயது நங்கையாக, அதிலும் அழகியாக மாறியதைக் கண்டால், யாருக்குத்தான் அந்த மங்கிய நிலவில் அடையாளம் கண்டுபிடிக்க முடியும்?

அவள் தன்னைக் கடந்து செல்லும்வரை கூர்ந்து கவனித்தான்; உள்ளம் அவள்தானென்று காரணமற்றுக் கூறியது. ஆனால் அவள் ஜாடையெல்லாம்... மெதுவாகப் பெயரைச் சொல்லிக் கூப்பிட்டால்... நம்பிக்கை யாரை விட்டது?

"ருக்மிணி!"

அந்தப் பெண் திடுக்கிட்டு நின்றாள்.

"ருக்மிணி!"

வந்தவள் ருக்மிணிதான். தன் பெயரைக் கூப்பிடக் கேட்டதும் பயம். வாயடைத்த பயம். ஆனால் குரல் ஜாடை எல்லாம் இரண்டாம் முறை சப்தத்தில் யாருடையது மாதிரியோ பட்டது.

"ருக்மிணி!" என்றான் மறுபடியும். சற்றுத் தைரியமாக "யாரது?" என்றாள்.

"நான்தான் சீமா!"

வார்த்தைகளைக் கேட்டதும் அவள் உள்ளத்தில் தாங்க முடியாத குதூகலம்; அதில் பிறந்த சோகம், கண்களில் ஜலம் தாரை தாரையாகப் பொங்கியது. அழ வேண்டுமென்றிருந்தது. சிரிக்க வேண்டுமென்று தோன்றியது. கண்டத்தில் ஏதோ ஒன்று கட்டியாக உருளுவதுபோல் இருந்தது. உதடுகள் அழ வேண்டுமென்று துடித்தன. உதட்டை மெதுவாகக் கடித்துக்கொண்டு விழுங்கினாள்.

"ருக்மிணி, என்ன இன்னும் அடையாளம் தெரியவில்லையா? இன்னும் சந்தேகமா?"

"இல்லை, ஆத்திற்கு வாங்க, போவோம்" என்றாள்.

"நான் அங்கே வரவில்லை..."

ருக்மிணிக்கு ஏதோ மனதில் அடித்த மாதிரி இருந்தது.

"உன்னைப் பார்க்கத்தான் வந்தேன். இங்கே வா. ஆற்றங்கரைப் பக்கம் போவோம்" என்றான்.

"சரி" என்றாள். சீமாவிற்கு இதில் சிறிது ஆச்சர்யம் தான். வெகு துணிச்சல்காரி என்று பட்டது.
"ருக்மணி உன்னிடம் ஒன்று கேட்கவேண்டும்! கேட்பையோ?"

"சந்தேகமா?"

"பின் ஏன் எனக்குக் கடிதம் எழுதவில்லை...?"

"நினைத்தேன்... நீங்கள் என்னவாவது நினைச்சிப்பியளோ என்று பயம்."

"இப்படிப் பயப்பட்டா நான் சொன்னபடி எப்படி நடப்பாய்?"

"கட்டாயமாக நடக்கிறேன். சத்தியமா நடக்கிறேன். சத்தியமாக..." என்று துடிதுடித்துக் கொண்டு பேசினாள்.

"உன் மாமாவும், அப்பாவும் சண்டை பிடிச்சுக்கிறாளே, அவர்கள் நம்மைக் கவனித்தார்களா? அவர்களுக்கு ஒரு புத்தி கற்பிக்க வேண்டும். நாம் இருவரும் அவர்களுக்குத் தெரியாமல் எங்கேயாவது போய்விட வேண்டும். நீ என்னுடன் வருகிறாயா? கட்டாயம் வருகிறாயா? கையடித்துக் கொடு."

"வருகிறேன் சீ..." தன்னையறியாமல் பழைய சிறு குழந்தை நினைவிலே முடிக்கப் போனாள். திடீரென்று கணவன் என்ற மரியாதை நினைவு அவளைக் குழப்பியடித்து விட்டது. கோபித்துக் கொள்வாரோ, மரியாதைக் குறைவாகப் பேசியதற்கு என்ற நினைவில் விம்மினாள்.

விம்மலுடன் "மன்னியுங்கோ" என்ற வார்த்தை வெளிவந்தது.

சீமாவிற்கு ருக்மிணி தன்னை மறக்கவில்லை என்பதில் பரிபூரண ஆனந்தம்.

"ருக்மிணி நீ என்னைச் சீமா என்று கூப்பிட்டால் தான்...!" என்று அவள் சத்தியம் செய்வதற்கு எடுத்த கையைத் தனது கரத்தில் பற்றினான். அவள் கை எவ்வளவு மெதுவாக புஷ்பம் போல் இருக்கிறது. உள்ளத்தில் இருந்து ஏதோ ஒன்று உடல் பூராவாகப் பாய்வது போல் இருந்தது.

ருக்மிணியும் கரத்தை இழுக்கவில்லை. இழுக்க இயலாதபடி வலுவிழந்தாள். கூச்சமும், நாணமும் முகத்தைச் சிவக்கச் செய்தன.

"நீங்கள் இப்படிக் கேட்டால்..."

"சொன்னால்தான்..."

"சீமா" என்று மெதுவாக அவன் காதுடன் காது வைத்துக் கூறினாள்... அதரங்கள் என்றும் மலராத விதம் மலர்ந்தன.

சீமாவின் கரங்கள் அவள் இடையில் மெதுவாகச் சுருண்டன.

அவள் இடையிலிருந்த குடம் கை சோர்ந்து மணலுக்கு நழுவியது.

"ருக்மிணி! நான் சொன்னபடி கேட்பாயோ!"

"இன்னும் சந்தேகமா? நீங்கள் கூப்பிடும் இடத்திற்கு வருகிறேன்."

அவள் கண்களில் ஒரு ஜோதி பிரகாசித்தது. ஒரு கொஞ்சுதலும், குழைவும் காணப்பட்டது.

ருக்மிணி அவனது மார்பில் சாய்ந்தாள்.

"ருக்மிணி நான் வந்ததாக எவருக்கும் தெரியக் கூடாது. உன் அப்பாவிற்குக் கூட..."

"ஆகட்டும்."

இருவரும் தழுவிக் கொண்டனர்.

பிரிய மனம் வரவில்லை. விலக மனம் வரவில்லை.

"ருக்மிணி!" என்றான்.

"சீமா" என்றாள்.

அவள் கரத்தில் முத்தமிட்டான்.
அவளைச் சுற்றியிருந்த கரங்களை மீட்டான்.

குழந்தை ருக்மிணி நாணத்தினால் தழுதழுத்த குரலில் மெதுவாக "நான்" என்றாள்.

சடக்கென்று சீமா விலக்கிக்கொண்டு "போய் வருகிறேன் கண்ணே" என்று வெகுவேகமாகச் சென்றான்.

ருக்மிணிக்குத் துக்கம் நெஞ்சையடைத்தது. அவன் முதுகில் வைத்த கண் மாறாமல் பார்த்துக் கொண்டிருந்தாள். விம்மி விம்மி மூச்சு வந்து கொண்டிருந்தது.

ஆற்றின் அக்கரையை அடைந்ததும் சீமா திரும்பிப் பார்த்தான்.

ருக்மிணி அவன் இருந்த திக்கில் கும்பிட்டாள்.

ருக்மிணியின் நெஞ்சில் மறுபடியும் மேகம் கவ்வியது.

நடந்த கனவு மறைந்தது.

3

ருக்மிணி கணவனுக்குக் கொடுத்த வாக்குத் தத்தத்தை மறக்கவில்லை. பெற்றோரிடம் கூறவில்லை. ஆனால் இயற்கை கூறாது விடவில்லை. ருக்மிணி தனது கணவனின் நினைவை மறவாத வண்ணம் இயற்கை கருணை புரிந்தது.

இரண்டு மாத காலங்களில் இயற்கையின் கோளாறுகள் அவள் மீது தோன்றலாயின. வீட்டிற்குத் தெரியாது.

பண்ணை ஐயர் திடுக்கிட்டுப் போய்விட்டார். சீமாவைப் பற்றி அவர் நினைக்கவேயில்லை. தனது குற்றம் என்று உள்ளம் கூறியது. க்ஷாத்திரத்தை எல்லாம் மகளின் மீது தாக்கினார். "யார் என்று சொல்? பயலைத் தொலைத்து விடுகிறேன்" என்று கர்ஜித்தார். இதற்கு மேல் தாயாரின் பிடுங்கல் வேறு. ருக்மிணி ஒன்றிற்கும் பதில் சொல்லவில்லை. கணவன் இட்ட பணியை மறப்பாளா? அவர் வருவார், கடிதம் எழுதுவார் என்ற நம்பிக்கை இருக்கும்போது...

இரகசியம் என்பது சில விஷயங்களில் வெகு கஷ்டமான காரியம். ஊரிலே மெதுவாகப் பரவியது. ஊர்ப் பேச்சிற்குக் கேட்பானேன்? ஒன்றிற்குப் பத்தாகத் திரிந்தது. எந்த ஊர்க்குருவியோ போய் பரமேச்வர ஐயர் குடும்பத்திற்கும் கூறி விட்டது. ருக்மிணியின் மீது அவருக்கு உள்ளூர ஒரு பாசம் இருந்து வந்தது. முதலில் நம்பமுடியவில்லை. சமாசாரம் உண்மை என்ற பிறகு என்ன செய்ய முடியும்? சம்பந்தியின் மீதிருந்த க்ஷாத்திரத்தை எல்லாம் ருக்மிணியின் மீது சுமத்தியும், தம் மகனுக்கு நீண்ட கடிதம் எழுதிவிட்டார்.

சீமாவிற்கு முன்பு பணம் எடுத்துக் கொண்டு ருக்மிணியுடன் ஓடிப் போக வேண்டுமென்ற ஆசை, நம்பிக்கை இரண்டும் இருந்தன. இப்பொழுது அந்த நம்பிக்கையும் பறந்து போய்விட்டது. தான்தான் குற்றவாளி என்று அப்பாவிடம் கூச்சமில்லாமல் எப்படிச் சொல்லுவது? மேலும் ருக்மிணியின் மீது பழி ஏற்பட்டு விட்டதே, அவளை எப்படி ஊரார் அறியாமல் வைத்து வாழ்வது? சீமாவின் மனம் கலங்கியது.

இச்சமயம் ருக்மிணியிடம் இருந்து குழறிக் குழறி கண்ணீரால் நனைந்த ஒரு கடிதம் வந்தது. அவளைக் கூட்டிக் கொண்டு போய்விட வேண்டுமாம். முன்பு சொன்னபடி சீக்கிரம் வரவேண்டுமாம். அப்பா வையராளாம்; வீடு நரகமாக இருக்காம். அப்பாவிடம் சொல்லவில்லையாம். குழந்தை ருக்மிணிக்கு என்ன நம்பிக்கை!

சீமாவிற்கு என்ன பதில் எழுதுவது என்று தெரியவில்லை. தைரியம் இல்லை; பேசாமல் இருந்துவிட்டான்.

ருக்மிணியைப் பற்றி இரவெல்லாம் நினைத்து அழுதான்.

ஆனால் தகப்பனாரிடம் வேறு கல்யாணம் செய்து கொள்ளப் போவதில்லை என்று கூறத் தைரியம் இருந்தது. அப்பா இருக்குமிடத்திற்கும் சென்னைக்கும் வெகுதூரமல்லவா? அதனால்தான் தைரியமிருந்தது. மேல் படிப்பிற்கு அவசியம் 200 ரூபாய் வேண்டுமாம். அந்தப் பொய் சொல்லியாவது...

ருக்மிணி கடிதத்தை எதிர்பார்த்தாள். அது எப்படி வரும்?... இந்த உள்ளூர ஏற்பட்ட மன உளைச்சலும், இருதய உடைவாலும் சீமா நிறுவிய இலட்சியம் உடைந்து போயிற்று. அந்த அதிர்ச்சியில் மூளை குழம்பி விட்டது.

"அவர் வந்து விட்டாரா? சீமா வந்தாச்சோ?"

இதுதான் புலம்பல் இரவும் பகலும்.

அவளது குழம்பிய மனதில் 'சென்னைக்கே அவரிடம் சென்றுவிட்டால்' என்று பட்டது.

பித்தத்தில் மூளை கூர்மையாக வேலை செய்யும். இரவு எல்லோரும் படுத்த பிறகு அப்பாவின் பெட்டியைத் திறந்து பணத்தை எடுத்துக் கொண்டாள். அன்று சீமா விடியற் காலையில் சென்ற வண்டியில் போய்விட வேண்டும் என்ற திட்டம். பித்தத்தின் கதியை என்ன சொல்வது! நினைத்தபடியே செய்து முடித்தாள்.

வண்டி சாயங்காலம் சென்னையில் கொண்டு வந்து சேர்த்தது.

பிறகு?

அவளுக்குத் தெரியவில்லை.

பித்தத்தின் வேகம் அதிகமாயிற்று.

"அவரைக் கண்டீர்களா? சீமாவிடம் கொண்டு விடுங்கள்" இதுதான் வார்த்தைகள்.

சென்னையில் கேட்கவா வேண்டும்? அதிலும் ஒரு அழகிய சிறு பெண் அலங்கோலமாகப் போகும் பொழுது.

அவளைத் தொடர்ந்து காலிக் கூட்டம். முக்கால் வாசி சிறுவர்கள் கூடியது.

சில விடர்களும் தொடர்ந்தார்கள்.

ருக்மிணியும் ஏகாக்கிராந்தையாக அதே புலம்பலுடன் சென்றாள்.

சிலர் சிரித்தார்கள். சிலர் துக்கப்பட்டார்கள். சென்னை அவசரத்தில் வேறு என்ன செய்யமுடியும்? மற்றவர்களுடன் வருத்தத்துடன் பேசிக்கொண்டு சென்றார்கள்.

அன்று சீமாவிற்கு உதவி செய்த குருட்டு விதி அவனை அங்கு கொண்டு தள்ளி, மறுபடியும் உதவி என்ற தனது விளையாட்டை ஆரம்பித்தது.

கூட்டத்தை விலக்கிக்கொண்டு அவளிடம் சென்று "ருக்மிணி" என்றான்.

"அவரைக் கண்டீர்களா? சீமாவிடம் கொண்டு விடுங்கள்" என்றாள்.

அவள் குரலில் ஒரு சோகம் - நம்பிக்கை யிழந்த சோகம் - தொனித்தது.

கண்களில் அவனைக் கண்டு கொண்டதாகக் குறிகள் ஒன்றும் தெரியவில்லை.

"என்னைத் தெரியவில்லையா? என்ன ருக்மிணி நான் தான் வந்திருக்கிறேன்."

"அவரைக் கண்டீர்களா? சீமாவிடம் கொண்டு விடுங்கள்" என்றாள் மறுபடியும், குரலில் அதே தொனிப்பு.

அவளிடம் விவாதம் செய்யாமல் ஒரு வண்டி பிடித்து அவளை ஏற்றிக்கொண்டு சென்றான்; துக்கம் நெஞ்சையடைத்துக் கொண்டது. என்ன மாறுதல்? கசங்கிய மலர்.

வண்டியில் போகும்பொழுது மறுபடியும் "அவரைக் கண்டீர்களா? சீமாவிடம் கொண்டு விடுங்கள்" என்றாள்.

சீமாவிற்குப் பதில் பேச முடியவில்லை...

அவள் அவனைக் கண்டு கொண்டாளோ என்னவோ? எனக்குத் தெரியாது.

ஆனால் சீமா, பரமேச்வரய்யரிடமும், உலகத்தினர் முன்பும் ஆண்மையுடன் நடந்து கொண்டான்.

மணிக்கொடி, 18-11-1934

(மணிக்கொடியில் 'ஆண் சிங்கம்' என்ற தலைப்பில் இக்கதை வெளிவந்தது. பின்னர் புதுமைப்பித்தன் 'ஆண்மை என மாற்றினார்)

16.ஆற்றங்கரைப் பிள்ளையார்

ஊழி காலத்திற்கு முன்...

'கி.மு.'க்கள் (கிறிஸ்து பிறப்பதற்கு முன்) என்ற அளவுகோல்களுக்கு எட்டாத சரித்திரத்தின் அடிவானம்.

அப்பொழுது, நாகரிகம் என்ற நதி காட்டாறாக ஓடிக் கொண்டிருந்தது.

கரையில் வெள்ளம் கரைபுரண்டு ஓடுவதால் கற்பாறைகளும், மணற்குன்றுகளும், அடிக்கடி பிள்ளையாரை மூடி, அவரை துன்பப்படுத்திக் கொண்டிருந்தன.

*****

ஒரு கிழவர் வந்தார்.

பிள்ளையாரின் கதியைக் கண்டு மனம் வருந்தினார். பிள்ளையாரைக் காப்பாற்ற அவருக்கு ஒரு வழி தோன்றிற்று.

'சமூகம்' என்ற ஒரு மேடையைக் கட்டி, அதன் மேல் பிள்ளையாரைக் குடியேற்றினார். அவருக்கு நிழலுக்காகவும், அவரைப் பேய் பிடியாதிருக்கவும், 'சமய தர்மம்' என அரச மரத்தையும், 'ராஜ தர்மம்' என்ற வேப்ப மரத்தையும் நட்டுவைத்தார்.

வெள்ளத்தின் அமோகமான வண்டல்களினால் இரண்டு மரங்களும் செழித்தோங்கி வளர்ந்தன.

பிள்ளையாருக்கு இன்பம் என்பது என்னவென்று தெரிந்தது.

தனக்கு உதவி செய்த பெரியாரின் ஞாபகார்த்தமாக 'மனிதன்' என்ற பெயரை தனக்குச் சூடிக்கொண்டார்.

*****

இரண்டு மரங்களும் ஒன்றை ஒன்று பின்னிக்கொண்டு மிகவும் செழிப்பாக நெருங்கி வளர்ந்து, பிள்ளையாருக்கு சூரிய வெளிச்சமே படமுடியாமல் கவிந்து கொண்டன. மழைக் காலத்தில் எப்பொழுதும் மரங்களிலிருந்து ஈரம் சொட்டிக்கொண்டே இருந்ததினால் பிள்ளையாருக்கு நடுக்குவாதம் ஏற்பட்டுவிடும் போலிருந்தது. மேலும் கிளைகளில் பக்ஷிகள் கூடு கட்டிக்கொண்டு, பிள்ளையாரின் மேல் எல்லாம் அசுத்தப்படுத்தின.

பிள்ளையாரைப் பார்க்க வெகு பயங்கரமாக இருந்தது. அப்பொழுது இரு கிழவர்கள் வந்தனர்.

கோர உருவத்துடன் விளங்கும் பிள்ளையாரைக் கண்டதும், இருவரும் ஆற்றுக்கு ஓடி ஜலம் எடுத்து வந்து முதலில் அவரைக் குளிப்பாட்டினார்கள்.

ஒரு கிழவருக்கு ஒரு யோசனை தோன்ற, கையில் மண்வெட்டியுடன், வெகு வேகமாக

ஒரு பக்கமாகச் சென்று மறைந்தார்.

மேலிருந்த அசுத்தங்கள் போனதினால் உண்டான ஒரு சந்தோஷத்தினால், பிள்ளையார் எதிரிலிருந்த கிழவருடன் பேசலானார்: "என்னை முன்பின் அறியாத நீங்கள் செய்த உதவிக்கு, உங்கள் இருவருக்கும் எனதன்பைத் தவிர வேறு நான் என்ன கொடுக்க முடியும்? உங்கள் பெயரென்ன, உங்கள் நண்பர் பெயர் என்ன?" என்றார்.

அதற்கு அந்தக் கிழவர் பதில் சொல்லுகிறார், "பிள்ளையாரே! கஷ்டத்திலிருப்பவருக்கு உதவி செய்பவருக்கு பிரதியுபகாரம் வேண்டுமா? அதை நாங்கள் எதிர்பார்க்கவும் இல்லை. எனது பெயர் 'புத்தன்'; என்னுடன் வந்தவர் என் நண்பரல்ல; அவரை வழியில்தான் சந்தித்தேன். அவர் பெயர் 'ஜீனன்'" என்றார்.

கிழவருக்கு பளிச்சென்று ஒரு யோசனை யுதித்தது. ஒரே பாய்ச்சலில் மரத்தின் மேல் ஏறி, பக்ஷிகள் கூடு கட்டுவதற்கு வசதியாயிருந்த கிளைகளை எல்லாம் வெட்டவாரம்பித்தார்.

இத்தனை நாட்களாக இருளிலும் நிழலிலும் இருந்து வந்த பிள்ளையாருக்கு, திடீரென்று பட்ட சூரிய கிரணங்களைத் தாங்க முடியவில்லை. மேலெல்லாம் சுட்டுக் கொப்புளிக்கவாரம்பித்தது. கண்களைத் திறக்க முடியாமல் கூசுகிறது. "நல்ல வேளை செய்கிறீர்! போதும் உமது உதவி" என்று கோபித்து, "இந்தக் கிளைகளினால்தான் உமக்கு..." என்று கிழவர் பதில் சொல்லுமுன், தனது தும்பிக்கையால் அவரைத் தூக்கி வீசினார். கிழவர், மேடைக்கு வடகிழக்கில், வெகுதூரத்தில் போய் விழுந்தார்.

சற்று நேரத்தில் மண்வெட்டியுடன் சென்ற கிழவர், பிள்ளையாரை அணுகி, "நான் புதிதாக மேடை ஒன்று கட்டியிருக்கிறேன். அதில் அந்தக் கஷ்டம் ஒன்றும் இல்லை; என்று சொல்லி அவரைத் தூக்கிக் கொண்டு போய், தான் தயாரித்த இடத்தில் உட்காரவைத்து, "இதோபாரும்! இதில் மரங்களே இல்லை; உமக்கு அங்கிருந்த கஷ்டம்..." என்று சொல்லி முடிக்குமுன் அவ்விடத்திலிருந்த உஷ்ணத்தைத் தாங்கமுடியாத பிள்ளையார், கண்ணை மூடிக்கொண்டு ஒரே ஓட்டமாகத் தனது பழைய மேடையில் வந்து உட்கார்ந்துகொண்டு, "உங்கள் இருவருக்கும் உதவிசெய்வது என்றால் பிறரைத் துன்பப் படுத்துவது என்ற நினைப்பா? சற்று முன்புதான், உமது நண்பன், உம்முடன் வந்தவன், எனது அருமையான மரங்களை வெட்டி உடம்பெல்லாம் கொதிக்கும்படி செய்துவிட்டான். கண்ணை மூடிக் கொண்டு சிவனே என்றிருந்த என்னை, நீர் வெகு புத்திசாலித்தனமாக கட்டிவிட்ட உமது மொட்டை மேடையில் போட்டுப் பொசுக்கி விட்டீரே, போதும் உமது உதவி. நீர் சும்மா இருந்தால் போதும்" என்று சொல்லிவிட்டுக் கோபத்துடன் கண்களை மூடிக்கொண்டு இருந்தார்.

பிள்ளையாரின் மனநிலையைக் கண்ட கிழவர், பெரிதும் ஏமாற்றமடைந்து, தானே அந்த மேடையில் உட்கார்ந்து தனது உயிரை விட்டார்.

வெட்டிவிட்டதனால் கிளைகள் முன்னைவிடப் பன்மடங்கு அதிகமாக வளர்ந்தன. தாழ்ந்தும் கவிந்தும் வளர்ந்த அரச மரத்தின் இரண்டு கிளைகளுக்கிடையில் பிள்ளையாரின் தலையகப்பட்டுக் கொண்டது. வேப்ப மரத்தின் வேர் ஒன்று பிள்ளையாரின் வயிற்றைச் சுற்றி வளர்ந்தது. பிள்ளையாரின் கால்களில் அரச மரத்தின் இரண்டு வேர்கள் இறுக்கி பின்னிக் கொண்டன.

பிள்ளையார் இரண்டு மரங்களுக்குள் சிறைப்பட்டார்.

காற்றடிக்கும் பொழுதெல்லாம் பிள்ளையாருக்குத் தலை போய்விடும் போல் இருந்தது. வயிற்றைச் சுற்றிய வேரோ - அதன் வேதனை சகிக்க முடியவில்லை. கால்களும் சிறைபட்டதினால் ஓடவோ முடியாது.

பிள்ளையாருக்கு நரகம் எப்படியிருக்கும் என்று சற்றுத் தெரிந்தது.

*****

பல காலம் சென்றது... வடமேற்கு கணவாய்களில் பெய்த அமோகமான மழையினால் நதியில் வெள்ளம் கரைபுரண்டு ஓடியது. கணவாயில் ஒரு சிறு ரோஜாத் தோட்டம் போட்டு வசித்து வந்த கைலி கட்டிய ஒரு தாடிக் கிழவனையும் குடிசை - தோட்டத்துடன் அடித்துக் கொண்டு வந்தது.

வெள்ளத்தின் வேகத்தினால் அரச மரம் சாய்ந்தது. வேப்ப மரம் அடியோடு விழுந்து வேர் மாத்திரம் பிடித்திருந்ததினால் தண்ணீரில் மிதந்து ஆடிக்கொண்டிருந்தது. பிள்ளையாருக்கு ஓடவும் முடியவில்லை; ஓடவும் பயம்.

பிள்ளையாரின் துன்பத்திற்கு ஓர் எல்லையில்லை; நீக்க ஓர் வழியுமில்லை.

வெள்ளத்தில் உருண்டுவந்த தாடிக் கிழவன் வேப்ப மரத்தின் கிளைகளை எட்டிப் பிடித்து மேடையில் தொத்திக்கொண்டான். வெள்ளம் வற்றியது.

தாடிக்கிழவன் வேப்ப மரத்து நிழலுக்கு ஆசைப்பட்டு அதைத் தூக்கி நிறுத்தினான். வெள்ளத்தில் ஒதுங்கிய ஒரு செத்த பசு மாட்டின் தோலையுரித்து, அதன் மாமிசத்தை வேப்ப மரத்திற்கு உரமாக இட்டான். தன்னுடன் வெள்ளத்தில் ஒதுக்கப்பட்ட ஒரு ரோஜாச் செடியை எடுத்து மீதியிருந்த மாமிச எருவையிட்டு, வேப்ப மரத்திற்கும் அரச மரத்திற்கும்

இடையில் நட்டுவைத்தான். மாட்டின் தோலை வைத்து வேப்ப மரத்தடியில் ஒரு குடிசை கட்டிக்கொண்டு தன் இடையில் சொருகி இருந்த உடைவாளை வேப்ப மரத்தில் மாட்டிவிட்டு சந்தோஷமாக இருக்கவாரம்பித்தான்.

ரோஜாச்செடி, உரத்தின் மகிமையால் நன்றாகச் செழித்து வளர்ந்தது. நல்ல வாசனையுள்ள புஷ்பங்களுடன் நீண்ட முட்களும் நிறைந்திருந்தன.

பிள்ளையாரின் கஷ்டத்தைக் கவனிக்க யாருமில்லை.

அப்பொழுது மூவர் ஒருவர் பின் ஒருவராய் வந்தனர். அவர்களுக்கு சங்கரன், ராமானுஜன், மத்வன் என்று பெயர்.

முதலில் வந்தவர் பிள்ளையார் தலையை விடுவிக்க முயன்றார். வெகு கஷ்டப்பட்டு சிறிது விலக்க முடிந்தது. வயிற்றைச் சுற்றிய வேரை சிறிதும் அசைக்க முடியாது என்று கண்டு, தலையை விடுவித்த சந்தோஷத்தில் போய்விட்டார். அவர் பின் வந்த இரு கிழவர்களும் அரச மரத்தை முதலில் இருந்த மாதிரி தூக்கி நிறுத்த யத்தனித்தார்கள். முடியவில்லை. பெரிய மரத்தைத் தூக்க இருவரால் முடியுமா? அதிலும் கிழவர்கள். அரச மாரம் கோணிக்கொண்டுதான் நின்றது. முன்பும் இப்படித்தான் இருந்திருக்கும் என்று நினைத்து சந்தோஷப்பட்டுக் கொண்டு சென்றுவிட்டார்கள்.

விலகியிருந்த அரச மரத்தின் கிளைகள் மறுபடியும் கவிந்து பிள்ளையாரின் கழுத்தை இறுக்கவாரம்பித்தன. அருமைத் தொந்தியைச் சுற்றிய, மாமிச உரம் பெற்ற வேப்ப மரத்தின் வேர்களோ பிள்ளையாரை அசையவிடாமல் நெருக்கின.

ரோஜா புஷ்பங்களின் வாசனையை நன்றாக அனுபவித்தாலும், முட்களை எப்படி விலக்குவது? குத்திக்குத்தி அந்தப் பக்கம் பூராவாகவும் சீழ் வந்தது.

போதாததற்கு கைலிக் கிழவன், தனக்கு பொழுதுபோகாத நேரங்களில் தனது உடைவாளை எடுத்து பிள்ளையாரின் ஒற்றைக் கொம்பில் தீட்டவாரம்பித்துவிடுவான்.

மேடையின் மீது அரசங் கன்றுகளும் வேப்பங் கன்றுகளும், வேறு புல்பூண்டுகளும் முளைக்க ஆரம்பித்துவிட்டன.

சில காலம் சென்றது.

ஒரு நாள் இரவு, மேற்கு சமுத்திரத்தின் அடிப்பாகத்தில் ஒரு பெரிய பூகம்பம்

ஏற்பட்டதினால் கடல் ஜலம் நதிக்குள் எதிர்த்துப் பாய்ந்தது. பிள்ளையார் இருந்த மேடையின் பக்கம் புயற்காற்றும் மழையும் சண்டமாருதமாக அடித்ததினால், ஆறும் பெருக்கெடுத்து கடல் ஜலத்தை எதிர்த்தது.

பேய் போல் ஆடிக்கொண்டிருந்த மரங்களும் மறுபடி விழுந்து விட்டன. அரச மரம் பிள்ளையார் முதுகின்மேல் சாய்ந்துவிட்டது. வலுவற்ற வேப்ப மரம் முன்போல், பிள்ளையாரின் வயிற்றைச் சுற்றியிருந்த வேரின் உதவியால், மேடையிலிருந்து கொண்டு தண்ணீரில் ஆடிக்கொண்டு இருந்தது.

கைலிக் கிழவனை குடிசையுடன் அடித்துக்கொண்டுபோய்விட்டதால், காற்றுக்கு வளைந்துகொடுத்து மறுபடியும் தலை நிமிர்ந்த ரோஜாச் செடியைத் தவிர அவனுடைய ஞாபகார்த்தமாக வேறு ஒன்றுமில்லை.

பிள்ளையாருக்கு நரகவேதனை பொறுக்க முடியவில்லை.

இந்த மூன்று பிணிகளும் பாசக்கயிறு போல் அவரைத் துன்புறுத்தின.

சமுத்திரத்தின் நடுவில் ஒரு சிறு படகில் சென்றுகொண்டிருந்த ஒருவனைக் கடல் நீர் படகுடன் ஆற்றுக்குள் அடித்துக்கொண்டு வந்ததினால், அந்தப் படகும் இந்தப் பிள்ளையாரின் மேடையை அணுகிற்று. படகினுள் இருந்தவன் பிள்ளையாரின் காலைப் பிடித்துக் கொண்டு மேடையில் தொத்திக்கொண்டான். பிறகு படகையும் மேடையில் இழுத்துப் போட்டுக் கொண்டான்.

வந்தவனுடைய உடம்பு மிகுந்த வெண்மையாகவும் தலைமயிர் உருக்கி வார்த்த தங்கக் கம்பிகள் மாதிரி பொன்னிறமாகப் பிரகாசித்தது. அவனது நீண்ட தாடி பொன்னிறமான ஆபரணம்போல் அவன் மார்பை அலங்கரித்தது. அவன் நீண்ட அங்கியும், கணுக்கால் வரை வரும் தோல் பாதரட்சையும் அணிந்திருந்தான். அவனது வலது கையில் கருப்புத்தோல் அட்டை போட்ட ஒரு பெரிய புத்தகமும் ஒரு நீண்ட சிலுவையும் இருந்தன.

இவனுக்கு வேப்ப மரத்தின் மகிமை நன்றாகத் தெரியுமாகையால் உடனே அதைத் தூக்கி நிறுத்தி, அதன் அடியில் தனது படகை கவிழ்த்துப் போட்டு அதனடியில் படுத்து உறங்கினான்.

அவன் தனக்கு உணவுக்காக வைத்திருந்த ரொட்டித் துண்டுகளை பிள்ளையார் முன் வைத்துவிட்டு உறங்கியதினால், பசியின் கொடுமை மிகுந்த அவர், அவைகளை எடுத்து

காலி செய்யவாரம்பித்தார். கொழுக்கட்டை தின்று பழகிய பிள்ளையாருக்கு இது தேவாமிருதமாக இருந்தது. பசி நீங்கிய பிள்ளையார் வலியின் கொடுமையைத் தாங்க முடியாமல் அப்படியே உறங்கிவிட்டார்.

மறுநாள் விடிந்தது.

பிள்ளையார் இருந்த மேடைப்பக்கம் அதிக உஷ்ணமான பூமியாகையால், புதிதாக வந்தவன் தனது நீண்ட அங்கியில் தனது புத்தகத்தையும் சிலுவையையும் கட்டி, வேப்ப மரத்தின் கிளைகளில் தொங்கவிட்டு விட்டு ஒரு சிறிய சல்லடத்தை மாத்திரம் அணிந்து கொண்டு கவிழ்ந்து கிடந்த படகின் மேல் உட்கார்ந்து வேப்பங்காற்றையனுபவித்துக் கொண்டு இருந்தான். பொழுதுபோக்குக்காக கையில் இருந்த உடைவாளைச் சுழற்றி விளையாடிக் கொண்டிருந்தான்.

அப்பொழுது பல கிழவர்கள் வந்தார்கள்.

மேடையையும் பிள்ளையாரையும் அரச மரத்தையும் கண்டவுடன் பீதியடித்துப் போய்விட்டார்கள்.

சிலர் அரச மரத்தைத் தூக்கி நிறுத்த முயன்றார்கள்.

சிலர் பிள்ளையாரின் கழுத்தை விடுவிக்க முயன்றார்கள்.

சிலர் மேடையை சீர்படுத்தினார்கள்.

ஒவ்வொருவர் செய்வதும் மற்றவர்களுக்கு தடையாக இருந்தது.

பிள்ளையாரின் வயிற்றைச் சுற்றிய வேப்ப மர வேரையறுக்கப் போனால் புதிதாக வந்தவன் வாளை ஓங்குகிறான்.

அரச மரத்தின் கிளைகளை வெட்டப்போனால், பிள்ளையாரின் உதவியால் மரம் நிற்கிறது. அதை வெட்டிவிட்டால் மரமே விழுந்து விடும், இது ஆராய்ச்சி செய்ய வேண்டிய விஷயம், சற்று பொறுத்துச் செய்யுங்கள் என்றார்கள்.
சிலர் மரங்களையே எடுத்துவிட்டால் நல்லது என்று நெருங்கினார்கள்.
இரைச்சல் அதிகமாகிறது.

மரத்திற்கு பிள்ளையாரா, பிள்ளையாருக்கு மரமா என்ற பெரிய தர்க்கம்.

ஆத்திரமுள்ளவர்கள் அரச மரத்தையும் வேப்ப மரத்தையும் அழித்துவிட பதைத்து நெருங்கினார்கள்.

உறங்கிக் கொண்டிருந்த பிள்ளையார் ஒரு அற்புதமான கனவு காண்கிறார். தான் பெரிதாக வளர்வது போல் தெரிகிறது. முகத்தில் புன் சிரிப்பு தோன்றுகிறது. தும்பிக்கை சற்று அசைகிறது.

விச்வரூபமா?

பிள்ளையார் விடுவிக்கப்படுவாரா?

அல்லது அவர் கனவு நனவாகி, விடுவித்துக் கொள்ளுவாரா?

மணிக்கொடி, 22-04-1934, 29-04-1934

17.அபிநவ ஸ்நாப்

பாங்கியில் இருந்த இரண்டாயிரத்துச் சில்லறை ரூபாய் ஒத்தி வைக்கப்பட்ட - மாஜி மந்திரி வாசஸ்தலமாக இருந்த பங்களாவிற்கு எதிர்வீடு 'ஸ்ரீ நிவாஸ்' ஆனபொழுது, வரதவேங்கடராமன் அபினவ - ஸ்நாப் ஆனார். இந்த விபத்து ஏற்படுமுன் சென்னையின் தொண்ணூற்று ஒன்பதாவது பெரிய குடும்பஸ்தன், சந்துபாய் லல்லுபாய், சணல், வெங்காய வியாபாரக் கம்பெனியின் ஹெட்குமாஸ்தா. அவருக்கு ஒன்பதாவது வயதில் ஆனி மாதம் (நல்ல சுப லக்கினத்தில்தான்) இந்த விபத்து ஏற்பட்டது.

ஸ்நாப் என்றால் என்ன என்பதைச் சொல்லிவிடுகிறேன். நாகரீகமானவர்கள், நல்லவர்கள் (முக்கியமாக மெஜாரிட்டியினர்) அங்கீகரிக்கும் கொள்கைகளை, செய்யும் காரியங்களை ஒப்புக் கொள்வதற்காக, தானும் பின்பற்றுவதாகப் பாவனை செய்தல். அஸ்திவாரமில்லாத கட்டடமாகையால் எப்பொழுதும் மூக்கு கொஞ்சம் நெற்றிக்குமேல் உயர்ந்து காற்றில் மிதக்கும். நாசி நுனியில் பார்வையை நிறுத்தினால் என்னவெல்லாமோ தெரியும் என்பார்கள் யோகிகள். தங்க விளிம்பு கண்ணாடி வழியாக மூக்கின் நுனியில் ஸ்நாப்களின் பார்வை கவிந்தே இருக்கும். அவர்களுக்கு என்னவெல்லாம் தெரியும் என்பது எனக்குத் தெரியாது. ஒன்று மாத்திரம் நிச்சயமாகத் தெரியும். எதிரில் நிற்கும் உம்மையும் நம்மையும் போன்ற சாதாரண பேர்வழிகள் மனிதப் பிராணிகளாகக் கூட அவர்களுக்குத் தோன்றாது.

ஸ்ரீமான் வரத வேங்கடராமன், இருளப்பன் சந்து 49-ம் நம்பர் வீட்டு மாடியில் ஐந்து

குழந்தைகளுடன் (மனைவி ஒன்றுதான்) இருந்தபொழுது - முதல் மகன் சர்வீஸ் கமிஷன் பாஸ் பண்ணி வீட்டிலிருக்கிறான்; ரங்கநாயகிக்குக் கூடிய சீக்கிரத்தில் சாந்தி நடத்த வேண்டும் - கடன் வாங்கத் தெரியும்; மிச்சம் பிடிக்கத் தெரியும்; லல்லுபாய் கணக்குகளை ஆடிட் செய்யத் 'தயார்' பண்ணவும், குடும்பத்தின் நுணுக்க விவகாரங்களில் உள் வீட்டு மந்திரியுடன் அபிப்ராய பேதம் கொள்ளவும் தெரியும். ஏதோ ஒரு சந்தர்ப்பத்தில் 'ஹிந்து' பத்திரிகை என்று ஒன்று இருப்பதாகத் தெரிந்துகொண்டார். அவரது கடைசிப் பதிப்பு - ஆப்டோ ன் படங்கள் அடங்கியவை அல்ல - சிந்தாமணிப் பாட்டுப் பாடியபொழுது தமிழில்கூட பேசுகிற பயாஸ்கோப் வந்துவிட்டதாகத் தெரிந்து கொண்டார்.

அன்று சேட்ஜி விஷயமாக - சென்னையில் வடக்கத்தியார் யாவரும் 'சேட்ஜி' தான் - லஞ்ச் ஹோம் பக்கமாகப் போனபொழுது அந்தத் தறிதலை மணி அவரை ஹோட்டல் வாசலில் சந்தித்தான். காப்பி சாப்பிட்டு முடியுமுன் புது மாம்பலம் 'ஸ்ரீ நிவாஸ்' அவர் தலையில் ஏறி உட்கார்ந்து கொண்டது. பாங்க் டிபாஸிட் அப்புறம் பெயர் மாறியது. சில்லறை விஷயந்தானே. அன்றைக்கு வீட்டுக்குப் போகும்போது அவருடைய நெஞ்சு திக்திக் என்று அடித்துக் கொண்டது. ஆனால் தெய்வ சங்கல்பமாக, பூக்காரன் கை நிறைய கனகாம்பரமும் கொஞ்சம் நீளமாகவே கதம்பமும் கொடுத்துவிட்டுப் போயிருந்தது அவருக்குத் தெரியாது. தெரிந்திருந்தால் நெஞ்சு அவ்வளவு வேதனைப்பட்டிருக்காது.

பூரண சுதந்திரம் அடைந்துவிட்டால் நமக்கெல்லாம் எவ்வளவு குதூகலம் இருக்குமோ அவ்வளவு கண்மண் தெரியாத மகிழ்ச்சி இருளப்பன் சந்து 49-ம் நம்பர் மாடியில். பங்களாவை வாங்கி விட்டதாகவே நினைத்துவிட்டாள் சகதர்மிணி. செய்தி கிடைத்த அரைமணி நேரத்துக்கெல்லாம் கீழே வசிக்கும் ஒட்டுக் குடித்தனங்களுக்கெல்லாம் டபிள் காலம் பதிமூன்று திக்கில் ஸ்ட்ரீமர் தலைப்பு அலங்காரங்களுடன் விசேஷப் பதிப்பு விநியோகிக்கப்பட்டது. வேறு என்ன சொல்ல வேண்டும்? அன்று ஸ்ரீமான் வரத வேங்கடராமன் அவரது குடும்பத்தினர் முன் 'மாபெரும் வீரராகவே' திகழ்ந்தார். விசுவரூப தரிசனம் குடும்ப நபர்களுக்குக் கிட்டியது என்னலாம்.

"அப்பா ஒரு கூச் வச்சிப்பிட்டா நீ காலம்பர ஒன்பதுக்குள்ளேயே எலக்ட்ரிக் ட்ரெயினிலே போயிடலாம். ஒரு செக்கண்ட் கிளாஸ் பாஸ் வாங்கினாப் போரது..." என்றான் 'கருவிலுருவாகும்' கவர்மெண்ட் குமஸ்தா.

"நம்ம ரங்கத்துக்கு வர்ற ஆவணியிலேயே நல்ல நாளாய்ப் பார்த்து நம்ம பங்களாவிலேயே மோஸ்தராகச் செய்யணும்" என்றாள் கனகாம்பரம் - வைக்கோல் போரைச் சுமந்த சகதர்மிணி.

"இதிலென்ன பிரமாதம்" என்றார் ஸ்ரீமான் வரத வேங்கடராமன், சிவபுரியை ஆசமனம்

பண்ணிக்கொண்டு.

கம்பன் தன் கதாபாத்திரத்தின் பூரிப்பைக் குறிக்க, 'வாம மேகலையினுள் வளர்ந்த தல்குலே' என்கிறான். ஆனால் எனது ஜுனியர் கனகாம்பரம் - வைக்கோல் போர் கதம்பத்தின் உள்ள நிகழ்ச்சி பற்றி எனக்குத் தகவல் இல்லை.

சின்னமணியின் சிந்தாமணிப் பாட்டுகளுக்குப் பதிலாக 'ஸ்ரீ நிவாசில்' ரேடியோ வைத்துவிடுவது என்று நிச்சயமாயிற்று...

மாஜி இருளப்பன் சந்து 49ம் நெ. மாடிவாசியை இப்பொழுது உங்களால் அடையாளம் கண்டுபிடிக்க முடியாது. அவர் ஸ்ரீ.வி.வி.ராமன். பித்தளை போர்ட் தொங்குகிறதே, அதைப் பார்த்தாவது தெரிந்து கொள்ளுங்கள். இப்பொழுது அவர் டவுனில் 'பிஸினஸ்' பண்ணுகிறார் (தொழில் மாறவில்லை - சந்துபாய் லல்லுபாயில் ஆடிட்டுக்கு கணக்கு 'தயார்' செய்வதுதான் - பெயர் மாறிவிட்டது). காலை ஒன்பது மணிக்கு சுந்துவின் வேகாத உருளைக்கிழங்கு சாம்பார் - விட்டமின் போகாதிருக்க - உள்ளும் உணர்வும் சுடும் ரஸம், அதற்கெதிர்த்த தன்மை படைத்த தயிர் இவற்றைக் கனவேகமாக உள்ளே செலுத்திவிட்டு கனவேகமாக செகண்ட் க்ளாஸில் - பாஸ் வாங்கியதன் பயனாக - நின்றுகொண்டே பீச் ஸ்டேஷன் வரை யாத்திரை - இந்தப் பேறுகள் யாவும் ஸ்ரீமான் வி.வி.ராமனுக்கு.

இரண்டாயிரத்துச் சில்லறைக்கு மாறிய 'ஸ்ரீ நிவாஸ்' ரெடிமேட் செமண்ட் விஷயமானாலும் ஜப்பான் சரக்கைப் போல மினுக்குள்ளது. அதோடு எதிர் பங்களா மாஜி சுகாதார மந்திரி வசித்த இடம்.

ரங்கத்தின் சாந்தி ஏகமோக்களா. விசேஷ கலாபவனத்தில் மட்டிலும் பிரத்யேகமாகக் கீழைப் பிரதேச நாட்டியத் திறமையை விளக்கும் குமாரி பானுசுமதி - பங்கஜத்தின் பரத நாட்டியம். 'ஸ்ரீ நிவாசில்' கூட்டத்திற்குக் கேட்கவா வேண்டும்? சாக்ஷாத் சர்க்கார் செக்ரடரியேட்டில் ஆயுளில் முக்கால்வாசியைக் கழிக்கும் பெரிய உத்யோகஸ்தர்கூட வந்திருந்தார். குமாரி பானுசுமதி - பங்கஜத்தின் நாட்டியமென்றால் சகாரா பாலைவனத்திலும் கூட அவரைப் பார்க்க முடியும் என்பது ஸ்ரீமான் வி.வி.ராமனுக்குத் தெரியாது.

குமாரி பானு... இத்யாதி இத்யாதிக்கு சங்கீதத்திலும் பிரபலம். பலர் 'சபாஷ்!' சொன்னார்கள். 'ஐயோ...!' நீட்டலாகச் சொல்லி நயத்தில் தெவிட்டி மகிழ்ந்தார்கள்.

"சங்கீதம் ஒரு சமுதாயத்தின் ஜீவநாடி!" என்றார் ஒரு மாஜி நீதிபதி நரைத்தலையை

ஆட்டிக்கொண்டு.

"ஜீவநாடியின் துடிதுடிப்பு என்று சொல்லுங்கள் சார்!" என்றார் சகாராவுக்கும் துணியும் தீர உத்யோகஸ்தர்.

'மனமாகிய மாயையிலே
அருளாகிய கோவிலிலே'

என்பதற்கு அபிநயம் பிடித்தாள் குமார் பானுசுமதி இத்யாதி.

"நாட்டியம் என்றால் குமாரி, குமாரி என்றால் நாட்டியம்" என்று சொன்னார் விசேஷ கலாபவன நிரந்தர பிரஸிடண்ட்.

"ஆர்ட்ன்னா கலை, கலைன்னா ஆர்ட்" என்றார் தமக்கு இங்கிலீஷ் தெரிந்ததாக நினைத்துக் கொண்ட சங்கீத பூஷணம் பால கந்தர்வ தாதாசார்யார்.

"ஆஹா!" என்றார் அவரது பின்பாட்டுக்காரர்.

"என்னடா பாபு, சங்கீத பூஷணத்தை ரொம்ப நாளாக் கேட்கல்லியே, வர்ற சீசன்ல ஒரு ஸ்பெஷல் வீக் (வாரம்) ஒதுக்கிவிடு" என்று உத்தவரவு போட்டார் மாஜி நீதிபதியொருவர்.

"கம்பன் சொல்ரான் பார் ஒரு இடத்திலே..." என்று ஆரம்பித்தார் ஒரு கலாரஸிகர்...

"அதெல்லாம் உள்ளுணர்வு சார்... அந்த சமுதாயத்திலே துன்பமும் இல்லை. மரணமும் இல்லை. சாயுஜ்ய பதவி ஸார். கனவு லோகம் - ஞானரதம்" என்று அடுக்கிக்கொண்டே போனார் ஒரு ஆர்ட் கிரிடிக்.

ஸ்ரீமான் வி.வி.ராமனுக்கு இது ஒன்றும் புரியவில்லை. அவரது சங்கீத ஞானம் அதிர்ஷ்டவசமாகவோ துரதிர்ஷ்டவசமாகவோ குட்டி பாலர் வகுப்பு, 'தந்தம் தந்தம் தனதினனா! தந்திரக் குரங்கின் மோசம் பார்' என்ற அளவிலேயே நின்றுவிட்டது. ரங்கத்தின் ஞானம் ஞாயமாக எல்லாரும் புரிந்துகொள்ளும் பெட்டி வாசிப்புடன் நின்றுவிட்டது. அவளுக்கும் பரத நாட்டியம் ஒரு புது தினுசு சர்க்கஸ் மாதிரி இருந்தது. தகப்பனாருக்கும் பெண்ணுக்கும் இந்த விஷயத்தில் ஏகமனதான அபிப்பிராயம். ஆனால் வந்திருந்தவர்களுடன் கலை பேசினார்கள். ஸ்ரீமதி ராமன் பதிர்பேணி சிருஷ்டியில் ஈடுபட்டிருந்தால் சிரமமில்லாமல் போயிற்று. இல்லாவிட்டால், 'ஏண்டி இவள் இப்படி

அம்மணமா வந்து ஆடறாள்' என்று வெடிகுண்டு ஏறிந்திருப்பாள். நாட்டியத்தின் விளைவாக ஸ்ரீ.வி.வி.ராமன் விசேஷ கலாபவனத்தின் கௌரவ அங்கத்தினர் ஆனார்.

27-வது அகில இந்திய சங்கீத மகாநாட்டில் 'பரத நாட்டியமும் ஆத்ம பலமும்' என்ற பொருள் பற்றி அரிய உபன்னியாசம் செய்தார். பையன் குமாரியின் சதங்கை ஒலியில் சிதறிப் போகாமலிருந்த காரணம் காட்பாடியில் ஸ்பெஷல் மலேரியா எதிர்ப்பு உத்யோகஸ்தர் பர்ஸனல் கிளார்க்காகச் சென்றதுதான். இல்லாவிட்டால் பையனும் கலை பண்ண ஆரம்பித்திருப்பான்.

'ஸ்ரீ நிவாஸ்' வாழ்வு குஷாலாகக் கழிந்தது என்றாலும் குடும்ப வரவு செலவுக் கணக்கு, வாராவாரம் நடைபெறும் விசேஷக் கலை வகுப்புகள் முதலியவற்றின் விளைவாக நிரந்தரமாக பிரஞ்சு பட்ஜெட்டாக - நஷ்டக் கணக்கு - மாறியது. மாதத்தின் சில தேதிகள் குடும்ப எரிமலைகள் சீறின என்றாலும் நெருப்புக் கக்கும் நிலையை எட்டவில்லை.

அன்று ஒரு ஞாயிற்றுகிழமை. 'ஸ்ரீ நிவாஸ்' ரேடியோ ஸ்ரீமான் உச்சி பாகவதரின் கிராமிய கீதங்கள் யந்திர கமறலுடன் பாடிக் கொண்டிருந்தது...

அப்பொழுது தறிதலை மணி வந்தான்.

"என்னடா மணி காண்றதே இல்லியே! ஏண்டா குமாரியின் ஆத்மிக டான்ஸ்க்கு வரலே... அன்னிக்கு சபையில் கிருஷ்ணன் வந்து பொன் கொரல்லே உபதேசம் பண்ணாப்லே இருந்தது. நம்ம நாகரீகத்து ஜீவத் துடிதுடிப்புடா? உள்ளுணர்வு அப்படியே பேசித்து; மயிர்க் கூச்சலிட்டதா!" என்று பரவசப்பட்டார்.

"அது சரிதான்டா, பங்களாவை மீட்கலாம்னு நினைக்கிறேன், என்ன சொல்றே!"

"எனக்கே கொடுத்திடேன்" என்று வார்த்தை பின்தங்கியே வந்தது.

"இல்லடா, அதுமேலே எனக்கு ஒரு பற்றுதல்; அது என் அதிர்ஷ்ட சக்கரம்" என்றான் மணி.

ஸ்ரீமான் வரத வேங்கடராமன் நிம்மதியாக மூச்சுவிட்டார். இருளப்பன் சந்துக்குப் போவதா, மாரியப்பன் தெருவுக்குப் போவதா என்று அவர் மனம் பிளான் போட ஆரம்பித்தது. "அன்னிக்கு உடம்புக்கு என்னமோன்னியே, டொமாட்டோ சாப்பிடு, எல்லா விட்டமினும் இருக்கு" என்று உபதேசம் செய்தார் கடைசி முறையாக ஸ்ரீ வி.வி.ராமன். அதற்கப்புறம்

அவர் குமாஸ்தா வரத வேங்கடராமனாகிவிட்டார்.

ஜோதி, அக்டோபர் 1938

18.அன்று இரவு

1

அரிமர்த்தன பாண்டியன்

நான்மாடக்கூடலில் அன்றிரவு மூவர் உறங்கவில்லை. அதில் ஒருவன் சொக்கேசன். மனிதனுடன் மனிதனாக நடமாடி, அவர்களுடைய சுகதுக்கங்களில் பகிர்ந்து கொண்டு, வளையல் விற்று, சாட்சி சொல்லி, சங்கப் புலவர்கள் கருவமடக்கி, வாழையடி வாழையாக ஆண்டு வரும் பாண்டியர்களுக்கு மந்திரியாய், நல்லாசிரியனாய், தெய்வமாய்க் கைகொடுத்துவரும் சொக்கேசன், அழகன் உறங்கவில்லை. பிறவா நெறி காட்டுவானுக்கு உறக்கம் ஏது? ஊண் ஏது? அடுத்த நாள் ஓர் அரசன்; பாண்டியன், அரிமர்த்தன பாண்டியன், இமையா நாட்டம் பெற்றவன் போல, சயனக்கிருஹத்தில் மஞ்சத்தில் அமர்ந்து நினைவுக் கோயிலில் நடமாடிவந்தான். அறிவை அன்று நடைபெற்ற நிகழ்ச்சிகள் சரக்கூடம் போட்டன; நடைபெற்ற நிகழ்ச்சிகள் வாலுடன் தலையிணைத்துக் காட்டி நகரின் வரம்பமைத்த பாம்பு மாதிரி அறிவு சக்கரவியூகம் போட்டது.

பிரகாசம் கண்ணைக் குத்தித் தூக்கத்திற்கு ஊறு விளைக்காமல் இருப்பதற்காக அமைத்த நீலமணி விளக்கு, அவனது மார்பில் கிடந்த ஆரத்தில் பட்டு, சற்று அசையும்போது மின்னியது. கை விரல் மோதிரத்தை நெருடிக்கொண்டே சாளரத்தின் வழியாகத் தெரிந்த சிறிய துண்டு வான்வெளியை நோக்கிக் கொண்டிருந்தன. அன்றிரவு கிருஷ்ண பட்சத்துச் சந்திரன்; அது உதயமாக இன்னும் இரண்டு சாமம் கழிய வேண்டும். சாளர வரம்புக்கு உட்பட்ட தாரகைகள் ஒன்று இரண்டு, தீர்க்கதரிசிகளின் அறிவு வரம்புக்குள் அடைப்பட்ட பிரபஞ்ச ரகசியங்கள் ஒரு குறிப்பிட்ட கோலத்தில் அமைந்து, மனித உயிர் நாடும் வேட்கைக்குச் சாந்தி தரும் சமயம் என்ற ஒரு குறிப்பிட்ட கோலத்தைக் காட்டுவது போல, ஜோதிட விற்பன்னர்கள் வகுக்காத ராசி மண்டலங்களை அமைத்துக் காட்டியது.

சாளரத்தின் உச்சியிலிருந்து, வானத்துக்கு நேர் கோட்டில் ஆணியடித்து வைரம் பதித்தது மாதிரி, அல்ல, மஞ்சள் கலந்து சிவப்புக்கல் பதித்த மாதிரி, ஒரே ஒழுங்கில் அமைந்து நின்று அசைந்து கண் சிமிட்டியது. மன்னன் மனம், அன்றைய நிகழ்ச்சிகளை ஒரு விநாடி மறந்து தாரகைக் கூட்டத்தில் லயித்தது. மனம் ஒன்ற ஒன்ற, இருட்டுக்குள் இருளுக்கு வரம்பு போட்ட மாதிரி கோபுரமும் கலசமும் திரண்டு உருவாயின; அதன் மத்தியில் அந்த

விளக்குகள். என்ன, நம்மூர்க் கோயிலைக் கூடவா, நாம் தினம் கும்பிட்டு மன உளைச்சல் என்ற சுமையை இறக்கிவைக்கும் சுமைதாங்கியான கோயிலைக் கூடவா மறந்துவிட்டோ ம் என்று நினைக்கிறான் பாண்டியன். தன்னை அறியாமல் மீசையை நெருடிக்கொண்டே சிரிக்கிறான். கோபுரத்தைத் தாண்டி ஒண்டித் தெரியும் துண்டு வானத்தில் ஒரு நட்சத்திரமும் கூடச் சிரிக்கிறது.

'முப்பது வயசுக்குள் எவனாவது திடீரென்று மாறிப் பரம் ஒன்றே என்ற நினைப்புடன் நடமாட முடியுமா? குதிரை வாங்கப் போன மந்திரி திரும்பிவரும்பொழுது, விழுந்து கும்பிடு என்று என் மனசே சொல்லும்படி எப்படி மாறிவிட முடியும்? கொண்டு போன பணத்தை என்ன செய்தான்? விரயம் செய்து போகத்தில் ஆழ்வதென்றால் அவன் உடம்பு அதைக் காட்டியிருக்குமே.'

அரிமர்த்தனன் மனசிலே அன்று பிற்பகல் பட்டிமண்டபத்தில் நடைபெற்ற நிகழ்ச்சிகள் நினைவுக்கு வருகின்றன.

அமாத்தியன் திருவாதவூரன், பகல் முழுவதும் கால் கடுக்க நடுவெயிலில் நின்று கல் சுமந்து கசையடிபட்டதன் சோர்வு சற்றும் காட்டாமல், வந்தபோது பூத்து அலர்ந்த புன்சிரிப்புடன் நிற்கிறான். அரசன் அரிமர்த்தன பாண்டியன் சிங்காசனத்தில் அமர்ந்திருக்கின்றான்.

"அமாத்தியரே, குதிரைகளுக்குக் கொடுத்தனுப்பிய தொகை எங்கே?"

"அவனைத் தவிர இவ்வுலகில் கொடுப்பவர் யார்? கொள்பவரார்?"

"வாதவூரரே, அப்படியானால் பணம் வாங்கவில்லை என்று மறுக்கிறீரா?"

"குதிரை வரும் என்று சொல்கிறேன்."

"குதிரையைப் பற்றி நீர் கவலைப்பட வேண்டாம். பணத்தை என்ன செய்தீர், சொல்லிவிடும்; உம்மை மன்னித்துவிடுகிறேன்."

"அரசே, வாதவூரர் கொண்டு சென்றது அரசாங்கப் பணம்; அதை விரயம் செய்யத் தங்களுக்குக் கூட உரிமை கிடையாது என்பதைத் தாங்கள் எத்தனை முறை இந்த வாதவூரர் முன்னிலையிலேயே சொல்லியிருக்கிறீர்கள்; மன்னிப்பது என்றால் பாண்டியன் தனது ஆட்சியை அழிப்பது என்பதே பொருள்" என்று இடைமறிக்கிறார் ருத்திரசாத்தனார் என்ற மந்திரி.

"பணம் வந்துவிட்டால் போதுமா? சமயத்தில் குதிரைகள் கிடைக்காததனால் நாம் எவ்வளவு ஆபத்தான நிலையில் இருந்தோம்? சோழன் திரட்டிய சேனை நம்மீது விழுந்திருந்தால் நாடு என்ன கதியாகும்? களப்பிரர்கள் சோழநாட்டைச் சூறையிடாதிருந்தால் இன்று மீன் கொடியில் ரத்தக்கறைகள் அல்லவா படிந்திருக்கும்? தோல்வி என்பது நமக்கு இல்லை. சொக்கேசன் உள்ளவரை, பாண்டியன் உள்ளவரை, அந்நியன் தலை மண்ணில் உருளத்தான் செய்யும்; இருந்தாலும்..." என்கிறார் ஏனாதியான பகைக்கூற்றச் சித்திரனார்.

"வாதவூரரே, என்ன சொல்லுகிறீர்? தொகை எங்கே?" என்கிறான் அரிமர்த்தனன்.

"கொடுத்தவன் வாங்கிக் கொண்டான்; குதிரைகள் வரும்" என்கிறார் வாதவூரர்.

"அரசே, வாதவூரருக்கு வயது முப்பதுதான். திருக்கோவையாரைப் பாடியவர் என்பதற்காக, அவரை நாம் சிறிது காலம் பார்க்காமல் இருந்துவிட்டதற்காக, ஜீவன்முக்தராகிவிட்டார் என்று நினைப்பது தவறு. சங்கரனார் நெற்றிக் கண்ணைத் திறந்தாலும் குற்றம் குற்றமே என்ற நாடு இது. சங்கரருக்கே அப்படியென்றால் வாதவூரருக்கு மட்டும் என்ன இளக்காரம்?" என்கிறார் ருத்திரசாத்தனார்.

"வாதவூரரே, என்ன சொல்லுகிறீர்? சித்தர்கள் போலப் பரிபாஷையில் பேசி ராஜாங்க நேரத்தைக் கழிக்க வேண்டாம். குதிரைகள் வரும் என்கிறீரே; எப்போது வரும்?"

வாதவூரன் கண்கள் ஏறச் செருகிவிட்டன. நின்ற நிலையிலேயே உள்ளோடு ஒன்றிவிட்டான்.

உதடுகள், "குதிரைகள் - குதிரைகள் - குதிரைகள்..." என முணு முணுக்கின்றன.

பாண்டியன் மனசிலும், "குதிரைகள், குதிரைகள், குதிரைகள்" என்ற வார்த்தைகள் எதிரொலிக்கின்றன.

பட்டிமண்டபத்துக்கு வெளியே சடபடவென்று ஆர்ப்பாட்டமான சத்தம். காவலர்கள் இருவர் ஓடி வருகிறார்கள். "குதிரைகள் வந்து விட்டன! அரசே குதிரைகள் வந்துவிட்டன!" என்று நமஸ்கரிக்கின்றனர்.

"என்ன, குதிரைகளா! எங்கே?" என்று எழுந்திருக்கின்றான் மன்னன். சபையும் திரண்டு எழுந்திருக்கிறது. வீரக்கழல் முழங்க, அரசன் மிடுக்குடன் வாசலுக்குப் போகிறான். மந்திரி

பிரதானிகள் பின் தொடர்கிறார்கள். பட்டிமண்டபத்திலே ‘குதிரைகள் குதிரைகள்’ என்று தம்மை மறந்து ஜபிக்கும் வாதவூரரையும் சிலைகளையும் தவிர யாரும் இல்லை.

குதிரைகள் தாம் எத்தனை! பத்து அக்குரோணிக்குப் போதுமானவை; அவ்வளவும் வெள்ளை. குதிரை நோட்டம் தெரிந்த கணக்காயர்கள் சுற்றிச் சுற்றிப் பார்க்கிறார்கள்; ஒரு சுழி இருக்க வேண்டுமே. அத்தனையும் உயர்ந்த ஜாதிக் குதிரைகள்.

குதிரைப் பாகன் தான் கண்கொள்ளாக் காட்சி. அவனை அழைத்துச் சென்று அப்படியே முடிசூட்டிவிடலாமா என்று கூட நினைத்தான் அரிமர்த்தனன். என்ன அசட்டுத்தனமான நினைப்பு! அவன் துருஷ்கனா, யவனனா, சோனகனா? கண்களிலேதான் அம்மம்ம, என்ன பயங்கரம்! சாட்டையைக்கொண்டு சிமிட்டாக் கொடுக்கிறான். அத்தனை குதிரைகளும் அணிவகுத்து நிற்கின்றன!

"பெற்றுக்கொண்டு சீட்டைக் கொடும்; போகவேண்டிய வழி கணக்கில் அடங்காது" என்கிறான் குதிரைப் பாகன். குரலில் இனிமையும் பயங்கரமும் கலந்திருந்தன.

அரசன் முறிச்சீட்டில் கையெழுத்திட்டுத் தருகிறான். பாகன் வாங்கிக் கொண்டு வணக்கங்கூடச் செய்யாமல் போய்விடுகிறான்.

மன்னனும் மந்திரிப் பிரதானிகளும் பட்டிமண்டபத்துக்குள் திரும்ப வருகிறார்கள். வாதவூரன் முகத்தில் சோகம் தேங்க, "நாடகத்தால் உன் அடியார் போல் நடித்து நான் நடுவே, வீடகத்தே புகுந்திடுவான் மிகப்பெரிதும் விரைகின்றேன்" என்று தழுதழுத்தபடி உருகி நிற்கிறார்.

"வாதவூரரே, என்னை மன்னிக்க வேண்டும்; நான் ராஜ்யத்தைச் சுமக்கிறவன்." "அரசே, நான் உலகின் துயரத்தை, வேதனையைச் சுமக்கிறவன்."

"வாதவூரரே, அப்படி மனம் நொந்துகொள்ளக் கூடாது. தாங்கள் பழையபடி எனக்கு அமைச்சராகவே இருக்க வேண்டும்; தாங்கள் இல்லாவிட்டால் இத்தனை குதிரைகள் கிடைக்குமா?"

"அமைச்சன் மருத்துவனைப் போல இருக்கவேணும் என்பதை நான் தங்களுக்குச் சொல்ல வேண்டுமா?" என்கிறார் ருத்திரசாத்தனார்.

"பகையை விரட்டப் படைப்பலம் வேண்டாமா?" என்கிறார் ஏனாதி.

அரிமர்த்தனன் மனசு மறுபடியும் அந்தக் குதிரைகள் மீது, அந்த வெள்ளைக் குதிரைகள் மீது சவாரி செய்கின்றன. பகைவர்கள் தலைமீது நடமிடும் குதிரைகள். வாதவூரன் கொடுத்த குதிரைகள் அல்லவா? என்ன அறிவு, என்ன தூய்மை! தெய்வாம்சமாக, தெய்வமாகக் குதிரைப் பாகனைப் போலவே நின்றானே...

நடுச்சாமத்தைப் புள்ளியிடச் சங்கு விம்முகிறது, அலறுகிறது, முழங்குகிறது. அதன் ஓசையும் மடிகிறது.

அது என்ன சத்தம், தனி நரி ஊளையிடுகிற மாதிரி! அதன் குரல் ஒடுங்கும் சமயத்தில் ஆயிரம் ஆயிரமாக நரிகள் ஊளையிடுகின்றன. நான்மாடக்கூடலில் நரிகளா? குதிரைப்பந்தி இருக்கும் திசையிலிருந்து அல்லவா கேட்கிறது! அரிமர்த்தனன் எழுந்து நிலாமுற்றத்துக்குச் செல்லுகிறான். காதுகளை ஈட்டியிட்டுக் குடைவது போன்ற இரைச்சல். இருட்டில் கண்கள் துழாவுகின்றன. இருட்டைத் தவிர வேறு எதுவும் தெரியவில்லை.

மன்னவன் வீரக்கழல் ஒலிக்க, உத்தரீயம் தரையில் புரள, மறுபடியும் சயனக்கிருஹத்தில் நுழைகிறான். மஞ்சத்தருகில் சாய்த்து வைத்திருந்த உடைவாளுடன் அறையைவிட்டு விரைகிறான். வாசலில் தூக்கமும் மருட்சியும் கண்களில் தேங்க, குழலும் மேலாக்கும் சரிய, துவண்ட நடையில் விளக்கெடுத்து முன் செல்லுகிறார்கள் பணிப் பெண்கள். அந்த மங்கிய ஒளியில் தான் அவர்கள் என்ன அழகு!

அரசன் அரண்மனை வாசலில் வந்து நிற்கிறான். "குதிரை லாயத்தில் நரிகள் புகுந்துவிட்டன, அரசே, அவை நகருக்குள்ளும் பிரவேசித்துவிடும் போலத் தெரிகிறது..." என்று கும்பிடுகிறார்கள் குதிரைப் பந்தியின் காவலர்கள்.

மூன்று ஜோடிக் கழல் ஒலிகள் இருட்டில் படிப்படியாக மங்கி ஓய்ந்தன.

திடீரென்று இருட்டையே கூர்ங் கத்திகொண்டு கிழிப்பதுபோல ஒரு தனி அலறல். பீதியில் வெருண்டு உயிருக்குப் போராடி மடியும் குதிரையின் குரல் அது. அதைத் தொடர்ந்து ஆயிரம் பேய்கள் கெக்கலிகொட்டி நகைப்பது போன்ற நரி ஊளை. போர்க்களத்தில் கவந்தங்கள் ஆடுவதையும் அச்சிற்று விழும் தேரில் அடிபட்டு நசுங்கும் குதிரைகள் யானைகள் போடும் கூச்சல்களையும் கேட்டவன் தான் அரிமர்த்தன பாண்டியன். ஆனால் அன்று கேட்ட அந்தத் தனிக் குதிரையின் சப்தம், அவனிடம் அபயம் கேட்டு ஏமாந்து உயிர்விடுவது போல இருந்தது. நான்மாடக்கூடலில் இந்த இருட்டுப் பேய்க்கூச்சல் ஜனங்களை எழுப்பிவிட்டிருக்கக் கூடும். அவர்கள் இரட்டைத் தாழிட்டு வீட்டுக்குள் அமர்ந்துவிட்டனர்.

குதிரைக் கொட்டடியின் முன் காவலர்கள் கதவைத் தாழிட்டுக் காவல் காத்து நின்றனர்.

"உள்ளே மருந்துக்குக்கூட ஒரு குதிரை இல்லை. நமது லாயத்தில் நின்ற பழைய குதிரைகளைக்கூட ஒன்று பாக்கிவிடாமல் கொன்று கிழித்துவிட்டன" என்றார்கள் காவலர்கள்.

"புதுக் குதிரைகள்?"

"அவை மறைந்த மாயந்தான் தெரியவில்லை. உள்ளே நரிகள் நின்றுதான் ஊளையிடுகின்றன. அவை வெளியே வந்துவிடாமலிருக்க, கதவை இழுத்துச் சாத்தி வைத்திருக்கிறோம். நாங்கள் சாத்து முன்பே பெரும் பகுதி வெளியே ஓடிவிட்டன."

"அரசே, குதிரைப் பந்திக்குள் நரிகள் ஊளையிடுகின்றனவே; புதுக் குதிரை ஒன்று கூட இல்லையே" என்று பக்கத்தில் ஒரு குரல் கேட்டது.

அரசன் திரும்பிப் பார்க்கிறான். அமாத்தியர் ருத்திரசாத்தனார் நின்றுகொண்டிருந்தார்.

"ஆமாம். புதுக் குதிரைகளைக் காணவில்லையாம்" என்றான் அரிமர்த்தனன்.

"நானும் அப்படித்தான் எதிர்பார்த்தேன். தங்கள் மந்திரியின் சித்து விளையாட்டாக இருக்கலாம். நீங்கள் கவனித்தீர்களோ, குதிரைகள் வந்தபோது அவனது நிலையை? நான் வரும்போதே மீண்டும் அவரைக் கைது செய்யும்படி உத்திரவிட்டுவிட்டு வந்தேன்."

"சீ! அப்படி இருக்காது. மேலும் நீதி வகுக்க நாம் யார்?"

"அரசே, தாங்களுமா?"

"குதிரைப் பாகன் எங்கு மறைந்தான் என்பதுதான் தெரியவில்லை. நேற்று நமது கோயில் ஆயிரக்கால் மண்டபத்தில் சென்று படுத்ததைத் தான் சிலர் பார்த்ததாகத் தெரிகிறது. ஒற்றர்கள் கிரகித்த தகவல் இதுதான்" என்றது மற்றொரு குரல். ஏனாதி பகைக்கூற்றச் சித்திரனார் தாம்.

"பாகனைப் பிடித்தால் காரியம் தெரியும்."

இடைவெட்டு

அடியார்க்கு நல்லார்: நான் தான் அப்பொழுதே சொன்னேனே; குதிரைகள் நிச்சயமாக வரும் என்று? எனக்குத் தெரியாதா வாதவூரனை.

சேனாவரையர்: வாதவூரன் பொய்யன் என்று நான் எப்பொழுதும் சொன்னதுண்டா? சமயத்துக்கு வராத குதிரைகள் இனி வந்து என்ன, வராமல் என்ன? இப்பொழுது வெகு சிரேஷ்டமான பரிகள் கிடைத்தாலும் அவை நரிகளுக்குத்தான் சமம். மானம் கெட்டுப்போய் அரசனும் அவற்றை ஏற்றுக் கொண்டானே!

இளம்பூரணர்: புரை தீர்ந்த நன்மை பயக்கும் என்றால் எதுவும் பொய்யே அல்ல. இன்று அரசன் ஏற்றவை நரிகளாகவே இருந்தாலும் அவை பரிகளே. வாதவூரனுக்கு வயசு முப்பது என்பதற்காக வாயில் வந்தபடி எல்லாம் பேசுவதா?

ஒற்றன்: குதிரைகள் கொண்டுவந்தானே, அவனை நீங்கள் எங்காவது கண்டீர்களா?

அடியார்க்கு நல்லார்: சொக்கேசன் ஆலயத்து வசந்த மண்டபத்துக்குள் போய் உட்கார்ந்தான். நான் என் கண்களால் கண்டேன்.

சேனாவரையர்: நான் பார்க்கும்பொழுது அவன் வசந்த மண்டபத்தில் இருந்தான் என்று சொல்லும். அவன் இப்பொழுது எங்கும் இருக்கலாம். அவனது கழுத்தில் கிடந்த மறுவைப் பார்த்தீர்களா? ஆலகால விஷம் மாதிரி அல்லவா இருந்தது? உன்மத்தன் போல் அல்லவா, நிதான புத்தியுடன் நடந்துகொள்ளச் சிரமப்படும் உன்மத்தன் போல் அல்லவா, அவன் விழித்தான்?

இளம்பூரணர்: மறு இருக்கிற இடத்தில் இருந்தால் எல்லாருக்கும் அதிருஷ்டந்தான். அவன் அதிருஷ்டசாலிதான் என்பது நிச்சயமில்லை. வாதவூரன் நிச்சயமாக அதிருஷ்டசாலிதான்.

வாதவூரன் மனசும் அறிவும் தட்டுமறித்து விளையாடின. யாருக்கு யார் பதில் சொல்லுகிறார்கள் என்ற நினைப்பின்றி யாரோ மனசில் சொன்னதை, தாம் நாவால் சொன்னதாகவே வாதவூரருக்குப்பட்டது. குதிரைகள் வாங்க வேண்டும் என்ற நினைப்பே அற்றுப் போகும்படி தம்மை இழுத்து உட்கார்த்திவிட்ட பெரியார் தம்மிடம் என்னத்தைக் கண்டுவிட்டார் என்பதுதான் முடிவில்லாப் புதிராக அவரை மலைக்க வைத்தது.

கல்லால நீழலில் அமர்ந்த தட்சிணாமூர்த்தத்துக்கு, கண்கூடாகக் கண்டு, ஸ்பரிசித்துப் பேசக்கூடிய ஒரு ரூபம் இருக்குமாகில் அது அவர்தாம். என்னை ஆட்கொள்வதற்காக அம்மையப்பனே அப்படி வந்தானோ! சீ! நான் யார்? எனக்குத் தகுதி என்ன? மனசில் அவன்மீது நாட்டம் இருந்துவிட்டால் போதுமா? கால் எடுத்து வைக்கமுடியாமல், அறிவுதான் அடிக்கு நூறு வேலிகள் கட்டுகிறதே, அப்படிப்பட்ட அறிவு, என்னை ஆட்கொண்டு என்னை அளந்து நிற்கும்போது, அவனால்தான் வர முடியுமா, என்னால்தான் அவனிடம் போக முடியுமா?

பாண்டியனிடம் சமத்காரமாகப் பேசிவிட்டதால் நான் செய்த காரியம் சரியாகிவிடுமா? அவன் கொடுத்தானாவது! அவன் வாங்கிக் கொண்டானாவது! அவன் அரிமர்த்தனனாக வந்து கொடுத்த பொழுது அரிமர்த்தனனாக நிற்கும் அவனிடம் கணக்குக் காட்டுவதை விட்டு, வேதாந்தம் பேசி என்னை நான் பொய்த்துக் கொண்டேனே! என்னை விட நெஞ்சறி கள்வன் எவன்? என்னையும் நம்பி, பணத்தைக் கொடுத்தானே பாண்டியன்! பாண்டியன் பணம். பாண்டியன் பணம் கரையும் பொழுது காலம் நின்றதே; களனே அழிந்ததே. அந்த பெரியவரை நான் திரும்பவும் பார்க்க வேண்டுமே அவர் அருகில் இருந்தால், தாய் மடியில் இருப்பது போலல்லவா இருந்தது? அவர் என்னிடம் என்ன சொன்னார்? என்னத்தைத்தான் சொல்லவில்லை? அவர் சொன்னதை வேதமும் வேதாந்திகளும் சங்கரனும் சொல்லத் தான் செய்திருக்கிறார்கள். அவர் சொன்னதன் நுட்பம் வார்த்தைக்குள் இல்லையே. குரலிலா? கண்ணிலா? அவர் எதைக் கொண்டு என்னை இழுத்து விட்டார்? எனக்குத் தெரிந்ததைத் தான் சொன்னார். ஆனால் தெரிந்தது என நான் நம்பி இருந்ததற்கு எவ்வளவு உள்ளுறை கொடுத்துவிட்டார்! "தாமே குதிரைகள் வரும்; நீ உன் குதிரைகளை அடக்கக் கற்றுக் கொள்" என்றாரே சிரித்துக் கொண்டு! அப்பொழுது பாண்டியனும் அவனுடைய குதிரைகளும் அவனுடைய குதிரை வேட்கையும் இந்தப் பிரபஞ்ச லீலையில் எவ்வளவு அற்பமாக, துச்சமாகப் பட்டன; நமது பார்வைக்குள் படவேண்டாத ஒன்றாகப் படும்படி செய்துவிட்டாரே! நானா பணத்தை எடுத்துக் கொடுத்தேன்? இந்தப் பிரபஞ்சமே எடுத்துக் கொடுத்தது. அதற்குப் பாண்டியன் என்னை வெயிலில் நிறுத்த வேண்டும், கசையடி கொடுக்க வேண்டும், கண்ணைப் பிடுங்க வேண்டும், யானையை விட்டு என் தலையை இடற வேண்டும்? இவையெல்லாம் அற்பத்துக்கு அற்பமான காரியங்கள். பாண்டியனது குதிரை வேட்கை மாதிரி பிரபஞ்சத்தின் பார்வையில் படவேண்டாத ஒன்று. என்னுடைய கட்சியும் பாண்டியன் கட்சி போன்றதுதான். மதுரை அதிருஷ்டம் பெற்ற ஊர்தான். பாண்டியநாடு அதிருஷ்டம் பெற்ற நாடுதான். என்னை எப்படியாவது நீதியின் ஆதிக்கத்திலிருந்து பாதுகாப்பதற்காக என்ன என்ன பாடு பட்டான்! அவனுக்குக் குதிரையைப் பற்றிக்கூட அக்கறை இல்லை போல் இருக்கிறது. நீதி என்ற ஒன்று திருப்தியடையும்படி நான் பதில் தந்துவிட்டால் என்னைப் பாதுகாத்து மறுபடியும் இந்த மந்திரி உத்தியோக விலங்கை மாட்டிவிடுவதில் அவனுக்கு என்ன ஆசை! அரிமர்த்தனனும் அதிருஷ்டசாலிதான். என் உயிருக்கு உயிரான

ருத்திரசாத்தனும் ஏனாதியும் சத்திரவைத்தியர்கள் போல அல்லவா நடந்துகொள்ளுகிறார்கள்! மனித வம்சம் அநாதி காலந்தொட்டு இன்றுவரை, இனிமேலும், அறுகு போலப் படர்ந்து கொண்டே இருக்க, கண்களைக் கட்டிக்கொண்டு நடக்கும் நீதியின் பின்புறமாக, தம் மனசைச் செப்புக் கோட்டைக்குள் சிறை செய்து நடந்தார்களே, அவர்கள் அல்லவா மந்திரிகள்! மந்திரிகள் என்று உலகத்தில் வேடமிட்டால் மந்திரியாகவே நடிக்க வேண்டும். இடையிலே வேஷத்தைக் கலைத்துக் கொள்ளலாமா? அது மனுதர்மமாகாது; உயிர்த் தருமம். உயிர்த் தருமத்துக்கு அரசனது பட்டிமண்டபத்தில் இடங்கொடுக்க முடியாது? கொடுத்தால் பட்டி மண்டபத்தில் வௌவாலும் குறுநரியும் கொண்டாடி நடக்குமே...

என்ன?

குதிரைகளா? பாண்டியனுடைய பணியாளர்கள் அல்லவா வந்து சொல்லுகிறார்கள்? குதிரைகள்! குதிரைகள் வந்துவிட்டனவோ? குதிரைகளாவது வருவதாவது! பணம் போன திக்கில் குதிரைகள் ஏது? உன்னை ஆட்கொண்ட ஐயன், அன்று கல்லாலின் அடியில் உன்னையே உருக்கிவிட்டவன், உன்னைக் காப்பாற்றக் குதிரைகளைக் கொண்டு வந்து விட்டானா? என்ன ஆபத்து! எனக்காக, என் பொய்க்காக, என்னுடைய நிலையில்லா மனசுக்காக, என்னுடன் சேர்ந்து தெய்வமே, என்னுடைய குருதேவனே, அந்தப் பொய்யை நிலைநாட்டத் துணிந்தானா? நான் கொடுக்காத தொகைக்குக் குதிரைகளா? எனக்காக, என்னுடைய அற்ப ஜீவனைப் பற்றுவதற்காக, சகல லோகங்களுமே திரண்டு நின்று எனது பொய்யை நிலைநாட்ட வருவதா? களங்கமற்ற தர்மமானது என்னுடைய சிற்றறிவின் கொடுக்கல் வாங்கல்களின் அற்ப நடத்தைகளுக்கு, அகந்தைக்குத் துணை வருவதா? உலகத்தையே பொய்ப்பிக்கும் பொய்யை உண்டாக்கிய நான் அதமன் அல்லவா? சர்வேசுவரனுடைய லீலை என்னுடைய பொய்க்கும் துணை நின்று அதை மெய்ப்பிக்க அதல பாதாளத்தில் இறங்குமாகில் அது... அது... எனது நா எழவில்லையே...!

வாதவூரரின் உடலிலிருந்து விலங்குகள் கழற்றப்படுகின்றன. அவருக்குப் பழைய மரியாதைகள் செய்யப்படுகின்றன. ஆனால் அவை மெய்யான பாரவிலங்குகளாக ஊனையும் உயிரையும் உணர்வையும் அதற்குப் பின்புறமாக உள்ள மகாசூட்சுமமான கரணங்களின் சேர்க்கைக் கோப்பையும் அழுத்தின. அவரது நெஞ்சு உலர்ந்தது, வறண்டது, சுழன்றது, பொங்கியது, குமுறியது; சுழித்து நுரைத்துக் கொப்புளித்துப் பொய்ம்மை என்னும் வேதனையைக் கக்கி விக்கித் தடுமாறியது. அவருடைய வேதனை உலகத்தின் வேதனை ஆயிற்று. மதுரை மூதூரின் வேதனையாக உருவெடுத்தது, பெருக்கெடுத்தது. பிரவாகமாகச் சுழித்துக் குறியற்றுக் குறிக்கோள் அற்று விம்மிப் புடைத்து ஓடியது. கரைகள் என்ற பிரக்ஞை இல்லாமலே மதுரை மூதூரை நனைத்தது, முழுக்கியது, ஆழ்த்தியது. பஞ்சணை மெத்தையில் அமர்ந்திருந்தது வாதவூரன் உடல். அவருடைய

வேதனை உலக வியாபகமாக, மதுரையையும் அதற்கும் அப்பால் உள்ள அண்டங்களையும் தன்னுள் ஆக்கியது...

நடுநிசியில் ருத்திரசாத்தனுடைய சேவகர்கள் அவருடைய உடலில் விலங்கிட்டனர். விலங்குகள் ஏறின என்ற உணர்வும் அற்றுப் போன சமயம் அது. வேதனை வெள்ளம் அவரையும் அவரது பிரபஞ்சத்தையும் அமுக்கித் தன்னுள் ஆக்கித் தடந்தெரியாமல் செய்துவிட்டது.

இடைவெட்டு

சேனாவரையர் : வையை நதியிலே வெள்ளம் இப்படி வந்தது என்று சொன்னால் நம்புகிறவர்கள் யார்? சில சமயங்களில் கண்ணால் காணும் விஷயங்கள் கூட நிஜமா என்ற சந்தேகம் தோன்றுகிறது. நீர் அந்தப் பக்கமாக ஒரு கூடை மண்ணை அள்ளிப் போடும்.

இளம்பூரணர் : பரிகள் நரிகளுக்குச் சமம் என்றீரே. உமக்கு யக்ஷிணி உபாசனை உண்டோ ? சொன்ன மாதிரி பாண்டியன் குதிரை லாயத்திற்குள் நரிகள் எப்படிப் புகுந்தன? தலையாலங்கானத்துப் போரில் கவந்தங்கள் ஆடினவாம். கூளிகளும் பேய்களும் கூழ் அட்டனவாம். அன்று கேட்ட பேரிரைச்சல் கூட இன்றைய நரி ஒன்றின் சத்தத்துக்கு ஈடாகாதே. அலறல் கால பாசம் போல் அல்லவா உயிரை நாடித் தடவியது! நரிச் சத்தம் கேட்டே நகரத்தில் சாவுக்குக் கணக்கு இல்லையாம்.

அடியார்க்கு நல்லார் : பேசிக்கொண்டே நிற்காதீர். முழங்கால் பரியந்தம் தண்ணீர் சுற்றுவது தெரியவில்லை? இன்று வையையில் வெள்ளம் எப்படி உண்மையோ அப்படி நரிகளும் உண்மை. இவை கண்ணுக்குத் தெரிந்தவைகள். இவற்றிற்கும் மேலாக ஏதோ ஒன்று, ஆதிகாரணமான ஒன்று...

ஒற்றர் : ருத்திரசாத்தன் உத்தரவுப்படி வாதவூரனை விலங்கிட்டு விட்டார்கள். அவனைப் பிடித்தால் போதாது. குதிரைப் பாகனையும் பிடிக்க வேண்டும்.

மூவரும் : மன்னவன் ஆக்ஞை அல்ல அது. அவன் அப்படி உத்தரவு போடமாட்டான். ஐயோ, வெள்ளம் பொங்குகிறதே! நுரைகள் புரள்வதைப் பாருங்கள். சிவனுடைய சிரிப்பு மாதிரி...

சொக்கன்

ஆலவாய்மெய்யன், உலகத்தைத் தன்வசம் இழுக்கும் சொக்கன் விளையாடினான். ஜீவாத்மாவின் வேதனையை உணராது விளையாடினான். அங்கயற்கண்ணியின் கண்ணில் பாசமும் கன்னத்தில் குழிவும் தோன்ற அவன் விளையாடினான். பெரியவராக வந்து, பெரிய ஞானோபதேசம் செய்வதுபோலப் பாவனை செய்து, தெரிந்ததையே சொல்லி, ஏற்கனவே தன் பாசத்தில் சிக்கிய ஜீவனை இன்னும் ஒரு பந்தனம் இட்டு வேடிக்கை பார்த்தான். ஈசன் விளையாடினான். வாதவூரன் அவனுடைய விளையாட்டுப் பொம்மையானான். ஈசனுக்குப் பிரபஞ்சமே வாதவூரனாயிற்று. பிரபஞ்சத்துக்கு உடைமையான அவனது பார்வை வாதவூரன் மீது மட்டும் விழுந்தது. பிரபஞ்சமும் அண்டபகிரண்டமும் அனந்தகோடி ஜீவராசிகளும் யோக நித்திரை போன்ற தாமஸ் நித்திரையில் ஆழ்ந்துள்ள நிலைப்பொருள்களும் ஏகோபித்து ஏற்றுச் சுமக்க வேண்டிய அவனது பார்வை அத்தனையையும் விட்டு அதில் ஒன்றான மகாநுட்பமான வாதவூரன் என்ற தோற்றத்தின் மீது, ஓர் உருவ வரம்புக்கு உட்பட்ட தனிச் சாகையின் மீது விழுந்தால் அது சுமக்குமோ?

ஆமாம், அதனால் தான் வாதவூரன் நெஞ்சிலே வேதனை பிறந்தது. சொக்கன் திடுக்கிட்டான். விளையாட்டு விபரீதமாயிற்று. அவன் மனசையும் அந்த வேதனை கவ்வியது. அங்கயற்கண்ணியின் கண்கள் வாளையைப் போலப் புரண்டு சிரித்தன. கன்னங்கள் குழிவுற்றன. கோவைக் கனிக்கு நிறமும் மென்மையும் கற்பிக்கும் அவள் அதரங்கள் மலர்ந்தன. கொங்கைகள் பூரித்தன. காம்புகள் விம்மின. செல்வி சிரிக்கத் தொடங்கிவிட்டாள். அண்ணல் தன் செயல் கண்டு, பித்தாடும் சொக்கன் வேதனை கொண்டு சிரிக்கலானான். சிரிப்பு நாபிக் கமலத்திலிருந்து கொப்புளித்துப் பொங்கியது.

ஈசன் மனசிலோ வேதனை. ஈசன் வாதவூரனாகிவிட்டான். அவன் துயரம் இவன் துயரமாகியது. ஜீவனுடைய பொறுப்புக்குள் உட்பட்டு, அதன் அற்பத்திலும் அற்பமான கொடுக்கல் வாங்கல் பேரங்களின் சிக்கலை நன்குணர்ந்து அதன் சுமைகளைத் தாங்கலானான். ஈசன் கழுத்துத் தள்ளாடியது. என்ன சுமை! என்ன பாரம்! கண்கள் ஏறச் செருகின.

அவனது வேதனையைக் கண்டு அங்கயற்கண்ணி சிரிக்கிறாள். அண்டபகிரண்டமும் ஏகோபித்து அவளுடன் சேர்ந்து ஈசனைப் பார்த்துச் சிரிக்கின்றன.

வாதவூரனாக ஈசன் வேதனை கொண்டான். அவன் மனம் என்ற சர்வ வியாபகமான காலம் கொல்லாத சர்வ மனம் நைந்தது. குமுறியது. கொப்புளித்தது. வாதவூரனாகக்

கிடந்து வெம்பியது. குதிரை எனக்காட்டி ஏமாற்றி வந்துவிட்ட செயலுக்காக தானும் அந்த மனிதனைப் போல சிட்சை பெற்றால்தான் ஆறும்; வாதவூரன் தன் அருகில் வந்தால், அவனருகில் தான் இருக்க லாயக்கு என்று நினைத்தாள்.

வேதனை சுமந்த கழுத்துடன் ஆலவாய்க் கர்ப்பக் கிருகத்திலிருந்து வெளிவந்தது ஓர் உருவம். ஈசன் வெளிவந்தான். சுற்றுமுற்றும் பார்த்தான். எங்கே பார்த்தாலும் வெள்ளம். மதுரை மூதூரை ஊர் என்று அறிய முடியாதபடி ஆக்கிவிட்டது வெள்ளம். ஈசன் நடந்தான். ஈசன் சிரித்தான். ஈசன் வெள்ளத்தில் நீந்தி விளையாடி முக்குளித்துக் கும்மாளி போட்டுக்கொண்டிருந்தான்.

அங்கயற்கண்ணி சிரித்தாள். வெள்ளம் இன்னும் உக்கிரமாக நுரை கக்கிப் பாய்ந்தது.

மனித வம்சம் துயரத்திலும் வேதனையிலுமே ஒன்றுபட்டு வரும். தன்னை அறியாமலே முக்திநிலை எய்தும். அன்றிரவு அவ்வூரின் நிலை அது. யானையும் காளையும் மனிதனும் மதிலும் மண்ணும் அரசனும் ஆண்டியும் அன்று வெள்ளத்தைத் தடுக்க, மறிக்க, தேக்கி நகரத்தைக் காப்பாற்ற, காரிருட்டில் அருகில் இருப்பவன் என்ன செய்கிறான் என்பதை அறியாமல் மண்வெட்டிப் போட்டுப் போட்டு நிரப்பினர். மண் கரைந்தது. மறுபடியும் போட்டனர். கரைந்தது. மறுபடியும் போட்டனர்.

அன்றிரவு இரண்டு ஜீவன்கள் வெவ்வேறான துயரத்தில் வாடின. வாதவூரன் தன் பொய்யை நிலைநாட்டிய தெய்வத்தின் கருணையைச் சுமக்க முடியாமல் வேதனைப்பட்டான். மண் வெட்டி வெட்டிப் போடும் அனந்தகோடி ஜனங்கள் முயற்சியை அவனது வேதனை கரைத்தது. உழைத்து உழைத்துச் சோர்வடைகிறவர்களுக்குப் பசியாற்ற ஒரு கிழவி, பந்தமற்ற நாதியற்ற கிழவி பிட்டு அவித்து அவித்துக் கொட்டி விற்று வருகிறாள். அவள் கிழவி. அவளுக்கு நாதி இல்லை. பந்தம் இல்லை. பிட்டும் பிட்டுக் குழலுந்தான் பந்தம். தணிக்கை பண்ணிவரும் கணக்கர்கள் பசி போக்கப் பிட்டுக்காரியிடம் வந்தார்கள். அவளது அடுப்பில் எரிந்த நெருப்பில் கொஞ்சம் எடுத்து அவளது வயிற்றில் கொட்டிவிட்டுப் போனார்கள். மதுரைவாசிகள் எல்லாரும் கரைக்கு மண் போடவேணுமாம். அவளது பங்குக்கும் தச்சிமுழம் நாலு அளந்து போட்டிருக்கிறதாம். அவள் என்ன செய்வாள்? பிட்டுக் குழலைப் பார்ப்பாளா? அடுப்பைப் பார்ப்பாளா? அந்த இருட்டில் ஆள் தேடிப் போவாளா?

இருட்டிலே "ஆச்சீ" என்ற குரல் கேட்டது. அதிலே எக்களிப்பும் பரிவும் கலந்திருந்தன. வேதனை வெள்ளத்தில் முக்குளித்த ஈசன் குரல் அல்லவா?

"யாரப்பா, புட்டு வேணுமா?" என்று கேட்டாள் ஆச்சி.

"என்ன ஆச்சி, புட்டா அவிக்கிறாய்? புட்டு நன்றாக இருக்குமா?" என்கிறான் ஈசன்.

"என்னப்பா, இப்படி வா. உன்னை வெளிச்சத்தில் நல்லாப் பார்க்கட்டும். என் பேரன் மாதிரி இருக்கியே; வா இப்படி உட்காரு. உன் பங்கை நிரப்பிவிட்டியா? எனக்கு நாலு மொளம் அளந்திருக்காங்களாம். நீதான் ரெண்டு கூடை மண்ணை போடேன். உனக்குக் கோடி புண்ணியம் உண்டு" என்றாள் கிழவி.

"எனக்கு என்ன கொடுப்பாய் ஆச்சி?"

"என்னிடம் காசு பணம் ஏது? இப்பவரை சாப்பிட்டவங்க கணக்குச் சொல்லிவிட்டு போயிட்டாங்க. உனக்கு வேணும்னா, புட்டுத் தாரேன்."

"ஆச்சி, அப்படியென்றால் நீ ரொம்ப ஏழையா?"

"இதென்ன கூத்தா இருக்கு! உங்க ஊர்லே பணக்காரங்களா புட்டுச் சுட்டுப் பொளைக்கிறாங்க?" என்று சிரித்தாள் கிழவி. நாலு புறமும் நரிகள் ஊளையிடும் வனாந்தரத்தில் சிக்கிக்கொண்ட ஜீவனின், நிர்க்கதியாகத் தவிக்கும் உயிரின், துயரம் அந்தச் சிரிப்பிலே இழையோடியது.

"நீயோ பரம ஏழை. எனக்கோ பசி சொல்லி முடியாது. போனாப் போகிறது. புட்டு உதிர்ந்து போனால், அதை மட்டும் எனக்கு எடுத்து வைத்திருந்து கொடு. நான் போய் உன் பங்குக்கு மண் போடுகிறேன். ஆனால் எனக்குப் பசி அதிகம். ஒரு கூடை போட்டால் உடனே ஓடி வருவேன்."

"இந்தா..."

"இப்ப வேண்டாம் ஆச்சி. போட்டுவிட்டு வருகிறேன்..."

ஈசன் மறுபடியும் வெள்ளத்தில் முக்குளித்து விளையாடினான். கரையேறினான். மறுபடியும் தண்ணீரில் குதிக்க ஆசை. ஆனால் பிட்டு ருசி நாக்கைச் சுழற்றியது. ஒரு கூடை மண் எடுத்துப் போட்டான்.

பாதிவெள்ளம் படக்கென்று வற்றியது. ஆனால் ஜலம் மனித வெள்ளம் இட்ட மண் கரைமேல் மோதித் தத்தி அலம்பி வழிந்து கொண்டிருந்தது.

"ஆச்சீ, ஒரு கூடை போட்டுவிட்டேன். பசிக்கிறது. புட்டுப்போடு."

"பேரப்பிள்ளை, தெய்வமேதான் உன்னை இங்கே அனுப்பியிருக்கு. நீயும் அதிட்டக்காரந்தான். நீ போனதுலே இருந்து எடுக்கிற புட்டு எல்லாம் உதுந்துதான் போகிறது. இதோ பார், எத்தனை பேர் காத்து உட்கார்ந்திருக்கிறார்கள்."

"அது கெடக்கட்டும். இந்த முந்தித் துணியிலே புட்டெப் போடு. நேரமாச்சு. மண்ணைப் போட்டு கரையை அடைக்க வேண்டாமா?"

"ஆமாம், ஆமாம். நேரமும் விடியலாச்சு. ராசா வந்தா..."

"ஆமாம், ஆமாம்."

ஈசன் ஒரே அமுக்கில் பிட்டை விழுங்கி விட்டான். என்ன ருசி! பேரின்பம்! ஒரே ஓட்டமாக ஓடி, கூடையை விட்டெறிந்துவிட்டு, வெள்ளத்தில் குதித்து விளையாடினான்.

அசுரப் பசி போலச் சுழித்தோடும் வெள்ளத்தில் மீன்போலப் புரண்டு, முழுகி, முக்குளித்து விளையாடினான். வெள்ளத்தில் படம் விரித்துச் சீறிக்கொண்டு நீந்திச் செல்லும் நாக சர்ப்பம் மாதிரி எதிர்த்து நீந்துவான். ஆனந்த வெள்ளத்தில் மிதக்கும் யோகியைப் போலச் சுகாசனமிட்டு வெள்ளத்தின் போக்கில் மிதந்து வருவான். திரும்பவும் வாலடித்துத் திரும்பும் முதலையைப் போலக் கரை நோக்கி வருவான். பிறகு மீன்கொத்திப் புள் மாதிரி கைகளைத் தலைக்குமேல் வீசிக் கோபுரம் போலக் குவிய நீட்டிக் கொண்டு உயரப் பாய்ந்து தலை குப்புற ஜலத்தைக் கிழித்துக் கொண்டு மறைந்துவிடுவான். ஜனங்கள் செத்தானோ என்று பயப்படும்போது மறுகரையில் தலை தெரியும். பிறகு சீறிவரும் பாம்பு மாதிரி நீந்தித் திரும்புவான்.

வெளிச்சம் வர ஆரம்பித்தது. வெள்ளத்தின் பீதி குறைய, ஜனங்களும் கரைகளில் நின்று வேடிக்கை பார்த்தார்கள்.

சூரியனுடைய முதல் கிரணங்கள் வெள்ளத்தின் நுரைகளில் வானவில்லிட்டன. அரிமர்த்தன பாண்டியனுடைய மணிமுடி மீதும் பட்டத்து யானையின் வைரமிழைத்த முகபடாம்மீது பட்டுத் தெறித்து மின்னி விளையாடின.

அரசன் கரையோரமாகப் பட்டத்து யானைமேல், ஜனங்களிட்ட கரையைப் பார்த்துக் கொண்டு, கணக்கர்கள் கணக்கு ஒப்பிக்க, வந்து கொண்டிருந்தான். தூரத்திலே அவன் கண்ணில் ஒரு பகுதி மட்டும் உடைத்துக் கொண்டு வெள்ளம் பாய்வது தெரிந்தது. மீசை

துடிக்க அந்த இடத்துக்கு யானையை விரட்டி ஓட்டும்படி சொல்லுகிறான். பாகன் அங்குசத்தினால் குத்துக் குத்தி, செவியின் புறத்தில் விரல்களால் இடிக்கிறான். அடுத்த கணம் யானை அந்த இடத்துக்கு வந்து நிற்கிறது.

அரிமர்த்தன பாண்டியன் தரையில் குதிக்கிறான்.

மேல்மூச்சு வாங்க ஓடி வந்த கணக்கர்கள் அவசர அவசரமாக ஏடுகளைப் புரட்டி, "பிட்டு வாணிச்சி பங்கு" என்கிறார்கள்.

கூடியிருந்த ஜனக் கும்பல் "தண்ணீரில் கும்மாளி போடுகிறவன் கடமை" என்கிறது.

அரசன் கைதட்டிச் சைகை செய்து கரைக்கு வரும்படி அழைக்கிறான்.

ஈசன் நாகசர்ப்பம் போலக் கரைக்கு நீந்தி வந்தான். கரையேறி ஈரம் சொட்டச் சொட்ட நிற்கிறான்.

கோபாவேசமாக, "ஏன், மண்ணைப் போடாமல் பொழுதைக் கழிக்கிறாய்? சோம்பேறி!" என்று கேட்கிறான் அரசன்.

ஈரச் சிகையை அண்ணாந்து உலுப்பிக்கொண்டு ஈசன் வாய்விட்டு அசட்டுச் சிரிப்பு சிரித்தான். கண்டத்தில் நனைந்த மறு சூரிய ரேகை பட்டு மின்னியது. ஈசன் சிரித்தான்.

அரசன் கோபித்தான். கூட்டத்தை விலக்குவோர் வசம் இருந்த பொற்பிரம்பை வெடுக்கெனப் பிடுங்கி ஓங்கி ஓர் அடி கொடுத்தான். பொற்பிரம்பு ஈசன் முகத்திலும் நெஞ்சிலும் ரத்த விளிம்பு காட்டியது.

அரசன் சினம் அவியவில்லை. மீண்டும் ஓங்கினான்.

ஈசனது அசட்டுச் சிரிப்பு அதிகமாயிற்று. வெருண்டவன் போல ஜலத்தில் பாய்ந்தான்.

அரசன் சினம் அவிந்தது. ஈசனைக் காப்பாற்ற அவனைத் தாவி எட்டிப் பிடித்தான். ஈசனது முடிப்பிட்ட முந்தி கிழிந்து கையுடன் வந்தது. ஈசன் ஜலத்தில் முக்குளித்து மறைந்துவிட்டான். அரசனும் தொடர்ந்து குதித்து மறைந்துவிட்டான்.

வெள்ளம் மடமடவென்று வற்றியது. நுங்கும் நுரையுமாகக் கொப்புளித்த பிரளயம் சர்வேசனது ஹிரண்ய கர்ப்பத்தில் ஒடுங்கியது.

ஈரச் சகதியிலே மன்னவன் அரிமர்த்தன பாண்டியனது சடலம் கிடந்தது.

உலராத சகதியிலே, முகத்தில் சிவந்த வடுவுடனும் சொல்லில் அடங்காத பொலிவுடனும் மன்னவன் அரிமர்த்தன பாண்டியனது சடலம் கிடந்தது.

மடங்கி இறுகப் பற்றிய கைக்குள், முன்றானைக்குள் பந்தகமிட்ட ஓலை நறுக்கு ஒன்று இருந்தது.

ஈசனுக்குக் குதிரைகள் பெற்றுக் கொண்டதாக எழுதித் தந்த அந்த முறிச்சீட்டு.

இடைவெட்டு

இளம்பூரணர் : அவன் மண் சுமப்பவன் என்றால் என்ன? நெஞ்சில் தைரியம் இருந்தால் தண்ணீரில் நீந்தக் கூடாதா? மதுரை நகரத்தில் எத்தனை வீரர்கள் உண்டு! அவர்கள் காலில் உள்ள வீரக்கழல்களின் ஓசை எவ்வளவு! அவ்வளவு பேரும் மண்ணை வெட்டித்தானே போட்டுக்கொண்டிருந்தார்கள்? அவன் ஒருத்தன் தானே தனக்குள் வெள்ளம் அடக்கம் என்பது போல அதன்மீது பாய்ந்து நீந்தினான்? அவனை அடிக்கலாமா?

அடியார்க்கு நல்லார் : இருட்டில் இருந்த பயம் நமக்கு இப்பொழுது இல்லை. வெள்ளமும் வற்றிவிட்டது. வெள்ளத்தில் வரம்பு தெரிகிறது. அவன் எங்கே? அரிமர்த்தன பாண்டியன் எங்கே?

சேனாவரையர் : பரிகள் எங்கேயோ, வெள்ளம் எங்கேயோ, வெள்ளத்தில் நீந்தியவன் எங்கேயோ, அங்கே அரிமர்த்தனபாண்டியன்.

4

அங்கயற்கண்ணி

மதுரை மூதூரின் கர்ப்பக்கிருகத்திலே மணியூசலிலே கருங்குயில் ஒன்று உந்தி உந்தி ஆடிக்கொண்டிருந்தது. விளக்கற்ற வெளிச்சத்திலே புலன்களுக்கு எட்டாத ஒளிப் பிரவாகத்திலே மணியூசல் விசையோடு ஆடியது. அளகச் சுருள் புலன் உணர்வு நுகரும் இருட்டுடன் இருட்டாகப் புரள, கால் விசைத்து உந்திச் சுழி குழிந்து அலைபோல உகள,

கொங்கைகள் பூரித்து விம்மிக் குலுங்க, அன்னை மணியூசல் ஆடினாள். ஆலவாய் ஈசன், அழகன் சொக்கன் வருகை நோக்கி மணியூசலாடினாள். தோள் துவள அவள் சங்கிலிகளைப் பற்றி அமர்ந்த பாவனை, சொக்கனை ஆரத் தழுவ அகங்காட்டும் செயல் போல அமைந்திருந்தது. அங்கயற்கண்ணியின் அதரத்திலே கீற்றோடிய புன்சிரிப்பு; மருங்கிலே துவட்சி; கண்ணிலே விளையாட்டு; நெஞ்சிலே நிறைவு. செல்வி மணியூசல் ஆடினாள். அண்ட பகிரண்டங்களையும் சகல சராசர பேதங்கள் யாவற்றையும் தன்னுள் அடக்கும் ஆலிலை வரிவிட்டு புரண்டு விளையாடியது.

அந்த ஒளியில், அந்த இருட்டில், அந்த நிறைவில் சொக்கன் வந்தான். முகத்திலே வடு, மார்பிலே வடு, நெஞ்சிலே நிறைவு. விளையாடச் சென்ற ஈசன் வீடு திரும்பினான். விளையாட்டின் பலன் ஏற்று ஈசன் வீடு திரும்பினான்.

அன்னை அகங்குழைய நெஞ்சம் பூரிக்க அண்ணலை நோக்கினாள். அந்தப் பார்வை அகிலத்தை இழுக்கும் சொக்கனை இழுத்தது. தானாக, தன்னில் ஓர் அம்சமாகப் பிரபஞ்சத்தைக் கொண்ட ஈசனது அகன்ற மார்பில் அன்னை துவண்டாள். மணியூசலிலே வேகமும் கனலும், வேட்கையற்ற வேட்கையும் இரண்டு நாகசர்ப்பங்கள் உயிர்ப் பாசத்தினால் பின்னிப் புரளுவது போல, ஏதோ ஒரு தோற்றந்தான் அந்த இருட்டில் தெரிந்தது. அன்னையின் நெஞ்சு சுரந்தது. ஈசனின் வேதனை அவிந்தது.

மணியூசல் விசைகொண்டு உயர்ந்து பொங்கியது. வாமபாகத்தில் தன்னில் ஓர் அம்சமாக அன்னையை அமர்த்தி, வலக்கரம் கொண்டு சங்கிலியைப் பற்றி விரல்கொண்டு ஊன்றி ஆடினார்.

பாதத்தினடியில் முயலகன் முதுகு சற்று வளைந்து கொடுத்தது. கொடுமை என்ற அவனது கோரப் பற்களிடையிலும் புன்சிரிப்பு என்ற எழில் நிலாப் பொங்கியது.

வாமபாகத்தமர்ந்த அன்னை இடக்கரம் ஒரு சங்கிலியைப் பற்றியது. அவளது பெருவிரல் ஈசனது பெருவிரலில் பின்னிப் பிணைந்து உந்தியது.

"அடித்ததற்குப் பலன் அரியணைக்குப் பதில் அரன்மடி போலும்" என்றாள் அன்னை.

அவர்களது மடிமீது அரிமர்த்தன பாண்டியன் அமர்ந்திருந்தான்; சிசுவைப் போல, கவலை இல்லை; எதுவும் இல்லை.

"வாதவூரன் நெஞ்சில் வெள்ளம் அடங்கவில்லை. வழிநடையும் தூரந்தான்" என்றான் ஈசன்.

ஈசன் முகத்தில் விழுந்தது பொற்பிரம்பின் அடி. அவனது மார்பில் விழுந்தது. நெஞ்சில் விழுந்தது. அப்புறத்து அண்டத்தின் முகடுகளில் விழுந்தது. சுழலும் கிரகங்களின் மீது விழுந்தது. சூலுற்ற ஜீவராசிகளின் மீது விழுந்தது. கருவூரில் அடைப்பட்ட உயிர்கள் மீது, மண்ணின்மீது, வனத்தின் மீது, மூன்று கவடாக முளைத்தெழுந்த தன்மீது, முன்றிலில் விளையாடிய சிசுவின் மீது, முறுவலித்த காதலியின் மீது, காதலின்மீது, கருத்தின் மீது, பொய்மையின் மீது, சத்தியத்தின் மீது, தருமத்தின்மீது அந்த அடி விழுந்தது.

காலத்தின் மீது விழுந்தது. தர்மதேவனுடைய வாள் மீது விழுந்தது. சாவின் மீது, பிறப்பின் மீது, மாயையின் மீது, தோற்றத்தைக் கடந்தவன் மீது, வாதவூரன் மீது, வாதவூரன் வேதனையின் மீது, அவன் வழிபட்ட ஆசையின் மீது, அவனது பக்தியின் மீது அந்த அடி விழுந்தது.

அங்கயற்கண்ணியின் மீது விழுந்தது. அவளது நெற்றித் திலகத்தின் மீது, கொங்கைக் குவட்டின்மீது அந்த அடி விழுந்தது.

கலைமகள், ஜனவரி-பிப்ரவரி 1946

19.அந்த முட்டாள் வேணு

"லட்சுமணா! ஏன் வேணுவைப் பற்றிப் பேசும் பொழுது எல்லாம், அந்த முட்டாள் வேணு என்று சொல்லுகிறார்கள்!" என்று கேட்டேன்.

"என்னப்பா? வேணுவைப்பற்றி உனக்குத் தெரியாதா? மாம்பலத்திலிருந்து கொண்டு, வேணுவைப் பற்றித் தெரியாதென்றால் அதிசயமாக இருக்கிறது."

அவருக்கு அதிசயமாக இருந்தாலும், எனக்குத் தெரியாதென்று ஒத்துக் கொள்ள வேண்டியிருந்தது. உடனே உற்சாகமாக கதை சொல்லவாரம்பித்தார்:

வேணுவைப்பற்றி உனக்குத் தெரியுமே. அவன் இங்கு தான் ஒரு பெரிய ஷாப்பு வைத்துக் கொண்டிருந்தான். அப்பொழுதும் மாம்பலத்தில்தான் குடியிருந்தான். அங்கிருந்துதான் கடைக்கு வருவதும் போவதுமாக இருந்தான்.

ஒரு நாள் சாயங்காலம் போர்ட் ஸ்டேஷனில் புறப்பட்டான். அப்பொழுது மின்சார ரயில்

போடப்படவில்லை. டிக்கட்டை வாங்கிக்கொண்டு பிளாட்பாரத்தில் உலாவிக் கொண்டிருக்கும்பொழுது, அவன் மனம் பித்தம் பிடித்ததுபோல் ஓடிக்கொண்டிருந்தது. அன்று ரயிலில் கூட்டமில்லை.

பிளாட்பாரத்தில் உலாவிக் கொண்டிருக்கும் பொழுது, ஒரு அழகான பெண் ரயிலில் ஏற வந்தாள். பார்த்ததும், அவன் மனம் பித்துப் பிடித்தது போலாயிற்று. அவனும் அவள் பின்னோடேயே தொடர்ந்தான். அவள் ஒரு தனி வண்டியில் ஏறினாள். அவன் பிளாட்பாரத்தில் அங்குமிங்கும் அசடு வழிந்துகொண்டு உலாவினான். அவளிடம் எப்படிப் பேசுவது? அதுதான் பெரிய பிரச்சினை. அப்பொழுது வண்டியும் புறப்பட மணி அடித்தது. உடனே அவனும் முன்பின் யோசியாது அந்த வண்டியில் ஏறி அவள் உட்கார்ந்திருந்த பலகைக்கெதிரில் உட்கார்ந்தான்.

அவள் அவனை ஏறிட்டுப் பார்த்துவிட்டு, கையிலிருந்த புத்தகத்தைப் படிக்கவாரம்பித்தாள். சில சமயம் அவள் கண்கள், அவனைத் தற்செயலாக நோக்கும். கையிலிருந்த புத்தகத்தைப் படித்துக் கொண்டிருந்தவள் திடீரென்று உள்ளுக்குள் நகைத்துக் கொண்டாள்.

வேணுவிற்கு இவ்வளவும், அவள் தனது வடிவழகில் ஈடுபட்டதினால் ஏற்பட்டது என்று தோன்றியது. பேசுவதற்கு நாவோடவில்லை. வாய் அடைத்துக் கொண்டது.

எழுந்தான். திடீரென்று முன்பின் யோசியாது அவளைக் கட்டித்தழுவி முத்தமிட்டான்.

அவள், ஒரு குதியில் தன்னை விடுவித்துக் கொண்டு கூக்குரலிட்டுச் சங்கிலியைப் பிடித்திழுத்தாள்.

வண்டி நின்றது. கார்டுகள், போலீஸ்காரர்கள் எல்லோரும் அங்கு கூடினர். விஷயம் தெரிந்தது. வேணு கைது செய்யப்பட்டு, ஸ்டேஷனுக்குப் போனதும் ரிமாண்டில் விடப்பட்டான்.

அப்பொழுது நான் ஒரு தினசரிப் பத்திரிக்கையில் இருந்தேன். வேணு மறுநாள் என்னைப் பார்க்க வந்தான். என்ன செய்வதென்று அவனுக்குத் தெரியவில்லை. என்ன செய்வதென்று என்னைக் கேட்டான். "போடா முட்டாள், இந்த விஷயங்களில் எல்லாம் இப்படியா நடந்து கொள்வது?" என்று கண்டித்தேன்.

வேறு விதியில்லை. அவனைப் பார்த்தால் பரிதாபமாக இருந்தது. ஏதாவது ஒரு மாதிரியாக முடித்து வைக்கலாம் என்று மாஜிஸ்திரேட்டைப் பார்க்கச் சென்றேன்.

அந்தப் பெண்ணின் பெயர் சாந்தாவென்றும், அவள் ஐ?தியில் பிராமணப் பெண் என்றும், அவள் பெற்றோர் இறந்துவிட்டதினால் சித்தப்பாவுடன் வசிக்கிறாள் என்றும் அவள் இப்பொழுது உபாத்தியாயினியாக இருந்து வருகிறாள் என்றும் அறிந்தேன்.

மாஜிஸ்திரேட் அந்தப் பெண்ணின் சித்தப்பா ஒரு கேஸ் போட்டிருக்கிறார் என்றும் அதை அவர்கள் வாபஸ் வாங்கிக் கொண்டால், போலீஸ் கேஸை தள்ளுபடி செய்துவிடுகிறேன் என்றும் கூறினார்.

இதற்கென்ன செய்வது? அந்தப் பெண்ணின் சித்தப்பா எப்படிப்பட்டவரோ? அவரைப் போய் பார்த்தால்தான் முடியும்.

அன்று மத்தியானம் மூன்று மணிக்கு அவரைப் பார்க்கச் சென்றேன். அவர் ஒரு பென்ஷன் உத்தியோகஸ்தர். தியஸாபிக் பைத்தியம். அவருடைய சகதர்மிணியும் அப்படித்தான்.

கதவைத் தட்டியதும் ஒரு பெண் வந்து கதவைத் திறந்தாள். நல்ல அழகி. ஆம், அவள்தான். அந்த முட்டாள் செய்த தவறில் ஒரு ஆச்சரியமும் இல்லை. "சித்தப்பா இருக்கிறாரா?" என்று கேட்டேன். அவள் உள்ளே அழைத்துச் சென்றாள். அவள் சித்தப்பாவிற்கு ஒரு பத்திரிக்கையாசிரியர் தன்னைத் தேடி வீட்டிற்கு வந்து விட்டார் என்ற உத்ஸாகத்தில் தலைகால் தெரியவில்லை. அதிலும் எங்கள் பத்திரிக்கையில் அவருக்கு ஒரு பிரேமை இருந்தது.

குசலப் பிரச்னம் நடந்தபின், நான் வந்த காரியத்தைத் கூறினேன். இந்தக் கேஸினால் விஷயம் அதிகமாகப் பிரச்சாரமாகிப் பேச்சுக்கிடமாகும் என்பதை விளக்கமாகக் கூறினேன். அவருக்கும் அம்மாதிரிதான் பட்டது. ஆனால் அதைப்பற்றித் திடமாக ஒரு முடிவும் கூறவில்லை.

சகதர்மிணியைக் கேட்டுச் செய்ய வேண்டும் என்று கூறினார். ஆனால் கேஸ் மறுநாளைக்கு கோர்ட்டுக்கு வருவதைக் குறிப்பிட்டேன். செய்வதாக இருந்தால் இன்றே ஆரம்பிக்க வேண்டும் என்றேன்.

அவர் உடனே சென்று, திருவல்லிக்கேணிக்குச் சொல்லித் தாம் வரும்வரை இருக்கும்படி கேட்டுக் கொண்டு சென்றுவிட்டார்.

வீட்டில் என்னையும் அவளையும் தவிர வேறு ஒருவரும் கிடையாது.

அவளுடன் பேச ஆரம்பித்தேன்.

"இந்தக் கேஸினால் எவ்வளவு தொந்தரவு இருக்கிறது. கோர்ட்டின் முன்பு நிற்கும்பொழுது எத்தனை பேர் சிரிப்பார்கள். நமக்குள்ளாக, ஒரு பேச்சிற்குச் சொல்கிறேன். அந்த முட்டாளுக்குப் புத்தி கற்பித்துவிட்டு, வேறு வண்டியில் ஏறியிருந்தால், இந்த கூக்குரல் இடாமல்?" என்றேன்.

அவள் சிரித்தாள். "நீங்கள் சொல்வதெல்லாம் சரிதான். அந்தச் சமயத்தில் நான் பயந்துவிட்டேன். பைத்தியக்காரன் கொல்ல வருகிறானாக்கும் என்று பயந்தே போனேன். அந்த முட்டாள் ஒரு வார்த்தை கூட பேசவில்லை" என்றாள்.

நான் சிரித்துக்கொண்டு, "மன்னிக்க வேண்டியது தான் என்று ஒப்புக் கொள்ளுங்கள். எப்படி இருந்தாலும் தங்களைப் போன்ற... அதில் அதிசயம் ஒன்றுமில்லை"

அவளும் என்னைவிட அதிகம் சிரித்தாள். "ஆசைக்கும் செய்கைக்கும் எவ்வளவோ வித்தியாசம் இருக்கிறது."

"நான் திடீரென்று, இப்பொழுது உங்களை முத்தமிட்டால் என்ன செய்வீர்கள்" என்றேன்.

"அதற்கும் இதற்கும் வித்தியாசம் இல்லையா?".

நேராக எனது கண்களை நோக்கினாள்.

"இரண்டும் ஒன்றல்லவென்று எனக்கும் தெரியும்."

"மேலும் நீங்கள் அவனைப்போல் முட்டாளா? மேலும் உங்களைப்போல்..." என்று கடைக்கண்ணால் நோக்கினாள்.

உடனே அவள் தடுக்க முயலுமுன் அவள் கன்னத்தில் ஒரு முத்தமிட்டேன்.

"மன்னியுங்கள். எனக்கும் அந்த வேணுவைப்போல் கோர்ட்டிற்குச் செல்ல வேண்டும் என்றுதான் ஆசை" என்று மிகவும் தாழ்மையாகச் சொன்னேன்.

"ஏன்?" என்று கேட்டாள்.

"தங்களைப் போன்ற அழகியை நான் கண்டதே இல்லை. தங்களை முத்தமிட்டதே பெரிய

வெற்றி. அதற்கு என்ன தண்டனை வேண்டுமானாலும் ஏற்பேன்" என்றேன்.

அவளும் சிரிக்க ஆரம்பித்தாள்.

"நீங்கள் வேடிக்கைக்காரராக இருக்கிறீர்கள்?" என்றாள்.

அவள் சொல்லி முடியுமுன் அவளை மறுபடியும் அணைத்து முகத்திலும் அதரங்களிலும் முத்தங்களைச் சொரிந்தேன்.

தன்னை விடுவித்துக் கொண்டு, "நீங்கள் ஒரு மிருகம், உங்களுடன் பேசியதே தவறு" என்றாள்.

"மன்னியுங்கள், மன்னியுங்கள். நான் உங்களைக் காதலிக்கிறேன். தங்களைக் கண்ட ஒரு வருஷ காலமாக எனது காதல் வளர்ந்து கொண்டே வருகிறது" என்று மனமறிந்து பொய் கூறினேன்.

"தங்களை ஒரு வருஷத்திற்கு முன்பு சென்னையில் சந்தித்தேன். அப்பொழுதே காதல் கொண்டேன். நான் வேணுவிற்காக இங்கு வரவில்லை. அந்தச் சாக்கை வைத்துக்கொண்டு தங்களைக் காணுவதற்காகவே வந்தேன்" என்றேன்.

அவளும் என்னைத் தழுவி முத்தமிட்டாள்.

இரவு ஏழு மணி இருக்கும். அவள் சித்தப்பா வந்து சேர்ந்தார். இருவரும் வழியிலேயே பேசி முடிவு கட்டி விட்டார்களாம். கேஸை வாபஸ் வாங்குவதாகச் சொன்னார்கள்.

அவர்களுடைய விடையையும் சாந்தாவின் ஆலிங்கனத்தையும் பெற்றுக்கொண்டு வெளியேறினேன்.

பிறகு சமீபத்தில் அவளைச் சந்திக்க நேர்ந்தது. அவள் ஒரு டி.இ.ஒ.விற்கு வாழ்க்கைப்பட்டிருந்தாள்.

அவளுடைய கணவன் என்னை மிகுந்த மரியாதையுடன் வரவேற்றார். "தாங்கள் அந்த முட்டாள் வேணு விஷயத்தில் எவ்வளவு மரியாதையாக, பக்குவமாக நடந்து கொண்டீர்கள் என்று சாந்தா அடிக்கடி புகழ்ந்து கொண்டு இருக்கிறாள்" என்று என்னை மரியாதையாக வரவேற்றார்.

1934

20.அவதாரம்

பாளையங்கால் ஓரத்திலே, வயற்பரப்புக்கு வரம்பு கட்டியவை போன்ற பனைவிளைகளுக்கு அருகே குலமாணிக்கபுரம் எனச் சொல்லப்பட்ட குலவாணிகபுரம் இருக்கிறது. இந்தச் சிற்றூரில் யாதவர்களும் கொடிக்கால் 'வாணியர்'களுமே ஜாஸ்தி. மருந்துக்கு என்று வேளாண் குடிகளும் கிராமப் பரிவாரங்களான குடிமகன், வண்ணான் முதலிய பட்டினிப் பட்டாளங்களுக்கும் குறை கிடையாது. ஊரில் செயலுள்ளவர்கள் யாதவர்களே.

கிருஷ்ணக் கோனார் என்ற கிருஷ்ணசாமிதாஸ் யாதவர்களுக்குள் யோக்கியர் என்ற பெயர் வாங்கியவர். யோக்கியர் என்றால் அயோக்கியத்தன்மையில் இறங்காதவர் என்றே அர்த்தம். சந்தர்ப்பவசதி இல்லாததினாலோ என்னவோ நல்லவராகவே பெயரெடுத்து வந்திருக்கிறார்.

ஆனால் விதி, உடம்பை வளைத்து வேலை செய்ய முடியாதவரை காத்திருந்துவிட்டு, அவருக்கு ஒரு குழந்தையை - ஆண் பிள்ளையை - மட்டும் கொடுத்து மனைவியை அகற்றி அவருடைய நடமாடும் சொத்துக்களான கால்நடைகளிடையே கோமாரியைப் பரப்பி விளையாடியது.

வெகு சீக்கிரத்தில் கஷ்டங்களை அறியலானார். சாப்பாட்டுக்கும் கஷ்டம் வந்தது. குழந்தையை வைத்துக்கொண்டு பராமரிப்பது தலைக்கட்டு நிர்வாகத்தை விடக் கஷ்டம் எனத் தோன்றியது கிழவனாருக்கு.

பையனுக்கு இசக்கிமுத்து எனப் பெயரிட்டு, இசக்கியின் அருள் விட்டவழி என ஏக்கத்திலும் ஏமாற்றத்திலும் ஏற்படும் நிராதரவில் பிறக்கும் திருப்தியைப் பெற்றார்.

குழந்தையும் நாளொரு ஏமாற்றமும் பொழுதொரு கஷ்டமும் அனுபவித்து வளர்ந்து வந்தது. விதியின் கொடுமையைக் கண்டு சீற்றமடைந்தோ என்னவோ, இயற்கை அவனுக்குத் தன் பரிபூரண கிருபையை வருஷித்தது. உடலும் மனமும் வறுமையின் கூர்மையிலே தீட்சண்யப்பட்டு வளர்ந்தது.

இசக்கிமுத்துவைப் பார்த்தால், மனம் அவன் காலடியில் விழுந்து கெஞ்சும். ஆனால் அதே மனம் அவனுக்காகக் கண்ணீர் வடிக்கும். அவனது முகச்சோபை அப்படி. குழந்தையின் துடிவைக் கண்டு கோனார் அவனுக்கு 'நாலெழுத்து படிச்சுக்கொடுத்து

உத்தியோகம் பார்க்கும்படி செய்விக்க வேணும்' என ஆசைப்பட்டு, திண்ணைப் பள்ளியில் சேர்த்துவிட்டார்.

புது விசயங்களைக் கிரகிக்க இசக்கியிடம் இருந்த ஆவலுக்கு ஏற்றபடி திண்ணை வாத்தியாரின் அறிவுப் பொக்கிஷம் விசாலமாக இல்லை. அதன் விளைவாகக் கல்வியரங்கம் மாறியது.

கோனார் மறுபடியும் குழந்தையின் கையைப் பிடித்துக்கொண்டு பாளையங்கோட்டை சாமியார் பள்ளிக்கூடத்திற்குப் பிரயாணமானார். எம்மதத்தவரானாலும் துறவிகளாக வருகிறவர்களுக்கு நம்மவர் செலுத்தும் மரியாதை சிற்சில இடங்களில் தவறான மதிப்பும் அந்தஸ்தும் கொடுத்து விடுகிறது. இத்துடன் ஓரளவு தர்மச்செலவு செய்யும் சேவையைச் சேர்த்துக்கொண்டால் அந்தஸ்து வளர்ச்சிக்கு அளவே கிடையாது. ஏகாதிபத்தியத்திற்கே பிரத்யேகமான வர்ணம் என்ற வெள்ளைத் தோலும் சேர்ந்து கொண்டாலோ கேட்க வேண்டியதே இல்லை. இந்த மூன்று அந்தஸ்தும் கொண்ட பிற மத மிஷனரிப் பள்ளிக்கூடங்கள் தர்மம் செய்யும் ஏகாதிபத்தியமாக, ஏகாதிபத்தியம் செய்யும் தர்மஸ்தாபனமாக இரண்டு நோக்கங்களையும் கதம்பமாக்கி இரண்டையும் ஒருங்கே குலைத்து வருகிறது.

இப்படிப்பட்ட ஸ்தாபனம் ஒன்றின் ஸ்தல சர்வாதிகாரி அர்ச். ஞானானந்தச் சாமியார். இவர் ஸ்தல கிருஸ்துவர்களின் ஒரு வகுப்பாருக்கு மோட்சத்தில் இடம் போட்டுக்கொடுக்கும் வேலையுள்ள ஸ்தல ஹைஸ்கூலின் தலைமை நிர்வாகத்தை ஏற்று இங்கிலீஷும் சரித்திரமும் போதித்து வருகிறார்.

இவர் வசம் கோனார் தம் குழந்தையை ஒப்புக்கொடுத்தார். சாமியார் இலவசப் படிப்பும், அவன் வாழ்வுக்கு என்று மாசம் நான்கு ரூபாய் சம்பாவனையும் கொடுப்பதாக வாக்களித்ததில் கோனாருக்கு மகிழ்ச்சி கங்குகரையில்லாமல் பிறந்தது. "பிள்ளையை எப்படியும் நாலெழுத்து வரும்படி செய்விக்க வேண்டும்" என காலில் விழுந்து கும்பிட்டுவிட்டு வீடு வந்து சேர்ந்தார். குழந்தையும் சோற்று மூட்டையுடன் புஸ்தகச் சுமையையும் தாங்கி பாளையங்கால் கரை மேலாகக் கல்வி யாத்திரை செய்துவந்தான். படிப்பு ஏழாவது வரை வந்தது.

பையனுக்கும் சாமியாருக்கும் திடீர் புயலாக லடாய் ஏற்பட்டு கிழவரின் நிதானத்தைக் குலைத்தது. இந்தக் காலமும் சாமியார் செய்த பிற மத பிரச்சாரத்தைப் பிரமாதமாகப் பொருட்படுத்தவில்லை. கிருஸ்துவின் பரித்தியாகம் இவன் மனசைச் சிறிது கவர்ந்தது என்றாலும் கிருஸ்து முனியின் தத்துவம் பூண்டிருந்தும், அமல் மிகுந்த சேவை அவனுக்கு அவரது தத்துவத்தின் மேல் வெறுப்பையே ஊட்டியது. மேலும் புண்ணைக்காட்டி பிச்சை

வாங்குவதற்கும் கிருஸ்துவின் புண்கள் வழியாக அவர்களும் மோக்ஷ சாம்ராஜ்யத்தை நம்பும்படி தன் வயிற்றுப் பசியை உபயோகிப்பதற்கும் பிரமாத வித்தியாசம் ஒன்றுமில்லை எனவே இவன் நினைத்து வந்தான். அதனால் அவன் இந்த முயற்சிகளைச் சட்டை செய்யவில்லை. ஆனால் இது மட்டும் இந்த மனஸ்தாபத்தில் இல்லை. ஈராயிர வருஷங்களாக மதப்பிரச்சாரமும் செய்து பழுத்து முதிர்ந்துபோன ஒரு ஸ்தாபனத்தின் கோளாறுகள் அவனைத் திடீரென்று சந்தித்தன. ஒரு லட்சியமோ கொள்கையோ இல்லாதவர்களும், அல்லது லட்சியத்திலோ கொள்கையிலோ நம்பிக்கையில்லாதவர்களும் பிரம்மசரிய விரதத்தை அனுஷ்டிக்க முயலுவதும், அனுஷ்டிக்கும்படி கட்டாயப்படுத்துவதும் ரொம்ப அபாயகரமான விஷயம். தீயுடன் விளையாடுவதாகும். இது மன விகாரங்களில் புகுத்தும் சுழிப்புகள் அந்த மனிதனுக்கு ஆபத்தை விளைவிப்பதுடன் நின்றுவிடாமல் ஸ்தாபன பலத்திற்கே உலை வைத்துவிடுகின்றன.

இசக்கிமுத்துக்கு ஏழாவது வகுப்பில் ஏற்பட்ட உபாத்தியாயர் அர்ச்.பெர்னாண்டஸ் சாமியார் விபரீத ஆசையைக் கொண்டவர். பையனுடைய அழகு அவருடைய நேர்மையற்ற காமவிகாரத்திற்கு இலக்காகியது. பையன் திடுக்கிட்டான். தலைமைச் சாமியாரிடம் ஓடித் தெரிவித்தும் நிவாரணமோ ஆறுதலோ கிடைக்க வழியில்லாமல் போக, சிறு குழந்தைத்தனத்தின் அனுபவ சாத்தியமற்ற முறைகளைக் கையாண்டு, பள்ளிக்கூடத்திலிருந்து விரட்டப்பட்டான்.

தகப்பனுக்கும் மகனுக்கும், இருவரும் அன்னியோன்னியப் பரிவுகள் நடந்துகொள்ள வசதியளிக்கும் நிர்க்கதியான நிலைமையிலிருந்தும் மனம் ஒன்றாமல், அந்தஸ்து கொடுத்து வாங்கும் தூரத்தைக் குறைக்காமலே நடந்துவந்ததால், பள்ளிக்கு முழுக்குப்போட ஏற்பட்ட காரணத்தைக் கூற முடியவில்லை. மதம் மாறச் சொன்னார், முடியாது என்றதால் விரட்டப்பட்டதாக அறிவித்துவிட்டான். தெய்வமாகப் பாவித்து வந்த சாமியாரின் ஆசையைப் பூர்த்தி செய்துவிட்டால்தான் என்ன, எந்த மதத்து மோட்சமானால் என்ன என்றே கிழவருக்குப்பட்டது. மேலும் ஹிந்து தர்மம், தாழ்ந்த வகுப்புகள் 'பொட்டுக்கட்டி' தன் விசேஷ பரிவைக் காட்டிவரும் சில வகுப்பின் ஆசாரங்கள் மாமிச உணவை விலக்கி வைக்காதிருப்பதால், இவ்வகுப்புக்களிலிருந்து பிற மதங்களுக்குப் போகிறவர்களுக்கும் அவர்களுக்குமிடையில் தொடர்பு அவ்வளவாக அறுந்துவிடுவதில்லை. அதனால் கோனாருக்கு பையன் செய்த வேலை பிடிக்கவுமில்லை; புரியவுமில்லை. இருந்தாலும் அவனைக் கண்டிக்கவில்லை. வேறு பள்ளியில் சேர்க்க முயலவுமில்லை.

இந்த நிலையிலே இசக்கிமுத்தின் மனவுலகத்தில் ஒரு மாறுதல் ஏற்பட்டது. அதாவது அவன் தன்னை அறிந்துகொண்டான். ஒரு நாள் ஏனோதானோ என்று வில்லுப்பாட்டின் ஆவேசத்திற்கு இணங்க அவன் கக்கிய வார்த்தைகள் இத்தனை நாட்களாக ஊமைக் கவிஞனாக அனுபவித்துவந்த இன்பங்களை எல்லாம் இசையில் கொட்டினான். சில

சமயங்களில் பிரமிக்கும் இசைக்கனவுகளை எழுப்பியது. ஆனால் பல வார்த்தைப் படாடோ ப இடி முழக்கங்கள், கனவைச் சிதைக்கும் கரகரப்புகளுடன் பிறந்தனவென்றாலும் பொதுவாக, முறையாகத் தமிழ் படிப்பது என்ற சம்பிரதாயத்தால் ருசி கெட்டுப் போகாததினால் பாட்டில் உண்மையும் தெளிவும் தொனித்தது. ஆனால் புராதனச் செல்வங்களில், தொடர்பும் பரிச்சயமும் இல்லாததினால் நஞ்சுக்கொடியைத் தோளில் தூக்கிப் போட்டுக்கொண்டு பிறந்தவுடன் தெரு வழியாகக் கோஷமிட்டுக் கொண்டு ஓடும் குழந்தையின் அசாதாரணத் தன்மையைப் பெற்றிருந்தது. ஆனால் இசக்கிமுத்துவின் பாட்டு, இசக்கிமுத்தின் 'வெளிவராத ரகசியமாக' இருந்து வந்தது.

இப்படியாக மனக்கனவுகளைப் பாடுவதும் கிறுக்குவதும் கிழிப்பதுமாகக் காலங்கழித்தான் இசக்கிமுத்து.

2

ரூபமற்ற, நாமமற்ற, அனாதியான, பொருளற்ற, பொருளுக்கு அப்பாற்பட்ட அந்த வஸ்து, அதாவது வஸ்து என்ற வரம்புக்கு மீறியதும், வரம்பே இடிந்ததுமான ஏதோ ஒன்று என்ற ஒன்றல்லாத, பலவும் அல்லாத அந்த 'அது' சிந்திக்க ஆரம்பித்தது; தன்னை உணர ஆரம்பித்தது; தன்னை உணர்ந்து தன்னையே உணரவும் அஞ்ச ஆரம்பித்தது. பூர்த்தியாகாத ஆசை வித்துக்கள் மாதிரி கொடுமையின் குரூரத்தின் தன்மைகள் தன் சித்த சாகரத்தின் அடியில் அமுங்கியும் குமிழிவிட்டு, பிரபஞ்சம் என்ற தன்னையே கண்டு அஞ்சியது. தன்னையே நோக்கியது. தானான மனிதர்கள், தன்னுள் ஆன மனிதர்கள், தன்னைக் கையெடுத்து வணங்கி தன்மீதே இலட்சியங்களைச் சுமத்தி, நன்மை நலம் மோட்சம் என்ற கோவில்களைக் கட்டுவது கண்டு கண்ணீர் விட்டது. அவர்கள் நம்புவது தான் அல்ல என்று அவர்களிடம் அறிவிக்க விரும்பியது, துடிதுடித்தது.

3

கிருஷ்ணக் கோனார் அந்திம தசையென்னும் அஸ்தமனக் கிரணங்கள் தன்மீது விழுவதைக் கண்டுவிட்டார். அர்த்தமற்ற புதிராக இருந்துவரும் பெரிய மாறுதலின் காலம் அணுகுவதை உணர்ந்துவிட்டார். இனி எப்படியோ? இதுவரை நடந்து வந்த வாழ்வுப் பாதை பிறப்பு என்ற சித்த வான் வளையத்தைத் தொடும் அந்த மங்கிய எல்லையிலிருந்து அன்றுவரை ஏற்பட்ட மாற்றங்கள், கொந்தளிப்புக்கள், சுழல்கள் எல்லாவற்றையும் சமநோக்குடன் பார்க்கும். அப்பொழுது ஆட்டிய அதிர்ச்சிகள் அற்று நோக்கும் தன்மையைப் பெற்றார். இன்னும் ஒரு ஆசை மட்டும் பூர்த்தியாகவில்லை.

அவனுக்குக் கலியாணத்தைச் செய்துவிட்டால் தன் கடமை பரிபூரணமாக நிறைவேறியதாகவே அவர் தீர்மானித்தார்.

லெட்சுமி என்ற பெண் இசக்கிமுத்துக்கு உடலதிர்ச்சிகளில் இருக்கும் இன்பத்தைக் காட்ட அவ்வூர்ப் பெரியோர்களால் ஆசீர்வதிக்கப்பட்டாள். புதுக்குடித்தனம் என்னும் பதினெட்டாம் பெருக்கு களிபுரண்டு கொந்தளித்துச் சுழித்து ஓடியது. மனக்கனவுகள் என்ற தெப்பம் இசக்கிமுத்துக்கு நிலை தடுமாறி குதித்து முழுங்கிச் சென்றது. கனவுகள் புது வடிவம், நிஜ வடிவம் பெற்றன. அவன் பாட்டை எழுதுவதை நிறுத்திவிட்டான். நேரில் நிறைவுபெற்ற மனம் பாட்டில் துள்ளிப் பொங்கவில்லை. அவன் கனவுகள் நாத வடிவம் பெறாமல் நாள் மணிக்கணக்கில் நிஜ 'தரிசன'த்தில் ஒடுங்கியது.

4

எல்லாம் தானாகவும், தன்னில் வேறாகவும், வேறு என்ற பேதமற்றும் இருக்கும் அது தன் தொழிலில், தன் நியதியில், தன் இயற்கைத் தன்மையில் சந்தேகம் கொண்டது. பயம் கொண்டது. தன் தொழிலைத் தானே நிறுத்த இயலாமல், தவித்தது. தனக்குத் தன் தொழில் தெரியவில்லை எனக் குமைந்தது. சிருஷ்டித் தொழில் கலையின் நியதியை அடிப்படையாகக் கொண்டிருக்கவேண்டும் என்பதைக் கண்டது. தான் நிலையாமல் தன் பூர்த்தியாகா ஆசைகள் தன் தொழிலில் விழுவது கண்டு தனக்குத்தான் பயிற்சியில்லை, கலையில்லை அதாவது சிருஷ்டித்தன்மைக்குத் தான் லாயக்கில்லை என நினைத்தது.

வருஷம் முழுவதும் பதினெட்டாம் பெருக்காக இருக்க முடியுமா? வெவ்வேறு நிலையில் உள்ள உணர்ச்சி, பிரவாகம் போல ஒன்றையொன்று மோதி பொதுநிலையடையும்வரை கொந்தளிப்பும் சுழற்சியும் இருக்கும். நிலைமை சமப்பட்டவுடன் வேகம் குறையாது போனாலும் மேலுக்குத் தெரியாமல் இருக்கும். இசக்கிமுத்தின் மனத்துடிப்பு இந்த நிலையை அடைந்ததின் பயனாக, அதன் நிதானத்தைத் தப்பிதமாகக் கருதும்படி லெட்சுமிக்கு மனப்பண்பு இருந்ததால், அவனுக்குத் தப்பிதம் செய்துவிட்டாள். நிதானப் போக்கை அசட்டை என்று நினைத்ததின் விளைவாக சந்தர்ப்ப விசேஷத்திற்கிணங்க விபரீதம் விளைந்துவிட்டது. விளைந்ததும் இசக்கிமுத்துக்குத் தெரிந்தது.

நாதப்பிசகு ஏற்படாமல் ஒலிக்கும்படி செய்துவந்த அவனது மன வீணையின் நரம்புகள் அறுந்து தொங்கும்படி உணர்ச்சி வாசித்து விளையாடிவிட்டன. உன்மத்தன் ஆனான். பூர்வஜன்மம் என்ற வசதி இருக்கிறதோ என்னவோ, மனித ஜீவனுக்கு உள்ள விசேஷ வசதிகளையும் சக்திகளையும் நம்மால் அறிய முடியாது.

இசக்கிமுத்து அவளை மன்னிக்கும் மனப்பண்பு படைத்திருந்தான்; நபும்சகத்தால் விளையும் சகிப்புத்தன்மையல்ல; பரிபூரண மன்னிப்பு. ஆனால் மனம் அறுந்து தொங்கியது. கொழுந்து விடாவிட்டாலும் கங்கு அவியவில்லை. சில சமயம் சித்தம் அளந்து கட்ட முடியாத விபரீத அளவுக்கு மனம் பேயுருக்கொண்டு குமுறியது. தன்னையே தின்று தணிந்தது.

மனசின் குதியாட்டத்தைக் கண்டு அஞ்சிய இசக்கிமுத்து அதன் கடிவாளம் தன் கைக்குச் சிக்கும்படி பண்படுத்த லயக்குறைவு இல்லாததால் இசை எழுப்ப விரும்பினான். பாட்டு உண்மையில் துடிதுடிப்புடன் பொங்கியது. வார்ப்பில் பரிபூரண அழகு முன்போல் அனாயசமாக விழவில்லை. கற்பனையில் கைப்பு தட்டியது. கனவை ஏமாற்றம் ஏந்தி நின்றது.

நிராகரித்தான்.

கலைவாணியின் வழி சிருஷ்டியின் வழி என்பதை உணர்ந்து அறிந்தவன்; அறிந்து உணர முயன்றவன் அல்ல. மனப்பண்புதான் கவிதையின் மார்க்கம் எனக் கண்டான். மனிதனுடைய பரிபூரண லட்சியமான தெய்வக் கனவில் மனசை லயிக்கவிட்டால்தான் பாட்டில் பண்பு பிறக்கும் என நினைத்தான்.

லட்சுமியை விட்டுப் புறப்பட்டான். சமூகத்தை மறந்து வெளிப்பட்டான்.

மன லட்சியத்தின் பூத உருவமான ஹிமயத்தை நோக்கினான். நடந்தான்.

5

அந்த அது மனித உருவம் கொண்டு, மனிதன் நினைக்கும் தான், தானல்ல என் மனிதனிடம் பறையடித்து அறிவித்து, தன் சுமையை இறங்கிக் கொள்ள விரும்பியது.

மனித உருக்கொண்டது.

தாடியும் மீசையும் நரைத்துப் பழுத்த கிழவனாராக உருவெடுத்தது.

ஹிமயத்தில் காலடி வைத்தது.

நடந்தது.

ரூபத்திலே தெளிவு இருப்பதை உணர்ந்தது. தன்மீது சுமை இல்லையோ எனக்கூடச் சந்தேகித்தது. ஆனால் பொறுப்பை மறந்துவிடவில்லை. ஏனென்றால் அதனால் அதை மறக்க முடியவில்லை.

நடந்தது...

நடந்து வந்தது...

இசக்கிமுத்தும் நடந்து வருகிறான். அவன் முகத்தை தாடியும் சிகையும் மறைத்தது. ஆனால் மனக்கொதிப்பின் புகை மண்டலம்போல் முகத்தைச் சுற்றிச் சிதறிப் பறந்தது.

6

இருவரும் சந்தித்தனர்.

அது அவனைச் சந்தித்தது;

அவன் அதைச் சந்தித்தான்.

"நான், நானில்லை" என்றது அது.

"நான், நானில்லை" என்றான் அவன்.

"யோகத்தில் அமருவோம்" என்றான் அவன்.

இருவராக அமர்ந்தனர்; ஒருவராக இருந்தனர்.

அது அவனில் தன்னைக் கண்டது.

அவன் அதில் தன்னைக் கண்டான்.

முல்லை, 1947

21.காஞ்சனை

1

அன்று இரவு முழுவதும் எனக்குத் தூக்கம் பிடிக்கவேயில்லை. காரணம் என்னவென்று சொல்ல முடியவில்லை. மனசுக்குக் கஷ்டமும் இல்லை, அளவுக்கு மிஞ்சிய இன்பமும் இல்லை, இந்த மாதிரித் தூக்கம் பிடிக்காமல் இருக்க. எல்லோரையும் போலத்தான் நானும். ஆனால் என்னுடைய தொழில் எல்லோருடையதும்போல் அல்ல. நான் கதை எழுதுகிறேன்; அதாவது, சரடுவிட்டு, அதைச் சகிக்கும் பத்திரிகை ஸ்தாபனங்களிலிருந்து பிழைக்கிறவன்; என்னுடையது அங்கீகரிக்கப்படும் பொய்; அதாவது - கடவுள், தர்மம் என்று பல நாமரூபங்களுடன், உலக 'மெஜாரிட்டி'யின் அங்கீகாரத்தைப் பெறுவது; இதற்குத்தான் சிருஷ்டி, கற்பனா லோக சஞ்சாரம் என்றெல்லாம் சொல்லுவார்கள். இந்த மாதிரியாகப் பொய் சொல்லுகிறவர்களையே இரண்டாவது பிரம்மா என்பார்கள். இந்த நகல் பிரம்ம பரம்பரையில் நான் கடைக்குட்டி. இதை எல்லாம் நினைக்கப் பெருமையாகத்தான் இருக்கிறது. நாங்கள் உண்டாக்குவது போல், அந்தப் பிரமனின் கைவேலையும் பொய்தானா? நான் பொய்யா? திடீரென்று இந்த வேதாந்த விசாரம் இரவு சுமார் பன்னிரண்டு மணிப்போதுக்கு ஏற்பட்டால், தன்னுடைய ஜீரண சக்தியைப் பற்றி யாருக்குத்தான் சந்தேகம் தோன்றாது? "அட சட்!" என்று சொல்லிக்கொண்டு எழுந்து உட்கார்ந்தேன்.

உட்கார்ந்தபடி எட்டினாற் போல மின்சார விளக்கைப் போடுவதற்கு வாக்காக வீட்டைக் கட்டி வைத்திருந்தான். போட்டேன். வெளிச்சம் கண்களை உறுத்தியது. பக்கத்துக் கட்டிலில் என் மனைவி தூங்கிக் கொண்டிருந்தாள். தூக்கத்தில் என்ன கனவோ? உதட்டுக் கோணத்தில் புன்சிரிப்பு கண்ணாம்பூச்சி விளையாடியது. வேதாந்த விசாரத்துக்கு மனிதனை இழுத்துக்கொண்டு போகும் தன்னுடைய நளபாக சாதுர்யத்தைப் பற்றி இவள் மனசு கும்மாளம் போடுகிறது போலும்! தூக்கக் கலக்கத்தில் சிணுங்கிக் கொண்டு புரண்டு படுத்தாள். அவள் மூன்று மாசக் கர்ப்பிணி. நமக்குத்தான் தூக்கம் பிடிக்கவில்லை என்றால், அவளையும் ஏன் எழுப்பி உட்கார்த்தி வைத்துக் கொள்ள வேண்டும்?

உடனே விளக்கை அணைத்தேன். எனக்கு எப்போதும் இருட்டில் உட்கார்ந்துகொண்டிருப்பதில் ஒரு நிம்மதி. இருட்டோடு இருட்டாய், நாமும் இருட்டும் ஐக்கியமாய், பிறர் பார்வையில் விழாமல் இருந்து விடலாம் அல்லவா? நாமும் நம் இருட்டுக் கோட்டைக்குள் இருந்து கொண்டு நம் இஷ்டம்போல் மனசு என்ற கட்டை வண்டியை ஓட்டிக் கொண்டு போகலாம் அல்லவா? சாதாரணமாக எல்லோரும் மனசை நினைத்த இடத்துக்கு நினைத்த மாத்திரத்தில் போகும் ரதம் என்று சொல்லுவார்கள். மனித வித்து அநாதி காலந்தொட்டு இன்று வரையில் நினைத்து நினைத்துத் தேய்ந்து தடமாகிவிட்ட பாதையில் தான் இந்தக் கட்டை வண்டி செல்லுகிறது. சக்கரம் உருண்டு உருண்டு பள்ளமாக்கிய பொடிமண் பாதையும் நடுமத்தியில் கால்கள் அவ்வளவாகப்

பாவாத திரடுந்தான் உண்டு; ஒவ்வொரு சமயங்களில் சக்கரங்கள் தடம்புரண்டு திரடு ஏறி 'டொடக்' என்று உள்ளே இருக்கிறவர்களுக்கு அதிர்ச்சி கொடுக்கிறதும் உண்டு; மற்றப்படி சாதுவான, ஆபத்தில்லாத மயிலைக் காளைப் பாதை. நினைவுச் சுகத்தில் இருட்டில் சிறிது அதிகமாகச் சுண்ணாம்பு தடவிவிட்டேன் போலும்! நாக்கு, சுருக்கென்று பொத்துக்கொண்டது. நான் அதைப் பொருட்படுத்துவதில்லை. இருட்டில் வெற்றிலை போடுவது என்றால், அதிலும் மனசை, கயிற்றை முதுகில் போட்டு விட்டுத்தானே போகும்படி விட்டுவிடுவது என்றால், இந்த விபத்துக்களையெல்லாம் பொருட்படுத்தலாமா? உள்ளங்கையில் கொட்டி வைத்திருந்த புகையிலையைப் பவித்தரமாக வாயில் போட்டுக் கொண்டேன்.

சீ! என்ன நாற்றம்! ஒரேயடியாகப் பிணவாடை அல்லவா அடிக்கிறது? குமட்டல் எடுக்க, புகையிலையின் கோளாறோ என்று ஜன்னல் பக்கமாகச் சென்று அப்படியே உமிழ்ந்து, வாயை உரசிக் கொப்புளித்துவிட்டு வந்து படுக்கையின் மீது உட்கார்ந்தேன்.

துர்நாற்றம் தாங்க முடியவில்லை, உடல் அழுகி, நாற்றம் எடுத்துப் போன பிணம் போல; என்னால் சகிக்க முடியவில்லை. எனக்குப் புரியவில்லை. ஜன்னல் வழியாக நாற்றம் வருகிறதோ? ஊசிக் காற்றுக் கூட இழையவில்லையே! கட்டிலை விட்டு எழுந்திருந்து ஜன்னலில் பக்கம் நடந்தேன். இரண்டடி எடுத்து வைக்கவில்லை; நாற்றம் அடியோடு மறைந்துவிட்டன. என்ன அதிசயம்! திரும்பவும் கட்டிலுக்கு வந்தேன். மறுபடியும் நாற்றம். அதே துர்க்கந்தம். கட்டிலின் அடியில் ஏதேனும் செத்துக் கிடக்கிறதோ? விளக்கை ஏற்றினேன். கட்டிலடியில் தூசிதான் தும்மலை வருவித்தது. எழுந்து உடம்பைத் தட்டிக் கொண்டு நின்றேன்.

தும்மல் என் மனைவியை எழுப்பிவிட்டது. "என்ன, இன்னுமா உங்களுக்கு உறக்கம் வரவில்லை? மணி என்ன?" என்று கொட்டாவி விட்டாள்.

மணி சரியாகப் பன்னிரண்டு அடித்து ஒரு நிமிஷம் ஆயிற்று.

என்ன அதிசயம்! நாற்றம் இப்பொழுது ஒருவித வாசனையாக மாறியது. ஊதுவத்தி வாசனை; அதுவும் மிகவும் மட்டமான ஊதுவத்தி; பிணத்துக்குப் பக்கத்தில் ஏற்றி வைப்பது.

"உனக்கு இங்கே ஒரு மாதிரி வாசனை தெரியுதா?" என்று கேட்டேன்.

"ஒண்ணும் இல்லியே" என்றாள்.

சற்று நேரம் மோந்து பார்த்துவிட்டு, "ஏதோ லேசா ஊதுவத்தி மாதிரி வாசனை வருது; எங்காவது ஏற்றி வைத்திருப்பார்கள்; எனக்கு உறக்கம் வருது; விளக்கை அணைத்துவிட்டுப் படுங்கள்" என்றாள்.

விளக்கை அணைத்தேன். லேசாக வாசனை இருந்துகொண்டுதான் இருந்தது. ஜன்னலருகில் சென்று எட்டிப் பார்த்தேன். நட்சத்திர வெளிச்சந்தான்.

லேசாக வீட்டிலிருந்த ஜன்னல், வாசல், கதவுகள் எல்லாம் படபடவென்று அடித்துக்கொண்டன. ஒரு வினாடிதான். அப்புறம் நிச்சப்தம். பூகம்பமோ? நட்சத்திர வெளிச்சத்தில் பழந்தின்னி வௌவால் ஒன்று தன் அகன்ற தோல் சிறகுகளை விரித்துக் கொண்டு பறந்து சென்று எதிரில் உள்ள சோலைகளுக்கு அப்பால் மறைந்தது.

துர்நாற்றமும் வாசனையும் அடியோடு மறைந்தன. நான் திரும்பி வந்து படுத்துக் கொண்டேன்.

2

நான் மறுநாள் விடியற்காலம் தூக்கம் கலைந்து எழுந்திருக்கும்போது காலை முற்பகலாகிவிட்டது. ஜன்னல் வழியாக விழுந்து கிடந்த தினசரிப் பத்திரிகையை எடுத்துக்கொண்டு வீட்டின் வெளிமுற்றத்துக்கு வந்து பிரம்பு நாற்காலியில் உட்கார்ந்தேன். கிரீச்சிட்டு ஆட்சேபித்துவிட்டு அது என்னைச் சுமந்தது.

"ராத்திரி பூராவும் தூங்காமே இவ்வளவு நேரம் கழித்து எழுந்ததும் அல்லாமல் இப்படி வந்து உட்கார்ந்து கொண்டால் காப்பி என்னத்துக்கு ஆகும்?" என்று என் சகதர்மிணி பின்பக்கமாக வந்து நின்று உருக்கினாள். 'ஐக்கிய நாடுகளின் ஜரூர் மிகுந்த எதிர் தாக்குதல்கள் தங்குதடையில்லாமல் முன்னேறி வருவதில்' அகப்பட்டுக் கொண்ட ஜனநாயகத்திலும் உலக சமாதானத்திலும் உறுதி பிறழாத நம்பிக்கை கொண்ட எனக்குச் சற்றுச் சிரமமாகத்தான் இருந்தது.

"அது உன் சமையல் விமரிசையால் வந்த வினை" என்று ஒரு பாரிசத் தாக்குதல் நடத்திவிட்டு எழுந்தேன்.

"உங்களுக்குப் பொழுதுபோகாமே என் மேலே குத்தம் கண்டு பிடிக்கணும்னு தோணிட்டா, வேறே என்னத்தைப் பேசப் போறிய? எல்லாம் நீங்கள் எளுதுகிற கதையை விடக் குறைச்சல் இல்லை!" என்று சொல்லிக் கொண்டே அடுப்பங்கரைக்குள் புகுந்தாள்.

நானும் குடும்ப நியதிகளுக்குக் கட்டுப்பட்டு, பல்லைத் துலக்கிவிட்டு, கொதிக்கும் காப்பித் தம்ளரைத் துண்டில் ஏந்தியபடி பத்திரிகைப் பத்திகளை நோக்கினேன்.

அப்போது ஒரு பிச்சைக்காரி, அதிலும் வாலிபப் பிச்சைக்காரி, ஏதோ பாட்டுப் பாடியபடி, "அம்மா, தாயே!" என்று சொல்லிக் கொண்டு வாசற்படியண்டை வந்து நின்றாள்.

நான் ஏறிட்டுப் பார்த்துவிட்டு இந்தப் பிச்சைக்காரர்களுடன் மல்லாட முடியாதென்று நினைத்துக் கொண்டு பத்திரிகையை உயர்த்தி வேலி கட்டிக் கொண்டேன்.

"உனக்கு என்ன உடம்பிலே தெம்பா இல்லை? நாலு வீடு வேலை செஞ்சு பொளெச்சா என்ன?" என்று அதட்டிக் கொண்டே நடைவாசலில் வந்து நின்றாள் என் மனைவி.

"வேலை கெடச்சாச் செய்யமாட்டேனா? கும்பி கொதிக்குது தாயே! இந்தத் தெருவிலே இது வரையில் பிடியரிசிக் கூடக் கிடைக்கவில்லை; மானத்தை மறைக்க முழத்துணி குடம்மா" என்று பிச்சைக்கார அஸ்திரங்களைப் பிரயோகிக்க ஆரம்பித்தாள்.

"நான் வேலை தாரேன்; வீட்டோ டவே இருக்கியா? வயத்துக்குச் சோறு போடுவேன்; மானத்துக்குத் துணி தருவேன்; என்ன சொல்லுதே!" என்றாள்.

"அது போதாதா அம்மா? இந்தக் காலத்திலே அதுதான் யார் கொடுக்கிறா?" என்று சொல்லிக்கொண்டே என் மனைவியைப் பார்த்துச் சிரித்து நின்றாள்.

"என்ன, நான் இவளை வீட்டோ டே ரெண்டு நாள் வெச்சு எப்படி இருக்கான்னுதான் பாக்கட்டுமா? எனக்குந்தான் அடிக்கடி இளைப்பு இளைப்பா வருதே" என்றாள் என் மனைவி.

"சீ! உனக்கு என்ன பைத்தியமா? எங்கேயோ கெடந்த பிச்சைக்காரக் கழுதையை வீட்டுக்குள் ஏத்த வேண்டும் என்கிறாயே! பூலோகத்திலே உனக்கு வேறே ஆளே ஆம்பிடலியா?" என்றேன்.

வெளியில் நின்ற பிச்சைக்காரி 'களுக்' என்று சிரித்தாள். சிரிப்பிலே ஒரு பயங்கரமான கவர்ச்சி இருந்தது. என் மனைவி வைத்த கண் மாறாமல் அவளையே பார்த்துக் கொண்டிருந்தாள். மனசு முழுவதும் அந்த அநாமத்திடமே ஐக்கியமாகிவிட்டது போல் இருந்தது.

"முகத்தைப் பார்த்தா ஆள் எப்படி என்று சொல்ல முடியாதா? நீ இப்படி உள்ளே வாம்மா" என்று மேலுத்தரவு போட்டுக்கொண்டு அவளை உள்ளே அழைத்துச் சென்றாள்.

உள்ளுக்குள்ளே பூரிப்புடன் அந்த மாய்மாலப் பிச்சைக்காரி பின் தொடர்ந்தாள். என்ன! நான் கண்களைத் துடைத்துக் கொண்டு அவள் பாதங்களையே பார்த்தேன். அவை தரைக்குமேல் ஒரு குன்றிமணி உயரத்துக்கு அந்தரத்தில் நடமாடின. உடம்பெல்லாம்

எனக்குப் புல்லரித்தது. மனப் பிரமையா? மறுபடியும் பார்க்கும் போது, பிச்சைக்காரி என்னைப் புன்சிரிப்புடன் திரும்பிப் பார்த்தாள். ஐயோ, அது புன்சிரிப்பா! எலும்பின் செங்குருத்துக்குள் ஐஸ் ஈட்டியைச் செருகியதுமாதிரி என்னைக் கொன்று புரட்டியது அது!

என் மனைவியைக் கூப்பிட்டேன். அவள் வீட்டுக்குள் வருவது நல்லதற்கல்ல என்று சொன்னேன். இந்த அபூர்வத்தை வேலைக்காரியாக வைத்துக்கொள்ளத்தான் வேண்டும் என்று ஒரேயடியாகப் பிடிவாதம் செய்தாள். மசக்கை விபரீதங்களுக்கு ஓர் எல்லை இல்லையா? என்னவோ படுஆபத்து என்றுதான் என் மனசு படக்குப் படக்கு என்று அடித்துக்கொண்டது. மறுபடியும் எட்டி அவள் பாதங்களைப் பார்த்தேன். எல்லோரையும் போல் அவள் கால்களும் தரையில்தான் பாவி நடமாடின. இது என்ன மாயப்பிரமை!

தென்னாலிராமன் கறுப்பு நாயை வெள்ளை நாயாக்க முடியாது என்பதை நிரூபித்தான். ஆனால் என் மனைவி பிச்சைக்காரிகளையும் நம்மைப் போன்ற மனிதர்களாக்க முடியும் என்பதை நிரூபித்தாள். குளித்து முழுகி, பழசானாலும் சுத்தமான ஆடையை உடுத்துக் கொண்டால் யாரானாலும் அருகில் உட்காரவைத்துப் பேசிக் கொண்டிருக்க முடியும் என்பது தெரிந்தது. வந்திருந்த பிச்சைக்காரி சிரிப்பு மூட்டும்படிப் பேசுவதில் கெட்டிக்காரி போலும்! அடிக்கடி 'களுக்' 'களுக்' என்ற சப்தம் கேட்டது. என் மனைவிக்கு அவள் விழுந்து விழுந்து பணிவிடை செய்வதைக் கண்டு நானே பிரமித்து விட்டேன். என்னையே கேலிசெய்து கொள்ளும்படியாக இருந்தது, சற்றுமுன் எனக்குத் தோன்றிய பயம்.

சாயந்தரம் இருக்கும்; கருக்கல் நேரம். என் மனைவியும் அந்த வேலைக்காரியும் உட்கார்ந்து சிரித்துப் பேசியபடி கதை சொல்லிக் கொண்டிருந்தார்கள். நான் முன்கூடத்தில் விளக்கேற்றிவிட்டு ஒரு புஸ்தகத்தை வியாஜமாகக் கொண்டு அவளைக் கவனித்தவண்ணம் இருந்தேன். நான் இருந்த ஹாலுக்கும் அவர்கள் இருந்த இடத்துக்கும் இடையில் நடுக்கட்டு ஒன்று உண்டு. அதிலே நான் ஒரு நிலைக் கண்ணாடியைத் தொங்கவிட்டு வைத்திருந்தேன். அவர்களுடைய பிம்பங்கள் அதிலே நன்றாகத் தெரிந்தன.

"நீ எங்கெல்லாமோ சுத்தி அலஞ்சு வந்திருக்கியே; ஒரு கதை சொல்லு" என்றாள் என் மனைவி.

"ஆமாம். நான் காசி அரித்துவாரம் எல்லா எடத்துக்கும் போயிருக்கிறேன். அங்கே, காசியில் ஒரு கதையைக் கேட்டேன்; உனக்குச் சொல்லட்டா?" என்றாள்.

"சொல்லேன்; என்ன கதை?" என்று கேட்டாள் என் மனைவி.

"அஞ்சுநூறு வருச மாச்சாம். காசியிலே ஒரு ராசாவுக்கு ஒத்தைக் கொரு மக இருந்தா. பூலோகத்திலே அவளெப்போல அளகு தேடிப் புடிச்சாலும் கெடெக்காதாம். அவளெ

ராசாவும் எல்லாப் படிப்பும் படிப்பிச்சாரு. அவளுக்குக் குருவா வந்தவன் மகாப் பெரிய சூனியக்காரன். எந்திரம், தந்திரம், மந்திரம் எல்லாம் தெரியும். அவனுக்கு இவமேலே ஒரு கண்ணு. ஆனா இந்தப் பொண்ணுக்கு மந்திரி மவனெக் கட்டிக்கிடணும்னு ஆசை.

"இது அவனுக்குத் தெரிஞ்சுப்போச்சு; யாருக்குத் தெரிஞ்சுபோச்சு? அந்தக் குருவுக்கு..."

என்ன அதிசயம்! நான் அவள் சொல்லிக்கொண்டிருக்கும் கதையைக் கேட்டுக்கொண்டிருக்கிறேனா அல்லது கையில் உள்ள புஸ்தகத்தை வாசித்துக் கொண்டிருக்கிறேனா? கையிலிருப்பது 'சரித்திர சாசனங்கள்' என்ற இங்கிலீஷ் புஸ்தகம். அதிலே வாராணசி மகாராஜன் மகளின் கதை என் கண்ணுக்கெதிரே அச்செழுத்துக்களில் விறைத்துப் பார்த்துக் கொண்டிருந்தது. கையில் விரித்துவைத்த பக்கத்தில் கடைசி வாக்கியம், 'அந்த மந்திரவாதிக்கு அது தெரிந்துவிட்டது' என்ற சொற்றொடரின் இங்கிலீஷ் மொழிபெயர்ப்பு. மூளை சுழன்றது. நெற்றியில் வியர்வை அரும்பியது. என்ன, எனக்குப் பைத்தியம் பிடித்துவிட்டதா! பிரித்துப் பிடித்து வைத்திருந்த பக்கத்திலேயே கண்களைச் செருகியிருந்தேன். எழுத்துக்கள் மங்க ஆரம்பித்தன.

திடீரென்று ஒரு பேய்ச் சிரிப்பு! வெடிபடும் அதிர்ச்சியோடு என் மனசை அப்படியே கவ்வி உறிஞ்சியது. அதிர்ச்சியில் தலையை நிமிர்த்தினேன். எனது பார்வை நிலைக் கண்ணாடியில் விழுந்தது. அதனுள், ஒரு கோர உருவம் பல்லைத் திறந்து உன்மத்த வெறியில் சிரித்துக் கொண்டிருந்தது. எத்தனையோ மாதிரியான கோர உருவங்களைக் கனவிலும், சிற்பிகளின் செதுக்கிவைத்த கற்பனைகளிலும் பார்த்திருக்கிறேன். ஆனால் இந்த மாதிரி ஒரு கோரத்தைக் கண்டதே இல்லை. குரூபமெல்லாம் பற்களிலும் கண்களிலுமே தெறித்தது. முகத்தில் மட்டும் மோக லாகிரியை எழுப்பும் அற்புதமான அமைதி. கண்களிலே ரத்தப் பசி! பற்களிலே சதையைப் பிய்த்துத் தின்னும் ஆவல். இந்த மங்கலான பிம்பத்துக்குப் பின்னால் அடுப்பு நெருப்பின் தீ நாக்குகள். வசமிழந்து அதையே பார்த்துக் கொண்டிருந்தேன். தோற்றம் கணத்தில் மறைந்தது; அடுத்த நிமிஷம் அந்தப் பிச்சைக்காரியின் முகமே தெரிந்தது.

"உன் பெயர் என்ன என்று கேட்க மறந்தே போயிட்டுதே" என்று மனைவி கேட்பது எனது செவிப்புலனுக்கு எட்டியது.

"காஞ்சனைன்னுதான் கூப்பிடுங்களேன். கதேலெ வர்ற காஞ்சனை மாதிரி. எப்படிக் கூப்பிட்டா என்ன! ஏதோ ஒரு பேரு" என்றாள் பிச்சைக்காரி.

என் மனைவியைத் தனியாக அங்கு விட்டிருக்க மனம் ஒப்பவில்லை. என்ன நேரக்கூடுமோ? பயம் மனசைக் கவ்விக்கொண்டால் வெடவெடப்புக்கு வரம்பு உண்டா?

நான் உள்ளே போனேன். இருவரும் குசாலாகவே பேசிக் கொண்டிருந்தனர்.

வலுக்கட்டாயத்தின் பேரில் சிரிப்பை வருவித்துக் கொண்டு நுழைந்த என்னை, "பொம்பளைகள் வேலை செய்கிற எடத்தில் என்ன உங்களுக்காம்?" என்ற பாணம் எதிரேற்றது.

காஞ்சனை என்று சொல்லிக் கொண்டவள் குனிந்து எதையோ நறுக்கிக் கொண்டிருந்தாள். விஷமம் தளும்பும் சிரிப்பு அவளது உதட்டின் கோணத்தில் துள்ளலாடியது. நான் வேறு ஒன்றும் சொல்ல முடியாமல் புஸ்தக வேலியின் மறைவில் நிற்கும் பாராக்காரன் ஆனேன். மனைவியோ கர்ப்பிணி. அவள் மனசிலேயா பயத்தைக் குடியேற்றுவது? அவளை எப்படிக் காப்பாற்றுவது?

சாப்பிட்டோ ம். தூங்கச் சென்றோம். நாங்கள் இருவரும் மாடியில் படுத்துக் கொண்டோ ம். காஞ்சனை என்பவள் கீழே முன்கூடத்தில் படுத்துக் கொண்டாள்.

நான் படுக்கையில் படுத்துத்தான் கிடந்தேன். இமை மூட முடியவில்லை. எப்படி முடியும்? எவ்வளவு நேரம் இப்படிக் கிடந்தேனோ? இன்று மறுபடியும் அந்த வாசனை வரப்போகிறதா என்று மனம் படக்கு படக்கென்று எதிர்பார்த்தது.

எங்கோ ஒரு கடிகாரம் பன்னிரண்டு மணி அடிக்கும் வேலையை ஆரம்பித்தது.

பதினோராவது ரீங்காரம் ஓயவில்லை.

எங்கோ கதவு கிரீச்சிட்டது.

திடீரென்று எனது கைமேல் கூரிய நகங்கள் விழுந்து பிறாண்டிக் கொண்டு நழுவின.

நான் உதறியடித்துக்கொண்டு எழுந்தேன். நல்ல காலம்; வாய் உளறவில்லை.

என் மனைவியின் கைதான் அசப்பில் விழுந்து கிடந்தது.

அவளுடையதுதானா?

எழுந்து குனிந்து கவனித்தேன். நிதானமாகச் சுவாசம் விட்டுக் கொண்டு தூங்கினாள்.

கீழே சென்று பார்க்க ஆவல்; ஆனால் பயம்!

போனேன். மெதுவாகக் கால் ஓசைப்படாமல் இறங்கினேன்.

ஒரு யுகம் கழிந்த மாதிரி இருந்தது.

மெதுவாக முன் கூடத்தை எட்டிப் பார்த்தேன். வெளிவாசல் சார்த்திக் கிடந்தது. அருகிலிருந்த ஜன்னல் வழியாக விழுந்த நிலா வெளிச்சம் காலியாகக் கிடக்கும் பாயையும் தலையணையையும் சுட்டிக் காட்டியது.

கால்கள் எனக்குத் தரிக்கவில்லை. வெடவெடவென்று நடுங்கின.

திரும்பாமலே பின்னுக்குக் காலடி வைத்து நடந்து மாடிப்படியருகில் வந்தேன். உயரச் சென்றுவிட்டாளோ?

விடுவிடு என்று மாடிக்குச் சென்றேன்.

அங்கே அமைதி.

பழைய அமைதி.

மனம் தெளியவில்லை.

மாடி ஜன்னலருகில் நின்று நிலா வெளிச்சத்தை நோக்கினேன்.

மனித நடமாட்டம் இல்லை.

எங்கோ ஒரு நாய் மட்டும் அழுது பிலாக்கணம் தொடுத்து ஓங்கியது.

பிரம்மாண்டமான வௌவால் ஒன்று வானத்தின் எதிர் கோணத்திலிருந்து எங்கள் வீடு நோக்கிப் பறந்து வந்தது.

வெளியே பார்க்கப் பார்க்கப் பயம் தெளிய ஆரம்பித்தது. என்னுடைய மனப்பிரமை அது என்று நிதானத்துக்கு வந்தேன்.

ஆனால் கீழே!

மறுபடியும் பார்க்க வேண்டும் என்ற ஆவல்.

கீழே இறங்கினேன்.

தைரியமாகச் செல்ல முடியவில்லை.

அதோ! காஞ்சனை பாயில் உட்கார்ந்துதான் இருக்கிறாள். என்னைப் பார்த்துச் சிரித்தாள். விஷச் சிரிப்பு. உள்ளமே உறைந்தது. நிதானமாக இருப்பதைப் போலப் பாசாங்கு செய்து கொண்டு, "என்ன, தூக்கம் வரவில்லையா?" என்று முணுமுணுத்துக்கொண்டே மாடிப் படிகளில் ஏறினேன்.

அப்பொழுது சாம்பிராணி வாசனை வந்ததா? வந்தது போலத் தான் ஞாபகம்.

நான் எழுந்திருக்கும்போது நெடுநேரமாகிவிட்டது.

"என்ன, வரவரத்தான், இப்படித் தூங்கித் தொலைக்கிறக; காப்பி ஆறுது!" என்று என் மனைவி எழுப்பினாள்.

3

இருட்டுக்கும் பயத்துக்கும் ஒளிவிடம் இல்லாத பகலிலே எல்லாம் வேறு மாதிரியாகத்தான் தோன்றுகிறது. ஆனால், மனசின் ஆழத்திலே அந்தப் பயம் வேரூன்றிவிட்டது. இந்த ஆபத்தை எப்படிப் போக்குவது?

தன் மனைவி சோரம் போகிறாள் என்ற மனக்கஷ்டத்தை, தன்னைத் தேற்றிக் கொள்வதற்காக வேறு யாரிடமும் சொல்லிக் கொள்ள முடியுமா? அதே மாதிரிதான் இதுவும், என்னைப் போன்ற ஒருவன், ஜன சமுதாயத்துக்காக இலக்கிய சேவை செய்கிறேன் என்று தம்பட்டம் அடித்துக் கொண்டு மனப்பால் குடித்துக் கொண்டிருக்கும் ஒருவன், "ஸார், எங்கள் வீட்டில் புதுசாக ஒரு பேய் குடிவந்துவிட்டது. அது என் மனைவியை என்ன செய்யுமோ என்று பயமாக இருக்கிறது; ஆபத்தைப் போக்க உங்களுக்கு ஏதாவது வழி தெரியுமா?" என்று கேட்டால், நான் நையாண்டி செய்கிறேனா அல்லது எனக்குப் பைத்தியம் பிடித்துவிட்டதா என்றுதான் சந்தேகிப்பான். யாரிடம் இந்த விவகாரத்தைச் சொல்லி வழி தேடுவது? எத்தனை நாட்கள் நான் பாராக் கொடுத்துக் கொண்டிருக்க முடியும்?

இது எந்த விபரீதத்தில் கொண்டு போய் விடுமோ? சொல்லவும் முடியாமல் மெல்லவும் முடியாமல் திண்டாடிக் கொண்டிருந்தேன். என் மனைவிக்கு அந்தப் புதிய வேலைக்காரி என்ன சொக்குப்பொடி போட்டுவிட்டாளோ? அவர்கள் இருவரும் மனசில் துளிக்கூடப் பாரமில்லாமல் கழித்துவிட்டார்கள்.

இன்றைப் பார்த்துப் பகலும் இராத்திரியை விரட்டிக் கொண்டு ஓடி வந்தது. இவ்வளவு வேகமாகப் பொழுது கழிந்ததை நான் ஒரு நாளும் அநுபவித்ததில்லை.

இரவு படுக்கப் போகும்போது என் மனைவி, "காஞ்சனை, இன்றைக்கு மாடியிலேயே நமக்கு அடுத்த அறையில் படுத்துக் கொள்ளப் போகிறாள்" என்று கூறிவிட்டாள். எனக்கு மடியில் நெருப்பைக் கட்டியது போல ஆயிற்று.

இது என்ன சூழ்ச்சி!

இன்று தூங்குவதே இல்லை. இரவு முழுவதும் உட்கார்ந்தே கழிப்பது என்று தீர்மானித்தேன்.

"என்ன படுக்கலியா?" என்றாள் என் மனைவி.

"எனக்கு உறக்கம் வரவில்லை" என்றேன். மனசுக்குள் வல் ஈட்டிகளாகப் பயம் குத்தித் தைத்து வாங்கியது.

"உங்கள் இஷ்டம்" என்று திரும்பிப் படுத்தாள். அவ்வளவுதான். நல்ல தூக்கம்; அது வெறும் உறக்கமா?

நானும் உட்கார்ந்து உட்கார்ந்து அலுத்துப் போனேன்.

சற்றுப் படுக்கலாம் என்று உடம்பைச் சாய்த்தேன்.

பன்னிரண்டு மணி அடிக்க ஆரம்பித்தது.

இதென்ன வாசனை!

பக்கத்தில் படுத்திருந்தவள் அமானுஷ்யக் குரலில் வீரிட்டுக் கத்தினாள். வார்த்தைகள் ரூபத்தில் வரும் உருவற்ற குரல்களுக்கு இடையே காஞ்சனை என்ற வார்த்தை ஒன்றுதான் புரிந்தது.

சட்டென்று விளக்கைப் போட்டுவிட்டு அவளை எழுப்பி உருட்டினேன்.

பிரக்ஞை வரவே, தள்ளாடிக் கொண்டு எழுந்து உட்கார்ந்தாள். "ஏதோ ஒன்று என் கழுத்தைக் கடித்து ரத்தத்தை உறிஞ்சின மாதிரி இருந்தது" என்றாள் கண்களைத் துடைத்துக் கொண்டு.

கழுத்தைக் கவனித்தேன். குரல்வளையில் குண்டூசி நுனி மாதிரி ரத்தத்துளி இருந்தது. அவள் உடம்பெல்லாம் நடுங்கியது.

"பயப்படாதே; எதையாவது நினைத்துக் கொண்டு படுத்திருப்பாய்" என்று மனமறிந்து பொய் சொன்னேன்.

அவள் உடம்பு நடுநடுங்கிக் கொண்டிருந்தது. மயங்கிப் படுக்கையில் சரிந்தாள். அதே சமயத்தில் வெளியில் சேமக்கலச் சபதம் கேட்டது.

கர்ணகடூரமான குரலில் ஏதோ ஒரு பாட்டு.

அதிகாரத் தோரணையிலே, "காஞ்சனை! காஞ்சனை!" என்ற குரல்.

என் வீடே கிடுகிடாய்த்துப் போகும்படியான ஓர் அலறல்! கதவுகள் படபடவென்று அடித்துக் கொண்டன.

அப்புறம் ஓர் அமைதி. ஒரு சுடுகாட்டு அமைதி.

நான் எழுந்து வெளிவாசலின் பக்கம் எட்டிப் பார்த்தேன்.

நடுத்தெருவில் ஒருவன் நின்றிருந்தான். அவனுக்கு என்ன மிடுக்கு!

"இங்கே வா" என்று சமிக்ஞை செய்தான்.

நான் செயலற்ற பாவை போலக் கீழே இறங்கிச் சென்றேன்.

போகும்போது காஞ்சனை இருந்த அறையைப் பார்க்காமல் இருக்க முடியவில்லை. நான் எதிர்பார்த்தபடியேதான் இருந்தது. அவள் இல்லை.

தெருவிற்குப் போனேன்.

"அம்மா நெத்தியிலே இதைப் பூசு. காஞ்சனை இனிமேல் வர மாட்டாள். போய் உடனே பூசு. அம்மாவை எளுப்பாதே" என்றான்.

விபூதி சுட்டது.

நான் அதைக் கொண்டுவந்து பூசினேன், அவள் நெற்றியில். அது வெறும் விபூதிதானா! எனக்குச் சந்தேகமாகவே இருக்கிறது. அவன் கையில் சேமக்கலம் இல்லை என்பதும் ஞாபகம் இருக்கிறதே!

மூன்று நாட்கள் கழிந்துவிட்டன.

காலையில் காப்பி கொடுக்கும்போது, "இந்த ஆம்பிளைகளே இப்படித்தான்!" என்றாள் என் மனைவி. இதற்கு என்ன பதில் சொல்ல?

கலைமகள், ஜனவரி 1943

22.அகல்யை

வேதகாலம்

சிந்து நதி தீரத்திலே...

இப்பொழுதுபோல் அல்ல. செழித்த காடுகள்; புல்வெளிகள்; இடையிடையே சிறு சிறு குடிசைகளில் மனிதக் கூட்டங்கள். எங்கெங்கோ, அதிக நெருக்கமாக, ஜாஸ்தியாக மனிதக் கூட்டங்கள் வசிக்கும் இடம் நகரம் என்ற ஹோதாவில் விளங்கும் - அதில் அரசன் இருப்பான் - அதனால் அது தலைநகர்.

இவ்வளவும் தாண்டி ஜன சஞ்சாரமே இல்லாத பாகம். சிந்து நதி ஹிமயத்தின் மடியைவிட்டுச் சமவெளிக்கு வர ஆரம்பிக்கும் இடம். மரமும் கொடியும் மனிதனின் வெற்றியைக் காணாதவை. சிந்துவின் கன்னிப் பருவம் - நதி களங்கமற்ற உள்ளத்தைப்போல் பாறைகளைத் தழுவிச் சுழித்துச் சிரித்துச் சென்றது.

அங்கே கௌதமருடைய வாசஸ்தலம் சற்று காட்டின் உள்ளே தள்ளி. சிந்துவின் கரைக்கும் குடிசைக்கும் கூப்பிடு தூரம்.

குடிசைக்குப் பக்கத்தில் சிறிது தள்ளி வடக்குப் புறமாகச் செழித்த புல்வெளி. தூரத்திலே ஹிமவானின் பனிச் சிகரம், இவர்களுக்கு எப்பொழுதும் தீங்கு வராமல் கவனிப்பதுபோல் இருந்தது.

கௌதமர் அந்தணர், அதாவது வித்தைக்கும் கலைக்கும் தமது வாழ்க்கையை அர்ப்பணம் செய்துவிட்டவர். அது ஒரு காலம். வாலிபர்களுக்கு - சிறுவர்களுக்கு - வித்தையைப் போதிப்பதில் ஒரு பிரேமை. அதெல்லாம் பழைய கதை.

அப்பொழுது, இந்த அகண்ட உலகத்தில் உள்ள சராசரங்களின் அழகு, அதன் காரணம், அதன் மூலம் இவையெல்லாவற்றையும் அறிய ஓர் ஆர்வம். அதனால்தான் இந்தத் தனியிடத்தில் வந்து நிம்மதியாகத் தமது ஆசையைப் பூர்த்தி செய்து கொள்ளத் தனித்திருக்கிறார். சமூகத்தைவிட்டு விலகித் தமது பத்தினியுடன் இங்கு வசித்து வருகிறார்.

அவருக்கு வயது முப்பது. கறுத்து அடர்ந்த தாடி, அகன்று பிரகாசமான ஒளிவிடும் கண்கள், மெல்லிய உதடு, பரந்து விரிந்து திரண்ட மார்பு, ஒடுங்கிய வயிறு, எல்லாவற்றிலும் இயற்கையின் கனிவு பொங்கியது. மிருக அழகன்று - ஆளை மயக்காது, வசீகரிக்கும். அந்தக் கண்களில், அந்த உதடுகளில் ஒரு தெய்வீக ஒளி - தேஜஸ் - உள்ளத்தின் சாந்தியை எடுத்துக் காட்டிற்று.

அவர் மனைவி - அவள் தான் அகல்யை. அவர் ஆணுக்கு இலட்சியம் என்றால், இவள் பெண் குலத்திற்கு வெற்றி. மருண்ட பார்வை, அவரைக் காணுந்தோறும் காதல் பொங்கும் கண்கள். அவரைத் தனது உள்ளத்தில் மட்டும் வைத்துவிடவில்லை. அவளது ஒவ்வொரு செயலும் அவரது இன்பத்திற்காகவே. அதிலே அவளுக்கு ஓர் இன்பம்.

கௌதமரும் இவளைக் காதலிக்கிறார். ஆனால் அவர் காதல் காட்டாறு போன்றதன்று - சாந்தியிலே பிறந்தது. அவர் மனம் இடியச் செய்ய ஒரு லேசான வழி, அவள் மேல் ஒரு துரும்பை எடுத்து வீசினாலும் போதும். அவருடைய காதலின் உயர்வை அவள் அறிந்திருந்தாள். அவள் கற்புள்ளவளாக இருந்ததில் ஆச்சரியமில்லை. அவர் அவளுடைய இலட்சியம். அதனால், அவள் கற்புடன் இருந்ததில் என்ன அதிசயம்.

2

ஒரு நாள் சாயங்காலம். சூரியன் இன்னும் அஸ்தமிக்கவில்லை. தூரத்திலிருக்கும் பனி மலைகள் செந்தழலாகக் கனிந்தன. அகல்யை குடிசைக்குள்ளிருந்து குடத்தை இடுப்பில் ஏந்தியவண்ணம் வெளிமுற்றத்திற்கு வருகிறாள். அந்த வெளிமுற்றத்தில் கௌதமர் ஒரு கிரந்தத்தை வாசித்துக் கொண்டிருக்கிறார். பக்கத்தில் வந்து நிற்கிறாள்.

கௌதமருக்குச் சற்று நேரம் அவள் இருப்பது தெரியாது. கிரந்தத்தில் இருந்த லயிப்பு அப்படி. பிறகு வந்திருக்கிறது தெரிந்தது. அன்பு கனிந்த பார்வையுடன் சிரித்துக்கொண்டு, "என்ன அகல்யா, நேரமாகிவிட்டதா? குளிக்கவா? நான் கொஞ்சங் கழித்து வருகிறேன். கிரந்தத்தில் கொஞ்சந்தான் பாக்கியிருக்கிறது!" என்றார்.

குடத்தைக் கீழே வைத்துவிட்டு அவர் தலையை மார்புடன் சேர்த்தணைக்கிறாள். நெற்றியில் அவள் அதரங்கள் படிந்து அப்படியே சற்று நேரம் இருக்கின்றன.

"நான் வருகிறேன்!" என்று குடத்தை எடுத்துக் கொண்டு நதிக்குச் செல்லுகிறாள். அவள் மனத்தில் ஓர் ஏமாற்றம் - இத்தனை நேரம் எதிர்பார்த்திருந்தது நடக்காததினால் -

கணவருடன் சிரித்தும் குதூகலமாக விளையாடிக் கொண்டும் நதிக்குச் செல்ல முடியாமையினால். அவர்மீது கோபமும் இல்லை.

அவள் வெகு வேகமாக நதியை அடைகிறாள். உடைகளைத் துவைப்பது, குடத்தைத் தேய்ப்பது - எல்லாம் வெகு துரிதமாக நடக்கின்றன.

உடைகளையெல்லாம் களைந்து பாறையின் மீது வைத்துவிட்டு நீரில் குதிக்கிறாள். அந்தக் குளிர்ந்த நீரில் நீந்தி விளையாடுவதில் என்ன இன்பமோ! ஆழமான சிந்துவில் முக்குளிப்பதும், மறுபடியும் பாறையில் ஏறிக் குதித்து நீந்துவதுமாக அதிலேயே லயித்துப் போய் விட்டாள்.

அப்பொழுது எங்கிருந்தோ இந்திரன் எதிர்க் கரையில் வந்தான். அகல்யையின் கட்டழகு அவனைக் கல்லாகச் சமைத்தது; வைத்த கண் மாறாமல் பார்க்கும்படி செய்தது. அவளை எப்படியேனும் அடைய வேண்டும் என்று தீர்மானித்துக் கொண்டு, அவளை நெருங்க ஒரு பாறையில் இறங்கினான்.

இந்தச் சப்தம் அகல்யையின் காதில் விழுகிறது.

திரும்பிப் பார்க்கிறாள். ஓர் ஆடவன்! நேர்மையற்ற மிருக உணர்ச்சி பொருந்திய முகம்! அழகுதான்! நெருங்குவதின் அர்த்தம் அவளுக்குப் பட்டது. அப்படியே வெறித்து ஒரு கோபப் பார்வை பார்க்கிறாள்.

இந்திரன் நடுநடுங்கி அப்படியே நின்றுவிட்டான். இப்படி எதிர்பார்க்கவில்லை அவன்.

அகல்யா ஒரு பாறையின் பக்கத்தில் மறைந்து உடைகளைச் சீக்கிரம் அணிந்துகொண்டு, குடத்தில் தண்ணீருடன் வெகு வேகமாகக் கரையேறிச் சென்றுவிடுகிறாள்.

இந்திரன் மனத்தில் அவளை அடையவேண்டும், அடையவேண்டும் என்ற ஒரே எண்ணந்தான். அவள் யார், தான் செய்யப் புகுந்தது என்ன என்று எண்ண மனத்தில் இடமில்லை.

பைத்தியம் பிடித்தவள் போல் ஒரே வெறித்த பார்வையுடன் சென்று கொண்டிருக்கும் அவள் எதிரே கௌதமர் வருகிறார். குடம் கையிலிருந்து நழுவுகிறது. ஒரே ஓட்டமாக ஓடி அவர் மார்பில் விழுந்து கோவென்று கதறுகிறாள்.

கௌதமர் அவளையணைத்தவண்ணம், "என்ன? என்ன?" என்றார்.

தேம்பிக்கொண்டே நடந்ததைத் தெரிவிக்கிறாள். அவளைத் தேற்றிக் குடிசைக்குக் கொண்டுவிட வேண்டியிருந்தது. அவளது உயர்ந்த காதல், அதன் முடிவாக, அதன் சிகரமாக இருக்கும் அவள் கற்பு, அவருக்கு ஒரு புதிய உண்மையைத் தெரிவிக்கிறது; அதுதான் மற்ற ஆண்களிடம் மனத்திலே ஏற்படும் அருவருப்பு.

3

இந்திரன் ஒரே தடவையில் தனது எண்ணம் ஈடேறச் சமயம் எதிர்ப்பார்த்திருந்தான்.

இதெல்லாம் அகல்யைக்குத் தெரியாது. ஏதோ ஒரு பெருங்குற்றத்தை, மனத்திற்கு ஒவ்வாத குற்றத்தைச் செய்ததுபோல் அவள் உள்ளம் கொந்தளித்துக் கொண்டிருந்தது.

கௌதமருடைய அன்பும் காதலும் அவளைத் தேற்றின. அன்று அவர்கள் தூங்க நெடுநேரம் சென்றது.

"உனக்காக எல்லாரும் குருடராக இருக்க முடியுமா?" என்றார் கௌதமர்.

"ஆனால் ஆந்தையாகவா விழிக்க வேண்டும்?" என்றாள் அகல்யை.

இந்திரன், தனது பைசாச உணர்ச்சியைப் பூர்த்தி செய்துகொள்ள எப்பொழுது சமயம் கிடைக்கும் என்று சுற்றி வருகிறான்.

விடியற்காலம் என்று கௌதமரை நினைக்கும்படி செய்து அவரை அப்புறப்படுத்தி விட்டால் ஆசை பூர்த்தியாகும்.

நடு நிசி, சந்திரனற்ற வானம், வெள்ளி மட்டும் கொஞ்சம் பிரகாசமாக, விடியற்காலம் என்று நினைக்கும்படி மங்கிய வெளிச்சத்தைத் தருகிறது. இந்திரன் கோழி மாதிரிக் கூவுகிறான்.

குடிசையினுள் அகல்யாவைத் தழுவியும் தழுவாமலும் உறங்குகிறார் கௌதமர். அவருக்கு எப்பொழுதும் பிசாசுத் தூக்கம் கிடையாது. கோழியின் குரல் கேட்டதும் காலைக் கடனைக் கழிக்க எழுந்து சிந்துக் கரைக்குச் செல்லுகிறார்.

அன்று நெடுநேரமாகத் தூங்காததினால் அகல்யைக்கு அயர்ந்த தூக்கம்.

பாதிக் கனவு, பாதித் தூக்கம். கணவனுடன் கொஞ்சித் தழுவி அவருடனேயே இருப்பதுபோல் கனவு. இந்திரன் பூனை போல மெதுவாக உள்ளே வருகிறான். ஆடைகள் சற்று நெகிழ்ந்து உறங்கும் அபலையைப் பார்க்கிறான்.

ஒரு மிருகத்தின் வேட்கை அன்று பூர்த்தியாயிற்று.

பாதிக் கனவு - உலகத்திலிருந்த அகல்யை விழிக்கவில்லை. கணவர் என்று நினைத்துத் தழுவுகிறாள். ஓரளவு இயற்கையின் வெற்றி.

கணவரை முத்தமிடக் கண்களை விழிக்கிறாள்.

ஐயோ, அந்தச் சண்டாளன்! எல்லாம் சுழலுகிறது. ஒன்றும் அர்த்தமாகவில்லை. சொந்த வீட்டிற்குள் இவன் எப்படி...?

பக்கத்திலிருந்த தடியால் அவன் மண்டையில் அடித்து உதறித் தள்ளிவிட்டு, ஒரு புறம் கிடந்து புரண்டு துடிக்கிறாள்.

இந்திரனுக்குச் சுய அறிவு வருகிறது. தன் பைத்தியக்காரத்தனம், தன் மிருகத்தனமான கொடுமை!...அவன் உள்ளமே வெடித்துவிடும் போல் இருக்கிறது!

நதிக்குச் சென்ற கௌதமர் இன்னும் விடியாததைக் கண்டு, ஏதோ சூது நடந்திருக்கிறதென்று விரைந்து வருகிறார்.

உள்ளே சரேலென்று நுழைந்ததும், அகல்யை கிடக்கும் கோலத்தில், காரியம் மிஞ்சிவிட்டது என்று அறிந்தார். உடனே தம் மனைவியை வாரி எடுக்கிறார். தீயில் பட்ட புழுப்போல் அவள் உடல் துடித்துப் பதறுகிறது.

குற்றத்தின் பாரமே உருவாக இந்திரன் நிற்கிறான். "அப்பா இந்திரா! உலகத்துப் பெண்களைச் சற்று சகோதரிகளாக நினைக்கக் கூடாதா?"

"கண்ணே அகல்யா, அந்தச் சமயத்தில் உனது உடலுமா உணர்ச்சியற்ற கல்லாய்ச் சமைந்துவிட்டது?" என்று அவள் தலையைத் தடவிக் கொடுக்கிறார்.

அவர் மனத்தில் ஒரு சாந்தி.

ஒரு புதிய உண்மை:

'உணர்ச்சி தேவனையும் மிருகமாக்கிவிடுகிறது. மனத் தூய்மையில்தான் கற்பு. சந்தர்ப்பத்தால் உடல் களங்கமானால் அபலை என்ன செய்ய முடியும்?'

மௌனம்.

"இந்திரா! போய் வா!" என்றார் கௌதமர். அப்பொழுதும் அவர் மனத்தின் சாந்தி தெளிவாகத் தெரிந்தது.

அகல்யை?

அவள் உள்ளத்தில் நிகழ்ந்த ஊழியின் இறுதிக் கூத்து கணவனின் சாந்திக்குப் பகைப்புலமாக நின்றது.

3.செல்லம்மாள்

1

செல்லம்மாளுக்கு அப்பொழுதுதான் மூச்சு ஒடுங்கியது; நாடியும் அடங்கியது. செல்லம்மாள் பெயரற்ற வெற்றுடம்பு ஆனாள். அதாவது பதியின் முன்னிலையிலே, உற்றார் உறவினருக்கு ஐந்நூறு அறுநூறு மைல் தூரத்திலே, பட்டணத்துத் தனிமையிலே மாண்டு போனாள்.

நெற்றியில் வியர்வை ஆறாகப் பொழிந்து கொண்டிருந்த பிரமநாயகம் பிள்ளை, கையிலிருந்த தவிட்டு முடிப்பைச் சற்று எட்ட வைத்துவிட்டு, செல்லம்மாளாக இருந்த அந்த உடம்பைப் பார்த்துக் கொண்டிருந்தார்.

சற்று அரைக்கண் போட்டபடி திறந்திருந்த இமைகளை மூடினார். அங்கொன்றும் இங்கொன்றுமாக வசமிழந்து கிடந்த கைகளை எடுத்து நெஞ்சின் மேல் மடித்து வைத்தார். இடது கால் சற்று ஒரு புறமாக மடிந்து கோணியிருந்தது. அதை நிமிர்த்தி, இரண்டு கால்களையும் சேர்த்துவைத்துக் கிடத்தினார். வாயிதழ் சற்றுத் திறந்திருந்தது. அதையும் மூடினார். செல்லம்மாள் இறந்துவிட்டாள் என்று உள்மன உணர்ச்சி இருந்ததே ஒழிய, ஸ்பரிசத்தில் அவருக்குப் புலப்படவில்லை. அப்பொழுதுதான் மூச்சு அடங்கியது.

ஒரு பெரும்பளுவை இறக்கிக் கழுத்துக்கு ஆசுவாசம் கொடுப்பது போலவே, அவரது

மனசிலிருந்து பெரும்பளு இறங்கியது. மனசிலே, மரணப் பிரிவினால் துன்பப் பிரவாகம் மதகுடைத்துக் கொண்டு பெருகி அவரை நிலைகுலையச் செய்யவில்லை. சகதர்மிணியாக இருந்த ஒரு ஜன்மத்துக்குத் துன்பச் சுமை குறைந்துவிட்டது என்பதிலே அவருடைய மனசுக்கு ஒரு நிம்மதி.

பிரமநாயகம் பிள்ளைக்கு மனப்பக்குவம் ஏற்பட்டுவிட்டது. சாவின் சாயையிலே அவரது மனம் நிலை குலையவில்லை. அதனால் பிரமநாயகம் பிள்ளையைப் பந்தவினையறுத்த யோகி என நினைத்து விடக் கூடாது; அல்லது, அவரது மனசுக்கு வேலி போட்டுப் பாதுகாத்து வளர்த்து, 'போதி' மரம் வரையில் கொண்டுவிடும் ஞானமிகுந்த சுத்தோதனப் பெருந்தகையல்ல அவரது பிதா. வறுமை, நோய், சாக்காடு மூன்றையும் நேரில் அநுபவித்தவரே.

பிரமநாயகம் பிள்ளை வாழ்வின் மேடுபள்ளங்களைப் பார்த்திருக்கிறார் என்றால், அவர் ஏறிய சிறுசிறு மேடுகள் யாவும் படிப்படியாக இறங்கிக் கொண்டே போகும் பள்ளத்தின் கோளாறுகளேயாகும். வாழ்வு என்ற ஓர் அநுபவம் அவருக்கு ஏற்படும்போது அவர் மேட்டிலிருந்துதான் புறப்பட்டார்.

குடும்பத்தின் சகல செலவுகளுக்கும் வருஷந்தோறும் வருமானம் அளிக்கும் நிலபுலன்களைப் பங்கிட்டால், பட்டினி கிடக்காமல் பார்த்துக் கொள்ளக்கூடிய அளவு துண்டுகளாகப் பாகப் படுத்துவதை அவசியமாக்கும் அளவுக்கு வம்ச விருத்தி உடையவர் பிரமநாயகம் பிள்ளையின் பிதா.

பிரமநாயகம் பிள்ளை நான்காவது குழந்தை. சிறு வயசில் படிப்பில் சற்றுச் சூடிகையாக இருந்ததால், மற்றவர்களுக்குக் கையெழுத்து வாசிக்கும்வரையில் கைகாட்டிவிட்டு அவரைப் படிப்பித்தார் அவர் தகப்பனார். அவருக்கு இருந்த பொருள் வசதி, மகன் ஊரைவிட்டு ஐந்நூறு அறுநூறு மைல் எட்டி வந்தும், பட்டினி கிடக்காமல் மட்டும் பார்த்துக் கொள்ளக் கூடிய அளவுக்கே கல்வி வசதி அளித்தது. உற்ற பருவத்தில் பிரமநாயகம் பிள்ளைக்குச் செல்லம்மாள் கையைப் பிடித்து, அம்மி மிதித்து அருந்ததி பார்க்க வைக்கும் பாக்கியம் கிடைத்தது.

பிரமநாயகம் பிள்ளையின் தகப்பனார் காலமானார். சொத்து பாகமாயிற்று. குடும்பக் கடன் விவகாரம் வியாச்சிய எல்லையை எட்டாதபடி மூத்தவர் இருந்த சமாளிக்க, பிரமநாயகம் பிள்ளை ஜீவனோபாயத்துக்காகச் செல்லம்மாளைக் கைப்பிடித்து அழைத்துக் கொண்டு சென்னைக்கு வந்து தஞ்சம் புகுந்தார்.

சென்னை அவருக்கு நிம்மதியற்ற வாழ்வைக் கொடுத்து அக்கினிப் பரீட்சை செய்தது.

செல்லம்மாள் வீட்டிலே அவருக்கு நிம்மதியற்ற வாழ்வைக் கொடுத்துச் சோதித்தாள்; குணத்தினால் அல்ல, உடம்பினால். அவளுக்கு உடம்பு நைந்துவிட்டது. பிள்ளைக்கு வெளியில் சதா தொல்லை. வீட்டிலே உள்ளூர அரிக்கும் ரணம்.

பிரமநாயகம் பிள்ளை ஒரு ஜவுளிக் கடையில் வேலை பார்க்கிறார். ஜவுளிக்கடை முதலாளி, ஒரு ஜோடி ஜீவன்கள் உடலைக் கீழே போட்டுவிடாமல் இருக்கவேண்டிய அளவு ஊதியம் தருகிறார். செல்லம்மாளின் வியாதி அதில் பாதியைத் தின்றுவிடுவதுடன் கடன் என்ற பெயரில் வெளியிலும் படருகிறது.

பிரமநாயகம் பிள்ளைக்கு மனசில் எழும் தொல்லைகள், முதலில் ரணம் காட்டி, பிறகு ஆறி மரத்துப் போன வடுவாகிவிட்டன. சம்பளத்தேதி என்று ஒன்று இல்லை. தேவையான போது வாங்கிக்கொள்ள வேண்டும் என்பது சம்பிரதாயம். அதாவது தேவையை முன்கூட்டி எதிர்பார்த்து, அதற்காக முதலாளியின் மனசைப் பக்குவமடையச் செய்து, பிறகு தினசரி இடைவிடாமல் கேட்டுக் கேட்டு, வழக்கம்போல இன்றும் கிடைக்காது என்ற மன ஓய்ச்சலுடன் கேட்கும்போது, நிதானத்தைக் குலைக்கும்படியாக அவர் கொடுத்து விடுவதைப் பெற்றுக்கொண்டு வீடு திரும்புவதே அவர் வேலை பார்க்கும் ஸ்தாபனத்தின் வளமுறை. இப்படியாக, மாதம் முழுவதும் தவணை வாரியாகத் தேவைகளைப் பிரித்து, ஒரு காரியத்துக்காக எதிர்பார்த்த தொகையை அத்தியாவசியமாக முளைத்த வேறு ஒன்றுக்காகச் செலவழித்துவிட்டு, பாம்பு தன் வாலைத் தானே விழுங்க முயலும் சாதுர்யத்துடன் பிரமநாயகம் பிள்ளை தமது வாழ்வின் ஜீவனோபாய வசதிகளைத் தேவை என்ற எல்லை காணமுடியாத பாலைவனத்தைப் பாசனம் செய்ய, தவணை என்ற வடிகால்களை உபயோகிக்கிறார்.

செல்லம்மாளுக்கு உடம்பு இற்றுப் போயிற்று. இடைவிடாத மன உளைச்சலும் பட்டினியும் சேர்ந்து நோய் அவளைக் கிடத்திவிடும். காலையில் கண்ட ஆரோக்கியம் மாலையில் அஸ்தமித்துவிடும். இதை முன்னிட்டும் சிக்கனத்தை உத்தேசித்தும் பிரமநாயகம் பிள்ளை நகரின் எல்லை கடந்து, சற்றுக் கலகலப்புக் குறைவாக உள்ள, மின்சார வசதி இல்லாத இடத்தில் வசித்து வந்தார். அதிகாலையில் பசியை ஆற்றிக் கொண்டு கைப் பொட்டணத்துடன் கால் நடையாகவே புறப்பட்டுத் தமது வயிற்றுப் பிழைப்பின் நிலைக்களத்துக்கு வந்துவிடுவார். பிறகு அங்கிருந்து நன்றாக இருட்டி, செயலுள்ளவர்கள் சாப்பிட்டுக் களைப்பாறும் தருணத்தில் வீட்டு நடையை மிதிப்பார். செல்லம்மாள் அன்றைப் பொழுதைக் கழித்த நிலைதான் அவரது சாப்பாட்டுக்கு மூலாதார வசதி. வரும்போது வீடு இருட்டி, வெளிவாசல் கதவு தாழிடாமல் சாத்திக் கிடந்தது என்றால் அவர் உள்ளே சென்று கால் முகம் கழுவி அநுட்டானாதிகளை முடித்துக் கொண்ட பிற்பாடு அடுப்பு மூட்டினால் தான் இரு ஜீவன்கள் பசியாறுவதற்கு மார்க்கம் உண்டு. அவர் வீடு அடையும் தருணத்தில் அந்தப் பிராந்தியத்துக் கடைகள் யாவும் மூடிக்

கிடக்குமாகையால் வீட்டில் உள்ளதை வைத்துத்தான் கழிக்க வேண்டும். சில சமயங்களில் வீட்டில் உள்ளது என்பது காலியான பாத்திரங்கள் என்ற பொருட் பொலிவுக்குள் பந்தப்பட்டுக் கிடக்கும். அச்சமயங்களிலும் பிள்ளையவர்களின் நிதானம் குலைந்துவிடாது. வெந்நீர் வைத்தாவது மனைவிக்குக் கொடுப்பார்.

இப்படியாக, பிரமநாயகம் பிள்ளை சென்னையில் பத்து வருஷங்களையும் கழித்துவிட்டார். அவருக்கு ஒவ்வொரு சமயங்களில் ஊருக்குப் போய்விடுமோமா என்ற துணிச்சலான நினைவு தோன்றுவதும் உண்டு. ஆனால் அடுத்த நிமிஷம், சக்தியின்மை மனசில் ஆழ்ந்த ஏமாற்றத்தை, கைப்பை, தரையிட்டுவிடும். மேலும் அங்கு எப்படியெல்லாம் இருக்குமோ என்ற பயம் அவருடைய மனசை வெருட்டியது.

சங்கடங்களை நிவர்த்தித்துக் கொள்ளும் மார்க்கங்களைப் பற்றி அவர், அதோ கிடத்தி இருக்கிறதே அந்தச் சடலத்துடன், அதில் மூச்சு ஓடிக்கொண்டு பேசாத சில சமயங்களில், உல்லாசமாக ஊருக்குப் போய்விடுவதில் உள்ள சுகங்களைப் பற்றிப் பேசியதும் உண்டு. செல்லம்மாள், வறண்ட உதடுகளில் சில சமயம் உற்சாகமிகுதியால் களுக்கென்று சிரித்து வெடிப்பு உண்டு பண்ணிக் கொள்வாள். ஊர்ப் பேச்சு, தற்சமயம் பிரச்சனைகளை மறப்பதற்குச் சௌகரியமாக, போதை தரும் கஞ்சா மருந்தாகவே அந்தத் தம்பதிகளுக்கு உபயோகப்பட்டு வந்தது.

2

அன்று பிரமநாயகம் பிள்ளை அதிகாலையில் பழஞ்சோற்று மூட்டையுடன் நடைப்படியைத் தாண்டும்பொழுது செல்லம்மாளுக்கு எழுந்து நடமாட முடிந்தது. இரவு அவர் திரும்பும்போது திருப்தியுடன் சாப்பிட, அவருக்குப் பிரியமான காணத் துவையலும் ஒரு புளியிட்ட கறியும் வைக்கப் போவதாகச் சொல்லிவிட்டு, கையில் உமிக்கரிச் சாம்பலுடன் புழைக்கடைக்குச் சென்றாள்.

"இண்ணைக்கித்தான் சித்தெ தலெ தூக்கி நடமாடுதெ. வீணா உடம்பெ அலெட்டிக்கிடாதே" என்று நடைப்படியைத் தாண்டிய திரு. பிள்ளை திரும்பி நின்று மனைவியை எச்சரித்துவிட்டு, வெளிப் புறமாகக் கதவை இழுத்துச் சாத்தி, ஒரு கையால் அதைச் சற்றுப் பிடித்துச் சமன் செய்து, நிலைக்கும் கதவுக்கும் இருந்த இடைவெளியில் விரலை விட்டு உள்தாழ்ப்பாளைச் சமத்காரமாகப் போட்டார். பிறகு தாழ்ப்பாள் கொண்டியில் விழுந்துவிட்டதா என்பதைக் கதவைத் தள்ளிப்பார்த்து விட்டு, தெருவில் இறங்கி நடந்தார்.

அன்று வழி நெடுக அவரது மனசு கடைக்காரப் பிள்ளையின் மனப் பக்குவத்தையும் செல்லம்மாளின் அபிலாஷைகளையுமே சுற்றிச் சுற்றி வட்டமிட்டு வந்தது.

செல்லம்மாள், பேச்சின் போக்கில், அதாவது முந்திய நாள் இரவு, நெஞ்சு வலிக்கு ஒற்றடமிட்டுக்கொண்டிருக்கும்போது, "வருகிற பொங்கலுக்கு வீட்டு அரிசி சாப்பிடவேணும். ஊருக்கு ஒருக்க போய்ப்போட்டு வரலாம்; வரும்போது நெல்லிக்காய் அடையும், ஒரு படி முருக்க வத்தலும் எடுத்துக்கிட்டு வரணும்" என்று சொல்லி விட்டாள்.

பேச்சிலே வார்த்தைகள் மேன்மையாகத்தான் இருந்தன. அதைவிட அவள் புலிப் பால் கொண்டுவரும்படி கேட்டிருக்கலாம்; பிரம்ம வித்தை கற்று வரும்படி சொல்லியிருக்கலாம். அவை அவருக்கு எட்டாக் கனவாகப் பட்டிரா.

"அதற்கு என்ன, பார்த்துக் கொள்ளுவோமே! இன்னம் புரட்டாசி களியலியே; அதற்கப்புறமல்லவா பொங்கலைப் பற்றி நினைக்கணும்?" என்றார்.

"அது சதிதான்; இப்பமே சொன்னாத்தானே, அவுக ஒரு வளி பண்ணுவாக!" என்று அவகாச அவசியத்தை விளக்கினாள் செல்லம்மாள். 'அவுக' என்றது கடை முதலாளிப் பிள்ளையைத்தான்.

"தீபாவளிக்கு ஒங்க பாடு கவலையில்லே; கடையிலேயிருந்து வரும்; இந்த வருஷம் எனக்கு என்னவாம்?" என்று கேட்டாள்.

"எதுவும் உனக்குப் பிடித்தமானதாப் பாத்து எடுத்துப் போட்டாப் போச்சு. மொதல்லே நீ எளுந்து தலையைத் தூக்கி உக்காரு" என்று சிரித்தார் பிரமநாயகம்.

வழி நெடுக, 'அவளுக்கு என்னத்தைப் பற்றுக் கணக்கில் எழுதிவிட்டு எடுத்துக் கொண்டு வருவது? பழைய பாக்கியே தீரவில்லையே! நாம் மேலும் மேலும் கணக்கேற்றிக் கொண்டே போனால் அநுமதிப்பார்களா?' என்றெல்லாம் எண்ணமிட்டுக் கொண்டே நடந்தார். கடைக்குள் நுழைந்து சோற்றுப் பொட்டணத்தையும் மேல்வேட்டியையும் அவருடைய மூலையில் வைத்தார்.

"என்னடே பெரமநாயகம், ஏன் இத்தினி நாளிய? யாரு வந்து கடையெத் தெறப்பான்னு நெனச்சுக்கிட்டே? வீட்டிலே எப்படி இருக்கு? சதி, சதி, மேலே போயி அரைப் பீசு 703 எடுத்துக்கிட்டு வா; கையோட வடக்கு மூலையிலே, பனியன் கட்டு இருக்கு பாரு, அதையும் அப்படியே தூக்கியா" என்ற முதலாளி ஆக்ஞை அவரை ஸ்தாபன இயக்கத்தில் இணைத்துவிட்டது. ஒரு கஜம், அரைக் கஜன், பட்டு, பழுக்கா, சேலம்,

கொள்ளேகாலம், பாப்லின், டுவில் - என்றெல்லாம் பம்பரமாக வயிற்றுக் கடவுளுக்கு லக்ஷார்ச்சனை செய்து கொண்டிருந்தார் பிரமநாயகம் பிள்ளை.

மாலை ஒன்பது மணிக்கு முதலாளிப் பிள்ளையவர்களிடம் தயங்கித் தயங்கித் தமது தேவையை எடுத்துச் சொல்லி, மாதிரி காட்டுவதற்காக மூன்று சேலைகளைப் பதிவு செய்துவிட்டு, மேல் வேட்டியில் முடிந்தவராக வீடு நோக்கி நடந்தார்.

3

நடைப்படியருகில், பிரமநாயகம் பிள்ளை வந்து மூட்டையை இறக்கிவைத்துவிட்டு, கதவுச் சந்துக்கிடையில் வழக்கம்போல் விரல்களை விட்டு உள்தாழை நெகிழ்த்தினார். தெருவில், இருள் விழுங்கிய நாய் ஒன்று உறக்கக் கலக்கத்துடன் ஊளையிட்டு அழுதது. அதன் ஏக்கக் குரல் அலைமேல் அலையாக மேலோங்கி எழுந்து மங்கியது.

பிரமநாயகம் பிள்ளை கதவைத் தள்ளித் திறந்து கொண்டு உள்ளே நுழைந்தார்.

வீட்டில் விளக்கில்லை. 'உறங்கி இருப்பாள். நாளியாகலே...' என நினைத்துக் கொண்டே நிலைமாடத்தில் இருந்த நெருப்புப் பெட்டியை எடுத்து அருகிலிருந்த சிமினி விளக்கை ஏற்றினார். அந்த மினுக்கட்டான் பூச்சி இருளைத் திரட்டித் திரட்டிக் காட்டியது. அதன் மங்கலான வெளிச்சம் அவரது ஆகிருதியைப் பூதாகாரமாகச் சுவரில் நடமாட வைத்தது.

முதல் கட்டைத் தாண்டி உள்ளே நுழைந்தார். செல்லம்மாள் புடைவைத் துணியை விரித்து, கொடுங்கை வைத்து இடதுபுறமாக ஒருக்களித்துக் கிடந்தாள். வலதுகை பின்புறமாக விழுந்து தொய்ந்து கிடந்தது. அவள் கிடந்த நிலை, தூக்கமல்ல என்பதை உணர்த்தியது. பிரமநாயகம் பிள்ளை குனிந்து முகத்துக்கு நேரே விளக்கைப் பிடித்துப் பார்த்தார். கண் ஏறச் செருகியிருந்தது. நெஞ்சில் மட்டும் சிறிது துடிப்பு; சுவாசம் மெல்லிய இழைபோல் ஓடிக்கொண்டிருந்தது.

நிமிர்ந்து பின்புறமாகப் புழைக்கடைக்குச் சென்றார். போகும்போது அவரது பார்வை சமையற் கட்டில் விழுந்தது. உணவெல்லாம் தயாரித்து வரிசையாக எடுத்து அடுக்கி இருந்தது. அடுப்பில் வெந்நீர் கொதித்துக் கொண்டிருந்தது.

சாவகாசமாக, கிணற்றில் ஜலம் மொண்டு கால் கைகளைச் சுத்தம் செய்துகொண்டார். திரும்ப உள் நுழைந்து அடுப்படியிலிருந்த அகல் விளக்குத் திரியை நிமிண்டித் திருத்தி ஏற்றினார். பக்கத்திலிருந்த மாடத்திலிருந்து ஒரு சுக்குத் துண்டையும் நெருப்புப்

பெட்டியையும் எடுத்துக் கொண்டு உள்கட்டுக்குத் திரும்பி வந்தார்.

சுவரின் பக்கத்திலிருந்த குத்துவிளக்கை ஏற்றிவைத்துவிட்டு, செல்லம்மாளருகில் வந்து உட்கார்ந்தார். கையும் காலும் ஜில்லிட்டிருந்தன. கற்பூரத் தைலத்தை உள்ளங்கையில் ஊற்றி, சூடு ஏறும்படித் தேய்த்துவிட்டு, கமறலான அதன் நெடியை மூக்கருகில் பிடித்தார். பிரயோஜனம் இல்லை. எண்ணெயை ஊற்றிச் சற்றுப் பதற்றத்துடன் மூக்கின் மேலும் கபாலத்திலும் தடவினார். பிறகு எழுந்து சென்று கொதிக்கும் நீரை ஒரு பாத்திரத்தில் எடுத்துக் கொண்டு வந்து, கையிலும் காலிலும் நெஞ்சிலுமாக ஒற்றடமிட்டார். அதிலும் பிரயோஜனம் இல்லை. சுக்குத் துண்டை விளக்கில் கரித்துப் புகையை மூக்கருகில் பிடித்தார்.

முகம் ஒரு புறமாகச் சாய்ந்திருந்ததனால் வாக்காக இல்லை. மெதுவாக அவளைப் புரட்டி மலர்த்திப் படுக்க வைத்தார். மறுபடியும் சுக்குப் புகையைப் பிரயோகித்தார்.

இரண்டு முறை ஊதியதும் செல்லம்மாள், புகையைத் தவிர்க்கச் சிறிது தலையை அசைக்க ஆரம்பித்தாள். உடலையே அதிர வைக்கும் ஒரு பெரிய தும்மல். மறுபடியும் மயக்கம். மறுபடியும் புகையை ஊத, முனகி, சிறு குழந்தை மாதிரி அழுதுகொண்டே, "தண்ணி..." என்று கேட்டாள் செல்லம்மாள்.

"இந்தா, கொஞ்சம் வாயை இப்படித் திறந்துக்கோ" என்று சிறு தம்ளரில் வெந்நீரை எடுத்து வாயை நனைக்க முயன்றார். அதற்குள் மறுபடியும் பல் கிட்டிவிட்டது; மயக்கம்.

பிரமநாயகம் பிள்ளை, தாம் அநுபவபூர்வமாகக் கண்ட சிகிச்சையை மீண்டும் பிரயோகித்தார்.

செல்லம்மாள் சிணுங்கிக்கொண்டே ஏறிட்டு விழித்தாள். எங்கிருக்கிறோம் என்பது அவளுக்குப் புரியாததுபோல அவள் பார்வை கேள்விகளைச் சொரிந்தது.

"நீங்க எப்ப வந்திய? அம்மெயெ எங்கே? உங்களுக்காகச் சமைச்சு வச்சிக்கிட்டு எத்தனை நேரமாக் காத்துக்கிட்டு இருப்பா?" என்றாள்.

பிரமநாயகம் பிள்ளை இம்மாதிரியான கேள்விக்குப் பதில் சொல்லி, இதமாக, புரண்டு கிடந்த பிரக்ஞையைத் தெளிவிப்பதில் நிபுணர். கேள்விகளுக்குச் சரியான பதில் சொல்ல வேண்டும் என்பதில்லை; கேட்டதற்கு உரிய பதில் சொன்னால் போதும்.

திடீரென்று செல்லம்மாள் அவரது கையை எட்டிப் பிடித்துக் கொண்டு, "அம்மா, அம்மா,

ஊருக்குப் போயிடுவோம். அந்தத் துரோகி வந்தா புடிச்சுக் கட்டிப் போட்டு விடுவான்... துரோகி! துரோகி..." என்று உச்ச ஸ்தாயியில் கத்திக் கொண்டு போனாள். குரல் கிரீச்சிட்டது. பிரமநாயகம் பிள்ளை இடது கையால் ஒரு துணியைக் குளிர்ந்த ஜலத்தில் நனைத்து நெற்றியில் இட்டார்.

செல்லம்மாள் மறுபடியும் பிதற்ற ஆரம்பித்தாள். எதிரிலிருப்பது யார் என்பது அவளுக்குப் புலப்படவில்லை. "அம்மா, அம்மா... நீ எப்போ வந்தே?... தந்தி கொடுத்தாங்களா...?" என்றாள்.

"ஆமாம். இப்பந்தான் வந்தேன். தந்தி வந்தது. உடம்புக்கு எப்படி இருக்கிறது?" என்று பிரமநாயகம் பிள்ளை தாயாக நடித்தார். செல்லம்மாளின் தாய் இறந்து ஐந்து வருஷங்கள் ஆகின்றன. இவளுக்கு இம்மாதிரிப் பிதற்றல் வரும்போதெல்லாம் தாய் உயிருடன் இருப்பதாக ஒரு பிரமை தொடர்ந்து ஏற்படும்.

"அம்மா, எனக்குக் கொஞ்சம் தண்ணி தா ... இவுங்க இப்படித்தாம்மா... என்னைப் போட்டுட்டுப் போட்டுட்டுக் கடைக்குப் போயிடுதாக... எப்ப ஊருக்குப் போகலாம்?... யாரு எங்காலையும் கையையும் கட்டிப் போட்டுப் போட்டா?... இனிமே நான் பொடவெயே கேக்கலே... என்னைக் கட்டிப் போடாதிய... மெதுவா நகந்து நகந்தே ஊருக்குப் போயிடுதேன். ஐயோ! என்னெவிட்டிடுங் கன்னா! நான் உங்களை என்ன செஞ்சேன்?... கொஞ்சம் அவுத்துவிட மாட்டியளா?... நான் எங்கம்மையைப் பாத்துப்போட்டு வந்திடுதேன்... அப்புறம் என்னைக் கட்டிப் போட்டுக்கிடுங்க."

மறுபடியும் செல்லம்மாளுக்கு நினைவு தப்பியது.

வைத்தியரைப் போய் அழைத்து வரலாமா என்று நினைத்தார் பிரமநாயகம் பிள்ளை. 'இவளை இப்படியே தனியாக விட்டுவிட்டு எப்படிப் போவது? கொஞ்ச தூரமா?'

மறுபடியும் சுக்குப் பிரயோகம் செய்தார்.

நாடி மெதுவாக ஓடிக்கொண்டிருந்தது.

செல்லம்மாள் செத்துப் போவாளோ என்ற பயம் பிரமநாயகம் பிள்ளையின் மனசில் லேசாக ஊசலாடியது.

அந்தப் பயத்திலே மன உளைச்சலோ சொல்லை மீறும் துக்கத்தின் வலியோ இல்லை. வியாதியஸ்தனின் நாக்கு உணரும் ஒரு கைப்பும், அதற்குச் சற்று ஆழமாக ஒரு

நிம்மதியும் இருந்தன. எவ்வளவு கஷ்டப்பட்டும் என்ன பலன் என்ற ஒரு மலைப்பு.

செல்லம்மாள் சிணுங்கிக் கொண்டே ஒரு புறமாகச் சரிந்து படுத்தாள்.

என்ன சொல்லுகிறாள் என்பது பிடிபடாமல், காலுக்கு ஒற்றடமிட்டுச் சூடு உண்டாக்கிக் கொண்டிருந்த பிரமநாயகம் பிள்ளை, "என்ன வேண்டும்?" என்று கேட்டுக்கொண்டு அவளது தலைப் புறமாகத் திரும்புமுன், சுவாசம் சரியாக ஓட ஆரம்பித்தது. செல்லம்மாள் மயக்கத்திலிருந்து விடுபட்டுத் தூங்க ஆரம்பித்தாள். முகத்தில் வெறிச்சோடிக்கிடந்த நோய்க் களை மங்கி அகன்றது.

பத்து நிமிஷம் கழியவில்லை; செல்லம்மாள் விழித்துக் கொண்டாள். மேலெல்லாம் ஏன் நனைந்திருக்கிறது என்று தடவிப் பார்த்துக் கொண்டு சிதறிக் கிடந்த ஞாபகத்தைக் கோவை செய்ய முயன்றாள்.

"தலையை வலிக்கிறது" என்றாள் சிணுங்கிக் கொண்டே.

"மேலெல்லாம் பூட்டுப் பூட்டாக வலிக்குது" என்று சொல்லிவிட்டுக் கண்களை மெதுவாக மூடினாள்.

"மனசை அலட்டிக் கொள்ளாமல் நிம்மதியாகத் தூங்கு; காலையில் சரியாகப் போய்விடும்" என்றார்.

"உம்" என்று கொண்டு கண்களை மூடியவள், "நாக்கை வறட்டுது; தண்ணி" என்றாள், எழுந்து உட்கார்ந்து கொண்டு.

"ஏந்திரியாதே; விளப்போறே" என்று கொண்டே முதுகைத் தாங்கியபடி வெந்நீரை ஒரு தம்ளரில் கொடுத்தார். அதைத் தொட்டுப் பார்த்துவிட்டு, "அது வாண்டாம். பச்சைத் தண்ணி கொடுங்க. நாக்கை வறட்டுது" என்றாள்.

"பச்சைத் தண்ணி குடிக்கப்படாது; வெந்நிதான் உடம்புக்கு நல்லது" என்று சொல்லிப் பார்த்தார்; தர்க்கம் பண்ணி அவளை அலட்டுவதைவிடக் குளிர்ந்த ஜலத்தைக் கொடுத்துவிடுவதே நல்லது என்று ஊற்றிக் கொடுத்துவிட்டு மெதுவாகப் படுக்க வைத்தார்.

கண்ணை மூடிச் சில விநாடிகள் கழித்ததும், "உங்களைத்தானே; எப்ப வந்திய? சாப்பிட்டியளா?" என்றாள்.

"நான் சாப்பிட்டாச்சு. நீ படுத்துத் தூங்கு; சும்மா ஒண்ணை மாத்தி ஒண்ணை நெனச்சுக்காதே" என்றார் பிரமநாயகம் பிள்ளை. பதில் அவள் செவியில் விழுந்தது; பிரக்ஞையில் பதியவில்லை. செல்லம் தூங்கிவிட்டாள்.

பிரமநாயகம் பிள்ளை கோரைப் பாயை எடுத்து வாசல் கதவுப் புறமாக விரித்துக் கொண்டு, "முருகா" என்று கொட்டாவியுடன் உட்காரும்பொழுது, ஒரு கோழி கூவியது. உலகம் துயிலகன்றது. பிள்ளையவர்களுக்குச் சற்று உடம்பைச் சரிக்க இடம் கொடுக்கவில்லை. முழங்காலைக் கட்டிக்கொண்டே உட்கார்ந்து கொண்டிருந்தார். மனம் மட்டும் தொடர்பற்ற பல பழைய நிகழ்ச்சிகளைத் தொட்டுத் தொட்டுத் தாவிக் கொண்டிருந்தது.

பொழுதும் புலர ஆரம்பித்தது. கறிகாய் விற்பனைக்காகத் தலையில் சுமடு எடுத்துச் செல்லும் பெண்கள், வர்த்தகத்தில் சற்றுச் செயலிருந்ததால் கை வண்டியில் காய்கறி ஏற்றி நரவாகன சவாரி செய்யும் பெண்களின் குரல் பிள்ளையவர்களை நினைவுக் கோயிலிலிருந்து விரட்டியது. உள்ளே சென்று குனிந்து கவனித்தார். கொடுங்கையாக மடித்து, கன்னத்துக்கு அண்டை கொடுத்து, உதடுகள் ஒருபுறம் சுழிக்க, அவள் ஆழ்ந்த நித்திரையில் இருந்தாள்.

எழுந்திருந்ததும் வயிற்றிற்கு ஏதாவது சுடச்சுடக் கொடுத்தால் நலம் என்று நினைத்தவராய் உள்கட்டுக்குச் சென்று அடுப்பைப் பற்ற வைத்துவிட்டு, புழைக்கடைப்புறம் சென்றார்.

அவர் திரும்பிவந்து "முருகா" என்று விபூதியை நெற்றியில் இட்டுக்கொண்டிருக்கையில், செல்லம்மாள் விழித்து எழுந்திருந்து படுக்கையில் உட்கார்ந்து தலையை உதறிக் கோதிக் கட்டிக் கொண்டு சிணுங்கிய வண்ணம் உள்ளே ஏறிட்டுப் பார்த்தாள்.

"இப்பொ எப்படி இருக்கு? நல்லாத் தூங்கினெ போல இருக்கே" என்றார் பிரமநாயகம் பிள்ளை.

"மேலெல்லாம் அடிச்சுப் போட்டாப்பலே பெலகீனமா இருக்கு. பசிக்கிது... சுடச்சுட ஏதாவது இருந்தாத் தேவலை" என்று செல்லம்மாள், தலையைச் சற்று இறக்கி, உச்சியைச் சொறிந்தபடி, புருவத்தை நெறித்துக் கொண்டு சொன்னாள்.

"அடுப்பிலே கருப்பட்டிக் காப்பிப் போட்டிருக்கேன்; பல்லைத் தேச்சுப்பிட்டுச் சாப்பிட்டாப் போகுது; பல் தேய்க்க வெந்நி எடுத்துத் தரட்டுமா?" என்றார்.

"வெந்நியெ எடுத்துப் பொறவாசல்லெ வச்சிருங்க. நான் போய்த் தேச்சுக்கிடுதேன்"

என்றாள் செல்லம்மாள்.

"நல்ல கதையாத்தான் இருக்கு; நேத்துக் கெடந்த கெடப்பெ மறந்து போனியா? நடமாடப் படாது."

"ஒங்களுக்குத்தான் என்ன, வரவர அசிங்கம் கிசிங்கம் இல்லாமெப்போகுது" என்று சொல்லிக் கொண்டே சுருட்டி வாரிக் கட்டிக் கொண்டு எழுந்தாள். கால் தள்ளாடியது.

மூசுமூசென்று இரைத்துக் கொண்டு சுவரில் கைகளை ஊன்றிக் கொண்டாள். பிரமநாயகம் பிள்ளை சட்டென்று பாய்ந்து அவளது தோள்பட்டையைப் பிடித்துக் கொண்டார்.

"பைய என்னைப் பொறவாசலுக்குக் கொண்டு விட்டிருங்க. பல்லைத் தேக்கட்டும். நிக்க முடியல்லே" என்றாள்.

அவளுடைய விதண்டாவாதத்துக்குப் போக்குக் கொடுத்து, கைத்தாங்கலாகப் புழைக்கடையில் கொண்டுபோய் அவளை உட்கார வைத்தார்.

பல்லைத் தேய்த்துவிட்டு, "அப்பாடா" "அம்மாடா" என்ற அங்கலாய்ப்புகளுடன் செல்லம்மாள் மீண்டும் படுக்கையில் வந்து படுப்பதற்குள் உடல் தளர்ந்துவிட்டது. படுத்தவுடன் தளர்ச்சியாகக் கண்களை மூடினாள்.

பிள்ளையவர்கள் காப்பி எடுத்துவந்து ஆற்றிக்கொண்டு, "பதமாக இருக்கு, குடி; ஆறிப்போச்சுன்னு சொல்லாதே" என்றார். அதற்கு அவளால் பதில் சொல்ல முடியவில்லை. கையமர்த்தினாள். சில நிமிஷங்கள் கழித்து மெதுவாகக் கண்களைத் திறந்தாள். சிரமத்துடன் கைகளை ஊன்றிக் கொண்டு எழுந்து உட்கார்ந்தாள். தம்ளரிலிருந்த காப்பியைத் தொட்டுப் பார்த்துவிட்டு, "சூடே இல்லையே! அடுப்பிலே கங்கு கெடக்கா? கொஞ்சம் வச்சு எடுத்து வாருங்க" என்றாள்.

"அதெ அப்பிடியே வச்சிறு; வேறெ சூடா இருக்கு; தாரேன்" என்று வேறு ஒரு பாத்திரத்தில் இன்னும் கொஞ்சம் எடுத்துவந்து தந்தார்.

காப்பியை எடுத்து நெஞ்சுக்கு இதமாக ஒற்றடமிட்டுக்கொண்டு, சாவகாசமாக ஒவ்வொரு மிடறாகக் குடித்துக் கொண்டிருந்த செல்லம்மாள், "நீங்க என்ன சாப்பிட்டிய?" என்றாள்.

"பழையது இருந்தது. ஓர் உருண்டை சாப்பிட்டேன். நீ காப்பியைச் சீக்கிரம் குடி. நேரமாகுது. வைத்தியனைப் போய்ப் பார்த்துக்கிட்டு வாரேன்" என்றார்.

"வைத்தியனும் வேண்டாம்; ஒண்ணும் வேண்டாம். எனக்கு என்ன இப்ப? வீணாக் காசெக் கரியாக்காதிக. புளிப்பா எதுவும் தின்னாத் தேவலை. புளிச்ச தோசைமாவு இருந்துதே, அதெ என்ன பண்ணிய?" என்றாள்.

"புளிப்பாவது கத்திரிக்காயாவது? காப்பியைக் குடிச்சுப்பிட்டுப் படுத்திரு. நான் வைத்தியனைக் கூட்டிக்கிட்டு வாரேன்; நேத்துக் கெடந்த கெடப்பு மறந்து போச்சுப் போலே!" என்று எழுந்தார்.

"அந்தக் காப்பியை ஏன் வீணாக்கிறிய? நீங்க சாப்பிடுங்களேன்" என்றாள் செல்லம்மாள்.

வைத்தியனைத் தேடிச் சென்ற பிரமநாயகம் பிள்ளை, பஞ்சத்தில் அடிபட்டவன் போன்ற சித்த வைத்திய சிகாமணி ஒருவனைத் தேடிப் பிடித்து அழைத்துக் கொண்டு வந்தார். இருவரும் உள்ளே நுழைந்தபோது படுக்கையில் செல்லம்மாளைக் காணவில்லை.

அடுப்பங்கரையில் 'சுர்' 'சுர்' என்று தோசை சுடும் சப்தம் கேட்டது. வைத்தியரைப் பாயை விரித்து உட்காரவைத்துவிட்டு, "என்னத்தைச் சொன்னாலும் காதுலே ஏறமாட்டேன்கிறதே; இன்னம் என்ன சிறுபிள்ளையா?" என்று குரல் கொடுத்துக் கொண்டு உள்ளே நுழைந்தார் பிள்ளை.

வேர்க்க விறுவிறுக்க, செல்லம்மாள் தன் சக்திக்கு மீறிய காரியத்தில் ஈடுபட்டிருந்தாள். கை நடுக்கத்தால் தோசை மாவு சிந்திக் கிடந்தது. தட்டத்தில் ஒரு தோசை கரிந்து கிடந்தது. அடுத்தது வாக்காக வரும் என்று எண்ணெய் மிளகாய்ப் பொடி முதலிய உபகரணங்களுடன் தோசைக் கல்லைப் பார்த்துக் கொண்டிருந்தாள் செல்லம்மாள். அவரை ஏறிட்டுப் பார்த்துச் சிரித்தாள்.

"போதும் போதும். சிரிக்காதே; வைத்தியர் வந்திருக்கிறார். ஏந்திரி" என்று அவளைக் கையைப் பிடித்துத் தூக்கினார்.

"இதெக் கல்லை விட்டு எடுத்துப் போட்டு வருகிறேன்."

"நீ ஏந்திரி" என்று சொல்லிக்கொண்டே வெந்து கொண்டிருந்த தோசையுடன் கல்லைச் சட்டுவத்தால் ஏந்தி எடுத்து அகற்றினார்.

"நீங்க போங்க. நானே வருதேன்" என்று குலைந்த உடையைச் சீர்திருத்திக்கொண்டு, தள்ளாடிப் பின் தொடர்ந்து வந்து பாயில் உட்கார்ந்தாள்.

வைத்தியன் நாடியைப் பரீட்சித்தான். நாக்கை நீட்டச் சொல்லிக் கவனித்தான்.

"அம்மா, இப்படி இருக்கிறபோது நீங்க எழுந்திரிச்சு நடக்கவே கூடாது. உடம்பு இத்துப் போச்சு. தெகன சக்தியே இல்லியே! இன்னும் மூணு நாளைக்கு வெறும் பால் கஞ்சிதான் ஆகாரம். உடம்புக்கு வலு கொஞ்சம் வந்ததும் மருந்து கொடுக்கலாம். காப்பியைக் கொஞ்ச நாளைக்கி நிறுத்தி வையிங்க. காலையிலும் ராத்திரியிலும் பால். மத்தியான்னமாக் கஞ்சி. படுக்கையெ விட்டு எந்திரிக்கவே கூடாது. ஐயா, மயக்கம் வந்தா இந்தச் செந்தூரத்தைத் தேனில் குழப்பி நாக்கிலெ தடவுங்க. இந்தத் தைலத்தை மூக்குத் தண்டிலும் பொட்டிலும் தடவுங்க; நான் மூணு நாள் கழிஞ்சு வருகிறேன்" என்று மருந்துக்குக் கையில் ஒரு ரூபாய் வாங்கிக் கொண்டு வெளியேறினான்.

"பாத்துப் பாத்து, நல்ல வைத்தியனைத் தேடிப் புடிச்சாந்திய; பால் கஞ்சிச் சாப்பிடணுமாம்; ஆய்! நான் என்ன காச்சக்காரியா? ஒடம்பிலே பெலகீனம் இருக்கிறதெக் கண்டுபிடிக்க வைத்தியனா வரணும்? மனுசான்னா மயக்கம் வாறதில்லையா! வந்தா, வந்த வளியாப் போகுது" என்றாள் செல்லம்மாள்.

இந்தச் சமயத்தில் வெளியில், "ஐயா, ஐயா!" என்று ஒரு குரல் கேட்டது.

"என்ன, முனுசாமியா! உள்ளே வா. ஏன் வரலேன்னு கேட்டு விட்டாகளாக்கும். வீட்டிலே அம்மாவுக்கு உடம்பு குணமில்லே; நேத்துத் தப்பினது மறு பிழைப்பு; நாளைக்கு முடிஞ்சா வருகிறேன் என்று சொல்லு. முனிசாமி, நீ எனக்கு ஒரு காரியம் செய்வாயா? அந்த எதிர்ச் சரகத்திலே ஒரு மாட்டுத் தொழுவம் இருக்குது பாரு; அங்கே பால்கார நாயுடு இருப்பார். நான் கொஞ்சம் கூப்பிட்டேன் என்று கூட்டிக்கொண்டு வா" என்று அனுப்பினார்.

"என் பேரிலே பளியெப் போட்டுக் கடைக்குப் போகாமே இருக்க வேண்டாம். போய்ச் சம்பளப் பணத்தெ வாங்கிக்கிட்டு வாருங்க" என்றாள் செல்லம்மாள்.

"அடெடே! மறந்தே போயிட்டேன். நேத்துப் பொடவை எடுத்தாந்து வச்சேன்; உனக்கு எது புடிச்சிருக்கு பாரு. வேண்டாததெக் குடுத்து அனுப்பிடலாம்" என்று மூட்டையை எடுத்து வந்து வைத்தார் பிரமநாயகம் பிள்ளை.

"விடியன்னையே மூட்டையைப் பாத்தேன்; கேக்கணும்னு நெனச்சேன்; மறந்தே போச்சு" என்று கூறிக்கொண்டே மூட்டையிலிருந்த மூன்று புடைவைகளையும் புரட்டிப் புரட்டிப் பார்த்தாள்.

"எனக்கு இந்தப் பச்சைதான் புடிச்சிருக்கு; என்ன வெலையாம்?" என்றாள்.

"அதெப்பத்தி ஒனக்கென்ன? புடிச்சதெ எடுத்துக்கோ" என்று பச்சைப் புடைவையை எடுத்து அலமாரியில் வைத்துவிட்டு, மற்ற இரண்டையும் மூட்டையாகக் கட்டிச் சுவரோத்தில் வைத்தார்.

"கண்டமானிக்குக் காசெச் செலவு பண்ணிப்புட்டு, பின்னாலே கண்ணைத் தள்ளிக்கிட்டு நிக்காதிய. நான் இப்பவே சொல்லிப் பிட்டேன்" என்று கண்டிப்புப் பண்ணினாள் செல்லம்மாள்.

வந்த பால்கார நாயுடுவிடம் மூன்று தினங்களுக்குச் சுத்தமான பசும்பாலுக்கு ஏற்பாடு செய்துவிட்டு, கடை முதலாளியிடம் தாம் கேட்டதாக ரூ.15 வாங்கி வரும்படியும், சேலை மூட்டையைச் சேர்ப்பித்து விடும்படியும் முனிசாமியிடம் சொல்லியனுப்பினார்.

4

அன்று பாயில் தலை சாய்க்க ஆரம்பித்ததிலிருந்து செல்லம்மாளுக்கு உடம்பு மோசமாகிக் கொண்டே போயிற்று. க்ஷீணம் அதிகமாயிற்று. மத்தியான்னம் அவளைக் கவனித்துச் சுச்ருஷை செய்ததன் பயனாக, அடுப்பில் கிடந்த பால் கஞ்சி, பசை மாதிரிக் குளு குளு என்றாகிவிட, பிரமநாயகம் பிள்ளை அதில் வெந்நீரை விட்டுக் கலக்கி அவளுக்குக் கொடுக்க முயன்றார். பலவீனத்தினால் அரோசிகம் அதிகமாகிவிடவே உடனே வாந்தி எடுத்து விட்டது. ஆனால் குமட்டல் நிற்கவில்லை. செல்லம்மாள் நினைத்து நினைத்து வாயிலெடுக்க ஆரம்பித்தாள். உடல் தளர்ச்சி மிகுந்துவிட, மறுபடியும் பழைய கோளாறுகள் தலை தூக்க ஆரம்பித்தன.

அருகில் இருந்து கொண்டு காலையும் கையையும் பிடித்துப் பிடித்துக் கை ஓய்ந்ததுதான் மிச்சம். பகல் மூன்று மணிக்கெல்லாம் சோர்வு மேலீட்டால் செல்லம்மாள் மயங்கிக் கிடந்தாள். செத்துப் போய் விடுவோமோ என்ற பயம் அவளுக்கு ஏற்பட்டது. ஒவ்வொரு சமயங்களில் மூக்கும் கையும் குரக்கு வலித்து இழுத்து வாங்க ஆரம்பித்தன.

"எனக்கு என்னவோ ஒரு மாதிரியாக வருது, வேறொரு வைத்தியனைப் பார்த்தால் தேவலை" என்றாள் செல்லம்மாள்.

"உடம்பு தளர்ந்திருப்பதால் இப்படி இருக்கிறது. சொல்லுகிறபடி, ஆடாமெ அசங்காமெ படுத்துக் கிடந்தாத்தானே! பயப்பட வேண்டாம்; எல்லாம் சரியாகப் போயிடும்" என்றார் பிரமநாயகம் பிள்ளை.

அவருக்கும் உள்ளுக்குள் சற்று விபரீதமாகப் பட்டது. "கொஞ்ச நேரத்தில் பால்காரன் வருவான். பாலை வாங்கி வைத்துவிட்டு டாக்டரைக் கூப்பிட்டுக்கொண்டு வருகிறேன். குன்னத்தூர் அத்தையெ வரச்சொல்லிக் காயிதம் எழுதட்டா?" என்றார்.

"எளுதி என்னத்துக்கு? அவளாலே இந்தத் தூரா தொலைக்குத் தன்னந்தனியா வந்துக்கிட முடியுமா? கொஞ்சம் கருப்பட்டிக் காப்பி சுடச்சுடப் போட்டுத் தாரியளா? இந்த வாந்தியாவது செத்தெ நிக்கும்" என்று சொல்லிவிட்டுச் சற்று கண்ணை மூடினாள்.

"இந்த மாங்கொட்டைத் துண்டெக் கொஞ்சம் வாயிலே ஒதுக்கிக்கோ; நான் காப்பி போட்டுத் தாரேன்" என்று அடுப்பங்கரைக்குச் சென்றார்.

அவர் அடுப்பைப் பிரித்துவிட்டு அனலில் சற்று வெந்நீர் இடலாம் என்று தவலைத் தண்ணீரை அடுப்பேற்றும்போது பால்காரனும் வந்தான்.

கருப்பட்டிக் காப்பியைச் செல்லம்மாள் அருகில் வைத்துவிட்டுப் பாலைக் காய்ச்சி ஒரு பாத்திரத்தில் ஊற்றி வைத்துவிட்டு, "நான் போய் டாக்டரைக் கூட்டிக்கொண்டு வருகிறேன்" என்று வெளியே புறப்பட்டார்.

"சுருங்க வந்து சேருங்க; எனக்கு ஒருபடியா வருது" என்று மூடிய கண்களைத் திறக்காதபடி சொன்னாள் செல்லம்மாள். அவ்வளவு தளர்ச்சி. வெளிக்கதவு கிறீச்சிட்டு, பிரமநாயகம் பிள்ளை புறப்பட்டுவிட்டதை அறிவித்தது.

அவர் திரும்பி வரும்போது பொழுது கருக்கிவிட்டது. எவரோ ஓர் ஒன்றரையணா எல்.எம்.பி.யின் வீட்டு வாசலில் அவரது வருகைக்காகக் காத்துக் காத்து நின்றார். அவரும் வருவதாகக் காணவில்லை. கவலை, கற்பனையால் பல மடங்கு பெருகித் தோன்ற, நிலைமையும் விலாசமும் தெரிவித்து, உடனே வரும்படி கெஞ்சிக் கடுதாசி எழுதிவைத்துவிட்டு வீட்டுக்குத் திரும்பி வந்தார்.

கதவைத் திறந்துகொண்டு உள்ளே நுழைந்ததும் அவர் கண்ட காட்சி திடுக்கிட வைத்தது. செல்லம்மாள் முற்றத்தில் மயங்கிக் கிடந்தாள். சற்று முன் குடித்த காப்பி வாந்தியெடுத்துச் சிதறிக் கிடந்தது.

அவசர அவசரமாக விளக்கை ஏற்றினார். வெந்நீரை எடுத்து வந்து அவள் மேல் சிதறிக் கிடந்த குமட்டல்களைக் கழுவி, அவளைத் தூக்கிவந்து படுக்கையில் கிடத்தினார்.

வைத்தியன் கொடுத்துவிட்டுச் சென்ற செந்தூரத்தைத் தேனில் குழப்பி நாக்கில் தடவினார். மூக்கிலும், கால் கைகளிலும் தைலத்தைத் தடவினார். பிரக்ஞை வரவில்லை. மூச்சு இழையோடிக்கொண்டிருந்தது. மீண்டும் தைலத்தைச் சற்றுத் தாராளமாகவிட்டு உடலில் தேய்த்து மயக்கம் தெளிவிக்க முயன்றுகொண்டிருந்தார்.

அச்சமயம் வெளியே ஒரு ரிக்ஷா வந்து நின்றது. "ஸார்! உள்ளே யார் இருக்கிறது?" என்று குரல் கொடுத்துக் கொண்டே கைப்பெட்டியும் வறுமையுமாக டாக்டர் உள்ளே வந்தார்.

"நல்ல சமயத்தில் வந்தீர்களையா!" என்று சொல்லிக்கொண்டே அவரை வரவேற்றார் பிரமநாயகம் பிள்ளை.

"இப்போ என்ன?" என்றபடியே அருகில் வந்து உட்கார்ந்து கையைப் பிடித்துப் பார்த்தார். வாயைத் திறக்க முயன்றார். பல் கிட்டிவிட்டிருந்தது.

"ஒரு நெருப்புப் பெட்டி இருந்தாக் கொண்டு வாருங்க; ஊசி குத்தணும்" என்றார்.

பிரமநாயகம் பிள்ளை அருகில் மாடத்தில் இருக்கும் நெருப்புப் பெட்டியை மறந்துவிட்டு அடுப்பங்கரைக்கு ஓடினார். அவரது வருகைக்காகக் காத்திருப்பதற்காக மோட்டுவளையைப் பார்க்க முயன்ற டாக்டரின் கண்களுக்கு மாடத்து நெருப்புப் பெட்டி தெரிந்தது. எடுத்து 'ஸ்பிரிட்' விளக்கை ஏற்றி மருந்து குத்தும் ஊசியை நெருப்பில் சுடவைத்துச் சுத்தப்படுத்தினார். கையில் நெருப்புப் பெட்டியுடன் அசடு வழிய வேர்வை வழிய நின்று கொண்டிருந்த பிரமநாயகம் பிள்ளையிடம், இடது கையைச் சற்று விளக்கருகில் தூக்கிப் பிடித்துக் கொள்ளும்படி சொல்லிவிட்டு, மருந்தைக் குத்தி ஏற்றினார். இரண்டொரு விநாடிகள் இருவரும் அவளையே பார்த்துக் கொண்டிருந்தார்கள்.

செல்லம்மாள் சிணுங்க ஆரம்பித்தாள்.

டாக்டர் மெதுவாகத் தம்முடைய கருவிகளை எடுத்துப் பெட்டியில் வைத்தார். "கொஞ்சம் சீயக்காய்ப் பொடி இருந்தால் கொடுங்கோ" என்று கேட்டார். பிரமநாயகம் பிள்ளை வேட்டி துவைக்கும் வெள்ளைச் சவுக்காரக் கட்டியைக் கொடுக்க, மௌனமாகக் கை கழுவிவிட்டு, "தூங்குகிறாப் போலிருக்கிறது. எழுப்ப வேண்டாம். எழுந்தால் பால் மட்டும்

கொடுங்கள்; இம்மாதிரிக் கேஸ்கள் வீட்டில் வைத்திருப்பது சவுகரியக் குறைச்சல் ஐயா; ஆஸ்பத்திரிதான் நல்லது" என்று கூறிக்கொண்டே பெட்டியைத் தூக்கிக் கொண்டு எழுந்து நடந்தார்.

முன் தொடர்ந்த பிள்ளை, "எப்படி இருக்கிறது?" என்று விநயமாகக் கேட்க, "இப்பொழுது ஒன்றும் சொல்லுவதற்கில்லை. எதற்கும் நாளை காலை வந்து என்னிடம் எப்படி இருக்கிறது என்று சொல்லுங்கள்; பிறகு பார்ப்போம்; இந்த ரிக்ஷாக்காரனுக்கு ஒரு நாலணா கொடுங்கள்" என்று சொல்லிக் கொண்டே வண்டியில் ஏறிக்கொண்டார். மடியிலிருந்த சில்லறை மனித மாட்டின் மடிக்கு மாறியது. ரிக்ஷா செல்லுவதைப் பார்த்து நின்றுவிட்டு உள்ளே திரும்பினார்.

செல்லம்மாள் தூங்கிக்கொண்டிருந்தாள்.

பிரமநாயகம் பிள்ளை ஓசைப்படாமல் அருகில் வந்து உட்கார்ந்து அவளையே பார்த்துக் கொண்டிருந்தார். தொட்டால் விழித்து விடுவாளோ என்ற அச்சம்.

அவளுடைய நெஞ்சின் மேல் ஓர் ஈ வந்து உட்கார்ந்தது. மென்மையான துணியின் மேல் அதற்கு உட்கார்ந்திருக்கப் பிரியம் இல்லை. மறுபடியும் பறந்து வட்டமிட்டு, அவளது உள்ளங்கையில் உட்கார்ந்தது. மறுபடியும் பறந்து, எங்கு அமர்வது என்று பிடிபடாதது போல வட்டமிட்டுப் பறந்தது. கடைசியாக அவளுடைய உதட்டின் மேல் உட்கார்ந்தது.

"தூ தூ" என்று துப்பிக்கொண்டு உதட்டைப் புறங்கையால் தேய்த்தபடி செல்லம்மாள் விழித்துக் கொண்டாள்.

சற்று நேரம் அவரையே உற்றுப் பார்த்துக் கொண்டிருந்தாள்.

"உங்களுக்குக் கொஞ்சங்கூட இரக்கமே இல்லை. என்னை இப்படிப் போட்டுட்டுப் போயிட்டியளே" என்று கடிந்து கொண்டாள்.

"நான் இல்லாமலிருக்கப்போ நீ ஏந்திரிச்சு நடமாடலாமா?" என்று சொல்லிக்கொண்டே அவள் கன்னத்தைத் தடவிக்கொடுத்தார்.

"நான் செத்துத்தான் போவேன் போலிருக்கு; வீணாத் தடபுடல் பண்ணாதிய" என்று சொல்லிவிட்டுக் கண்ணை மூடினாள்.

"உடம்பில் தளர்ச்சியாக இருக்கிறதால் தான் அப்படித் தோணுது; காலைப் பிடிக்கட்டா?"

என்று மெதுவாகத் தடவிக்கொடுத்தார்.

"அப்பாடா! மேலெல்லாம் வலிக்குது. உள்ளுக்குள்ளே ஜில்லுன்னு வருது. என் கையைப் புடிச்சிக்கிட்டுப் பக்கத்திலேயே இருங்க" என்று அவர் கையைச் செல்லம்மாள் தன் இரண்டு கைகளாலும் பிடித்துக் கொண்டு கண்களை மூடிக் கொண்டாள்.

சற்று நேரம் பேசாமல் இருந்துவிட்டு, "அம்மையெப் பாக்கணும் போல இருக்கு" என்று கண்களைத் திறக்காமலே சொன்னாள்.

"நாளைக்கு உடனே வரும்படி தந்தி கொடுத்தாப் போகுது; அதுக்கென்ன பிரமாதம்?" என்றார் பிள்ளை. அவருக்குப் பயம் தட்டியது. பிரக்ஞை தடம் புரண்டுவிட்டதா?

"ஊம், துட்டெ வீணாக்க வேண்டாம். கடுதாசி போட்டால் போதும். அவ எங்கெ வரப்போறா? நாளைக்காவது நீங்க கடைக்குப் போங்க" என்றாள் செல்லம்மாள்.

"நீ கொஞ்சம் மனசெ அலட்டிக்காமே படுத்துக்கோ" என்று சொல்லிக்கொண்டே அவள் கைப்பிடிப்பிலிருந்து வலது கையை விடுவித்துக்கொண்டு நெற்றியைத் தடவிக் கொடுத்தார்.

"வலிக்குது. தாகமாக இருக்கு, கொஞ்சம் வெந்நி" என்றாள்.

"வெந்நி வயத்தைப் பெரட்டும்; இப்பந்தானே வாந்தியெடுத்தது?" என்றார். மெதுவாக அவள் கைகள் இரண்டையும் பிடித்துக் கொண்டு முகத்தையே பார்த்துக் கொண்டிருந்தார். செல்லம்மாளுக்குக் காலையிலிருந்த முகப்பொலிவு மங்கிவிட்டது. உதடுகள் சற்று நீலம் பாரித்துவிட்டன. அடிக்கடி வறட்சியைத் தவிர்க்க உதட்டை நக்கிக் கொண்டாள்.

"நெஞ்சில் என்னமாவோ படபடவென்று அடிக்குது" என்றாள் மறுபடியும்.

"எல்லாம் தளர்ச்சியின் கோளாறுதான்; பயப்படாதே" என்று நெஞ்சைத் தடவிக்கொடுத்தார்.

ஒரு விநாடி கழித்து, "பசிக்குது; பாலைத் தாருங்க. நான் தூங்குதேன்" என்றாள் செல்லம்மாள்.

"இதோ எடுத்து வாரேன்" என்று உள்ளே ஓடிச் சென்றார் பிரமநாயகம் பிள்ளை. பால் திறைந்து போயிருந்தது. அவருக்குத் திக்கென்றது. மாடத்திலே உலர்ந்துபோன எலுமிச்சம்பழம் இருந்தது. அதை எடுத்து வெந்நீரில் பிழிந்து சர்க்கரையிட்டு அவளருகில்

கொண்டுவந்து வைத்துக் கொண்டு உட்கார்ந்தார். சற்று நேரம் சூடான பானகத்தைக் குடிக்கும் பக்குவத்துக்கு ஆற்றினார்.

"செல்லம்மா!" என்று மெதுவாகக் கூப்பிட்டார்.

பதில் இல்லை. மூச்சு நிதானமாக வந்து கொண்டிருந்தது.

"செல்லம்மா, பால் தெரைஞ்சு போச்சு; பானகம் தாரேன். குடிச்சுப்புட்டுத் தூங்கு" என்றார்.

"ஆகட்டும்" என்பது போல அவள் மெதுவாக அசைத்தாள்.

சிறு தம்ளரில் ஊற்றி மெதுவாக வாயில் ஊற்றினார். இரண்டு மடக்குக் குடித்துவிட்டுத் தலையை அசைத்துவிட்டாள்.

"ஏன், வெளக்கை..." - விக்கலுடன் உடல் குலுங்கியது. நெஞ்சு விம்மி அமர்ந்தது. காலும் கையும் வெட்டி வாங்கின.

அதிர்ச்சி ஓய்ந்ததும் பிள்ளை பானகத்தைக் கொடுத்தார். அது இருபுறமும் வழிந்துவிட்டது.

பாத்திரத்தை மெதுவாக வைத்துவிட்டுத் தொட்டுப் பார்த்தார்.

உடல்தான் இருந்தது.

வைத்த கையை மாற்றாமல் பூதாகாரமாகச் சுவரில் விழுந்த தமது சாயையைப் பார்த்தார். அதன் கைகள் செல்லம்மாள் நெஞ்சைத் தோண்டி உயிரைப் பிடுங்குவனபோல் இருந்தன.

சித்த வைத்தியன் கொடுத்த மருந்தில் மிஞ்சிக் கிடந்தவற்றை உடம்பில் பிரயோகித்துப் பார்த்தார். "இனிமேல் ஆவது ஒன்றுமில்லை" என்பது தெரிந்தும் தவிட்டு ஒற்றடம் கொடுத்துப் பார்த்தார்.

அவரது நெற்றியின் வியர்வை அந்த உடலின் கண் இமையில் சொட்டியது.

அரைக்கண் போட்டிருந்த அதை நன்றாக மூடினார். குரக்குவலி இழுத்த காலை நிமிர்த்திக் கிடத்தினார். கைகளை நெஞ்சில் மடித்து வைத்தார்.

அருகில் உட்கார்ந்திருந்தவர் பிரக்ஞையில் தளதளவென்று கொதிக்கும் வெந்நீரின் அழைப்புக் கேட்டது.

உள்ளே சென்று செல்லம்மாள் எப்போதும் குளிக்கும் பருவத்துக்குப் பக்குவப்படுத்தினார்.

உடலை எடுத்து வந்தார். "செல்லம்மாள் இவ்வளவு கனமில்லையே; என்னமாக் கனக்கிறது!" என்று எண்ணமிட்டார்.

தலை வசப்படாமல் சரிந்து சரிந்து விழுந்தது.

கீழே உட்காரவைத்து, நின்று தமது முழங்காலில் சாய்த்து வைத்துத் தவலைத் தண்ணீர் முழுவதையும் விட்டுக் குளிப்பாட்டினார். மஞ்சள் இருக்குமிடம் தெரியாததனால் அதற்கு வசதி இல்லாமற் போய்விட்டது. மேல்துணியை வைத்து உடலைத் துவட்டினார்.

மீண்டும் எடுத்துக் கொண்டு வந்து படுக்கையில் கிடத்தினார். அவளுக்கு என வாங்கிய பச்சைப் புடவையை அந்த உடலில் சுற்றிக் கட்டப்பட்டது. நெற்றியில் விபூதியும் குங்குமமும் இட்டார். தலைமாட்டினருகில் குத்துவிளக்கை ஏற்றிவைத்தார். எப்பொழுதோ ஒரு சரஸ்வதி பூஜைக்கு வாங்கின சாம்பிராணி ஞாபகம் வந்தது. கனல் எடுத்து வந்து வைத்துப் பொடியைத் தூவினார். நிறை நாழி வைத்தார்.

செல்லம்மாள் உடம்புக்குச் செய்யவேண்டிய பவித்திரமான பணிவிடைகளைச் செய்து முடித்துவிட்டு அதையே பார்த்து நின்றார்.

கூடத்தில் மூச்சுத் திணறுவது போல் இருந்தது. வெளிவாசலுக்கு வந்து தெருவில் இறங்கி நின்றார்.

ஊசிக் காற்று அவர் உடம்பை வருடியது.

வானத்திலே தெறிகெட்டுச் சிதறிக் கிடந்த நட்சத்திரங்களில் திரிசங்குக் கிரகமண்டலம் அவர் கண்ணில் பட்டது. அவருக்கு வான சாஸ்திரம் தெரியாது. சங்கு மண்டலத்தின் கால், தூரத்தில் தெரிந்த கறுப்பு ஊசிக் கோபுரத்தில் மாட்டிக் கொண்டு அஸ்தமிக்கவோ உதயமாகவோ முடியாமல் தவித்தது.

அருகில், "ஐயா!" என்றான் முனிசாமி.

"முதலாளி குடுத்தாங்க" என்று நோட்டுகளை நீட்டினான்; "அம்மாவுக்கு எப்படி இருக்கு?"

என்றான்.

"அம்மா தவறிப் போயிட்டாங்க. நீ இந்த நோட்டை வச்சுக்க; ஒரு தந்தி எளுதித் தாரேன். அதெக் குடுத்துப்புட்டு, முதலாளி ஐயா வீட்டிலே சொல்லு. வரும்போது அம்பட்டனுக்கும் சொல்லிவிட்டு வா" என்றார்.

நிதானமாகவே பேசினார்; குரலில் உளைச்சல் தொனிக்கவில்லை.

பிரமித்துப்போன முனிசாமி தந்தி கொடுக்க ஓடினான்.

பிரமநாயகம் பிள்ளை உள்ளே திரும்பி வந்து உட்கார்ந்தார். கனலில் மீண்டும் கொஞ்சம் சாம்பிராணியைத் தூவினார்.

அந்த ஈ மறுபடியும் அந்த உடலின் முகத்தில் வட்டமிட்டு உட்கார்ந்தது.

பிரமநாயகம் பிள்ளை அதை உட்காரவிடாமல் விரட்டுவதற்கு விசிறியால் மெதுவாக வீசிக்கொண்டே இருந்தார்.

அதிகாலையில், மனசில் வருத்தமில்லாமல், பிலாக்கணம் தொடுக்கும் ஒரு பெண்ணின் அழுகையில் வெளிப்பட்ட வேஷத்தை மறைப்பதற்கு வெளியில் இரட்டைச் சங்கு பிலாக்கணம் தொடுத்தது.

கலைமகள், மார்ச் 1943

24.கோபாலய்யங்காரின் மனைவி

1

(பாரதியார் தமது சந்திரிகை என்ற நாவலிலே, கோபால அய்யங்காருக்கும், வீரேசலிங்கம் பந்துலு வீட்டுப் பணிப் பெண்ணாகிய மீனாட்சிக்கும் பிரம்ம சமாஜத்தில் நடந்த கலப்பு மணத்தை வருணித்திருக்கிறார். கதையின் போக்கு 'கண்டதும் காதல்' என்ற கோபால அய்யங்காரின் இலட்சியத்துடன் - ஏன் பிரமை என்றும் கூறலாம் - முடிவடைகிறது. முடிவு பெறாத இரண்டாவது பாகத்தில் வருணிப்பாரோ, என்னவோ? மனிதன், 'காதல் பெண்ணின் கடைக்கண் பணியிலே' அனலை விழுங்கலாம், புளித்த குழம்பையும் குழைந்த சோற்றையும் உண்ணச் சம்மதிப்பானோ என்னவோ? பின் கதையை என் போக்கில் எழுதுகிறேன். பாரதியின் போக்கு இப்படித்தான் இருந்திருக்க வேண்டும் என்பதில்லை)

டெப்டி கலெக்டர் கோபாலய்யங்கார் தமது மனைவி மீனாட்சியை யழைத்துக் கொண்டு தஞ்சைக்கு வந்து ஒரு மாத காலமாகிறது. ஊரில் எல்லாம் பரபரப்பு, ஒரே பேச்சு, கோபாலய்யங்கார் இடைச்சியைக் கலியாணம் செய்து கொண்டார் என்பதுதான். எல்லாம் கிசுகிசு என்ற பேச்சு. எதிரில் பேச முடியுமா? அதுவும் அந்தக் காலத்தில்; அதுவும் தஞ்சாவூரில். சிலர் போயும் போயும் இடைச்சிதானா அகப்பட்டாள் என்று பேசிக் கொண்டார்கள். படியாதவர்கள், யாரோ இடைச்சியை இழுத்து வந்து வைப்பாக வைத்திருக்கிறார் என்று அபிப்பிராயப்பட்டார்கள். ஆனால் பத்திரிகைகளில் பிரசுரமான் செய்தி என்பதால் வேறு வழியின்றி நம்பிக் கொண்டார்கள். பியூன்களுக்கு அய்யங்கார் என்றால் சிறிது இளக்காரம்; அவர் முதுகுப்புறம் சிரிப்பார்கள்.

இவ்வளவும் கோபாலய்யங்காருக்குத் தெரியாது. அதாவது தெரிய சந்தர்ப்பம் வைத்துக் கொள்ளவில்லை. வீட்டிலே மீனாட்சிக்குப் படிப்புச் சொல்லிக்கொடுக்க ஒரு கிறிஸ்துவ உபாத்தினி. முன்பிருந்த பிராமணப் பரிசாரகன் சொல்லிக் கொள்ளாமல் ஓடிவிட்டான். ஒரு நாள் மீனாட்சி சமைத்தாள். அதாவது அவள் குலாசாரப்படி சமைத்தாள். லவங்கப்பட்டை, பெருஞ்சீரகம் இத்தியாதி பொருள்களுடன் தன் கைப்பாகமாக மிகுந்த ஜாக்கிரதையுடன் வைத்திருந்தாள்.

கோபாலய்யங்கார் குடிகாரர் தான்; ஆனால் மாமிச பட்சணியல்ல. மீனாளின் கண்களைப் பார்த்துக் கொண்டு இரண்டு கவளம் வாயில் போட்டார். அவ்வளவுதான். குடலைப் பிடுங்கியது போல் ஓங்கரித்து வாந்தி எடுத்தார். மாமிச உணவின் பாகம் என்ற நினைப்பில் ஏற்பட்டது. மீனாள் பதறித் தன் கணவன் தலையைத் தாங்கினாள். கோபாலய்யங்கார் போஜனப் பிரியர். பசி காதலை வென்றது. அவளை உதறித் தள்ளிவிட்டு வெளியே சென்று சேவகனைக் கூப்பிட்டு, பிராமண குமாஸ்தாவசம் ஹோட்டலில் இருந்து சாப்பாடு தருவித்தார்.

போஜனமான பிறகுதான் கோபாலய்யங்காருக்குத் தமது காதல் திரும்பியும் வந்தது.

"மீனா" என்று கூப்பிட்டுக்கொண்டு உள்ளே வந்தார்.

"சாமீ" என்று எழுந்தாள் மூலையில் உட்கார்ந்திருந்த காதலி. அவள் கண்களில் இரண்டு துளிகள் அவர்கள் இருவருக்கும் இடையே இருக்கும் அகழியை எடுத்துக் காண்பித்தது.

மீனாட்சி பணிப்பெண்; அதிலும் பயந்த பெண். மருண்ட பார்வை. கணவன் என்ற ஸ்தானத்தில் அவரை வைக்கவில்லை. தனது தெய்வம் என்ற ஸ்தானத்தில், அதாவது தனக்கு எட்டாத ஒரு ஸ்தானத்தில் இருக்கும் ஒரு இலட்சியம் என்று கருதியவள். எட்டாதது என்ற நினைப்பில் பிறந்த பயம் கணவன் இஷ்டப்படி நடக்கத்

தூண்டியதேயல்லாது அவரிடம் தன்னை மறந்த பாசம், லயம் பிறப்பித்ததே கிடையாது.

"என்ன மீனா! உனக்கு எத்தனை தரம் அப்படிக் கூப்பிடக் கூடாது என்று சொல்லியிருக்கிறேன். கண்ணா! இப்படி வா! என்ன இப்படி கறிக்குழம்பு வைத்தாய்?" என்றார்.

"இல்லிங்களே, இப்படித்தான் எங்க வீட்டிலே பருப்புக் கொளம்பு வைப்பாங்க" என்றாள்.

"அதை அப்பொழுதே சொல்லி இருக்கக் கூடாதா? ஹோட்டலில் சாப்பாடு எடுத்து வரச் சொன்னால் போகிறது. அது கிடக்கட்டும். இப்படி வா!"

அவளை ஆரத்தழுவி தமது மடிமீதிருத்தி முத்தங்களைச் சொரிந்தார். மீனாள் செயலற்ற பாவைபோல் இடங்கொடுத்தாள். கணவன், கலெக்டர் என்ற பயம். அவர் இஷ்டம் போல் இருக்க வேண்டும் என்பதில் ஏற்பட்ட பயம்.

"என்ன மீனா! நீ ஒரு முத்தமிடு."

மீனாள் தயங்கினாள். ஒரு பயந்த முத்தம் கோபாலய்யங்காரின் கன்னத்தை ஸ்பரிசித்தது.

"என்ன மீனா, இன்னும் பயமா? உன் பயத்தைப் போக்குகிறேன் பார், உனக்கு இரத்தமே இல்லையே. இந்த மருந்தை குடி" என்று ஒரு கிளாசில் ஒயினை ஊற்றிக் கொடுத்தார். குடித்தாள். சிறிது இனிப்பும் காரமும் தான் தெரிந்தது. மறு நிமிஷம் உடல் பூராவாகவும் ஏதோ ஒன்று பரவுவது போல் பட்டது.

"என்னமாக இருக்கிறது?"

"கொஞ்சம் இனிச்சுக்கிட்டு காரமா இருந்துச்சு. என்னமோ மாதிரியா இருக்குதே?"

"என்னமாக இருக்கிறது?"

"நல்லாத்தான் இருக்குது" என்றாள்.

அவளும் வாலிபப் பெண்தானே. அதுவும் ஒயின் உதவியும் கூட இருக்கும்பொழுது அன்று சிறிது பயத்தை மறந்தாள். அன்று அவளுக்குக் கோபாலய்யங்காரின் மீது ஏற்பட்ட பாசம், வாலிபத்தின் கூறு. கோபாலய்யங்கார் மீனா தன்னைக் காதலிப்பதாக எண்ணி மகிழ்ந்தார்.

2

கோபாலய்யங்கார் சிறிது கஷ்டப்பட்டு ஒரு பிராமணப் பரிசாரகனை நியமித்தார். சம்பளம் இருபத்தைந்து ரூபாய் என்ற ஆசையும், கலெக்டர் அய்யங்கார் என்ற பயமும் இருந்தால் ஒரு ஏழைப் பிராமணன் அகப்படாமலா போகிறான்?

ஆனால் கலெக்டருக்கும் பரிசாரகனுக்கும் ஒரு சமரச ஒப்பந்தம். கோபாலய்யங்கார் தஞ்சை ஜில்லாவிற்குப் பூராவாகவும் எதேச்சாதிகாரியாக இருப்பது என்றும், சமயலறையைப் பொறுத்தமட்டில் பரிசாரகன் சுப்புவய்யர் தான் எதேச்சாதிகாரி என்றும், சமயலறைப் பக்கம் கலெக்டர் அய்யங்காரோ கலெக்டர் அம்மாளோ வரக்கூடாது, பாத்திரங்களைத் தொடக்கூடாது, இருவருக்கும் பரிமாறுவதும் சமையல் செய்வதும் சுப்புவைய்யரின் வேலை என்றும் திட்டமாயிற்று.

சாப்பாட்டுப் பிரச்சனை ஒருவாறு முடிந்ததும், கோபாலய்யங்கார் தமது கலெக்டர் தொழிலையும் காதல் கனவையும் அனுபவிக்க முயன்றார். கலெக்டர் வேலை பரிச்சயமானது. ஆனால் காதல்...

மீனாளுக்குப் பயமும், கோபாலய்யங்காரின் மீது மோகமும் தான் இருந்து வந்தன. அதிலும், அவர் பயிற்சி செய்வித்த மருந்தில் கொஞ்சம் பிரேமையும் விழுந்திருந்தது.

ஒருநாள் சாயங்காலம்.

கோபாலய்யங்கார் ஆபீஸிலிருந்து வந்து, தமது ஆங்கில வேஷத்தைக் களைந்து கொண்டிருந்தார்.

அப்பொழுது மீனாள் அதை வேடிக்கை பார்த்துக் கொண்டிருந்தாள். அய்யங்கார் 'டிரஸ்' செய்வதைப் பார்ப்பதில் அவளுக்கு ஒரு பிரேமை. ஆச்சரியம்.

கோபாலய்யங்கார் ஒரு முத்தத்தை எதிர்பார்த்தார். ஆசை இருந்தாலல்லவோ, பாசம் இருந்தால் அல்லவோ?

கோபாலய்யங்காருக்குச் சிறிது ஏமாற்றமாகவிருந்தது.

"மீனா! என் பேரில் உனக்குக் காதல் இருக்கிறதா?" என்றார்.

மீனாவுக்கு அர்த்தமாகவில்லை. சிறிது தயங்கினாள்.

"அப்படிண்ணா?"

கோபாலய்யங்காருடைய ஏமாற்றம் சிறிது கோபமாக மாறியது.

"என் பேரில் பிரியமில்லை போலிருக்கிறது!" என்றார்.

"என்ன சா... என்னாங்க அப்புடிச் சொல்லுறிய? உங்க மேலே புரியமில்லாமலா?" என்று சிரித்தாள் மீனாள்.

"வந்து இவ்வளவு நேரமாக ஒரு முத்தமாவது நீயாகத் தரவில்லையே?"

"எங்க ஜாதியிலே அது ஒண்ணும் கெடையாது இப்போ?" என்றாள்.

கோபாலய்யங்காருக்குச் சுறுக்கென்று தைத்தது. நல்ல காலமாக சுப்புவைய்யர் காப்பியைக் கொண்டு வந்து கொடுக்க உள்ளே நுழைந்தார். கோபம் அவர் மேல் பாய்ந்தது.

"தடியா! காப்பியை வைத்துவிட்டுப் போ!" என்று இரைந்தார்.

அய்யங்காருக்கு கொஞ்சம் 'டோஸ்' ஜாஸ்தி போலிருக்கிறது என்று நினைத்துக் கொண்டு போய்விட்டார் பரிசாரகர்.

நாட்களும் வெகுவாக ஓடின. கோபாலய்யங்கார் ஒரு பொம்மைக்குக் காதலுயிர் எழுப்ப பகீரதப் பிரயத்தனம் செய்துகொண்டிருக்கிறார். இதில் தோல்வி இயற்கையாகையால் மது என்ற மோகனாங்கியின் காதல் அதிகமாக வளர ஆரம்பித்தது.

மீனாளுக்கு இந்தச் சாப்பாட்டுத் திட்டம் வெகு நாட்களாகப் பிடிக்கவில்லை. தான் பணிப்பெண்ணாக இருக்கும்பொழுது வேளா வேளைகளில் கிடைக்கும் பிராமண உணவு இப்போது வெறுப்பைத் தருவது அவளுக்கு ஆச்சரியமாக இருந்தது. தகப்பனார் வீட்டில் நடக்கும் சமையலைப் பற்றி ஏங்கவாரம்பித்தாள். தனக்குத் தானே சமைத்துக் கொள்ள அனுமதி கேட்கப் பயம். ஆபீஸ் பியூன் கோபாலக்கோனார் கலெக்டர் வீட்டு வேலைகளைக் கவனிக்க நியமிக்கப்பட்ட கிழவன். அவன் வேளாவேளைகளில் சாப்பாடு எடுத்துக் கொண்டு வந்து வீட்டுத் திண்ணையில் சாப்பிடும்பொழுது அவளுக்கு நாவில் ஜலம் ஊறும்.

வீட்டினுள் இருந்து கண்ணீர் விடுவாள். அவளுக்குக் குழந்தையுள்ளம்; கேட்கவும் பயம்.

கோபாலக் கோனார் அனுபவம் உள்ள கிழவன். இதை எப்படியோ குறிப்பால் உணர்ந்து கொண்டான். ஒருநாள் ரகஸியமாக மாமிச உணவு தயாரித்து வந்து, அவளுக்குக் கொடுத்தான். அவளுக்கு அவன் மீது ஒரு மகளின் அன்பு ஏற்பட்டது. கோபாலக் கோனாருக்கு ஒரு குழந்தையின் மீது ஏற்படும் வாத்ஸல்யம் ஏற்பட்டது.

ரகஸியமாகக் கொஞ்ச நாள் கொடுத்து வந்தான். ரகஸியம் பரமகேட்டை விளைவிக்கும் என்று உணர்ந்து மீனாளுக்கு ஒரு தந்திரம் கற்பித்தான். அய்யங்கார் போதையிலிருக்கும் பொழுது மாமிச உணவைப் பழக்கப்படுத்த வழி சொல்லிக் கொடுத்தான்.

மீனாள் பிராமணப் பெண் ஆவது போய், கோபாலய்யங்கார் இடையனானார்.

3

கோபாலய்யங்கார் மாமிசப்பட்சணியான பிறகு சுப்புவைய்யரின் எதேச்சாதிகாரம் தொலைந்தது. மீனாள் உண்மையில் கிரகலட்சுமியானாள்.

இரண்டு வருஷ காலம் அவர்களுக்கு சிட்டாகப் பறந்தது. மீனாளின் துணைக்கருவியாக கோபாலய்யங்காரின் மேல்நாட்டுச் சரக்குகள் உபயோகிக்கப்பட்டன.

தம்பதிகள் இருவரும் அதில் ஈடுபட்டதினால் மூப்பு என்பது வயதைக் கவனியாமலே வந்தது. மீனாளின் அழகு மறைந்து அவள் ஸ்தூல சரீரியானாள். கோபாலய்யங்கார் தலை நரைத்து வழுக்கை விழுந்து கிழப்பருவம் எய்தினார்.

இதை மறப்பதற்குக் குடி.

ஆபீஸிற்கு போகுமுன் தைரியம் கொடுக்கக் குடி.

வந்ததும் மீனாளின் சௌந்தரியத்தை மறக்கக் குடி.

இப்பொழுது அவர்கள் தென்னாற்காட்டு ஜில்லாவில் இருக்கிறார்கள். இருவருக்கும் பங்களா ஊருக்கு வெளியிலே.

இரவு பத்து மணிக்கு அப்பக்கம் யாராவது போனால் கலெக்டர் தம்பதிகளின் சல்லாப

வார்த்தைகளைக் கேட்கலாம்.

"ஏ! பாப்பான்!" என்று மீனாள் கொஞ்சுவாள்.

"என்னடி எடச்சிறுக்கி!" என்று கோபாலய்யங்கார் காதலுரை பகருவார்.

இருவரும் சேர்ந்து தெம்மாங்கு பாடுவார்கள்.

மீனாளின் 'டிரியோ, டிரியோ' பாட்டில் கோபாலய்யங்காருக்கு - அந்த ஸ்தாயிகளில் - பிரியமதிகம்.

மணிக்கொடி, 09-12-1934

25.இது மிஷின் யுகம்

நான் அன்று ஒரு முழ நீளம் பெயர்கொண்ட - ஹோட்டல்காரர்களுக்கும் நாடகக்காரர்களுக்குந்தான் வாயில் நுழையாத பெயர் வைக்க நன்றாகத் தெரியுமே - ஹோட்டலுக்குச் சென்றேன்.

உள்ளே எப்பொழுதும் போல் அமளி; கிளாஸ், ப்ளேட் மோதும் சப்தங்கள். 'அதைக் கொண்டுவா, இதைக் கொண்டுவா!' என்ற அதிகாரங்கள்; இடையிலே உல்லாச சம்பாஷணை; சிரிப்பு.

போய் உட்கார்ந்தேன்.

"ஸார், என்ன வேண்டும்?"

"என்ன இருக்கிறது?" என்று ஏதோ யோசனையில் கேட்டு விட்டேன்.

அவ்வளவுதான்! கடல்மடை திறந்ததுபோல் பக்ஷணப் பெயர்கள் செவித் தொளைகளைத் தகர்த்தன.

"சரி, சரி, ஒரு ப்ளேட் பூரி கிழங்கு!" அது அவன் பட்டியலில் இல்லாதது. முகத்தில் ஏதாவது குறி தோன்ற வேண்டுமே! உள்ளே போகிறான்.
"ஒரு ஐஸ் வாட்டர்!"
"என்னப்பா, எவ்வளவு நேரம் காத்திருக்கிறது?"

"என்ன கிருஷ்ணா, அவர் எவ்வளவு நேரம் காத்திருக்கிறது?"

"இதோ வந்துவிட்டது, ஸார்!" என்று ஓர் அதிகாரக் குரல் கெஞ்சலில் முடிந்தது.

"காப்பி இரண்டு கப்!"

இவ்வளவுக்கும் இடையில் கிருஷ்ணன் ஒரு கையில் நான் கேட்டதும், மற்றதில் ஐஸ் வாட்டரும் எடுத்துவருகிறான்.

"ஸேவரி (கார பக்ஷண வகை) எதாகிலும் கொண்டா!"

"இதோ, ஸார்!"

"பில்!"

உடனே கையிலிருந்த பில் புஸ்தகத்தில் லேசாக எழுதி, மேஜையில் சிந்திய காப்பியில் ஒட்ட வைத்துவிட்டு, ஸேவரி எடுக்கப்போகிறான்.

"ஒரு கூல் டிரிங்க்!"

"ஐஸ்கிரீம்!"

பேசாமல் உள்ளே போகிறான். முகத்தில் ஒரே குறி.

அதற்குள் இன்னொரு கூட்டம் வருகிறது.

"ஹாட்டாக என்ன இருக்கிறது?"

"குஞ்சாலாடு, பாஸந்தி..."

"ஸேவரியில்?"

கொஞ்சமாவது கவலை வேண்டுமே! அதேபடி பட்டியல் ஒப்புவிக்கிறான். சிரிப்பா, பேச்சா? அதற்கு நேரம் எங்கே? அவன் மனிதனா, யந்திரமா?

"ஐஸ் வாட்டர்!"

"ஒரு கிரஷ்!"

"நாலு பிளேட் ஜாங்கிரி!"

கொஞ்சம் அதிகாரமான குரல்கள்தான். அவன் முகத்தில் அதே குறி, அதே நடை.

நான் உள்பக்கத்திற்குப் போகும் பாதையில் உட்கார்ந்திருந்தேன். என் மேஜையைக் கவனித்துக்கொண்டு உள்ளே போகிறான்.

மனதிற்குள் "ராம நீஸமாந மவரு" என்று கீர்த்தனம்! உள்ளத்தை விட்டு வெளியேயும் சற்று உலாவியது. அப்பா!

திரும்பி வருகிறான் கையில் பண்டங்களுடன். பரிமாறியாகிவிட்டது.

என்னிடம் வந்து பில் எழுதியாகிவிட்டது. எல்லாம் பழக்க வாசனை, யந்திரம் மாதிரி.

"ஸார், உங்கள் கைக்குட்டை கீழே விழுந்துவிட்டது, ஸார்!"

அவன் குனிகிறான் எடுக்க. நானே எடுத்துக்கொண்டேன்.

மனிதன் தான்!

"ஒரு ஐஸ்கிரீம்!"

திரும்பவும் மிஷினாகிவிட்டான்!

26.கடவுளின் பிரதிநிதி

1

சிற்றூர் உண்மையிலேயே சிற்றூர்தான்.

அதன் எல்லை எல்லாம் ஒரே தெருவிற்குள். அந்தத் தெருவும் இடையிடையில்

பல்விழுந்த கிழவியின் பொக்கை வாய் மாதிரி இடிந்தும் தகர்ந்தும் சிதறிய வீடுகள். அவ்வளவும் பிராமண வீடுகள். விவசாயம் என்று சம்பிரதாயமாக மண்ணைக் கிளறும் மண்ணைக் கவ்வும் சோம்பேறித்தனம். தெருவின் மேற்குக் கோடியில் முற்றுப் புள்ளி வைத்த மாதிரி கிழக்கே பார்த்த சிவன் கோயில்.

அங்கு கோவில் கொண்டருளிய சிவனாரும், அவ்வூர்வாசிகள் போலத்தான்.

கூறுசங்கு தோல் முரசு கொட்டோ சையல்லாமல்
சோறுகண்ட மூளி யார் சொல்.

சிவபிரான் உண்மையாகப் பிச்சாண்டியாக இருப்பதைக் காண வேண்டுமானால் சிற்றூருக்குத்தான் செல்ல வேண்டும்.

ஊருக்கு வெகு தொலைவில், அதாவது ஊருக்குப் பக்கத்திலிருக்கும் வாய்க்காலையும், வயல் காடுகளையும் தாண்டி ஊரின் சேரி.

இந்த அக்கிரகாரப் பிச்சைக்காரர்களுக்கு அடிமைப் பிச்சைக்காரர்கள்.

இரு ஜாதியருடைய நிலைமையும் ஒன்றுதான். ஒருவர் சேஷப் படாது பட்டினியிருந்தால், இன்னொருவன் அசுத்தத்துடன் பட்டினியிருக்கிறான்.

சேரிப் பட்டினிகளுக்கு அக்ரகாரப் பட்டினிகளின் மீது பரமபக்தி. இருவருக்கும் அந்தப் பெயர் தெரியாத கும்பினி ராஜ்யத்தில் பரம நம்பிக்கை, பயம்.

ஊர்க்காரர்களுக்கு பிரிட்டிஷ் அமல் அதன் பக்கத்தூரிலிருந்துதான். அதாவது ஐந்து மைல் தூரத்திலுள்ள பெத்துநாய்க்கன்பட்டியில் தான் கி.மு. என்ற பிரிட்டிஷ் பிரதிநிதி.

ஊர்க்காரர்களுக்குச் சுற்றுப் பிரயாணத்தில் நம்பிக்கை கிடையாது. கலியாணம், காட்சி, பிராமண போஜனம் விதிவிலக்காக அவர்களை வெளியூருக்கு இழுத்தால், மறுபடியும் தங்கள் இடிந்த வீட்டில் வந்து பட்டினி கிடக்கும் வரையில் கால் கொள்ளாது.

ஊர்க்காரர்களுக்கு அவர்கள் பிரதிநிதியும் மெய்க்காப்பாளருமான சிவபிரானின் மீது பரமபக்தி. இவ்வளவு சுபிட்சமாக இருப்பதும் நெற்றிக் கண்ணைத் திறக்க மறந்த சிவபிரானின் கருணை என்று நினைப்பவர்கள்.

கோவில் அர்ச்சகர் சுப்பு சாஸ்திரிகள் சிற்றூரைப் பொறுத்தமட்டிலும் வீட்டில்

பட்டினியானாலும் நல்ல மதிப்பு உண்டு. வேத அத்தியயனத்தில் சிறிது பயிற்சி. பூஜை மந்திரங்கள் மனப்பாடம். வேதத்தின் அர்த்தம் அவருக்கும் தெரியாது. பரமசாது. தெரியாததினால் அதில் பக்தி.

கோவிலில் வரும் சிறு வரும்படிகளில் காலம் தள்ளி வந்தார். கோவில் சேவையில் கிடைக்கும் கூலி நியாயமாகப் பெற வேண்டியதுதான் என்று நினைப்பவர்; ஏனென்றால் அவருடைய தகப்பனாரும் அந்தத் தொழில் செய்தவர்.

ஊரில் நல்ல மனிதன் என்றால் சுப்பு சாஸ்திரிகள்.

இளகிய மனதுடையவர் என்றால் சுப்பு சாஸ்திரிகள்.

2

இம்மாதிரி சாந்தி குடிகொண்ட வாழ்க்கையிலே சூறைக்காற்று போல் புகுந்தது ஹரிஜன இயக்கம்.

அது ஊரையே ஒரு குலுக்கு குலுக்கியது.

திரு.சங்கர் சிற்றூரில் தமது தொண்டைப் பிரசாரம் செய்ய வந்தார். அவரும் ஜாதியில் பிராமணர். தியாகம், சிறை என்ற அக்னியால் புனிதமாக்கப்பட்டவர். சலியாது உழைப்பவர். உண்மையை ஒளிவு மறைவில்லாது போட்டு அடித்து உடைப்பவர்.

ஊருக்கு வந்ததும் சாயங்காலம் கோவில் முன்பு ஹிந்து தர்மத்தைப் பற்றிப் பேசப்போவதாக வீடுவீடாகச் சென்று சொல்லிவிட்டு வந்தார்.

அவ்வூர்க்காரர்கள் காந்தி என்ற பெயர் கேட்டிருக்கிறார்கள். அந்தப் பெயரின் மேல் காரணமற்ற பக்தி. கதருடையணிந்தவர்கள் எல்லாம் காந்தியின் தூதர்கள். இதைத் தவிர அவர்களுக்கு வேறு ஒன்றும் தெரியாது.

அன்று சாயங்காலம்.

மேற்கு வானத்திலே சூரியன் இருப்பது கிளைகளினூடு இடிந்த கோபுரத்தில் பாய்ந்த கிரணங்களால் தெரிந்தது. பாழ்பட்ட இலட்சியத்தை மறுபடியும் உயிர்ப்பிக்கப் பாயும் தெய்வீக ஜீவநாடி போல சூரிய கிரணங்கள் கோபுரத்தைத் தழுவின. அந்தப் பிரகாசத்தில்

கோவில் பார்ப்பதற்குப் பரிதாபகரமாக இருந்தது.

துவஜஸ்தம்பத்தினடியில் நின்றுகொண்டு திரு.சங்கர் தமது பிரசங்கத்தை ஆரம்பித்தார்.

முதலில் சேரியின் தினசரி வாழ்க்கையையும் கடவுளற்ற இலட்சியமற்ற இருளில் அவர்கள் தடுமாறுவதையும் அவர்களும் நமது சகோதரர்கள் என்பதையும் வருணிக்கும் வரை சபையினர்கள் எல்லோரும் அவருடன் ஒத்து அபிப்பிராயப்பட்டனர்.

சுப்பு சாஸ்திரிகளுக்கு கேட்கும் பொழுது கண்களில் ஜலம் தளும்பியது.

பிறகு-

ஹரிஜனங்களைக் கோவில்களில் அனுமதிக்க வேண்டும் என்றும் அதைத் தடை செய்வதைப் போல் மகத்தான பாபம் கிடையாது என்றும் விஸ்தரிக்கலானார்.

சுப்பு சாஸ்திரிகளுக்கு நெஞ்சில் யாரோ சம்மட்டியால் அடித்தது போல் இருந்தது.

கோவிலுக்குள்ளா?

"அடா பாபி! உன் நாக்கு வெந்துபோகாதா?" என்றார்.

"காந்தி அப்படிச் சொல்லியிருக்கமாட்டார்" என்று மற்றொருவர் அபிப்பிராயப்பட்டார்.

திரு.சங்கர் இதற்கு வேதத்திலிருந்தும், ஹிந்து தர்ம சாஸ்திரங்களிலிருந்தும் ஆதாரம் கூற வேதங்களை இயற்றிய ரிஷிமூலங்களை விஸ்தரிக்கவாரம்பித்தார்.

சுப்பு சாஸ்திரிகளுக்குப் பெரும் கலக்கமாயிற்று. தான் இதுவரை நம்பிக்கை வைத்து அதன்படி ஒழுகுவதாக நினைத்த வேதமும் இப்படிக் கூறுமா? பாபி பொய் சொல்லுகிறான். உண்மையாக இருக்குமோ? இருந்தால் இதுவரை முன்னோர்கள் இது தெரியாமலா இருந்திருப்பார்கள்? கலக்கம், சந்தேகம், குழப்பம்.

உள்ளத்தின் கலக்கம் எல்லாம் சீறிக் கொதித்துக் கலங்கிய கண்ணீருடன் வெளிப்பட்டது.

"பதிதன்! சண்டாளன்! துரோகி! கோவிலைப் பாழ்படுத்த வருகிறான்" என்று என்னென்னமோ தழுதழுத்த குரலில் பிதற்றி விட்டு அகன்றுவிட்டார்.

உடனே கூடியிருந்த சபையும் பேசி வைத்ததுபோல கலைந்து போயிற்று.

துவஜஸ்தம்பத்தினருகில் அதைப் போல் மௌனமாக நிற்கும் திரு.சங்கரைத் தவிர வேறு யாருமில்லை.

இப்படிப்பட்ட வாயில்லாப் பூச்சிகளுக்கு என்னத்தைச் சொல்லுவது? நினைவு குவிந்த உள்ளத்துடன் ஊருக்கு வெளியே சென்றார். ஊர் இருக்கும் மனப்பான்மையில் அன்று அவர் பட்டினி இருக்க வேண்டும் என்பதைத் திட்டமாகத் தெரிந்து கொண்டார்.

ஊர் அன்றிரவு அல்லோலகல்லோலப்பட்டது.

இந்தப் பேச்சு சேரிப் பறையர்களுக்கு எப்படியோ தெரிந்துவிட்டது. இம்மாதிரி மகத்தான பாவத்தைப் போதிக்கும் மனிதனை உதைக்க வேண்டும் என்று நினைத்துவிட்டார்கள். 'சாமி'களுக்குச் சரிசமானமாய் கோவிலுக்குள் இவர்கள் போக வேண்டும் என்று சொன்னால் கண், அவிந்து போகாதா?

திரு.சங்கர் என்னவோ நினைத்துக் கொண்டு ஊருக்கு மேற்குப் பக்கம் செல்லுகிறார்.

தூரத்திலிருந்து நாலைந்து கல்லை எறிந்துவிட்டு ஓடிவிடுகிறார்கள். ஒரு கல் அவர் மண்டையில் விழுந்து காயத்தை உண்டு பண்ணி விட்டது.

இதை எதிர்பார்க்கவில்லை.

திரும்பிப் பார்க்குமுன் தலைசுற்றி மயங்கி விழுகிறார்.

3

சுப்பு சாஸ்திரிகளுக்கு அன்று ஒன்றும் ஓடவில்லை. திரு.சங்கருக்கு அவர் வீட்டில் சாப்பாடு என்று அவர் சொல்லியிருந்தார்.

அதிதியின் கொள்கைகள் எப்படியிருந்தாலும் அதிதி, அதிதி தானே?

வெகு நேரமாகியும் சங்கர் வரவில்லை.

ஒரு வேளை கூச்சத்தினால் கோவிலில் இருக்கிறாரோ என்று போஜனத்தையும், கையில்

விளக்கையும் எடுத்துக் கொண்டு கோவிலுக்குச் சென்றார்.

அங்கு அவர் இல்லை.

கோவிலில் மடைப்பள்ளியில் போஜனத்தை வைத்து விட்டு மேற்குப்புறம் வாய்க்கால் பக்கமாகத் தேடிச் சென்றார்.

அங்கு சங்கர் மயங்கிக் கிடப்பதைக் கண்டதும் பதைபதைத்து, பக்கத்திலிருக்கும் வாய்க்காலில் ஓடி ஜலம் எடுத்துவந்து தெளித்து மூர்ச்சை தெளிவித்தார்.

திரு.சங்கரின் நிலைமை தெய்வ நிந்தனையின் கூலி என்று அவர் எண்ணக்கூட அவருக்கு நினைவில்லை.

அவரை மெதுவாகக் கோவிலுக்குள் அழைத்துச் சென்று போஜனத்தைக் கொடுத்து உண்ணச் சொன்னார்.

திரு.சங்கருக்கு இதில் ஆச்சரியப்படக்கூட நேரமில்லை.

அவ்வளவு தலைவலி.

உணவருந்தியதும் படுத்துக் கொண்டார். துணைக்கு சாஸ்திரிகளும் படுத்துக் கொண்டார்.

அன்று இருவருக்கும் தூக்கம் வரவில்லை. ஒருவருக்கு வலி இன்னொருவருக்குக் குழப்பம்.

நடுநிசி!

சாஸ்திரிகள் எழுந்து மூலஸ்தானத்தின் பக்கம் சென்று தமது உள்ளத்தின் கவலைகளை எல்லாம் சொல்லியழுதார். நம்பிக்கை உடைந்து போயிற்று. எதை நம்புவது என்ற சந்தேகம் வந்துவிட்டது.

"இதுவரை நடந்துவந்தது உண்மையா? அவர் சொல்லுவது உண்மையா? பேசாது இருக்கிறாயே நீயும் உண்மைதானா?"

இந்தப் பரிதாபகரமான குரல், வலியில் தூங்காதிருக்கும் திரு.சங்கருக்கு கேட்டது. குரலில் என்ன பரிதாபம்! என்ன சோகம்! என்ன நம்பிக்கை!

சங்கருக்கு துக்கம் நெஞ்சையடைத்தது. ஆனால் அந்தக் குரல் வலியைப் போக்கும் சஞ்சீவியாக இருந்தது.

"ஏ! தெய்வமே, நீயும் உண்மைதானா?"

இதற்குப் பதில் போல வானவெளியிலே நாலு மேகங்கள் ஒன்றாகக்கூடி கர்ஜித்துச் சிரித்தன.

மணிக்கொடி, 25.11.1934

27.கடவுளும் கந்தசாமிப் பிள்ளையும்

1

மேலகரம் மே. க. ராமசாமிப் பிள்ளை அவர்களின் ஏகபுத்திரனும் செல்லப்பா என்பவருமான மேலகரம் மே. க. ரா. கந்தசாமிப் பிள்ளையவர்கள், 'பிராட்வே'யும் 'எஸ்பிளனேடு'ம் கூடுகிற சந்தியில் ஆபத்தில்லாத ஓரத்தில் நின்றுகொண்டு வெகு தீவிரமாக யோசித்துக் கொண்டிருந்தார். 'டிராமில் ஏறிச்சென்றால் ஒன்றே காலணா. காலணா மிஞ்சும். பக்கத்துக் கடையில் வெற்றிலை பாக்குப் போட்டுக் கொண்டு வீட்டுக்கு நடந்து விடலாம். பஸ்ஸில் ஏறிக் கண்டக்டரை ஏமாற்றிக் கொண்டே ஸென்ட்ரலைக் கடந்துவிட்டு அப்புறம் டிக்கட் வாங்கித் திருவல்லிக்கேணிக்குப் போனால் அரைக் 'கப்' காப்பி குடித்துவிட்டு வீட்டுக்குப் போகலாம்; ஆனால் வெற்றிலை கிடையாது...'

'கண்டக்டர்தான் என்னை ஏமாற்று ஏமாற்று என்று வெற்றிலை வைத்து அழைக்கும்போது அவனை ஏமாற்றுவது, அதாவது அவனை ஏமாறாமல் ஏமாற்றுவது தர்ம விரோதம். நேற்று அவன் அப்படிக் கேட்டபடி ஸென்ட்ரலிலிருந்து மட்டும் கொடுத்திருந்தால் காப்பி சாப்பிட்டிருக்கலாம்.'

'இப்பொழுது காப்பி சாப்பிட்டால் கொஞ்சம் விறுவிறுப்பாகத் தான் இருக்கும்.'

இப்படியாக மேற்படியூர் மேற்படி விலாசப் பிள்ளையவர்கள் தர்ம விசாரத்தில் ஈடுபட்டிருக்கும் பொழுதுதான் அவருக்குக் கடவுள் பிரசன்னமானார்.

திடீரென்று அவருடைய புத்தி பரவசத்தால் மருளும்படித் தோன்றி, "இந்தா, பிடி வரத்தை" என்று வற்புறுத்தவில்லை.

"ஐயா, திருவல்லிக்கேணிக்கு எப்படிப் போகிறது?" என்று தான் கேட்டார்.

"டிராமிலும் போகலாம், பஸ்ஸிலும் போகலாம், கேட்டுக் கேட்டு நடந்தும் போகலாம்; மதுரைக்கு வழி வாயிலே" என்றார் ஸ்ரீ கந்தசாமிப் பிள்ளை.

"நான் மதுரைக்குப் போகவில்லை; திருவல்லிக்கேணிக்குத்தான் வழி கேட்டேன்; எப்படிப் போனால் சுருக்க வழி?" என்றார் கடவுள். இரண்டு பேரும் விழுந்துவிழுந்து சிரித்தார்கள்.

சாடி மோதித் தள்ளிக்கொண்டு நடமாடும் ஜனக் கூட்டத்திலிருந்து விலகி, செருப்பு ரிப்பேர் செய்யும் சக்கிலியன் பக்கமாக இருவரும் ஒதுங்கி நின்றார்கள்.

மேலகரம் ராமசாமிப் பிள்ளையின் வாரிசுக்கு நாற்பத்தைந்து வயசு; நாற்பத்தைந்து வருஷங்களாக அன்ன ஆகாரமில்லாமல் வளர்ந்தவர் போன்ற தேகக் கட்டு; சில கறுப்பு மயிர்களும் உள்ள நரைத்த தலை; இரண்டு வாரங்களாக க்ஷவரம் செய்யாத முகவெட்டு; எந்த ஜனக் கும்பலிலும், எவ்வளவு தூரத்திலும் போகும் நண்பர்களையும் கொத்திப் பிடிக்கும் அதிதீட்சண்யமான கண்கள்; காரிக்கம் ஷர்ட், காரிக்கம் வேஷ்டி, காரிக்கம் மேல் அங்கவஸ்திரம்.

வழி கேட்டவரைக் கந்தசாமிப் பிள்ளை கூர்ந்து கவனித்தார். வயசை நிர்ணயமாகச் சொல்ல முடியவில்லை. அறுபது இருக்கலாம்; அறுபதினாயிரமும் இருக்கலாம். ஆனால் அத்தனை வருஷமும் சாப்பாட்டுக் கவலையே இல்லாமல் கொழுகொழு என்று வளர்ந்த மேனி வளப்பம்.

தலையிலே துளிக்கூடக் கறுப்பில்லாமல் நரைத்த சிகை, கோதிக் கட்டாமல் சிங்கத்தின் பிடரிமயிர் மாதிரி கழுத்தில் விழுந்து சிலிர்த்துக் கொண்டு நின்றது. கழுத்திலே நட்ட நடுவில் பெரிய கறுப்பு மறு. கண்ணும் கன்னங்கரேலென்று, நாலு திசையிலும் சுழன்று, சுழன்று வெட்டியது. சில சமயம் வெறியனுடையது போலக் கனிந்தது. சிரிப்பு? அந்தச் சிரிப்பு, கந்தசாமிப் பிள்ளையைச் சில சமயம் பயமுறுத்தியது. சில சமயம் குழந்தையுடையதைப் போலக் கொஞ்சியது.

"ரொம்பத் தாகமாக இருக்கிறது" என்றார் கடவுள்.

"இங்கே ஜலம் கிலம் கிடைக்காது; வேணுமென்றால் காப்பி சாப்பிடலாம்; அதோ இருக்கிறது காப்பி ஹோட்டல்" என்றார் கந்தசாமிப் பிள்ளை.

"வாருங்களேன், அதைத்தான் சாப்பிட்டுப் பார்ப்போம்" என்றார் கடவுள்.

கந்தசாமிப் பிள்ளை பெரிய அபேதவாதி. அன்னியர், தெரிந்தவர் என்ற அற்ப பேதங்களைப் பாராட்டுகிறவர் அல்லர்.

"சரி, வாருங்கள் போவோம்" என்றார். 'பில்லை நம் தலையில் கட்டிவிடப் பார்த்தால்?' என்ற சந்தேகம் தட்டியது. 'துணிச்சல் இல்லாதவரையில் துன்பந்தான்' என்பது கந்தசாமிப் பிள்ளையின் சங்கற்பம்.

இருவரும் ஒரு பெரிய ஹோட்டலுக்குள் நுழைந்தனர். கடவுள் கந்தசாமிப் பிள்ளையின் பின்புறமாக ஒண்டிக்கொண்டு பின் தொடர்ந்தார்.

இருவரும் ஒரு மேஜையருகில் உட்கார்ந்தார்கள். பையனுக்கு மனப்பாடம் ஒப்பிக்க இடங் கொடுக்காமல், "சூடா, ஸ்ட்ராங்கா இரண்டு கப் காப்பி!" என்று தலையை உலுக்கினார் கந்தசாமிப் பிள்ளை.

"தமிழை மறந்துவிடாதே. இரண்டு கப் காப்பிகள் என்று சொல்" என்றார் கடவுள்.

"அப்படி அல்ல; இரண்டு கப்கள் காப்பி என்று சொல்ல வேண்டும்" என்று தமிழ்க் கொடி நாட்டினார் பிள்ளை.

முறியடிக்கப்பட்ட கடவுள் அண்ணாந்து பார்த்தார். "நல்ல உயரமான கட்டிடமாக இருக்கிறது; வெளிச்சமும் நன்றாக வருகிறது" என்றார்.

"பின்னே பெரிய ஹோட்டல் கோழிக் குடில் மாதிரி இருக்குமோ? கோவில் கட்டுகிறது போல என்று நினைத்துக் கொண்டீராக்கும்! சுகாதார உத்தியோகஸ்தர்கள் விடமாட்டார்கள்" என்று தமது வெற்றியைத் தொடர்ந்து முடுக்கினார் பிள்ளை.

கோவில் என்ற பதம் காதில் விழுந்ததும் கடவுளுக்கு உடம்பெல்லாம் நடுநடுங்கியது.

"அப்படி என்றால்...?" என்றார் கடவுள். தோற்றாலும் விடவில்லை. "சுகாதாரம் என்றால் என்ன என்று சொல்லும்?" என்று கேட்டார் கடவுள்.

"ஓ! அதுவா? மேஜையை லோஷன் போட்டுக் கழுவி, உத்தியோகஸ்தர்கள் அபராதம் போடாமல் பார்த்துக் கொள்வது. பள்ளிக்கூடத்திலே, பரீட்சையில் பையன்கள் தோற்றுப் போவதற்கென்று சொல்லிக் கொடுக்கும் ஒரு பாடம்; அதன்படி இந்த ஈ, கொசு எல்லாம்

ராக்ஷசர்களுக்குச் சமானம். அதிலும் இந்த மாதிரி ஹோட்டல்களுக்குள்ளே வந்துவிட்டால் ஆபத்துதான். உயிர் தப்பாது என்று எழுதியிருக்கிறார்கள்" என்றார் கந்தசாமிப் பிள்ளை. அவருக்கே அதிசயமாக இருந்தது இந்தப் பேச்சு. நாக்கில் சரஸ்வதி கடாட்சம் ஏற்பட்டுவிட்டதோ என்று சந்தேகித்தார்.

கடவுள் அவரைக் கவனிக்கவில்லை. இவர்கள் வருவதற்கு முன் ஒருவர் சிந்திவிட்டுப் போன காப்பியில் சிக்கிக் கொண்டு தவிக்கும் ஈ ஒன்றைக் கடவுள் பார்த்துக் கொண்டே இருந்தார். அது முக்கி முனகி ஈரத்தைவிட்டு வெளியே வர முயன்று கொண்டிருந்தது.

"இதோ இருக்கிறதே!" என்றார் கடவுள். உதவி செய்வதற்காக விரலை நீட்டினார். அது பறந்துவிட்டது. ஆனால் எச்சில் காப்பி அவர் விரலில் பட்டது.

"என்ன ஐயா, எச்சிலைத் தொட்டுவிட்டீரே! இந்த ஜலத்தை எடுத்து மேஜைக்குக் கீழே கழுவும்" என்றார் பிள்ளை.

"ஈயை வரவிடக்கூடாது, ஆனால் மேஜையின் கீழே கழுவ வேண்டும் என்பது சுகாதாரம்" என்று முனகிக் கொண்டார் கடவுள்.

பையன் இரண்டு 'கப்' காப்பி கொண்டுவந்து வைத்தான்.

கடவுள் காப்பியை எடுத்துப் பருகினார். சோமபானம் செய்த தேவகளை முகத்தில் தெறித்தது.

"நம்முடைய லீலை" என்றார் கடவுள்.

"உம்முடைய லீலை இல்லைங்காணும், ஹோட்டல்காரன் லீலை. அவன் சிக்கரிப் பவுடரைப் போட்டு வைத்திருக்கிறான்; உம்முடைய லீலை எல்லாம் பில் கொடுக்கிற படலத்திலே" என்று காதோடு காதாய்ச் சொன்னார் கந்தசாமிப் பிள்ளை. சூசகமாகப் பில் பிரச்சனையைத் தீர்த்துவிட்டதாக அவருக்கு ஓர் எக்களிப்பு.

"சிக்கரிப் பவுடர் என்றால்...?" என்று சற்றுச் சந்தேகத்துடன் தலையை நிமிர்த்தினார் கடவுள்.

"சிக்கரிப் பவுடர், காப்பி மாதிரிதான் இருக்கும்; ஆனால் காப்பி அல்ல; சிலபேர் தெய்வத்தின் பெயரைச் சொல்லிக் கொண்டு ஊரை ஏமாற்றிவருகிற மாதிரி" என்றார் கந்தசாமிப் பிள்ளை.

தெய்வம் என்றதும் திடுக்கிட்டார் கடவுள்.

பெட்டியடியில் பில்லைக் கொடுக்கும்பொழுது, கடவுள் புத்தம்புதிய நூறு ரூபாய் நோட்டு ஒன்றை நீட்டினார்; கந்தசாமிப் பிள்ளை திடுக்கிட்டார்.

"சில்லறை கேட்டால் தரமாட்டேனா? அதற்காக மூன்றணா பில் எதற்கு? கண்ணைத் துடைக்கவா, மனசைத் துடைக்கவா?" என்றார் ஹோட்டல் சொந்தக்காரர்.

"நாங்கள் காப்பி சாப்பிடத்தான் வந்தோம்" என்றார் கடவுள்.

"அப்படியானால் சில்லறையை வைத்துக்கொண்டு வந்திருப்பீர்களே?" என்றார் ஹோட்டல் முதலாளி. அதற்குள் சாப்பிட்டுவிட்டு வெளியே காத்திருப்போர் கூட்டம் ஜாஸ்தியாக, வீண் கலாட்டா வேண்டாம் என்று சில்லறையை எண்ணிக் கொடுத்தார். "தொண்ணூற்று ஒன்பது ரூபாய் பதின்மூன்று - சரியா? பார்த்துக்கொள்ளும் சாமியாரே!"

"நீங்கள் சொல்லிவிட்டால் நமக்கும் சரிதான்; எனக்குக் கணக்கு வராது" என்றார் கடவுள்.

ஒரு போலிப் பத்து ரூபாய் நோட்டைத் தள்ளிவிட்டதில் கடைக்காரருக்கு ஒரு திருப்தி.

வெளியே இருவரும் வந்தார்கள். வாசலில் அவ்வளவு கூட்டமில்லை. இருவரும் நின்றார்கள்.

கடவுள், தம் கையில் கற்றையாக அடுக்கியிருந்த நோட்டுக்களில் ஐந்தாவதை மட்டும் எடுத்தார். சுக்கு நூறாகக் கிழித்துக் கீழே எறிந்தார்.

கந்தசாமிப் பிள்ளைக்கு, பக்கத்தில் நிற்பவர் பைத்தியமோ என்ற சந்தேகம். திடுக்கிட்டு வாயைப் பிளந்து கொண்டு நின்றார்.

"கள்ள நோட்டு; என்னை ஏமாற்றப் பார்த்தான்; நான் அவனை ஏமாற்றிவிட்டேன்" என்றார் கடவுள். அவருடைய சிரிப்பு பயமாக இருந்தது.

"என் கையில் கொடுத்தால், பாப்பான் குடுமியைப் பிடித்து மாற்றிக் கொண்டு வந்திருப்பேனே!" என்றார் கந்தசாமிப் பிள்ளை.

"சிக்கரிப் பவுடருக்கு நீர் உடன்பட்டீரா இல்லையா? அந்த மாதிரி இதற்கு நான்

உடன்பட்டேன் என்று வைத்துக்கொள்ளும். அவனுக்குப் பத்து ரூபாய்தான் பெரிசு; அதனால்தான் அவனை ஏமாற்றும்படி விட்டேன்" என்றார் கடவுள்.

வலிய வந்து காப்பி வாங்கிக் கொடுத்தவரிடம் எப்படி விடைபெற்றுக் கொள்வது என்று பட்டது கந்தசாமிப் பிள்ளைக்கு.

"திருவல்லிக்கேணிக்குத்தானே? வாருங்கள் டிராமில் ஏறுவோம்" என்றார் கந்தசாமிப் பிள்ளை.

"அது வேண்டவே வேண்டாம்; எனக்குத் தலை சுற்றும்; மெதுவாக நடந்தே போய்விடலாமே" என்றார் கடவுள்.

"ஐயா, நான் பகலெல்லாம் காலால் நடந்தாச்சு. என்னால் அடி எடுத்து வைக்க முடியாது; ரிக்ஷாவிலே ஏறிப் போகலாமே" என்றார் கந்தசாமிப் பிள்ளை. 'நாம்தாம் வழி காட்டுகிறோமே; பத்து ரூபாய் நோட்டைக் கிழிக்கக் கூடியவர் கொடுத்தால் என்ன?' என்பதுதான் அவருடைய கட்சி.

"நர வாகனமா? அதுதான் சிலாக்கியமானது" என்றார் கடவுள்.

இரண்டு பேரும் ரிக்ஷாவில் ஏறிக் கொண்டார்கள். "சாமி, கொஞ்சம் இருங்க; வெளக்கை ஏத்திக்கிறேன்" என்றான் ரிக்ஷாக்காரன்.

பொழுது மங்கி, மின்சார வெளிச்சம் மிஞ்சியது.

"இவ்வளவு சீக்கிரத்தில் அன்னியோன்னியமாகி விட்டோ மே! நீங்கள் யார் என்றுகூட எனக்குத் தெரியாது; நான் யார் என்று உங்களுக்குத் தெரியாது. பட்டணத்துச் சந்தை இரைச்சலிலே இப்படிச் சந்திக்க வேண்டுமென்றால்..."

கடவுள் சிரித்தார். பல், இருட்டில் மோகனமாக மின்னியது. "நான் யார் என்பது இருக்கட்டும். நீங்கள் யார் என்பதைச் சொல்லுங்களேன்" என்றார் அவர்.

கந்தசாமிப் பிள்ளைக்குத் தம்மைப் பற்றிச் சொல்லிக் கொள்வதில் எப்பொழுதுமே ஒரு தனி உத்ஸாகம். அதிலும் ஒருவன் ஓடுகிற ரிக்ஷாவில் தம்மிடம் அகப்பட்டுக்கொண்டால் விட்டுவைப்பாரா? கனைத்துக் கொண்டு ஆரம்பித்தார்.

"சித்த வைத்திய தீபிகை என்ற வைத்தியப் பத்திரிகையைப் பார்த்ததுண்டா?" என்று

கேட்டார் கந்தசாமிப் பிள்ளை.

"இல்லை" என்றார் கடவுள்.

"அப்பொழுது வைத்திய சாஸ்திரத்தில் பரிச்சயமில்லை என்றுதான் கொள்ள வேண்டும்" என்றார் கந்தசாமிப் பிள்ளை.

"பரிச்சயம் உண்டு" என்றார் கடவுள்.

'இதென்னடா சங்கடமாக இருக்கிறது?' என்று யோசித்தார் கந்தசாமிப் பிள்ளை. "உங்களுக்கு வைத்திய சாஸ்திரத்தில் பரிசயமுண்டு; ஆனால் சித்த வைத்திய தீபிகையுடன் பரிசயமில்லை என்று கொள்வோம்; அப்படியாயின் உங்கள் வைத்திய சாஸ்திர ஞானம் பரிபூர்ணமாகவில்லை. நம்மிடம் பதினேழு வருஷத்து இதழ்களும் பைண்டு வால்யூம்களாக இருக்கின்றன. நீங்கள் அவசியம் வீட்டுக்கு ஒரு முறை வந்து அவற்றைப் படிக்க வேண்டும்; அப்பொழுதுதான்..."

'பதினேழு வருஷ இதழ்களா? பதினேழு பன்னிரண்டு இருநூற்று நாலு.' கடவுளின் மனசு நடுநடுங்கியது. 'ஒருவேளை கால் வருஷம் ஒருமுறைப் பத்திரிகையாக இருக்கலாம்' என்ற ஓர் அற்ப நம்பிக்கை தோன்றியது.

"தீபிகை மாதம் ஒரு முறைப் பத்திரிகை. வருஷ சந்தா உள் நாட்டுக்கு ரூபாய் ஒன்று; வெளிநாடு என்றால் இரண்டே முக்கால்; ஜீவிய சந்தா ரூபாய் 25. நீங்கள் சந்தாதாராகச் சேர்ந்தால் ரொம்பப் பிரயோஜனம் உண்டு; வேண்டுமானால் ஒரு வருஷம் உங்களுக்கு அனுப்புகிறேன். அப்புறம் ஜீவிய சந்தாவைப் பார்க்கலாம்" என்று கடவுளைச் சந்தாதாராகச் சேர்க்கவும் முயன்றார்.

'பதினேழு வால்யூம்கள் தவிர, இன்னும் இருபத்தைந்து ரூபாயை வாங்கிக்கொண்டு ஓட ஓட விரட்டலாம் என்று நினைக்கிறாரா? அதற்கு ஒரு நாளும் இடம் கொடுக்கக் கூடாது' என்று யோசித்து விட்டு, "யாருடைய ஜீவியம்?" என்று கேட்டார் கடவுள்.

"உங்கள் ஆயுள்தான். என் ஆயுளும் அல்ல, பத்திரிகை ஆயுளும் அல்ல; அது அழியாத வஸ்து. நான் போனாலும் வேறு ஒருவர் சித்த வைத்திய தீபிகையை நடத்திக்கொண்டுதான் இருப்பார்; அதற்கும் ஏற்பாடு பண்ணியாச்சு" என்றார் கந்தசாமிப் பிள்ளை.

இந்தச் சமயம் பார்த்து ரிக்ஷாக்காரன் வண்டி வேகத்தை நிதானமாக்கிவிட்டுப் பின்புறமாகத்

திரும்பிப் பார்த்தான்.

வேகம் குறைந்தால் எங்கே வண்டியில் இருக்கிற ஆசாமி குதித்து ஓடிப்போவாரோ என்று கந்தசாமிப் பிள்ளைக்குப் பயம்.

"என்னடா திரும்பிப் பார்க்கிறே? மோட்டார் வருது, மோதிக்காதே; வேகமாகப் போ" என்றார் கந்தசாமிப் பிள்ளை.

"என்ன சாமி, நீங்க என்ன மனுசப்பெறவியா அல்லது பிசாசுங்களா? வண்டியிலே ஆளே இல்லாத மாதிரி காத்தாட்டம் இருக்கு" என்றான் ரிக்ஷாக்காரன்.

"வாடகையும் காத்தாட்டமே தோணும்படி குடுக்கிறோம்; நீ வண்டியே இஸ்துக்கினு போ" என்று அதட்டினார் கந்தசாமிப் பிள்ளை.

"தவிரவும் நான் வைத்தியத் தொழிலும் நடத்தி வருகிறேன்; சித்த முறைதான் அநுஷ்டானம். வைத்தியத்திலே வருவது பத்திரிகைக்கும், குடும்பத்துக்கும் கொஞ்சம் குறையப் போதும். இந்த இதழிலே ரசக்கட்டைப் பற்றி ஒரு கட்டுரை எழுதியிருக்கேன்; பாருங்கோ, நமக்கு ஒரு பழைய சுவடி ஒன்று கிடைத்தது; அதிலே பல அபூர்வப் பிரயோகம் எல்லாம் சொல்லியிருக்கு" என்று ஆரம்பித்தார் கந்தசாமிப் பிள்ளை.

'ஏதேது, மகன் ஓய்கிற வழியாய்க் காணமே' என்று நினைத்தார் கடவுள். "தினம் சராசரி எத்தனை பேரை வேட்டு வைப்பீர்?" என்று கேட்டார்.

"பெருமையாகச் சொல்லிக்கொள்ளும்படி அவ்வளவு ஒன்றுமில்லை. மேலும் உங்களுக்கு, நான் வைத்தியத்தை ஜீவனோபாயமாக வைத்திருக்கிறேன் என்பது ஞாபகம் இருக்க வேண்டும். வியாதியும் கூடுமானவரையில் அகன்றுவிடக்கூடாது. ஆசாமியும் தீர்ந்துவிடக்கூடாது. அப்பொழுதுதான், சிகிச்சைக்கு வந்தவனிடம் வியாதியை ஒரு வியாபாரமாக வைத்து நடத்த முடியும். ஆள் அல்லது வியாது என்று முரட்டுத்தனமாகச் சிகிச்சை பண்ணினால், தொழில் நடக்காது. வியாதியும் வேகம் குறைந்து படிப்படியாகக் குணமாக வேண்டும். மருந்தும் வியாதிக்கோ மனுஷனுக்கோ கெடுதல் தந்து விடக் கூடாது. இதுதான் வியாபார முறை. இல்லாவிட்டால் இந்தப் பதினேழு வருஷங்களாகப் பத்திரிகை நடத்திக் கொண்டிருக்க முடியுமா?" என்று கேட்டார் கந்தசாமிப் பிள்ளை.

கடவுள் விஷயம் புரிந்தவர் போலத் தலையை ஆட்டினார்.

"இப்படி உங்கள் கையைக் காட்டுங்கள், நாடி எப்படி அடிக்கிறது என்று பார்ப்போம்"

என்று கடவுளின் வலது கையைப் பிடித்தார் கந்தசாமிப் பிள்ளை.

"ஓடுகிற வண்டியில் இருந்துகொண்டா?" என்று சிரித்தார் கடவுள்.

"அது வைத்தியனுடைய திறமையைப் பொறுத்தது" என்றார் கந்தசாமிப் பிள்ளை.

நாடியைச் சில விநாடிகள் கவனமாகப் பார்த்தார். "பித்தம் ஏறி அடிக்கிறது; விஷப் பிரயோகமும் பழக்கம் உண்டோ ?" என்று கொஞ்சம் விநயத்துடன் கேட்டார் பிள்ளை.

"நீ கெட்டிக்காரன் தான்; வேறும் எத்தனையோ உண்டு" என்று சிரித்தார் கடவுள்.

"ஆமாம், நாம் என்னத்தையெல்லாமோ பேசிக்கொண்டிருக்கிறோம்; அதிருக்கட்டும், திருவல்லிக்கேணியில் எங்கே?" என்றார் கந்தசாமிப் பிள்ளை.

"ஏழாம் நம்பர் வீடு, ஆபீஸ் வேங்கடாசல முதலி சந்து" என்றார் கடவுள்.

"அடெடே! அது நம்ம விலாசமாச்சே; அங்கே யாரைப் பார்க்க வேண்டும்?"

"கந்தசாமிப் பிள்ளையை!"

"சரியாய்ப் போச்சு, போங்க; நான் தான் அது. தெய்வந்தான் நம்மை அப்படிச் சேர்த்து வைத்திருக்கிறது. தாங்கள் யாரோ? இனம் தெரியவில்லையே?" என்றார் கந்தசாமிப் பிள்ளை.

"நானா? கடவுள்!" என்றார் சாவகாசமாக, மெதுவாக. அவர் வானத்தைப் பார்த்துக் கொண்டு தாடியை நெருடினார்.

கந்தசாமிப் பிள்ளை திடுக்கிட்டார். கடவுளாவது, வருவதாவது!

"பூலோகத்தைப் பார்க்க வந்தேன்; நான் இன்னும் சில நாட்களுக்கு உம்முடைய அதிதி."

கந்தசாமிப் பிள்ளை பதற்றத்துடன் பேசினார். "எத்தனை நாள் வேண்டுமானாலும் இரும்; அதற்கு ஆட்சேபம் இல்லை. நீர் மட்டும் உம்மைக் கடவுள் என்று தயவு செய்து வெளியில் சொல்லிக் கொள்ள வேண்டாம்; உம்மைப் பைத்தியக்காரன் என்று நினைத்தாலும் பரவாயில்லை. என்னை என் வீட்டுக்காரி அப்படி நினைத்துவிடக்கூடாது" என்றார்.

"அந்த விளக்குப் பக்கத்தில் நிறுத்துடா" என்றார் கந்தசாமிப் பிள்ளை.

வண்டி நின்றது. இருவரும் இறங்கினார்கள்.

கடவுள் அந்த ரிக்ஷாக்காரனுக்குப் பளபளப்பான ஒற்றை ரூபாய் நோட்டு ஒன்றை எடுத்துக் கொடுத்தார்.

"நல்லா இருக்கணும் சாமீ" என்று உள்ளம் குளிரச் சொன்னான் ரிக்ஷாக்காரன்.

கடவுளை ஆசீர்வாதம் பண்ணுவதாவது!

"என்னடா, பெரியவரைப் பாத்து நீ என்னடா ஆசீர்வாதம் பண்ணுவது?" என்று அதட்டினார் கந்தசாமிப் பிள்ளை.

"அப்படிச் சொல்லடா அப்பா; இத்தனை நாளா, காது குளிர மனசு குளிர இந்த மாதிரி ஒரு வார்த்தை கேட்டதில்லை. அவன் சொன்னால் என்ன?" என்றார் கடவுள்.

"அவன்கிட்ட இரண்டணாக் கொறச்சுக் குடுத்துப் பார்த்தால் அப்போ தெரியும்!" என்றார் கந்தசாமிப் பிள்ளை.

"எசமான், நான் நாயத்துக்குக் கட்டுப்பட்டவன், அநியாயத்துக்குக் கட்டுப்பட்டவனில்லெ, சாமி! நான் எப்பவும் அன்னா அந்த லெக்கிலேதான் குந்திக்கிட்டு இருப்பேன்; வந்தா கண் பாக்கணும்" என்று ஏர்க்காலை உயர்த்தினான் ரிக்ஷாக்காரன்.

"மகா நியாயத்துக்குக் கட்டுப்பட்டவன் தான்! தெரியும் போடா; கள்ளுத் தண்ணிக்கிக் கட்டுப்பட்டவன்" என்றார் கந்தசாமிப் பிள்ளை.

"வாடகை வண்டியெ இஸ்துகிட்டு நாள் முச்சூடும் வெயிலிலே ஓடினாத் தெரியும். உன்னை என்ன சொல்ல? கடவுளுக்குக் கண்ணில்லெ; உன்னியே சொல்ல வச்சான், என்னியே கேக்க வச்சான்" என்று சொல்லிக்கொண்டே வண்டியை இழுத்துச் சென்றான்.

கடவுள் வாய்விட்டு உரக்கச் சிரித்தார். விழுந்து விழுந்து சிரித்தார். மனசிலே மகிழ்ச்சி, குளிர்ச்சி.

"இதுதான் பூலோகம்" என்றார் கந்தசாமிப் பிள்ளை.

"இவ்வளவுதானா!" என்றார் கடவுள்.

இருவரும் வீட்டை நோக்கி நடந்தார்கள்.

வீட்டுக்கு எதிரில் உள்ள லாந்தல் கம்பத்தின் பக்கத்தில் வந்ததும் கடவுள் நின்றார்.

கந்தசாமிப் பிள்ளையும் காத்து நின்றார்.

"பக்தா!" என்றார் கடவுள்.

எதிரில் கிழவனார் நிற்கவில்லை.

புலித் தோலாடநயும், சடா முடியும், மானும், மழுவும், பிறையுமாகக் கடவுள் காட்சியளித்தார். கண்ணிலே மகிழ்ச்சி வெறி துள்ளியது. உதட்டிலே புன்சிரிப்பு.

"பக்தா!" என்றார் மறுபடியும்.

கந்தசாமிப் பிள்ளைக்கு விஷயம் புரிந்துவிட்டது.

"ஓய் கடவுளே, இந்தா பிடி வரத்தை என்கிற வித்தை எல்லாம் எங்கிட்டச் செல்லாது. நீர் வரத்தைக் கொடுத்துவிட்டு உம்பாட்டுக்குப் போவீர்; இன்னொரு தெய்வம் வரும், தலையைக் கொடு என்று கேட்கும். உம்மிடம் வரத்தை வாங்கிக் கொண்டு பிறகு தலைக்கு ஆபத்தைத் தேடிக்கொள்ளும் ஏமாந்த சோணகிரி நான் அல்ல. ஏதோ பூலோகத்தைப் பார்க்க வந்தீர்; நம்முடைய அதிதியாக இருக்க ஆசைப்பட்டீர்; அதற்கு ஆட்சேபம் எதுவும் இல்லை. என்னுடன் பழக வேண்டுமானால் மனுஷனைப் போல, என்னைப் போல நடந்து கொள்ள வேண்டும்; மனுஷ அத்துக்குக் கட்டுப்பட்டிருக்க வேண்டும்; நான் முந்திச் சொன்னதை மறக்காமல் வீட்டுக்கு ஒழுங்காக வாரும்" என்றார் கந்தசாமிப் பிள்ளை.

கடவுள் மௌனமாகப் பின் தொடர்ந்தார். கந்தசாமிப் பிள்ளையின் வாதம் சரி என்று பட்டது. இதுவரையில் பூலோகத்தில் வரம் வாங்கி உருப்பட்ட மனுஷன் யார் என்ற கேள்விக்குப் பதிலே கிடையாது என்றுதான் அவருக்குப் பட்டது.

கந்தசாமிப் பிள்ளை வாசலருகில் சற்று நின்றார். "சாமி, உங்களுக்குப் பரமசிவம் என்று பேர் கொடுக்கவா? அம்மையப்பப் பிள்ளை என்று கூப்பிடவா?" என்றார்.

"பரமசிவந்தான் சரி; பழைய பரமசிவம்."

"அப்போ, உங்களை அப்பா என்று உறவுமுறை வைத்துக் கூப்பிடுவேன்; உடன்பட வேணும்" என்றார் கந்தசாமிப் பிள்ளை.

"அப்பா என்று வேண்டாமப்பா; பெரியப்பா என்று கூப்பிடும். அப்போதுதான் என் சொத்துக்கு ஆபத்தில்லை" என்று சிரித்தார் கடவுள். பூலோக வளமுறைப்படி நடப்பது என்று தீர்மானித்தபடி சற்று ஜாக்கிரதையாக இருந்து கொள்ள வேண்டும் என்று பட்டது கடவுளுக்கு.

"அப்படி உங்கள் சொத்து என்னவோ?" என்றார் கந்தசாமிப் பிள்ளை.

"இந்தப் பிரபஞ்சம் முழுவதுந்தான்" என்றார் கடவுள்.

"பயப்பட வேண்டாம்; அவ்வளவு பேராசை நமக்கு இல்லை" என்று கூறிக்கொண்டே நடைப்படியில் காலை வைத்தார் கந்தசாமிப் பிள்ளை.

2

வீட்டு முன் கூடத்தில் ஒரு தகர விளக்கு அவ்விடத்தைக் கோவிலின் கர்ப்பக் கிருகமாக்கியது. அதற்கு அந்தப் புறத்தில் நீண்டு இருண்டு கிடக்கும் பட்டகசாலை. அதற்கப்புறம் என்னவோ? ஒரு குழந்தை, அதற்கு நாலு வயசு இருக்கும். மனசிலே இன்பம் பாய்ச்சும் அழகு. கண்ணிலே எப்பொழுது பார்த்தாலும் காரணமற்ற சந்தோஷம். பழைய காலத்து ஆசாரப்படி உச்சியில் குறுக்காக வகிடு எடுத்து முன்னும் பின்னுமாகப் பின்னிய எலிவால் சடை வாலை வாளைத்துக் கொண்டு நின்றது. முன்புறம் சடையைக் கட்டிய வாழைநார், கடமையில் வழுவித் தொங்கி, குழந்தை குனியும்போதெல்லாம் அதன் கண்ணில் விழுந்து தொந்தரவு கொடுத்தது. குழந்தையின் கையில் ஒரு கரித்துண்டும், ஓர் ஓட்டுத் துண்டும் இருந்தன. இடையில் முழங்காலைக் கட்டிக்கொண்டிருக்கும் கிழிசல் சிற்றாடை. குனிந்து தரையில் கோடு போட முயன்று, வாழைநார் கண்ணில் விழுந்ததனால் நிமிர்ந்து நின்று கொண்டு, இரண்டு கைகளாலும் வாழை நாரைப் பிடித்துப் பலங்கொண்ட மட்டும் இழுத்தது. அதன் முயற்சி பலிக்கவில்லை. வலித்தது. அழுவோமா அல்லது இன்னும் ஒரு தடவை இழுத்துப் பார்ப்போமா என்று அது தர்க்கித்துக் கொண்டிருக்கும் போது அப்பா உள்ளே நுழைந்தார்.

"அப்பா!" என்ற கூச்சலுடன் கந்தசாமிப் பிள்ளையின் காலைக் கட்டிக்கொண்டது. அண்ணாந்து பார்த்து, "எனக்கு என்னா கொண்டாந்தே?" என்று கேட்டது.

"என்னைத்தான் கொண்டாந்தேன்" என்றார் கந்தசாமிப் பிள்ளை.

"என்னப்பா, தினந்தினம் உன்னியேத்தானே கொண்டாரே; பொரி கடலையாவது கொண்டாரப்படாது?" என்று சிணுங்கியது குழந்தை.

"பொரி கடலை உடம்புக்காகாது; இதோ பார். உனக்கு ஒரு தாத்தாவைக் கொண்டு வந்திருக்கிறேன்" என்றார் கந்தசாமிப் பிள்ளை.

"இதுதான் உம்முடைய குழந்தையோ?" என்று கேட்டார் கடவுள். குழந்தையின் பேரில் விழுந்த கண்களை மாற்ற முடியவில்லை அவருக்கு.

கந்தசாமிப் பிள்ளை சற்றுத் தயங்கினார்.

"சும்மா சொல்லும்; இப்பொவெல்லாம் நான் சுத்த சைவன்; மண்பானைச் சமையல்தான் பிடிக்கும். பால், தயிர்கூடச் சேர்த்துக் கொள்ளுவதில்லை" என்று சிரித்தார் கடவுள்.

"ஆசைக்கு என்று காலம் தப்பிப் பிறந்த கருவேப்பிலைக் கொழுந்து" என்றார் கந்தசாமிப் பிள்ளை.

"இப்படி உட்காருங்கள்; இப்பொ குழாயிலே தண்ணீர் வராது; குடத்திலே எடுத்துக் கொண்டு வருகிறேன்" என்று உள்ளே இருட்டில் மறைந்தார் கந்தசாமிப் பிள்ளை.

கடவுள் துண்டை உதறிப் போட்டுவிட்டுக் கூடத்தில் உட்கார்ந்தார்.

மனசிலே ஒரு துறுதுறுப்பும் எல்லையற்ற நிம்மதியும் இருந்தன.

"வாடியம்மா கருவேப்பிலைக் கொழுந்தே?" என்று கைகளை நீட்டினார் கடவுள்.

ஒரே குதியில் அவருடைய மடியில் வந்து ஏறிக் கொண்டது குழந்தை.

"எம்பேரு கருகப்பிலைக் கொளுந்தில்லெ; வள்ளி. அப்பா மாத்திரம் என்னெக் கறுப்பி கறுப்பின்னு கூப்பிடுதா; நான் என்ன அப்பிடியா?" என்று கேட்டது.

அது பதிலை எதிர்பார்க்கவில்லை. அதன் கண்களுக்குத் தாத்தாவின் கண்டத்தில் இருந்த கறுப்பு மறு தென்பட்டது.

"அதென்ன தாத்தா, கன்னங்கறேலுன்னு நவ்வாப் பழம் மாதிரி களுத்திலே இருக்கு? அதைக் கடிச்சுத் திங்கணும் போலே இருக்கு" என்று கண்களைச் சிமிட்டிப் பேசிக் கொண்டு மடியில் எழுந்து நின்று, கழுத்தில் பூப்போன்ற உதடுகளை வைத்து அழுத்தியது. இளம் பல் கழுத்தில் கிளுகிளுத்தது. கடவுள் உடலே குளுகுளுத்தது.

"கூச்சமா இருக்கு" என்று உடம்பை நெளித்தார் கடவுள்.

"ஏன் தாத்தா, களுத்திலே நெருப்பு கிருப்புப் பட்டு பொத்துப் போச்சா? எனக்கும் இந்தா பாரு" என்று தன் விரல் நுனியில் கன்றிக் கறுத்துப் போன கொப்புளத்தைக் காட்டியது.

"பாப்பா, அது நாகப்பளந்தாண்டி யம்மா; முந்தி ஒரு தரம் எல்லாரும் கொடுத்தாளேன்னு வாங்கி வாயிலே போட்டுக்கொண்டேன். எனக்குப் பங்கில்லியான்னு களுத்தெப் புடிச்சுப்புட்டாங்க. அதிலெ இருந்து அது அங்கியே சிக்கிக்கிச்சு; அது கெடக்கட்டும். உனக்கு விளையாடத் தோழிப் பிள்ளைகள் இல்லியா?" என்று கேட்டார் கடவுள்.

"வட்டும் கரித்துண்டும் இருக்கே; நீ வட்டாட வருதியா?" என்று கூப்பிட்டது.

குழந்தையும் கடவுளும் வட்டு விளையாட ஆரம்பித்தார்கள்.

ஒற்றைக் காலை மடக்கிக்கொண்டே நொண்டியடித்து ஒரு தாவுத் தாவினார் கடவுள்.

"தாத்தா, தோத்துப் போனியே" என்று கை கொட்டிச் சிரித்தது குழந்தை.

"ஏன்?" என்று கேட்டார் கடவுள்.

கால் கரிக்கோட்டில் பட்டுவிட்டதாம்.

"முந்தியே சொல்லப்படாதா?" என்றார் கடவுள்.

"ஆட்டம் தெரியாமே ஆட வரலாமா?" என்று கையை மடக்கிக் கொண்டு கேட்டது குழந்தை.

அந்தச் சமயத்தில் ஸ்ரீ கந்தசாமிப் பிள்ளை முன்னே வர, ஸ்ரீமதி பின்னே குடமும்

இடுப்புமாக இருட்டிலிருந்து வெளிப்பட்டார்கள்.

"இவுங்கதான் கைலாசவரத்துப் பெரியப்பா, கரிசங்கொளத்துப் பொண்ணை இவுங்களுக்கு ஒண்ணுவிட்ட அண்ணாச்சி மகனுக்குத் தான் கொடுத்திருக்கு. தெரியாதா?" என்றார் கந்தசாமிப் பிள்ளை.

"என்னமோ தேசாந்திரியாகப் போயிட்டதாகச் சொல்லுவார்களே, அந்த மாமாவா? வாருங்க மாமா, சேவிக்கிறேன்" என்று குடத்தை இறக்கி வைத்துவிட்டு விழுந்து நமஸ்கரித்தாள். காது நிறைந்த பழங்காலப் பாம்படம் கன்னத்தில் இடிபட்டது.

"பத்தும் பெருக்கமுமாகச் சுகமாக வாழவேணும்" என்று ஆசீர்வதித்தார் கடவுள்.

காந்திமதி அம்மையாருக்கு (அதுதான் கந்தசாமிப் பிள்ளை மனைவியின் பெயர்) என்றும் அநுபவித்திராத உள்ள நிறைவு ஏற்பட்டது. மனமும் குளிர்ந்தது. கண்ணும் நனைந்தது.

"வாசலில் இருக்கற அரிசி மூட்டையை அப்படியே போட்டு வச்சிருந்தா?" என்று ஞாபகமூட்டினார் கடவுள்.

"இவுகளுக்கு மறதிதான் சொல்லி முடியாது. அரிசி வாங்கியாச்சான்னு இப்பந்தான் கேட்டேன். இல்லைன்னு சொன்னாக. ஊருக்கெல்லாம் மருந்து கொடுக்காக; இவுக மறதிக்குத்தான் மருந்தைக் காங்கலெ. படெச்ச கடவுள்தான் பக்கத்திலே நின்னுதான் பார்க்கணும்" என்றாள் காந்திமதி அம்மாள்.

"பாத்துக்கிட்டுத்தான் நிக்காறே" என்றார் கடவுள் கிராமியமாக.

"பாத்துச் சிரிக்கணும், அப்பந்தான் புத்தி வரும்" என்றாள் அம்மையார்.

கடவுள் சிரித்தார்.

கடவுளும் கந்தசாமிப் பிள்ளையும் வாசலுக்குப் போனார்கள்.

"இந்தச் செப்பிடுவித்தை எல்லாம் கூடாது என்று சொன்னேனே" என்றார் பிள்ளை காதோடு காதாக.

"இனிமேல் இல்லை" என்றார் கடவுள்.

கந்தசாமிப் பிள்ளை முக்கி முனகிப் பார்த்தார்; மூட்டை அசையவே இல்லை.

"நல்ல இளவட்டம்!" என்று சிரித்துக் கொண்டே மூட்டையை இடுப்பில் இடுக்கிக் கொண்டார் கடவுள்.

"நீங்க எடுக்கதாவது; உங்களைத்தானே, ஒரு பக்கமாத் தாங்கிப் பிடியுங்க; சும்மா பாத்துக்கிட்டே நிக்கியளே!" என்று பதைத்தாள் காந்திமதியம்மாள்.

"நீ சும்மா இரம்மா; எங்கே போடணும்னு சொல்லுதெ?" என்றார் கடவுள்.

"இந்தக் கூடத்திலியே கெடக்கட்டும்; நீங்க இங்கே சும்மா வச்சிருங்க" என்று வழி மறித்தாள் காந்திமதியம்மாள்.

கந்தசாமிப் பிள்ளையும் கடவுளும் சாப்பிட்டுவிட்டு வாசல் திண்ணைக்கு வரும்பொழுது இரவு மணி பதினொன்று.

"இனிமேல் என்ன யோசனை?" என்றார் கடவுள்.

"தூங்கத்தான்" என்றார் பிள்ளை கொட்டாவி விட்டுக்கொண்டே.

"தாத்தா, நானும் ஒங்கூடத்தான் படுத்துக்குவேன்" என்று ஓடிவந்தது குழந்தை.

"நீ அம்மையெக் கூப்பிட்டுப் பாயும் தலையணையும் எடுத்துப் போடச் சொல்லு" என்றார் கந்தசாமிப் பிள்ளை.

"என்னையுமா தூங்கச் சொல்லுகிறீர்?" என்று கேட்டார் கடவுள்.

"மனுஷாள்கூடப் பழகினால் அவர்களைப் போலத்தான் நடந்தாகணும்; தூங்க இஷ்டமில்லை என்றால் பேசாமல் படுத்துக்கொண்டிருங்கள். ராத்திரியில் நடமாடினால் அபவாதத்துக்கு இடமாகும்" என்றார் கந்தசாமிப் பிள்ளை.

3

கந்தசாமிப் பிள்ளை பவழக்காரத் தெரு சித்தாந்த தீபிகை ஆபீசில் தரையில் உட்கார்ந்து கொண்டு பதவுரை எழுதிக் கொண்டிருக்கிறார். போகர் நூலுக்கு விளக்கவுரை

பிள்ளையவர்கள் பத்திரிகையில் மாதமாதம் தொடர்ச்சியாகப் பிரசுரமாகி வருகிறது.

"ஆச்சப்பா இன்னமொன்று சொல்லக் கேளு, அப்பனே வயமான செங்கரும்பு, காச்சிய வெந்நீருடனே கருடப் பிச்சு, கல்லுருவி புல்லுருவி நல்லூமத்தை (கருடப்பச்சை என்றும் பாடம்)..." என்று எழுதிவிட்டு, வாசல் வழியாகப் போகும் தபாற்காரன் உள்ளே நுழையாமல் நேராகப் போவதைப் பார்த்துவிட்டு, "இன்றைக்கு பத்திரிகை போகாது" என்று முனகியபடி, எழுதியதைச் சுருட்டி மூலையில் வைத்துவிட்டு விரல்களைச் சொடுக்கு முறித்துக் கொண்டார்.

வாசலில் ரிக்ஷா வந்து நின்றது. கடவுளும் குழந்தையும் இறங்கினார்கள். வள்ளியின் இடுப்பில் பட்டுச் சிற்றாடை; கை நிறைய மிட்டாய்ப் பொட்டலம்.

"தாத்தாவும் நானும் செத்த காலேஜ் உசிர் காலேஜெல்லாம் பார்த்தோம்" என்று துள்ளியது குழந்தை.

"எதற்காக ஓய், ஒரு கட்டடத்தைக் கட்டி, எலும்பையும் தோலையும் பொதிந்து பொதிந்து வைத்திருக்கிறது? என்னைக் கேலி செய்ய வேண்டும் என்ற நினைப்போ?" என்று கேட்டார் கடவுள். குரலில் கடுகடுப்புத் தொனித்தது.

"அவ்வளவு ஞானத்தோடே இங்கே யாரும் செய்துவிடுவார்களா? சிருஷ்டியின் அபூர்வத்தைக் காட்டுவதாக நினைத்துக்கொண்டுதான் அதை எல்லாம் அப்படி வைத்திருக்கிறார்கள். அது கிடக்கட்டும்; நீங்க இப்படி ஓர் இருபத்தைந்து ரூபாய் கொடுங்கள்; உங்களை ஜீவிய சந்தாதாராகச் சேர்த்துவிடுகிறேன்; இன்று பத்திரிகை போய் ஆக வேணும்" என்று கையை நீட்டினார் பிள்ளை.

"இது யாரை ஏமாற்ற? யார் நன்மைக்கு?" என்று சிரித்தார் கடவுள்.

"தானம் வாங்கவும் பிரியமில்லை; கடன் வாங்கும் யோசனையும் இல்லை; அதனால் தான் வியாபாரார்த்தமாக இருக்கட்டும் என்கிறேன். நன்மையைப் பற்றிப் பிரமாதமாகப் பேசிவிட்டீர்களே! இந்தப் பூலோகத்திலே நெய் முதல் நல்லெண்ணம் வரையில் எல்லாம் கலப்படம் தான். இது உங்களுக்குத் தெரியாதா?" என்று ஒரு போடு போட்டார் கந்தசாமிப் பிள்ளை.

கடவுள் யோசனையில் ஆழ்ந்தார்.

"அதிருக்கட்டும், போகரிலே சொல்லியிருக்கிறதே, கருடப்பச்சை; அப்படி ஒரு மூலிகை

உண்டா? அல்லது கருடப்பிச்சுதானா?" என்று கேட்டார் கந்தசாமிப் பிள்ளை.

"பிறப்பித்த பொறுப்புதான் எனக்கு; பெயரிட்ட பழியையும் என்மேல் போடுகிறீரே, இது நியாயமா? நான் என்னத்தைக் கண்டேன்? உம்மை உண்டாக்கினேன்; உமக்குக் கந்தசாமிப் பிள்ளையென்று உங்க அப்பா பெயர் இட்டார்; அதற்கும் நான் தான் பழியா?" என்று வாயை மடக்கினார் கடவுள்.

"நீங்கள் இரண்டு பேரும் வெயிலில் அலைந்துவிட்டு வந்தது கோபத்தை எழுப்புகிறது போலிருக்கிறது. அதற்காக என்னை மிரட்டி மடக்கிவிட்டதாக நினைத்துக்கொள்ள வேண்டாம்; அவசரத்தில் திடுதிப்பென்று சாபம் கொடுத்தீரானால், இருபத்தைந்து ரூபாய் வீணாக நஷ்டமாய்ப் போகுமே என்பதுதான் என் கவலை" என்றார் கந்தசாமிப் பிள்ளை.

பொட்டலத்தை அவிழ்த்துத் தின்றுகொண்டிருந்த குழந்தை, "ஏன் தாத்தா அப்பாகிட்டப் பேசுதே? அவுங்களுக்கு ஒண்ணுமே தெரியாது; இதைத் தின்னு பாரு, இனிச்சுக் கெடக்கு" என்று கடவுளை அழைத்தது.

குழந்தை கொடுக்கும் லட்டுத் துண்டுகளை சாப்பிட்டுக் கொண்டே, "பாப்பா, உதுந்தது எனக்கு, முழுசு உனக்கு!" என்றார் கடவுள்.

குழந்தை ஒரு லட்டை எடுத்துச் சற்று நேரம் கையில் வைத்துக் கொண்டே யோசித்தது.

"தாத்தா, முழுசு வாய்க்குள்ளே கொள்ளாதே. உதுத்தா உனக்குன்னு செல்லுதியே. அப்போ எனக்கு இல்லையா?" என்று கேட்டது குழந்தை.

கடவுள் விழுந்துவிழுந்து சிரித்தார். "அவ்வளவும் உனக்கே உனக்குத்தான்" என்றார்.

"அவ்வளவுமா! எனக்கா!" என்று கேட்டது குழந்தை.

"ஆமாம். உனக்கே உனக்கு" என்றார் கடவுள்.

"அப்புறம் பசிக்காதே! சாப்பிடாட்டா அம்மா அடிப்பாங்களே! அப்பா லேவியம் குடுப்பாங்களே!" என்று கவலைப்பட்டது குழந்தை.

"பசிக்கும்; பயப்படாதே!" என்றார் கடவுள்.

"தாங்கள் வாங்கிக் கொடுத்திருந்தாலும், அது ஹோட்டல் பட்சணம். ஞாபகம்

இருக்கட்டும்" என்றார் கந்தசாமிப் பிள்ளை.

"நான் தான் இருக்கிறேனே!" என்றார் கடவுள்.

"நீங்கள் இல்லையென்று நான் எப்பொழுது சொன்னேன்?" என்றார் கந்தசாமிப் பிள்ளை.

சில விநாடிகள் பொறுத்து, "இன்றைச் செலவு போக, அந்த நூறு ரூபாயில் எவ்வளவு மிச்சம்?" என்றார் கந்தசாமிப் பிள்ளை.

"உமக்கு ரூபாய் இருபத்தைந்து போகக் கையில் ஐம்பது இருக்கிறது" என்று சிரித்தார் கடவுள்.

"அதற்குப் பிறகு என்ன யோசனை?"

"அதுதான் எனக்கும் புரியவில்லை."

"என்னைப் போல வைத்தியம் செய்யலாமே!"

"உம்முடன் போட்டிபோட நமக்கு இஷ்டம் இல்லை."

"அப்படி நினைத்துக்கொள்ள வேண்டாம். என்னோடே போட்டி போடல்லே; லோகத்து முட்டாள்தனத்தோடே போட்டி போடுகிறீர்கள்; பிரியமில்லை என்றால் சித்தாந்த உபந்நியாசங்கள் செய்யலாமே?"

"நீர் எனக்குப் பிழைக்கிறதற்கா வழி சொல்லுகிறீர்; அதில் துட்டு வருமா!" என்று சிரித்தார் கடவுள்.

"அப்போ?"

"எனக்குத்தான் கூத்து ஆட நன்றாக வருமே; என்ன சொல்லுகிறீர்? தேவியை வேண்டுமானாலும் தருவிக்கிறேன்."

கந்தசாமிப் பிள்ளை சிறிது யோசித்தார். "எனக்கு என்னவோ பிரியமில்லை!" என்றார்.

"பிறகு பிழைக்கிற வழி? என்னங்காணும், பிரபஞ்சமே எங்கள் ஆட்டத்தை வைத்துத்தானே பிழைக்கிறது?"

"உங்கள் இஷ்டம்" என்றார் கந்தசாமிப் பிள்ளை.

கந்தசாமிப் பிள்ளை மறுபடியும் சிறிது நேரம் சிரித்தார். "வாருங்கள், போவோம்" என்று ஆணியில் கிடந்த மேல்வேட்டியை எடுத்து உதறிப் போட்டுக் கொண்டார்.

"குழந்தை!" என்றார் கடவுள்.

"அதுதான் உறங்குகிறதே; வருகிற வரையிலும் உறங்கட்டும்" என்றார் பிள்ளை.

கால்மணிப் போது கழித்து மூன்று பேர் திவான் பகதூர் பிரகதீசுவர சாஸ்திரிகள் பங்களாவுக்குள் நுழைந்தனர். ஒருவர் கந்தசாமிப் பிள்ளை; மற்றொருவர் கடவுள்; மூன்றாவது பெண் - தேவி.

"நான் இவருக்குத் தங்கபஸ்பம் செய்து கொடுத்து வருகிறேன். நான் சொன்னால் கேட்பார்" என்று விளக்கிக் கொண்டே முன் வராந்தாப் படிக்கட்டுகளில் ஏறினார் பிள்ளை; இருவரும் பின் தொடர்ந்தனர். தேவியின் கையில் ஒரு சிறு மூட்டை இருந்தது.

"சாமி இருக்காங்களா; நான் வந்திருக்கேன் என்று சொல்லு" என்று அதிகாரத்தோடு வேலைக்காரனிடம் சொன்னார் கந்தசாமிப் பிள்ளை.

"பிள்ளையவர்களா! வரவேணும், வரவேணும்; பஸ்பம் நேத்தோடே தீர்ந்து போச்சே; உங்களைக் காணவில்லையே என்று கவலைப் பட்டேன்" என்ற கலகலத்த பேச்சுடன் வெம்பிய சரீரமும், மல் வேஷ்டியும், தங்க விளிம்புக் கண்ணாடியுமாக ஒரு திவான் பகதூர் ஓடி வந்தது. எல்லோரையும் கும்பிட்டுக்கொண்டே அது சாய்வு நாற்காலியில் உட்கார்ந்து கொண்டது.

"உட்காருங்கள், உட்காருங்கள்" என்றார் திவான் பகதூர்.

கந்தசாமிப் பிள்ளை அவரது நாடியைப் பிடித்துப் பார்த்துக் கொண்டே, "பரவாயில்லை; சாயங்காலம் பஸ்மத்தை அனுப்பி வைக்கிறேன்; நான் வந்தது இவாளை உங்களுக்குப் பரிசயம் பண்ணி வைக்க. இவாள் ரெண்டு பேரும் நாட்டிய சாஸ்திர சாகரம்; உங்கள் நிருத்திய கலாமண்டலியில் வசதி பண்ணினா சௌகரியமாக இருக்கும்" என்றார் கந்தசாமிப் பிள்ளை.

திவான் பகதூரின் உத்ஸாகம் எல்லாம் ஆமையின் காலும் தலையும் போல் உள்வாங்கின.

கைகளைக் குவித்து, ஆள்காட்டி விரல்களையும் கட்டை விரல்களையும் முறையே மூக்கிலும் மோவாய்க்கட்டையிலுமாக வைத்துக்கொண்டு "உம்", "உம்" என்று தலையை அசைத்துக் கொடுத்துக் கொண்டிருந்தார்.

"இவர் பெயர் கூத்தனார்; இந்த அம்மாளின் பெயர் பார்வதி. இருவரும் தம்பதிகள்" என்று உறவைச் சற்று விளக்கிவைத்தார் கந்தசாமிப் பிள்ளை.

"நான் கேள்விப்பட்டதே இல்லை; இதற்கு முன் நீங்கள் எங்கேயாவது ஆடியிருக்கிறீர்களா?" என்று தேவியைப் பார்த்துக் கொண்டு கூத்தனாரிடம் திவான் பகதூர் கேட்டார்.

கடவுளுக்கு வாய் திறக்கச் சந்தர்ப்பம் கொடுக்காமல் "நாங்கள் ஆடாத இடம் இல்லை" என்றாள் தேவி.

"என்னவோ என் கண்ணில் படவில்லை. இருக்கட்டும்; அம்மா ரொம்பக் கறுப்பா இருக்காங்களே, சதஸிலே சோபிக்காதே என்று தான் யோசிக்கிறேன்" என்றார் வர்ணபேத திவான் பகதூர்.

"பெண் பார்க்க வந்தீரா அல்லது நாட்டியம் பார்க்கிறதாக யோசனையோ?" என்று கேட்டாள் தேவி.

"அம்மா, கோவிச்சுக்கப்படாது. ஒன்று சொல்லுகிறேன் கேளுங்க; கலைக்கும் கறுப்புக்கும் கானாவுக்கு மேலே சம்பந்தமே கிடையாது. நானும் முப்பது வருஷமா இந்தக் கலாமண்டலியிலே பிரஸிடெண்டாக இருந்து வருகிறேன். சபைக்கு வந்தவர்கள் எல்லாருக்கும் கண்கள் தான் கறுத்திருக்கும்."

"உம்ம மண்டலியுமாச்சு, சுண்டெலியுமாச்சு!" என்று சொல்லிக் கொண்டே தேவி எழுந்திருந்தாள்.

"இப்படி கோவிச்சுக்கப்படாது" என்று ஏக காலத்தில் திவான் பகதூரும் கந்தசாமிப் பிள்ளையும் எழுந்திருந்தார்கள்.

"இவர்கள் புதுப் புதுப் பாணியிலே நாட்டியமாடுவார்கள். அந்த மாதிரி இந்தப் பக்கத்திலேயே பார்த்திருக்க முடியாது. சாஸ்திரம் இவர்களிடம் பிச்சை வாங்க வேணும். ஒரு முறை தான் சற்றுப் பாருங்களேன்" என்று மீண்டும் சிபார்சு செய்தார் கந்தசாமிப் பிள்ளை.

"சரி, பார்க்கிறது; பார்க்கிறதுக்கு என்ன ஆட்சேபம்?" என்று சொல்லிக்கொண்டு சாய்வு நாற்காலியில் சாய்ந்தார். "சரி, நடக்கட்டும்!" என்று சொல்லிக்கொண்டு இமைகளை மூடினார்.

"எங்கே இடம் விசாலமாக இருக்கும்?" என்று தேவி எழுந்து நின்று சுற்றுமுற்றும் பார்த்தாள்.

"அந்த நடு ஹாலுக்குள்ளேயே போவோமே" என்றார் கடவுள்.

"சரி" என்று உள்ளே போய்க் கதவைச் சாத்திக்கொண்டார்கள்.

சில விநாடிகளுக்கெல்லாம் உள்ளிருந்து கணீரென்று கம்பீரமான குரலில் இசை எழுந்தது.

மயான ருத்திரனாம் - இவன்
மயான ருத்திரனாம்!

கதவுகள் திறந்தன.

கடவுள் புலித்தோலுடையும் திரிசூலமும் பாம்பும் கங்கையும் சடையும் பின்னிப் புரள, கண்மூடிச் சிலையாக நின்றிருந்தார்.

மறுபடியும் இசை, மின்னலைச் சிக்கலெடுத்து உதறியது போல, ஒரு வெட்டு வெட்டித் திரும்புகையில் கடவுள் கையில் சூலம் மின்னிக் குதித்தது; கண்களில் வெறியும், உதட்டில் சிரிப்பும் புரண்டோ ட, காலைத் தூக்கினார்.

கந்தசாமிப் பிள்ளைக்கு நெஞ்சில் உதைப்பு எடுத்துக் கொண்டது. கடவுள் கொடுத்த வாக்கை மறந்துவிட்டார் என்று நினைத்துப் பதறி எழுந்தார்.

"ஓய் கூத்தனாரே, உம் கூத்தைக் கொஞ்சம் நிறுத்தும்."

"சட்! வெறும் தெருக்கூத்தாக இருக்கு; என்னங்காணும், போர்னியோ காட்டுமிராண்டி மாதிரி வேஷம் போட்டுக்கொண்டு" என்று அதட்டினார் திவான் பகதூர்.

ஆடிய பாதத்தை அப்படியே நிறுத்தி, சூலத்தில் சாய்ந்தபடி பார்த்துக்கொண்டே நின்றார் கடவுள்.

"ஓய்! கலைன்னா என்னன்னு தெரியுமாங்காணும்? புலித்தோலைத்தான் கட்டிக்கொண்டீரே. பாம்புன்னா பாம்பையா புடிச்சுக்கொண்டு வருவா? பாம்பு மாதிரி ஆபரணம் போட்டுக் கொள்ள வேணும்; புலித்தோல் மாதிரி பட்டுக் கட்டிக் கொள்ள வேணும்; கலைக்கு முதல் அம்சம் கண்ணுக்கு அழகுங்காணும்! வாஸ்தவமாகப் பார்வதி பரமேசுவராளே இப்படி ஆடினாலும் இது நாட்டிய சாஸ்திரத்துக்கு ஒத்து வராது. அதிலே இப்படிச் சொல்லலே. முதல்லே அந்தப் பாம்புகளையெல்லாம் பத்திரமாகப் புடிச்சுக் கூடையிலே போட்டு வச்சுப்புட்டு வேஷத்தைக் கலையும். இது சிறுசுகள் நடமாடற எடம், ஜாக்கிரதை!" என்றார் திவான் பகதூர்.

ஸ்ரீ கந்தசாமிப் பிள்ளையையும் அவர் லேசில் விட்டுவிடவில்லை. "கந்தசாமிப் பிள்ளைவாள், நீர் ஏதோ மருந்து கொடுத்துக்கொண்டிருக்கிறீர் என்பதற்காக இந்தக் கூத்துப் பார்க்க முடியாது; கச்சேரியும் வைக்க முடியாது; அப்புறம் நாலு பேரோடே தெருவிலே நான் நடமாட வேண்டாம்?"

கால் மணி நேரங்கழித்துச் சித்த வைத்திய தீபிகை ஆபீசில் இரண்டு பேர் உட்கார்ந்து கொண்டிருந்தார்கள், தேவியைத் தவிர. குழந்தை பாயில் படுத்துத் தூங்கிக் கொண்டிருந்தது.

இரண்டு பேரும் மௌனமாக இருந்தார்கள். "தெரிந்த தொழிலைக் கொண்டு லோகத்தில் பிழைக்க முடியாது போல இருக்கே!" என்றார் கடவுள்.

"நான் சொன்னது உங்களுக்குப் பிடிக்கவில்லை; உங்களுக்குப் பிடித்தது லோகத்துக்குப் பிடிக்கவில்லை; வேணும் என்றால் தேவாரப் பாடசாலை நடத்திப் பார்க்கிறதுதானே!"

கடவுள், 'ச்சு' என்று நாக்கைச் சூள் கொட்டினார்.

"அதுக்குள்ளேயே பூலோகம் புளிச்சுப் போச்சோ!"

"உம்மைப் பார்த்தால் உலகத்தைப் பார்த்ததுபோல்" என்றார் கடவுள்.

"உங்களைப் பார்த்தாலோ?" என்று சிரித்தார் கந்தசாமிப் பிள்ளை.

"உங்களிடமெல்லாம் எட்டி நின்று வரம் கொடுக்கலாம்; உடன் இருந்து வாழ முடியாது" என்றார் கடவுள்.

"உங்கள் வர்க்கமே அதற்குத்தான் லாயக்கு" என்றார் கந்தசாமிப் பிள்ளை.

அவருக்குப் பதில் சொல்ல அங்கே யாரும் இல்லை.

மேஜையின் மேல் ஜீவிய சந்தா ரூபாய் இருபத்தைந்து நோட்டாகக் கிடந்தது.

"கைலாசபுரம் பழைய பரமசிவம் பிள்ளை, ஜீவிய சந்தா வரவு ரூபாய் இருபத்தைந்து" என்று கணக்கில் பதிந்தார் கந்தசாமிப் பிள்ளை.

"தாத்தா ஊருக்குப் போயாச்சா, அப்பா?" என்று கேட்டுக் கொண்டே எழுந்து உட்கார்ந்தது குழந்தை.

கலைமகள், அக்டோ பர், நவம்பர் 1943

28.படபடப்பு

பட்டணத்து வாசிகள் திடீரென்று ராணுவ காரியாலய நிபுணர்களாக வேவல்களாகவும், ஆக்கின்லெக்குகளாகவும் மாறினார்கள். ரயில்வே ஸ்டேஷன்களில் கூட்டம் இமைக்க முடியாததாயிற்று. மோக்ஷவாசல் ஊசியின் காதைப் போல அவ்வளவு சிறியது என்று கிறிஸ்துமகான் சொன்னார். பட்டணத்து வாசல்களான ஸ்டேஷன்கள் பட்டணவாசிகளுக்கு மோக்ஷவாசல்களாக மாறியது. ஒவ்வொரு ரயில் வண்டியும் உயிர் பொதிந்த மூட்டை முடிச்சுக்களைத்தான் ஏற்றிச் சென்றன. ஒவ்வொருவரும் உயிரை பத்திரமான இடத்துக்கு கொண்டுபோய் சேர்ப்பித்துக் கொள்ள, சகல கஷ்டங்களையும் சகிக்கத் தயாராயிருந்தனர். சாலையில் பெட்ரோலும் நீராவி வசதியும் வருமுன் இருந்த சஞ்சார உலகம் காட்சியளித்தது. கூடை, முறம், குழந்தை குட்டிகள், கிழடு, நோய் நோஞ்சான், நகை நட்டு முதலிய சகல சுமைகளையும் தபால் வண்டிகள் என்ற இரட்டை மாட்டு வண்டிகள் பத்திரமாக, மெதுவாக வேற்றிடங்களுக்கு சுமந்து சென்று கொண்டிருந்தன. பெட்ரோல் கட்டுப்பாடு சிலரைக் கட்டுப்படுத்தவில்லை; மாட்டு வண்டிச் சாரைகளை விலக்கிக் கொண்டு மின்வெட்டி மறைவது போலவும், அரசியல் துறையில் சந்தர்ப்ப விசேஷத்தைத் தொத்தி முன்னேறுகிறவர் போலவும் அவர்கள் தோன்றி மறைந்தார்கள். 'நீர் எவ்வளவு வேகமாகத்தான் செல்லுமே; நான் வருகிற போதுதான் வந்து சேருவேனே; எப்படியும் நான் வந்துதான் சேரப் போகிறேனே' என்று சொல்லிக் கொண்டு இயங்கும் உலகம் போல, தபால் வண்டிகளும் தம் போக்கில், இலட்சியத்தை நோக்கி ஊர்ந்து செல்லும் மனித சமுதாயம் போல, மாட்டின் சதங்கையொலிக்கு ஏற்ப ஆற அமர முன்னேறிக் கொண்டிருக்கின்றன.

பூக்கடையும் ரவுண்டாணாவும் சைனா பஜாரும் அத்துவானமாயின. ஜனங்கள் ஆவேசமாக சிங்கப்பூர் வீழ்ந்து விட்டதை விவாதித்தார்கள். பிறகு ரங்கூன் விழுந்து விட்டதைத் தர்க்கித்தார்கள். பிறகு ஆபத்து, தற்காப்பு, ஜப்பான் நோக்கம், உலகயுத்தம், எல்லாவற்றையும் விவாதித்தார்கள். சென்னையில் வீடுகள் காலியாகிக் கொண்டே வந்தன. பிறகு ரயிலைச் சீந்துவாரும் குறைந்தது. டைபாய்ட் ஜுரம் கண்டவன் உடம்புச் சூடு பதிவுப்படம்போல, கவலையும் பரபரப்பும் மங்கியது; பிறகு உயர்ந்தது; பிறகு மங்கியது.

அபாய அறிவிப்புச் சங்கு ஊதும் பழக்கமும் அமலுக்கு வந்தது. முதலில் அபாய நீக்க சப்தமே சிலரை வெருள வைத்தது. அதைத் தொடர்ந்து ஊதும் அபாய அலமறல் என்ன வேடிக்கை பண்ணியிருக்கும் என்று சொல்ல வேண்டுமா? ஒத்திகைகள் இருட்டடிப்புகள் முதலில் வேடிக்கையாகி, அப்புறம் ஜனங்கள் மனசில் பதிந்து ஜனங்கள் வெகுசிரத்தையுடன் பின்பற்றும் சடங்காயிற்று.

தினசரி, பேப்பரில் படித்து, தர்க்கம் நடத்தி, பொழுது போக்குவதற்குச் சௌகரியமாக, சென்ற இரண்டு வருஷங்களாக இருந்து வந்த ஒன்று திடீரென்று நகரத்திற்குள்ளாகவே புகுந்துவிட்டது. அதாவது ராவணன் கண்ணால் காணுமுன் காதலித்த மாதிரி, நேரில் அனுபவிக்குமுன் மனசிற்குள் புகுந்துவிட்டது. அதிகாலையில் ஆற்றங் கரையில் நின்று கொண்டு, முதல் முழுக்கு போடும் வரை உலகெல்லாம் பரந்து கிடக்கும் குளிர் ஒருங்கே திரண்டு ஆற்றுப் பிரவாகமாக ஓடுவதாக நினைத்து உடல் நடுக்கம் கொள்வதுபோல, ஜனங்கள் நரம்பிலே எப்பொழுதும் ஒரு படபடப்பை கொடுத்து வந்தது. தூங்கும் போதும் நடக்கும்போதும் கணக்குப் பார்த்துக் கொண்டிருக்கும் போதும் கறி தாளிக்கும் போதும் காது கொடுத்துக் கேட்க ஆரம்பித்தார்கள். 'அதோ என்னமோ கேட்கிறதே' என்ற ஒரு பிரமை சிலர் மனசில் சாதாரணமாயிற்று. அபாயச்சங்குடன் நாயின் ஊளையும், ஜனங்களின் அமைதியும் குசுகுசுப் பேச்சும் விபரீதக் கலவைகளாயின. சென்னைக்கு அபாயமில்லை என்று சிலர் நம்பினார்கள்; சிலர் தாம் வெளியேறிய பின்பு முதல் குண்டு விழக்கூடும் என்று தம்முடைய பொருளாதார நிர்ப்பந்தத்தில் ஜப்பானிய போர்த்திட்டத்தைக் கட்டிப் போட்டார்கள்.

சாயங்காலமாகி விட்டால் அசுரனுக்குப் பலம் வருவது போல பீதிக்கு, பயத்துக்கு, உருவம், சக்தி, நோக்கம், விருப்பு வெறுப்பு யாவும் கூடிய ஒரு உயிர்ச்சொருபமாக நகரத்தில், நடமாடுகிறது. அலைமேலலையாக, இறங்கியும் தாழ்ந்தும் உயர்ந்தும் காதைத் தொலைத்து அலமறும் சங்கு அதற்கு பள்ளியெழுச்சி பாடுகிறது. நல்ல வெளிச்சத்தில் ஓடிப்பழகிய யந்திரங்கள் மோதிக் கொள்ளுகின்றன; கவிழ்ந்து விழுகின்றன. 'அம்மாடி' என்ற குரலுடன் ஒரு உயிர் கஷ்டச் சுமையை நொடியில் உதறித் தள்ளிவிட்டு ஓடிவிட்டது. கோடிகோடியாக வருஷக்கணக்காக உயிர்ப்பாரம் குறைக்கப்பட்டு வரும் காலத்தில் இந்தத் தனி உயிர் என்ன பிரமாதம்? இருட்டிலே வேற்றுலக சத்தம்போல, அகண்டமான,

எல்லையற்ற இருள் வெளியிலே வேற்றுலகத்து மனிதர்பேசும் குரல்போல, தெருவிலே, இருளில் மறைந்து சிரித்து உற்சாகமற்ற, பீதி கலந்த வேடிக்கை பேசும் விடலைக்கும்பலின் கதம்பக்குரல் கேட்கிறது. கதவடைத்து கொலை செய்வார்கள்; மனக் கதவடைத்து மருட்செயல் புரிவார்கள். ஆனால் இப்போது, சாதாரண காரியம், வியாபாரம், பேச்சு, வியவகாரம் எல்லாம் இருட்டில் கதவடைத்து நடக்கிறது. கடைக்காரன் சாமான் கொடுக்கவில்லை. தன் மனசில் உள்ள குழப்பத்தை, நாடியில் ஓடும் படபடப்பைப் பகிர்ந்து கொள்ளுகிறான். தூரத்திலே நகரத்தின் ஜீவாதாரத் தேவைகளை முன்னிட்டு கடவுளைப் போல் தொண்டு புரியும் இரும்பு யந்திரங்களின் துடிதுடிப்புக்கூட ஜீவநாதமாகத் தென்படவில்லை. ஊரிலே களை குடியோடிப் போயிற்று. நட்சத்திரங்களும் நிர்மலமான வானமும் தூரத்தில் ஒலிக்கும் சமுத்திரமும் ஏன் இப்படி வேறு மாதிரியாகத் தோன்றவேண்டும். ஜனங்கள் அத்தனை பேரும் கோழைகளா? அவனிடம் கொஞ்சம் பேச்சுக் கொடுத்துப்பார் தெரியும். தனித்தனியாக ஒவ்வொருவனும் தீரன் தான். சமுதாய பீதி கவ்வியது. எங்கோ ஏதோ ஒரு இடத்தில் ஏற்பட்ட இயற்கையின் கோளாறு அந்த இடத்திற்கு சற்றும் ஸ்னானப் பிரார்ப்தியே அற்ற மற்றொரு இடத்தில் அதிர்ச்சி காண்பிப்பது போல இருந்த ஒரு விஷயம் இப்போது உலகம் முழுவதையுமே கேந்திரஸ்தானமாகக் கொண்டு அசைக்க ஆரம்பித்துவிட்டது. ஜனங்கள் பார்த்தசாரதியை நம்பினார்கள்; பக்கத்து வட்டாரக் கடவுள்களை நம்பினார்கள். கடைசியில் இப்போது தங்கள் கால்களையே நம்ப ஆரம்பித்து விட்டார்கள். இதோ தொட்டிலில் கிடந்து காலை உதைத்துக் கொண்டு அழுகிறதே அதற்கும் இந்தப் படபடப்பு பற்றி விட்டது.

இராத்திரியும் வெகுநேரமாகிவிட்டது. பேப்பரில் இனிமேல் ஞாபகப்பிசகை முன்னிட்டு திரும்பிப் படிக்கிறதானால் ஒழிய, மற்றப்படி படிப்பதற்கு ஒன்றுமில்லை. நானும் சற்று கண்ணயர்ந்தேன். அன்று மப்பும் மந்தாரமுமாகச் சற்று சுகமாகத்தானிருந்தது. வெக்கைப் புழுக்கம் கிடையாது. வழி தவறி நுழைந்த அதிதிபோல காற்றும் சமயாசமயங்களில் வீட்டுக்குள் எட்டிப் பார்த்துச் சென்றது.

மனித சமுதாயத்திலே அதன் ஆரம்பம், வளர்ச்சி, நைந்து போன பிறகு அதற்கு ஏற்படும் ஸ்திரத்தன்மைபோல தூக்கமும் உடலயர்ச்சி முடிவில் ஆதிக்கம் கொள்ளும்வரை நிமிர்ந்தும் பணிந்தும் கொடுத்து, முடிவில் என்னையாண்டது. உலகிலே - மனிதனுக்கு உலகம் என்பது என்ன? பூகோள புஸ்தகத்தில் படிப்பதா? அல்லவே அல்ல. அனுபவ கிரந்தத்தில் படிப்பதேயாகும். அது இரண்டரைச் சதுர மைல் விஸ்தீரணமுள்ள ஓட்டப் பட்டியாக இருக்கலாம். அல்லது நியுயார்க் மாதிரி ஒரு சின்ன பிரபஞ்சமாக இருக்கலாம். அல்லது நாலு முழத்தொட்டிலாக இருக்கலாம். பக்குவத்துக்கு ஏற்றபடி அதுதான் உலகம். அந்த உலகத்தைத்தான் ஆதிசேஷன் தாங்குகிறான். சூரிய மண்டலத்தைச் சுற்றிவரும் உருண்டையான கிரஹகோளத்தையல்ல... அந்த உலகிலே, அனுபவத்தை வைத்துத்தான் அனுபவிக்க முடியாத, கூடாத ஒன்றை அனுமானிப்பது; அனுமானமும் பக்குவப்

படியாகும். அந்த உலகத்திலே இருளோடு இருளாக இருட்டில் ஓடி மறையும் இரும்புத் தண்டவாளங்கள் போன்ற பழக்க வாசனை, வருங்காலம் என்ற ஒரு இருட்பிழம்பில் எவ்வளவு தூரம் ஓடிக் கொண்டிருக்கிறது என்பதை யாரறிவர்? முன் கூட்டி அறிந்துதான் லாபம் என்ன? நான் என்பது இனிமேல் இந்த நானாகவே இருக்குமா?...அதோ என்ன சப்தம், மெதுவாக எங்கோ ஊதுகுழல் மாதிரி தூரத்திலிருந்து வருவதால் காதில் இனிமையாக நுழைகிறதே! திடுக்கிட்டு உட்காருகிறேன். வேறொன்றுமல்ல, யாரோ ரசித்து அனுபவித்து ராக ஆலாபனத்துடன் கொட்டாவி விடுகிறானா? இல்லவே இல்லை.

படபடவென்று எழுந்து மொட்டை மாடிக்கு வந்தேன். வானத்தில் நட்சத்திரங்கள் வழக்கம் போல மினுக்கிக் கொண்டிருந்தன. ஆனால் என் சரகத்துக்கு அருகாமையில் உள்ள சங்கு அலமறுகிறது, உலகத்தின் விதியை நினைத்து அங்கலாய்த்துப் பிரலாபிப்பது போலிருந்தது அது அபாயத்தின் நெருக்கத்தை அறிவிக்கவில்லை. சமுதாயத்தின் வலுவை பிரலாபத்துடன் படபடப்போடு எழுப்புவது போல இருக்கிறது. நகரத்தின் மீது கவிந்து அமுக்கிக் கொண்டிருக்கும் படபடப்பு என்ற அரக்கன் தன் முழு சக்தியையும் நகரத்தின் மீது உபயோகிப்பதற்காக முக்கி முனங்கி உறுமித் திணறுவது போலிருக்கிறது.

என்னவானால் என்ன? அது அர்த்த ஜாமத்தில் எழுப்பி விட்டது. விடிவதற்கு எவ்வளவு நேரம் என்று பார்க்க உள்ளே வந்து கெடிகாரத்தை எடுத்துப் பார்த்தேன். அதற்கு ரேடியம் டயல். அது கொள்ளிக் கண் தீயுமிழ, ஏற்கனவே விடிந்துவிட்டது என உறுமியது. விடிந்துவிட்டது என்பதில் ஆசுவாசம்; நிம்மதி; அலமறலும் அடங்கியது. அப்புறம் ஒரு அமைதி... பிரலாபத்தின் விபரீத நாதத்தைவிட பயங்கரமாக இருந்தது அந்த அமைதி. மனசு நிதானப்படுவதற்காக வெற்றிலைப் பெட்டியை எடுத்து வைத்துக் கொண்டு வெளிச்சம் போடாமல் உட்கார்ந்திருந்தேன். விரல்கள் சுண்ணாம்பு தடவி வெற்றிலை கிழித்து சீவல் பாக்கைக் கிரமப்படி தேடிக் கொண்டிருந்தாலும் காது விமானத்தின் ரீங்காரம் கேட்கிறதா என்று துழாவியது. வெற்றிலையும் புகையிலும் வாயில் அடக்கிக் கொண்ட பிற்பாடு மனசோட்டம் நிற்கவில்லை.

'நான் பார்த்தேன்' என்றது குரல்.

'அதற்குப் பிறகுதான் சங்கு ஊதினான்' என்று குறைப்பட்டுக் கொண்டது மற்றொரு குரல்.

'விமானமாவது கத்திரிக்காயாவது... நான் ஒன்றும் பார்க்கவில்லை, ஒரு நாழியாக வாசலில் வந்து நிற்கிறேன்' என்றது வேறு ஒரு குரல்.

'அப்படியானால் நம்ம பயணம் நாளைக்கு' என்றது மற்றொரு குரல்.

‘விடியட்டும் மகளே...’ என்று கேலி செய்தது முன் கேட்ட மற்றொரு குரல்...

வார்டன்களுடைய பிகில் சப்தம். இடைவிட்டு இடைகேட்டு இவர்களது வாதத்தில் தலையிட்டுத் தடுத்தது...யார் தடுத்தால் என்ன? ரசிப்பு அற்ற படபடப்பு துடிக்கும் கைத்த குரல்கள் தான் பேசுகின்றன. எங்கோ நடக்கும் விவகாரம் இங்கும் பவனி வருகிறது. வாசல் வழி வருவதைத் தாளிட்டுக் கொண்டால் தடுத்துக் கொள்ள முடியுமா? வெளிக்குரல்கள் எனது செவிப்புலனுக்கு எட்ட விலகிச் செல்வது போல பிரமை; அது படிப்படியாக மங்கிக் கொண்டு ஒரே ரீங்காரமாக அமுக்கியது.

நான் விழித்துப் பார்க்கும்போது விடிந்து வெகுநேரமாகி விட்டது. அபாய நீக்கச் சங்கு எப்போது ஊதினார்களோ தெரியாது.

வெளிக்குரல்கள் கேட்டன. அதிலே பழைய உயிர்ப்பற்ற படபடப்பு தொனித்தது.

கவிக்குயில், முதல் மலர், 1946

29.ஒரு நாள் கழிந்தது

"கமலம்! அந்தக் கூஜாவிலே தண்ணீர் எடுத்தா! வெற்றிலைச் செல்லம் எங்கே? வச்சது வச்ச இடத்தில் இருந்தால்தானே?" என்று முணுமுணுத்தார் முருகதாசர்.

கையில் இருக்கும் கோரைப் பாயை விரிப்பதே ஒரு ஜாலவித்தை. நெடுநாள் உண்மையாக உழைத்தும் பென்ஷன் கொடுக்கப் படாததால் அது நடு மத்தியில் இரண்டாகக் கிழிந்து ஒரு கோடியில் மட்டிலும் ஒட்டிக் கொண்டிருந்தது. அதை விரிப்பது என்றால் முதலில் உதறித் தரையில் போட்டுவிட்டு, கிழிந்து கிடக்கும் இரண்டு துண்டுகளையும் சேர்த்துப் பொருத்த வைக்க வேண்டும். அதுதான் பூர்வாங்க வேலை. பின்பு, விடுதலை பெற முயற்சிக்கும் அதன் கோரைக் கீற்றுகள் முதுகில் குத்தாமல் இருக்க ஒரு துண்டையோ அல்லது மனைவியின் புடவையையோ அல்லது குழந்தையின் பாவாடையையோ எதையாவது எடுத்து மேலே விரிக்க வேண்டும்.

முருகதாசரைப் பொறுத்தவரை (அது அவரது புனை பெயர்) அது இரண்டு பேர் செய்ய வேண்டிய காரியம்.

மறுபடியும், "கமலா!" என்று கூப்பிட்டார்.

சமையல் + உக்ராண + ஸ்நான அறை மூன்று நான்கு கட்டுகள் தாண்டி, துண்டாக,

அலாதியாக இருப்பதால் இவருடைய பாய் விரிப்புக் கஷ்டங்கள் அந்த அம்மையாருக்கு எட்டவில்லை.

சென்னையில் 'ஒட்டுக் குடித்தனம்' என்பது ஒரு ரசமான விஷயம். வீட்டுச் சொந்தக்காரன், குடியிருக்க வருகிறவர்கள் எல்லாரும் 'திருக்கழுக்குன்றத்துக் கழுகு' என்று நினைத்துக் கொள்ளுவானோ என்னமோ!

'குடித்தனக்காரர் குடியிருக்க இரண்டு ரூம் காலி' என்று வெளியில் போட்டிருந்த போர்டை நம்பித்தான் முருகதாசர் வீடு வேட்டையின் போது அங்கே நுழைந்தார்.

உள்ளே வீட்டின் பாக வசதிதான் விசித்திரமாக இருந்தது. முன்பக்கம், ஒற்றைச் சன்னல் படைத்த ஒரு சிற்றறை. அதற்கப்புறம் எங்கோ பல கட்டுகள் தாண்டி மற்றொரு அறை. அதுதான் சமையல் வகையராவுக்கு. முதல் அறை படிக்க, படுக்க, நாலு பேர் வந்தால் பேச இவை எல்லாவற்றிற்கும் பொது இடம். முதலில், முருகதாசர் பொருளாதாரச் சலுகையை உத்தேசித்தே அதில் குடியிருக்கலாம் என்று துணிந்தார். அதனால், தமக்கும் தம் சகதர்மிணிக்கும் இப்படி நிரந்தரமான 'பிளவு' இருக்கும் என்று சிறிதும் எட்டி யோசிக்கவில்லை; மேலும் அவர் யோசிக்கக் கூடியவரும் அல்லர்.

பக்கத்தில் இருந்த அரிக்கன் விளக்கை எடுத்துக் கொண்டு அவர் சமையல் பகுதியை நோக்கிப் பிரயாணமானார்.

இடைவழியில், குழாயடியில், உள்ள வழுக்குப் பிரதேசம். அடுத்த பகுதிக்காரர் விறகுக் கொட்டில் முதலிய விபத்துக்கள் உள்ள 'பிராட்வே' யை எல்லாம் பொருட்படுத்தாது, ஒருவாறு வந்து சேர்ந்தார். சமையல் அறை வாசலில் ஒரே புகைமயம் "கமலம்!" என்று கம்மிய குரலில் கூப்பிட்டுக் கொண்டு உள்ளே நுழைந்தார்.

உள்ளே புகைத் திரைக்கு அப்பாலிருந்து, "வீடோ லட்சணமோ! விறகைத்தான் பார்த்துப் பாத்து வாங்கிக் கொண்டு வந்தியளே! ஒங்களுக்கிண்ணு தண்ணீலே முக்கிக் கொடுத்தானா? எரியவே மாட்டுதில்லை? இங்கே என்ன இப்பொ? விறகு வாங்கின சீரைப் பாத்து மகிழ வந்திட்டியளாக்கும்?" என்று வரவேற்புப் பத்திரம் வாசிக்கப் பட்டது.

"தீப்பெட்டியை இப்படி எடு! அதுக்காகத்தான் வந்தேன்!" என்று நடைப் பக்கமாகப் பின் நோக்கி நடந்தார்.

"இங்கே குச்சியுமில்லை, கிச்சியுமில்லை! அலமுவெ தீப்பெட்டி வாங்க அனுப்பிச்சேன். மண்ணெண்ணெய் விளக்கே நீங்கதான் துடைச்சிக் கொள்ளணும்!" என்றாள் கமலம்.

"குழந்தையை அந்தியிலே வெளியிலே அனுப்பிச்சையே, நான் வந்த பிறகு வாங்கிக் கொள்ளப் படாதா?" என்று அதட்டினார் முருகதாசர்.

"ஆமாம், சொல்ல மறந்தே போயிட்டுதே... செட்டியார் வந்து விட்டுப் போனார், நாளை விடியன்னை வருவாராம்!" என்றாள் கமலா.

முருகதாசர் இந்தப் பாசுபதாஸ்திரத்தை எதிர்பார்க்கவில்லை.

"வந்தா, வெறுங்கையை வீசிக்கிட்டுப் போக வேண்டியதுதான்! வாரத்துக்கு நேரம் காலம் இல்லை?" என்று முணுமுணுத்துக் கொண்டே வெளியேற முயற்சித்தார்.

"அங்கே, எங்கே போயிட்டிஹ, ஒங்களைத்தானே! கொஞ்சம் நல்லெண்ணை வாங்கிட்டு வாருங்களேன்!"

"எங்கிட்ட இப்பொ துட்டுமில்லே, காசுமிலே!" என்று திரும்பி நின்று பதிலளித்தார் முருகதாசர்.

"அதுவும் அப்படியா! இன்னா இந்த மிளவொட்டியிலே(*மிளகுப் பெட்டி - ஐந்தரைப் பெட்டி) மூணு துட்டு (*ஓர் அணா; ஒரு துட்டு - நான்கு பாண்டி நாட்டு தம்பிடி) இருக்கு. அதெ எடுத்துகிட்டுப் போங்க!"

"வந்ததுக்கு ஒரு வேலையா? அங்கே ஒரு பாடு எழுதித் தொலைக்கணும். இங்கே உனக்கு இப்பத்தான் எண்ணெ புண்ணாக்கு - பகலெல்லாம் என்ன செய்துகிட்டு இருந்தே? இருட்ன பொறவா என்னை வாங்குறது! எல்லாம் நாளைக்குப் பார்த்துக்கலாம்!"

"சோம்பல் வந்தா சாத்திரமும் வரும். எல்லாம் வரும். ஏன் அண்ணைக்குப் போய் வாங்கிட்டு வரலியா? எல்லாம் உங்களுக்குத்தான். இப்பத்தான் அப்பளக்காரன் வந்து கொடுத்துட்டுப் போனான்; பிரியமா சாப்பிடுவேளென்னு சொன்னேன். பின்னே அந்தச் சின்னக் கொரங்கே என்ன இன்னும் காணலே! போனப்ப போனதுதான்; நீங்கதான் சித்த பாருங்களேன்!"

இவ்வளவிற்கும் அவர் இருந்தால்தானே! விறகுப் பிரதேசத்தைத் தாண்டி வழுக்குப் பிரதேசத்தை எட்டிவிட்டார். புகையையும் பேச்சையும் தப்பி வந்தால் போதும் என்றாகி விட்டது. முருகதாசரின் ஆஸ்தான அறையின் ஒரு விசித்திரம் என்னவென்றால் சென்னையில் 'லைட்டிங் டைம்' அட்டவணையைக் கூட மதிக்காமல் அது

இருண்டுவிடும்.

இம்மாதிரி மண்ணெண்ணெய் நெருக்கடி ஏற்படாத காலங்களில் அந்த அறைக்குத்தான் முதலில் இராத்திரி. ஆனால் எண்ணெய் நெருக்கடிக் காலங்களில் சிவபெருமானின் ஒற்றைக் கண் போன்ற அந்த அறையின் சன்னல், எதிர்ப்பக்கம் நிற்கும் மின்சார விளக்குக் கம்பத்திலிருந்து கொஞ்சம் வெளிச்சத்தைப் பிச்சை வாங்கும். கார்ப்பொரேஷன் தயவு வரும் வரை, ஸ்ரீ முருகதாசர் வேறு வழியில்லாமல் தெரு நடையில் நின்று அலமுவின் வருகையை எதிர்நோக்கியிருக்க வேண்டியதாயிற்று.

முருகதாசர் வானத்தை அளக்கும் கதைகளைக் கட்டுவதில் மிகவும் சமர்த்தர்; ‘சாகாவரம் பெற்ற’ கதைகளும் எழுதுவார். அந்தத் திறமையை உத்தேசித்து, ஒரு விளம்பரக் கம்பெனி மாதம் முப்பது ரூபாய்க்கு வானத்தையளக்கும் அவரது கற்பனைத் திறமையைக் குத்தகை எடுத்துக் கொண்டது. அதனால் அவர் வீர புருஷர்களையும், அழியாத சித்திரங்களையும் எழுத்தோவியமாகத் தீட்டுவதை விட்டு விட்டு, சோயாபீன் முதல் மெழுகுவர்த்தி வரையிலும் வெளிநாடுகளிலிருந்து வந்து குவியும் பண்டங்களின் காவியங்களை இயற்றிக் கொண்டிருக்கிறார். ‘டபாஸா’ வீரிய மாத்திரையின் மீது பாடிய பரணியும், தேயிலைப் பானத்தின் சுயசரிதையும், அந்தத் தமிழ் தெரியாத வெள்ளைக்காரனையும் இவர்மீது அனுதாபம் காட்டும்படி செய்துவிட்டன. அதற்காகத்தான் அந்த முப்பது ரூபாய்!

வீட்டு எதிரில் நிற்கும் மின்சார விளக்கின் உதவியைக் கொண்டும் பிள்ளையவர்களால் அலமுவைக் கண்டுபிடிக்க இயலவில்லை. வெற்றிலை, வேலை, குழந்தை வராத காரணம். எல்லாம் அவரது மனத்தில் கவலையைக் கொண்டு கொட்டின. நடையிலிருந்து கீழே இறங்கிச் சந்தின் மூலை வரை சென்று பார்த்து வரலாமா என்று புறப்பட்டார்.

பக்தி மார்க்கத்தில் ஏகாக்கிரக சிந்தையைப் பற்றிப் பிரமாதமாக வர்ணிக்கிறார்கள். மனம் ஒரே விஷயத்தில் லயித்துவிட்டால் போதுமாம். பிள்ளையவர்களைப் பொறுத்த வரை அவர் இந்தப் ‘பணம்’ என்ற மூன்றெழுத்து மந்திரத்தில் தீவிர சிந்தை செலுத்துபவர். பணத்தை வாரிச் சேர்த்துக் குபேரனாகி விட வேண்டும் என்ற எண்ணம் ஒன்றுமில்லை. கவலையில்லாமல் ஏதோ சாப்பிட்டோ ம் வேலை பார்த்தோம் வந்தோம் என்று இருக்க வேண்டும் என்பதற்காக எத்தனையோ வித்தைகளையெல்லாம் செய்துவிட்டார். அவருடைய குடும்பத்தின் வரவு செலவு திட்டத்தை மட்டிலும் அவரால் எப்பொழுதும் சமன் செய்ய முடியவில்லை. நிதி மந்திரியாக இருந்தால் பட்ஜெட்டில் துண்டுவிழுவதற்குப் பொருளாதாரக் காரணங்கள் காட்டிவிட்டு, உபமான்யங்களைத் தைரியமாகக் கேட்கலாம். கவலையில்லாமல், கொஞ்சமும் உடம்பில் பிடிக்காமல் கடன் கேட்டுப் புறப்படுவதற்கு முடியுமா? குடும்பச் செலவு என்றால், சர்க்கார் செலவாகுமா?

கவலை இருக்கப்படாது என்ற உறுதியின் பேரில்தான் நம்பிக்கை என்ற இலட்சியத்தை மட்டும் திருப்தி செய்விக்க, ‘சாகாவரம் பெற்ற’ கதைகளை எழுதுவதைக் கொஞ்சம் கட்டி வைத்துவிட்டு, இந்த ‘லிப்டன் தேயிலை’, காப்பி கொக்கோ ஆகியவற்றின் மான்மியங்களை அவர் எழுத ஆரம்பித்தார். ஒரு பெரிய நாவல் மட்டிலும் எழுதிவிட்டால் அது ஒரு பொன் காய்க்கும் மரமாகிவிடும் என்று அவர் நெஞ்சழுத்தத்துடன் நினைத்த காலங்களும் உண்டு. இப்பொழுது அது ஒரு நெடுந்தூர இலட்சியமாகவே மாறிவிட்டது.

முன்பாவது, அதாவது நம்பிக்கைக் காலத்தில், ஏதோ நினைத்ததைக் கிறுக்கி வைக்கக் காகிதப் பஞ்சமாவது இல்லாமல் இருந்தது. அப்பொழுது ஒரு பத்திரிக்கை ஆபீஸில் வேலை. ஆனால், இப்பொழுது காசு கொடுத்து வாங்காவிட்டால் முதுகில் தான் எழுதிக் கொள்ள வேண்டும். முருகதாசர் நல்ல புத்திசாலி. அதனால்தான் முதுகில் எழுதிக் கொள்ளவில்லை. யாராவது ஒரு நண்பரைக் கண்டுவிட்டால் போதும், தமது தூர இலட்சியத்தைப் பற்றி அவரிடம் ஐந்து நிமிஷமாவது பேசாமல் அவரை விடமாட்டார். நண்பர்கள் எஸ்.பி.ஸி.ஏ (ஜீவஹிம்சை நிவாரண சங்கம்) யின் அங்கத்தினர்களோ என்னவோ, அத்தனையும் சகித்துக் கொண்டிருப்பார்கள்.

சந்தில் திரும்பிப் பார்த்தால் அலமுவின் ராஜ்யம் நடந்து கொண்டிருந்தது.

"ஏட்டி என்ன! நீயோ, உன் லட்சணமோ?" என்று ஆரம்பித்தார் முருகதாசர்.

ஒரு ரிக்ஷா வண்டி ஏர்க்கால் பக்கத்தில் வண்டிக்காரன் உட்கார்ந்து கொண்டிருக்கிறான். அலமு, ஒரு சுண்டெலி மாதிரி ஜம்மென்று மெத்தையில் உட்கார்ந்திருக்கிறாள். ரிக்ஷாக்காரனுடன் ஏதோ நீண்ட சம்பாஷணை நடந்து கொண்டிருந்தது போலும்!

"ஏட்டி!" என்றார் முருகதாசர் மறுபடியும்.

"இல்லையப்பா? நீ இனிமே என்னை அலமுன்னு கூப்பிடுவேன்னியே!" என்று சொல்லிக் கொண்டே வண்டியிலிருந்து இறங்கப் பிரம்மப் பிரயத்தனம் செய்து கொண்டிருந்தாள்.

"தீப்பெட்டி எங்கடீ?" என்றார் முருகதாசர்.

"கடைக்காரன் குடுக்கமாட்டேங்கறான். அப்பா!"

"குடுக்காதெ போனா நேரே வீட்டுக்கு வாரது! இங்கே என்ன இருப்பு?"

"அப்படிக் கேளுங்க சாமி! நம்ம கொளந்தென்னு மெரட்டாமே சொல்லிப் பாத்தேனுங்க.

வீட்டுக்கு வண்டியிலே கொண்டாந்து வுடணுமுண்ணு மொண்டி பண்ணுதுங்க. எனக்குக் காலுலே சுளுக்கு. அந்தச் சின்னாம்பயலே காணும்..." என்று நீட்டிக் கொண்டே போனான் ரிக்ஷாக்காரன்.

"அப்பா, அவன் பங்கஜத்தே மாத்ரம் கூட்டிக்கிட்டே போரானே!" என்றாள் அலமு. பங்கஜம் எதிர்வீட்டு சப்ரிஜிஸ்திரார் குழந்தை. அது ரிக்ஷாவிலும் போகும், மோட்டாரிலும் போகும்! அந்த விஷயம் ரிக்ஷாவுக்குத்தான் புரியுமா, குழந்தைக்குத்தான் புரியுமா?

"அலமு! ராத்திரிலே கொழந்தைகள் ரிக்ஷாவிலே போகப்படாதுடி! எறங்கி வா!" என்று குழந்தையைத் தூக்கிக் கொண்டு வாடிக்கைக் கடைக்காரனிடம் சென்றார் முருகதாசர்.

பிள்ளையவர்கள் கடையை எட்டு முன்பே கடைக்காரன், "சாமி! இந்த மாதிரியிருந்தா கட்டுமா? போன மாசத்திலே தீர்க்கலியே! நானும் சொல்லிச் சொல்லிப் பார்த்தாச்சு. பாக்கியை முடிச்சு, கணக்கெத் தீர்த்துடுங்க! எனக்குக் குடுத்துக் கட்டாது. நான் பொளைக்க வந்தவன்!" என்றான்.

"நானும் பிழைக்க வந்தவன் தான். எல்லாரும் சாகவா வருகிறார்கள்! மின்னே பின்னேதான் இருக்கும். நான் என்ன கொடுக்க மாட்டேன் என்று சொல்லுகிறேனா?"

"போங்க சாமி! அது ஒண்ணுதான் பாக்கி! ரூ.2.5.4 ஆச்சு. எப்ப வரும்?"

"தீப்பெட்டியெக் குடு, சொல்றேன்!"

"பெட்டிக்கென்ன பிரமாதம்! இந்தாருங்க, எப்ப வரும்?"

"எப்பவா? சம்பளம் நாளைக்குப் போட்ருவாங்கன்னு நினைக்கிறேன்; நாளை இல்லாவிட்டால் திங்கள்கிழமை."

"திங்கட்கிழமை நிச்சயந்தானே? நான் சீட்டுக் கட்டணும்!" என்றான்.

"சரி, பார்க்கிறேன்!" என்று திரும்பினார் தாசர்.

"பார்க்கிறேன்னு சொல்ல வேண்டாம். நிச்சயமாக வேண்டும்!"

ஒரு கவலை தீர்ந்தது... அதாவது திங்கட்கிழமை வரை.

பாதி வழியில் போகையில், "அப்பா!" என்றது குழந்தை.

அவர் எதையோ நினைத்துக் கொண்டிருந்ததால், தன்னையறியாமல் கொஞ்சம் கடினமாக, "என்னடி!" என்றார்.

"நீதான் கோவிச்சுக்கிறியே, அப்பா! நான் சொல்லமாட்டேன். போ!"

"கோவம் என்னடி, கோவம்! சும்மா சொல்லு!"

"அதோ பார். பல்லு மாமா!"

முருகதாசரின் நண்பர் சுப்பிரமணிய பிள்ளைக்குக் கொஞ்சம் உயர்ந்த பற்கள். அவை வெளியே நீண்டு கொண்டு, தமது இருப்பை, அனாவசியமாக உலகத்திற்கு அறிவித்துக் கொண்டிருந்தன. அதனால் அலமு அவருக்கு இட்ட காரண இடுகுறிப் பெயர் அது.

"எங்கடி!"

"அதோ பார், வீட்டு நடேலே! என்னை எறக்கிவிடப்பா!" என்று அவரது கையிலிருந்து வழுக்கி விடுவித்துக் கொண்டு, வீட்டிற்கு ஓட ஆரம்பித்தது.

"மெதுவா! மெதுவா!" என்றார் பிள்ளை; குழந்தையா கேட்கும்?

"மாட்டேன்!" என்றது. அதற்கப்புறம் ஏக களேபரம். பாவாடை தடுக்கிற்றோ என்னமோ? அலமு வலுக்கட்டாயமாக அங்கப் பிரதக்ஷணம் செய்ய ஆரம்பித்தாள்.

பிள்ளையவர்கள் ஓடிப் போய்க் குழந்தையை வாரி எடுத்தார். ஆனால் இவர் பதட்டத்திற்கு ஏற்ப அங்கு குழந்தைக்கு ஒன்றும் ஏற்படவில்லை.

"தோளுக்கு மேலே தொண்ணூறு, தொடச்சுப் பார்த்தா ஒண்ணுமில்லே!" என்று பாடிக் கொண்டு குழந்தை எழுந்தது.

"என்ன ஸார், குழந்தையை நீங்க இப்படி விடலாமா?" என்று சொல்லிக்கொண்டே சுப்பிரமணியம் அவர்கள் பக்கம் வந்தார்.

"என்ன ஸார் செய்யட்டும்! என்ன சொன்னாலும் கேட்கிறதில்லை என்ற உறுதி மனசிலே ஏறிப்போயிருக்கு. வெளிலே புறப்பட்டாச்சா, அப்புறம் தேடிக்கொண்டு பின்னோட பத்துப்

பேர். இவளைக் கடைக்கனுப்பிச்சுட்டா தாயார். இவ்வளவு நேரம் அந்த ரிக்ஷாக்காரனோடு தர்க்கம் - என்ன செய்கிறது! வாருங்கள் ஸார். உள்ளே! ஒன் மினிட்! விளக்கை ஏத்துகிறேன்."

குழந்தை அலமு அதற்குள் வீட்டிற்குள், "பல்லு மாமா வந்துட்டார்!" என்று பொதுவாக உச்ச ஸ்தாயியில் விளம்பரம் செய்து கொண்டு ஓடிவிட்டாள்.

"குழந்தை துருதுருவென்று வருகிறதே! பள்ளிக்கூடத்திற்காவது அனுப்பக் கூடாதா?" என்றார் நண்பர்.

"ஆமாம் ஸார். தொந்திரவு சகிக்கலே. அங்கேதான் கொண்டு தள்ளணும். வயசு கொஞ்சம் ஆகட்டுமே என்று பார்க்கிறேன்" என்றார் முருகதாசர். விளக்குத் திரியை உயர்த்திக் கொண்டே.

"நேத்து பீச்சுக்குப் போயிருந்தேன்! சுந்தரத்தைப் பார்த்தேன்..." என்று ஆரம்பித்தார் சுப்பிரமணிய பிள்ளை.

"அந்த ராஸ்கல் வந்துட்டானா! என்றைக்கும் அவன் தொல்லைதான் பெரிய தொல்லையாக இருக்கிறது. இங்கே வந்தான்னா ஆபீஸுக்கு வந்து யாருக்காவது வத்தி வச்சுட்டுப் போயிடரது...மின்னே வந்தப்போ, என்ன எழவு சொன்னானோ, அந்த ஆர்ட்டிஸ்ட் 'பதி' இருந்தானே அவனுக்குச் சீட்டுக் கொடுக்க வழி பண்ணிட்டான்..." என்று படபடவென்று பேசிக்கொண்டே போனார் முருகதாசர்.

"அப்படிப் பாத்தா உலகத்திலே யார்தான் ஸார் நல்லவன்! அவன் உங்களைப் பத்தி ரொம்ப பிரமாதமாக அல்லவா கண்ட இடத்திலெல்லாம் புகழ்ந்து கொண்டிருக்கிறான்?"

"சவத்தெ தள்ளுங்க, ஸார்! பேன் பார்த்தாலும் பார்க்கும். காதை அறுத்தாலும் அறுக்கும். அவன் சங்காத்தமே நமக்கு வேண்டாம்... நீங்க என்ன சொல்ல வாயெடுத்தீர்கள்?"

"அதுதான். உங்களெப் பத்திதான் ஒரு இங்கிலீஷ்காரனிடம் பிரமாதமாகப் பேசிக்கொண்டிருந்தான்..."

"இவ்வளவுதானா! கதையை எழுதரேன் அல்லது கத்தரிக்காயை அறுக்கிறேன், இவனுக்கென்ன?..."

அதே சமயத்தில் வெளியிலிருந்து "முருகதாஸ்! முருகதாஸ்!" என்று யாரோ

கூப்பிட்டார்கள்.

"அதுதான்! அவன் தான் வந்திருக்கிறான் போலிருக்கிறது! பயலுக்கு நூறு வயசு..."

"'சைத்தான் நினைக்கு முன்னால் வந்து நிற்பான்' என்பதுதான்!" என்று முணுமுணுத்தார் முருகதாசர்.

பிறகு அவர் எழுந்து நின்று வெளியில் தலையை நீட்டி, "யாரது?" என்றார்.

"என்ன? நான் தான் சுந்தரம். இன்னும் என் குரல் தெரியவில்லையா?" என்று உரத்த குரலில் கடகடவென்று சிரித்துக் கொண்டு உள்ளே நுழைந்தார் வந்தவர். அவருடைய சிரிப்புக்கு இசைந்தபடி காலில் போட்டிருக்கும் ஜோடு தாளம் போட்டது.

"என்ன சுந்தரமா? வா! வா! இப்பொத்தான் உன்னைப் பற்றிப் பேசிக்கொண்டிருந்தோம். நீயும் வந்தாய்! காப்பி போடச் சொல்லட்டுமா? அலமு! அலமு!" என்று உரக்கக் கூவினார் முருகதாசர்.

எங்கிருந்தோ, "என்னப்பா!" என்று அலமுவின் குரல் வந்தது.

"அம்மாவை மூணு கப் காப்பி போடச் சொல்லு. சீக்கிரம் ஆகணும்!"

"நீ என்ன பத்திரிகையையே விட்டுவிட்டாயாமே! இப்பத்தான் கேள்விப்பட்டேன்."

"வயிற்றுப் பிழைப்பிற்கு எதில் இருந்தால் என்ன? சீலைப்பேன் குத்துகிறதும் ஒரு 'பிஸினஸ்' ஆக இருந்து, அதில் ஒரு 'சான்ஸ்' கிடைத்தால் அதையும் விட்டா வைக்கிறது? நான் பத்திரிகையை விட்டுவிட்டா கதை எழுதாமல் இருந்துவிடுவேனோ? ஒரு பெரிய நாவலுக்கு 'பிளான்' போட்டிருக்கேன். தமிழன்களுக்கு அதிர்ஷ்டம் இருந்தால், எனக்குக் காகிதம் வாங்கவாவது காசு கிடைக்கும். அதில் 'சென்ட்ரல் ஐடியா' என்ன தெரியுமா?..."

"நீங்க நேற்று பொருட்காட்சிக்குப் போனீர்களாமே!" என்று பேச்சை மாற்ற முயன்றார் சுப்பிரமணிய பிள்ளை. இந்த விஷயத்தைத் தொட்டுவிட்டால், முருகதாசர் கீறல் விழுந்த கிராமபோன் பிளேட் மாதிரி விடாமல் திருப்பித் திருப்பி அதையே கதைத்துக் கொண்டிருப்பார்!

"அப்பா! காப்பியாயிட்டுது. நீதான் வந்து எடுத்துக்கிட்டுப் போகணும். சுடுது!" என்று

சொல்லிக் கொண்டு, நிலைப்படி இரண்டு பக்கத்தையும் தொட்டவண்ணமாய் ஒற்றைக் காலை ஆட்டிக் கொண்டு நின்றாள் அலமு.

"அம்மா எங்கே?"

"அம்மா சாதத்தெ வடிச்சுக்கிட்டிருக்கா, அப்பா!"

"சரி! இதோ வாரேன், போ!"

"வாயேன்!"

"வாரேன்னா, போடீ உள்ளே!"

"காப்பி ஆறிப்போயிடும், அப்பா!"

"இதோ ஒரு நிமிஷம்!" என்று சொல்லிக் கொண்டு உள்ளே சென்றார்.

"மாமா! நீ என்ன கொண்டாந்தே!" என்று கேட்டுக் கொண்டு, சுப்பிரமணிய பிள்ளை மடியில் உட்கார்ந்து, கழுத்திலிருக்கும் நெக்டையைப் பிடித்து விளையாட ஆரம்பித்தாள் அலமு.

"அதெப் பிடித்து இழுக்காதே! மாமாவுக்கு கழுத்து வலிக்கும்!" என்றார் சுந்தரம் பிள்ளை.

"வலிக்காதே!" என்று மறுபடியும் ஆரம்பித்தாள்.

முருகதாசரும் மேல் துண்டின் உதவியால் ஒரு செம்பை ஏந்திய வண்ணம் உள்ளே நுழைந்தார்.

"என்னப்பா, மூணு டம்ளர் கொண்டாந்தே! எனக்கில்லையா?"

"உனக்கென்னடி இங்கே! அம்மாகூடப் போய்ச் சாப்பிடு."

"மாட்டேன்" என்று ஒரு டம்ளரை எடுத்து வைத்துக் கொண்டது குழந்தை.

முருகதாசர் காப்பியை ஆற்றி, சுந்தரம் கையில் ஒரு டம்ளரைக் கொடுத்தார்.

சுந்தரம் வாங்கி மடமடக்கென்று மருந்து குடிப்பது போல் குடித்து விட்டு, "காப்பி வெகு ஜோர்!" என்று சர்டிபிகேட் கொடுத்தார்.

மற்றொரு டம்ளர் சுப்பிரமணிய பிள்ளையிடம் கொடுக்கப்பட்டது. "மாமா! எனக்கில்லையா?" என்று அவரிடம் சென்று ஒண்டினாள் அலமு.

"வாடி, நாம ரெண்டு பேரும் சாப்பிடுவோம்!" என்றார் முருகதாசர்.

"மாமாகூடத்தான்!" என்றது குழந்தை, சுப்பிரமணியபிள்ளை கையிலிருந்த டம்ளரில் அலமுவைக் குடிக்கச் செய்தார்.

பாதியானதும், "போதும்!" என்றது குழந்தை.

"இந்தாருங்க ஸார்!" என்று மற்ற டம்ளரையும் நீட்டினார் முருகதாசர்.

"வேண்டாம்! வேண்டாம்! இதுவே போதும்!" என்றார் சுப்பிரமணிய பிள்ளை.

"நான்சென்ஸ்!" என்று சொல்லிவிட்டு, குழந்தை எச்சிற்படுத்தியதைத் தாம் வாங்கிக் கொண்டார் தாசர்.

"நேரமாகிறது, மவுண்டில் ஒரு நண்பரைப் பார்க்க வேண்டும்!" என்று எழுந்தார் சுந்தரம். "அதற்குள்ளாகவா! வெற்றிலை போட்டுக் கொண்டு போகலாம்!" என்றார் முருகதாசர்.

"கையில் எடுத்துக் கொண்டேன். நேரமாகிறது! அப்புறம் பார்க்கிறேன்!" என்று சொல்லிக் கொண்டு வெளியேறினார் சுந்தரம்.

கையில் இருந்த புகையிலையை வாயிற் ஒதுக்கிவிட்டு, சிறிது சிரமத்துடன் தமக்கு நேரமாவதைத் தெரிவித்துக் கொண்டார் சுப்பிரமணிய பிள்ளை.

தொண்டையைச் சிறிது கனைத்துக் கொண்டு, "சுப்ரமண்யம், உங்களிடம் ஏதாவது சேஞ்ஜ் இருக்கிறதா? ஒரு மூன்று ரூபாய் வேண்டும்!" என்றார் முருகதாசர்.

"ஏது அவசரம்!"

"சம்பளம் போடலே: இங்கு கொஞ்சம் அவசியமாக வேண்டியிருக்கிறது...திங்கட்கிழமை கொடுத்துவிடுகிறேன்!"

"அதற்கென்ன!" பர்ஸை எடுத்துப் பார்த்துவிட்டு "இப்போ என் கையில் இது தான் இருக்கிறது!" என்று ஓர் எட்டணாவைக் கொடுத்தார் சுப்பிரமணியம்.

"இது போதாதே!" என்று சொல்லி, அதையும் வாங்கி வைத்துக் கொண்டார் முருகதாசர்.

"அப்பொ..." என்று மீண்டும் ஏதோ ஆரம்பித்தார்.

"பார்ப்போம்! எனக்குக் கொஞ்சம் வேலையிருக்கிறது" என்று சுப்பிரமணியமும் விடை பெற்றுச் சென்றார்.

முருகதாசர் தமது ஆஸ்தான அறையின் சிம்மாசனமான பழைய கோரைப் பாயில் உட்கார்ந்து கொண்டு, அந்த எட்டணாவைத் திருப்பித் திருப்பிப் பார்த்துக் கொண்டு, நீண்ட யோசனையில் ஆழ்ந்திருந்தார்.

"அங்கெ என்ன செய்யறீங்க?" என்று மனைவியின் குரல்!

"நீதான் இங்கே வாயேன்!"

கமலம் உள்ளே வந்து, "அப்பாடா!" என்று உட்கார்ந்தாள். அவர் கையில் இருக்கும் சில்லறையைப் பார்த்துவிட்டு, "இதேது?" என்றாள்.

"சுப்பிரமணியத்திடம் வாங்கினேன்!"

"உங்களுக்கும்... வேலையில்லையா?" என்று முகத்தைச் சிணுங்கினாள் கமலம். பிறகு திடீரென்று எதையோ எண்ணிக் கொண்டு "ஆமாம், இப்பத்தான் நினைப்பு வந்தது. நாளைக்குக் காப்பிப் பொடியில்லை. அதெ வச்சு வாங்கி வாருங்களேன்!" என்றாள்.

"அந்தக் கடைக்காரனுக்காக அல்லவா வாங்கினேன்! அதைக் கொடுத்துவிட்டால்?"

"திங்கட்கிழமை கொடுப்பதாகத்தானே சொன்னீர்களாம்!"

"அதற்கென்ன இப்பொழுது!"

"போய்ச் சீக்கிரம் வாங்கி வாருங்கள்!"

"திங்கட்கிழமைக்கு?"

"திங்கட்கிழமை பார்த்துக் கொள்ளுகிறது!"

மணிக்கொடி, 15-01-1937

30.தெரு விளக்கு

தெருக் கோடியிலே அந்த மூலை திரும்பும் இடத்தில் ஒரு முனிசிபல் விளக்கு.

தனிமையாக, ஏகாங்கியாகத் தனது மங்கிய வெளிச்சத்தைப் பரப்ப முயன்று வாழ்ந்து வந்தது.

இளமை, மூப்பு, சாக்காடு என்பவை மனிதருக்கு மட்டும் உரிமையில்லை. எனவே, தெரு விளக்கிற்கும் இப்பொழுது மூப்புப் பருவம்.

நிற்கும் கல் - உடம்பு சிறிது சாய்ந்துவிட்டது. சிரத்தில் இருந்த கண்ணாடிச் சில் ஒரு பக்கம் உடைந்துவிட்டது. அந்தச் சிறுவன் விளையாட்டாகக் கல்லை எறிந்தபொழுது விளக்கின் கஷ்டத்தை நினைத்தானா?

காற்று அடித்தால் உயிரை ஒரேயடியாகவாவது போக்கிவிடுகிறதா? குற்றுயிராய்த் துடிக்க வைத்து அதைக் கொல்லுகிறதே!

கொஞ்சமாவது மங்கிய வெளிச்சத்தைக் கொடுக்கிறதென்று இந்தக் காற்றிற்கு நன்றி இருக்கிறதா?

போய்விட்டது! பிறகு மழையில் அதன் குளிரை யார் கவனிக்கிறார்கள்?

அது காற்றிற்குத் தெரியுமா?

இனிமேல் விளக்கு அந்தப் பக்கத்திற்கு வேண்டாமாம்! அதை எடுத்துவிட வேண்டுமாம்!

அதற்கு ஒரு தோழன் - ஒரு கிழவன்.

ஒத்த வயதில்தானே நட்பு ஏற்படும். இதில் என்ன அதிசயம்!

விளக்கிற்குக் கிழவன்.

கிழவனுக்கு விளக்கு.

விளக்கை எடுத்துவிடப் போகிறார்கள் என்று கிழவனுக்குத் தெரியாது.

அவனுக்கு எப்படித் தெரியும்.

அவன் வயிற்றுக்குப் பிச்சை எடுக்க வேண்டாமா?

வயிற்றுக்கில்லாமல் உயிர் வாழ முடியுமா?

தெருவிளக்கு அவன் தோழன்தான். அதன் வெளிச்சம் அவனுக்கு எவ்வளவு மன நிம்மதியை அளித்தது.

அன்று சாயங்காலம் வந்தான்.

வெறும் குழி ஒன்றுதான் இருந்தது.

இருள்! இருள்!!

பற்றுக்கோலை யாரோ தட்டிப் பிடுங்கிக் கொண்ட குருடனின் நிலை!
அன்று அவனுக்கு உலகம் சூனியமாய், பாழ்வெளியாய், அர்த்த மற்றதாய் இருந்தது.

சாந்தி?

அது எங்கிருந்து வரும்!

உடைந்த தெரு விளக்குத்தான்! அனால், கொஞ்சமாவது அவனைத் தேற்றிவந்ததே!

வெளிச்சமில்லாவிட்டாலும் ஸ்பரிசித்துப் பார்த்து ஆறுதலடைய வெறுங் கல்லாவது இருந்ததே?

மறுநாள் காலை கிழவனின் சவம் அங்கு கிடந்ததைக் கண்டார்கள்.

*****

இப்பொழுது ஒரு புது விளக்கு!

மின்சார விளக்கு!

அதன் கிழே குழந்தைகள் உற்சாகமாக விளையாடிக் கொண்டிருக்கிறார்கள்.

அவர்களுக்குப் பழைய விளக்கையும் பழைய கிழவனையும் பற்றிக் கவலை என்ன?

ஒரு காலத்தில் இவர்களும் அப்படித்தான் ஆவார்கள்!

அதற்கென்ன?

எங்கும், எப்பொழுதும் அப்படித்தான்.

பழையன கழியும், புதியன வரும்.

இது உலக இயற்கையாம்!

ஊழியன், 24-08-1934

பொருளடக்கம்

www.ingramcontent.com/pod-product-compliance
Lightning Source LLC
LaVergne TN
LVHW100130051026
849525LV00004B/1340

* 9 7 9 8 8 9 4 7 5 5 6 8 7 *